जॅपनीज मॅग्नोलिया

लेखक
रेई किमुरा

अनुवाद
निर्मला मोने

मेहता
पब्लिशिंग
हाऊस

JAPANESE MAGNOLIA By Rei Kimura

Translated into Marathi Language by Nirmala Mone

जॅपनीज मॅग्नोलिया / अनुवादित कादंबरी

अनुवाद : निर्मला मोने
Email : author@mehtapublishinghouse.com
मराठी अनुवादाचे व प्रकाशनाचे हक्क : मेहता पब्लिशिंग हाऊस, पुणे.
प्रकाशक : सुनील अनिल मेहता, मेहता पब्लिशिंग हाऊस,
१९४१, सदाशिव पेठ, माडीवाले कॉलनी, पुणे – ४११०३०.
मुद्रक : ट्रिनिटी अ‍ॅकॅडमी फॉर कॉर्पोरेट ट्रेनिंग लिमिटेड
मुखपृष्ठ : चंद्रमोहन कुलकर्णी
प्रथमावृत्ती : ऑगस्ट, २००९
किंमत : ₹ २००
P Book ISBN 9788184980363
E Book ISBN 9789387319547
E Books available on : amazonkindle Apple Books Google Play Books

---

या पुस्तकाच्या निर्मिती आणि लेखनप्रक्रियेतील

सहभागासाठी

डॅनियल गार्सिया ताराझोना

यांची मी ऋणी आहे.

- रेई किमुरा

१

दिवसभराची कामं संपवून आई रात्री आपल्या खोलीत जाण्याची फुसावो वाट पाहत होता. त्याची खात्री व्हायला हवी होती, की तिला गाढ झोप लागलीये. घराच्या पातळ भिंतींतून तिच्या मंद घोरण्याचा हळुवार आवाज त्याला ऐकू येईपर्यंत तो आपला बेत प्रत्यक्षात आणणार नव्हता. तो लहान असल्यापासून त्याच्या आईचं मंद घोरणं त्याच्या मनाला शांती द्यायचं; हे विलक्षणच होतं. त्याला ते समाधानकारक, मृदू आणि संगीतासारखं वाटायचं. ते ऐकून त्याला हिवाळ्यात पडणाऱ्या बर्फाच्या पहिल्या, हलक्या गाकळ्यांच्या वर्षावाची आठवण व्हायची. आकाशातून आवाज न करता, पण निरंतर पडत राहणारं बर्फ.

आणि तरी, आज त्याला काहीच समाधान वाटत नव्हतं. आपण आईला पाहण्याची बहुधा ही शेवटची वेळ असेल, या जाणिवेनं त्याला दडपण आलं. इतर सर्वांसाठी ही तशी काही खास स्मरणात राहावी अशी रात्र नव्हती. ती रात्र आसपासच्या सर्वांसाठी अगदी रोजच्यासारखी; पण फुसावोसाठी मात्र अस्वस्थ उत्साहाची आणि नैराश्याची होती.

फसव्या आयुष्याच्या छायेत, फसव्या समजुतीत इतकी वर्षं काढल्यानंतर आणि अखेरी या फसवेपणाचं खरं स्वरूप कळल्यानंतर फुसावो आयुष्याच्या शेवटच्या वळणावर येऊन ठेपला होता. आता त्याला अधिक यातना किंवा अपमान

सहन करणं शक्य नव्हतं. आतापर्यंत ज्या गोष्टींचं मुळीच महत्त्व वाटलं नव्हतं, उदा. बाहेरच्या जगापुढे चेहरा नीटनेटका ठेवणं; त्याचा घरातला, कुटुंबातला चेहरा, मानसन्मान; त्याचं समाजातलं स्थान आणि सर्वांत महत्त्वाचं म्हणजे, सतत आपण काहीतरी 'वेगळं' असल्याची लाज दाबून टाकणं; त्याच्या आईला कमीपणा देण्याची जाणीव, शरम सारंच त्याला आज रात्री विलक्षण त्रास देत होतं.

त्याच्यासमोरच ठेंगण्या टेबलावर एक चमकती सुरी पडली होती. त्याच्या आईनं काही तासांपूर्वी त्यांच्या जेवणासाठी याच सुरीनं मासे साफ केले होते. ती सुरी पुढच्या जेवणाच्या तयारीसाठी स्वच्छ करून आणि धार करून ठेवली होती. त्यानं तिच्यासाठी येत्या काही तासांतच काय काम वाढून ठेवलंय याबद्दल ती अनभिज्ञ होती.

'गंमतच आहे! जीवनाला शक्ती देणारं, अन्न तयार करणारं साधन; तेच जीवन काढून घ्यायचंही कारण ठरणारं साधन बनू शकतं.' फुसावोच्या मनात आलं; आणि आज प्रथमच फुसावोला स्वःच्या निर्णयातली भयावहता जाणवली. हे धाडसी आणि भेसूर कृत्य प्रत्यक्षात आणण्याच्या कल्पनेनंच त्याचं कपाळ घामाच्या थेंबांनी डवरून गेलं. त्याच्या त्या भयानक आणि हिमतीच्या कामाची त्याला आठवण झाली मात्र; मिनिटं जात राहिली; भीती आणि विचारांचा गोंधळ यामुळे घामाच्या बारीक धारा त्याच्या चेहऱ्यावरून चमकत वाहायला लागल्या.

'अजून फार उशीर झालेला नाही. अजून थांबता येईल.' त्याचं धडधडतं हृदय पुनःपुन्हा त्याच तालावर तेच शब्द त्याच्या मनावर आदळवत होतं. गेला महिनाभर हिंमत करून त्यानं जे ठरवून निश्चित केलं होतं, तो ठरावच दुबळा करण्याचे प्रयत्न ते शब्द करत होते. 'नाही, नाही. गप्प बस! चूप एकदम!' तो पोलादी निश्चय पुन्हा ओरडायचा. 'आज ते झालंच पाहिजे आणि मीही तयार आहे.'

रात्र गहिरी होत होती आणि तिच्या गहिरेपणाला आव्हान देत; मृत्यूचा एक भयाण पडदा विणत चंद्र आकाशात वरवर चढत चालला होता. चंद्रप्रकाशाच्या त्या पार्श्वभूमीवर, टेकडीवरच्या उंच जागेवरून मिनामिमोटा प्रदेशावर हुकमत गाजवणारा तो लहान, पण भव्य किल्ला काळ्या आकृतीप्रमाणे भासत होता. तसा उशीर झाला होता खरा, तरी काही घरांतून तेलदिव्यांचा प्रकाश झिरपत होता आणि लांबवरच्या घरांतून काहीतरी घरगुती समारंभाची, कदाचित एखाद्या बाळाचा वाढदिवस किंवा वडिलांची बढती किंवा असंच काही असणारी थोडी गजबज जाणवत होती.

'सुरेख, सुरेल कुटुंब आणि समाधान. किती गोष्टी गृहीत धरतो आपण!' फुसावोच्या मनात आलं. तो क्षणभर थांबला; शेतकऱ्यांच्या घरांच्या पुंजक्यातून येणारा साकेच्या काचेच्या पेल्यांचा किणकिणाट आणि हास्याच्या फैरी ऐकण्यासाठी. त्याच्या पायांतल्या युकाताचा आवाज न करता, त्या फरफटवत तो हळूच

किल्ल्याच्या मोठ्या दरवाजाकडे वळला.

त्याच्या अपेक्षेप्रमाणे मुख्य दारावर हत्यारी रखवालदारांची एक छोटी फौजच होती. शिवाय, कुणी अचानक घुसला तर त्यासाठी सावलीत, थोड्या काळोखात दोघे होते. फुसावोला कळेना, 'आपल्याला आत जाता तरी येईल की नाही?' ते नशिबावरच अवलंबून होतं. वाइटात वाईट काय झालं असतं? किल्ल्यात घुसण्याचा प्रयत्न केल्याबद्दल त्याला अटक झाली असती. त्याला कशाचीच फारशी पर्वा नव्हती. नाहीतरी रात्र संपण्यापूर्वी तो पकडला जाणारच होता.

मुख्य रखवालदारानं फुसावोला सामुराईचा खास संरक्षित म्हणून ओळखलं व बाकीच्यांना त्यानं खूण केली. काहीही न विचारता त्याला आत जाऊ दिलं.

"पण सर, हाच तो फुसावो, ज्यानं किल्ल्यावर संकट आलं असताना किल्ला सोडला होता ना? आपण खरंच त्याला आत जाऊ द्यायचं का?" थोड्या अधिक सावध रक्षकानं तिचारलं.

प्रवेशात अडथळा निर्माण झाला तेव्हा, 'मी योग्य करतोय की अयोग्य हा प्रश्न दैवच विचारायला आलंय' असा दु:खदायक विचार फुसावोच्या मनात आला; पण उशीर झाला होता, थंडी गोठवत होती आणि प्रमुख रखवालदाराला त्याची झडती घेण्याचे कष्ट घ्यायचे नव्हते. त्या निशाचर पाहुण्याला, विशेषत: जो किल्ल्याच्या व्यवस्थापकाबरोबर असतो त्याला परत पाठवलं असतं तर सामुराईची गैरमर्जी होण्याची शक्यता होती; तेव्हा त्यानं संधी साधून फुसावोला आत जाण्याचा इशारा केला.

अपेक्षा केल्यापेक्षा फारच सहज आत प्रवेश झाला यावर मोठ्या मुश्कीलीनं विश्वास ठेवत फुसावो उजवीकडच्या ओळखीच्या भागातून आत गेला. तिथं लॉर्ड ओकिमोटोंच्या राहत्या दालनांची देखणी रचना होती. मिनामिमोटो प्रांताचा नवा बलिष्ठ सामुराई. त्याचे वडील, पूजनीय श्री. नोबुनागा यांच्या मृत्यूनंतर त्यांनीच शक्ती आणि अधिकार आपल्या हातात घेतले होते. वडिलांच्या कारकिर्दीच्या अखेरीसच त्या सर्व शोकांतिकांचं वर्तुळ घडून आलं होतं आणि त्यांच्या आयुष्याची मोलाची वर्षं त्यात खर्ची पडली होती.

'ओकिमोटो' फुसावो कुजबुजला. तो ते नाव प्रेमानं जिभेवर घोळवत राहिला. 'त्यांच्या कुटुंबीयांशिवाय फक्त मला त्यांना तशी हाक मारायचा अधिकार आहे.' इतर कोणी त्यांना 'माझे स्वामी नोबुनागा' याखेरीज इतर कुठल्याही प्रकारे संबोधण्याचा प्रयत्न केला तर त्याला त्या प्रसिद्ध 'नोबुनागाच्या संतापा'चा प्रसाद मिळत होता. ते बांधेसूद शरीर आणि खानदानी चेहरा यावरचा उद्धटपणा आणि मर्दानी सौंदर्य आठवल्याबरोबर फुसावोच्या पाठीच्या कण्यातून एक शिरशिरी गेली. रक्षक-दालनाला जोडून असलेल्या सामुराईंच्या खासगी दालनात तो गेला.

तरुण सामुराईंची आई, 'लेडी मोमो'च्या मनात एक भय कायमचं होतं की, तिचा पुत्र कायम संकटात असतो. म्हणूनच आणीबाणीच्या प्रसंगासाठी अंगरक्षकांना त्याच्या खोलीत चटकन येता यावं म्हणून एक जवळचा रस्ता ठेवला होता. नशिबानं त्याला किल्ल्यात प्रवेश मिळाला होता, कारण प्रमुख रखवालदाराला अजून वाटत होतं की तो सामुराईंचा लाडका आहे.

पण फुसावोला माहीत होतं की, लवकरच ह्याच रक्षकांचे, ज्यांनी त्याला आत सोडलं त्यांचे चेहरे त्यांच्यासमोरचं दृश्य पाहून अविश्वासानं आक्रसतील आणि दुःखोद्गारांनी खोली भरून जाईल, कारण नको असलेल्या लोकांपासून लॉर्ड नोबुनागा यांना वाचवण्यात ते कमी पडतील. ते भयंकर दृश्य फुसावोच्या नजरेसमोर आलं. तो स्वत: जरी पाय न वाजवता मधला रस्ता पार करून आला होता, तरी तो एकटाच त्या मोकळ्या दालनांतून हिंडत होता.

लाकडी भिंतीजवळ लावलेले छोटे, मंद दिवे मधूनच हलत होते व मधल्या पायऱ्यांवर किंचित प्रकाश टाकत होते; पण फुसावोला तिथून जायला प्रकाशाची गरजच नव्हती. ती जागा त्याच्या पावलांना पाठ होती. तिसरं दार लॉर्ड ओकिमोटोच्या खोलीत उघडत होतं. भिंतीवरच्या त्या मऊ, कोरीव कामावर त्यानं हळुवारपणे बोटं फिरवली. फुसावो इथून, या दारातून त्याच्या प्रियकराला भेटायला कितीतरी वेळा आत गेला होता. या गुप्त आणि आक्षेपार्ह भेटींमध्ये आत्मसंयमन नव्हतं आणि त्यांना कुठल्या सीमाही नव्हत्या.

पण ते सारं संपलं होतं. त्यांचं असं प्रेम, ज्यावर उच्च कुळाचा आणि समाजातल्या वजनाचाही काही अंमल चालत नव्हता; अशा सर्वार्थाने नाकारल्या गेलेल्या प्रेमाचा अंत करण्याचा क्षण येऊन ठेपला होता. त्याचं स्वत:चं आयुष्य कवडीमोल होतं. त्यानंतर तो तिथं पडून राहिला असता आणि त्याच्यावर पहिला घाव कोण घालणार यासाठी रक्षकांत चढाओढ लागली असती. मग त्याचं ते निरर्थक शरीर प्राणहीन होईतो घाव पडतच राहिले असते.

फुसावो काही हीरो नव्हता. त्याला माहीत होतं की, त्याला मरणाची भीती वाटते, पण जिवंत राहणं हे मरणापेक्षा वाईट आयुष्य कंठणं होतं आणि बाळाचा जन्म झाल्यावर फुसावो नि:शंकपणे स्वत:च्या प्रेमिकाला घेऊन जाऊ शकला असता, कारण मग नोबुनागा कुटुंबाला वारस मिळणार होता आणि त्यांचा वंशवृक्ष चालू राहणार होता. लेडी मोमो – लॉर्ड ओकिमोटोची आई, नातू मिळून एकदाची सुखी होणार होती. त्यासाठीच तर शिंटो मंदिरात तिनं इतक्या उदबत्त्या जाळल्या होत्या. त्यामुळे त्या कर्तव्यपूर्तीनंतर ते दोघं कायमचे एक होऊ शकणार होते.

आतल्या खोलीचं दार नुसत्या कुजबुजीनं उघडलं आणि चंद्रप्रकाशाचा झोत आत आला. त्याला आपला प्रेमिक पांघरुणाखाली उबेत पडलेला दिसला. तो गाढ

झोपेत होता. फुसावोनं त्या निद्रिस्त चेहऱ्याची सुरूपता नजरेनं प्राशन केली. कोरीव, कातीव चेहरा; झोपेतही त्या चेहऱ्यावर एक उद्धट आत्मविश्वास होताच; उच्च कुळातल्या जन्माचा, ताकदीचा. या सर्वांनी फुसावो उत्तेजित झाला आणि दिपलाही. त्याच्या अत्यंत तणावाच्या, आणीबाणीच्या क्षणांतही कशालाच न जुमानणारी ती वासना आठवणीनंही फुसावोच्या कंबरेखाली थडथडू लागली. त्याच रेशमी, भारी पांघरुणाखाली त्या दोघांनी ती एकत्र अनुभवली होती.

त्या खोलीच्या आसपास लेडी मोमोला ग्रासून टाकणाऱ्या ओकिमोटोच्या हत्येच्या भीतीनं बांधून घेतलेल्या अशा डझनभर तरी खोल्या होत्या. या खोलीशी गुप्त मार्गानं जोडलेली गुप्त दारं आणि चोर जिने होते. त्यांच्या प्रेमाच्या मार्गातले अडथळे किती कठोर आणि अनुल्लंघनीय आहेत हे आठवून फुसावोचा निश्चय बळकट झाला. सगळं काही संपवण्याचा तोच योग्य दिवस होता, कारण त्या आक्षेपार्ह प्रेमाचं दु:ख याहून जास्त काळ सोसणं त्याला शक्य नव्हतं.

कोल्ह्याच्या लबाडीनं आणि शांतीनं रांगत फुसावो आपल्या प्रेमिकाशेजारी गेला आणि ठरलेला बेत उडवून लावून पांघरुणावरच्या मजबूत हाताला थोपटलं. असं यापूर्वी कित्येक वेळा त्यानं केलं होतं. काही क्षण तो गोंधळला; 'या देखण्या माणसाचा जीव कसा घेऊ!' असं वाटून थांबला. त्याचं हृदय दु:खानं भरून गेलं, पण त्यातून बाहेर पडण्याचा मार्ग होताच कुठे? त्या दोघांना चिरकाल एक होता यावं म्हणून त्याशिवाय कुठला मार्ग उपलब्ध होता?

त्याच्या युकातामध्ये लपवलेलं एक छोटं बंडल होतं; त्या दोघांनी एकमेकांना लिहिलेल्या कवितांचं. ते आपल्याच छायेतून बाहेर येऊ शकत नव्हतं. त्याचा आनंद घेऊ शकत नव्हतं. फुसावोनं लिहिलेली आपल्या प्रेमिकासाठीची शेवटची कविताही त्यात होती. त्याच्या अंगरख्यांतून तिचा स्पर्शही कळत होता.

त्याच्या मांडीवर एक थाप पडली. पांघरुणातला माणूस काहीतरी बोलला. त्याचा आवाज अजून झोपेनं जड होता. "तू आहेस का फुसावो? किती काळ मी तुझ्याशिवाय होतो! मला चैन पडत नव्हतं. ये, मला सुख दे. तू नेहमी देतोस तसं...."

फुसावो त्या विश्वास ठेवणाऱ्या चेहऱ्यापासून दूर झाला. एक बारीकशी किंकाळी फोडून आपल्या थरथरत्या हातातला सुरा त्यानं आपल्या प्रियकराच्या छातीत जोरानं खुपसला. फुसावोच्या प्रेमानं, विश्वासानं आणि त्याच्याच इच्छेनं भरलेल्या त्या हृदयात तो सुरा मुठीपर्यंत आत जाईतो फुसावो थांबला नाही.

फुसावोच्या दगडी बनलेल्या चेहऱ्यावरून अश्रूंचा लोट वाहत होता आणि धक्का बसलेल्या ओकिमोटोच्या मुखातून त्याचंच नाव पुन:पुन्हा येत होतं आणि तो एकच प्रश्न विचारत होता — "का? का?" रक्ताचा एक प्रवाह त्याच्या छातीतून, फुसावोला परिचित-अतिपरिचित असलेल्या त्या शरीरातून वाहू लागला.

कुजबुजीतून अचानक किंकाळ्या उमटू लागल्या, त्यासरशी फुसावो उडी मारून उठला आणि त्यानं काय केलंय ह्याचा त्यालाच धक्का बसला. त्याचा प्रेमिक, लॉर्ड ओकिमोटो, थोर सामुराई, महान नोबुनागा वंशाचा वारस त्याच्यासमोर धापा टाकत, आचके देत होता. त्याचा चेहरा मृत्यूच्या मुखवट्यानं, दु:ख, विश्वासघात, अविश्वास यानं माखून काळवंडत होता.

धावत्या पावलांचा दणकट आवाज आला. रक्षक धावत आले. फुसावोनं स्वत:ला त्यांच्या निर्दय हातांच्या हवाली केलं. त्याच्या चेहऱ्यावर स्मित होतं, कारण त्यानंतर लवकरच त्यालाही ठार केलं गेलं असतं आणि त्यांचे आत्मे चिरकालासाठी एक झाले असते. त्यांचं प्रेम आक्षेपार्ह ठरलं असतं ते तिथे – नंतर नाही.

❑ ❑ ❑

२

शिबुयाच्या मागच्या एका गल्लीत तिचं छोटं ऑफिस होतं. इतिहास-संशोधक मायुमी ओनोडेरानं आठवड्याच्या मध्यावर, दुपारच्या जेवणाच्या सुटीनंतर कामाला आत्ताच सावकाश सुरुवात केली होती. ती नोनो मासिकाची कात्रणं बघत होती. फारसं महत्त्वाचं किंवा मोठं काम नव्हतं. बायकांचं लहरी मासिक; तरुण पोरींना नेहमी प्रिय असणाऱ्या प्रेमकथा, सौंदर्यसाधना, बड्यांविषयीच्या कंड्या, वस्त्रविशेष इ; पण गुळगुळीत कागदाच्या मुखपृष्ठाचं आकर्षण इतकं जबरदस्त देखणं की, गायुगीरारख्या गंभीर इतिहासतज्ज्ञ स्त्रीलाही ते हातात घेतल्याशिवाय राहवलं नाही. तिच्या गंभीर, किचकट कामातून थोडा बदल म्हणून कधीमधी ती ते घेईच.

त्या तिच्या खोलीत मध्यभागी कामाचं एक मोठं दिमाखदार टेबल होतं. त्यावर नेहमीचाच वर्तमानपत्रांचा गठ्ठा, लिहिण्याची पॅड्स, पेन्सिली, पेन्स वगैरे शिवाय एक आगंतुक पाहुणीही होता. मिकी –मायुमीचं तपकिरी, मोठं मांजर. मायुमी पुष्कळदा त्याला ऑफिसात आणायची. ते आपल्या मालकिणीच्या स्कार्फवर बसून कार्यालयाला शोभा आणत होतं. तिथं त्याची दुपारची झोप ठरलेली होती. मायुमीनं एक सुस्कारा सोडला. कितीही आवरायचं म्हटलं तरी तिच्या टेबलावर पसारा व्हायचाच. मिकीमुळे तर काही आवरल्यासारखं कधी वाटायचंच नाही; पण मिकीनं वहिवाटीनं ती आपल्याच मालकीची जागा मानल्यानं तिथं कुणाचं फार

काही चालायचंही नाही. मिकी मात्र समाधानानं, स्वत:ला स्कार्फमध्ये गुंडाळून आपल्या हक्काच्या जागेवर पसरली होती. तिला हलवून जबरदस्तीनं कोपऱ्यातल्या खोट्या मनीप्लँटच्या शेजारच्या वेताच्या टोपलीत नेऊन ठेवायला तिचं मन होत नव्हतं.

नशिबानं मागच्या कामानं मायुमीला इतके पैसे मिळवून दिले होते की, तिने सुट्टी घेऊन सिंगापूरला जाण्याचा बेत आखला होता. त्याला कारणही होतं. तिच्या आईच्या हिशेबी या शहराला काही वेगळं, भावनात्मक महत्त्व होतं. इतक्या लवकर या शहराला आपण भेट देणार आहोत, असं तिला स्वत:लाही वाटलं नव्हतं. त्याहीपेक्षा, तिच्या कामामुळे नवे लोक जोडले जात होते; टोकियोतल्या अनेक धनिक कुटुंबांशी, जे हल्लीच्या नव्या पद्धतीप्रमाणे खानदानी समाजातल्या आपल्या पूर्वजांची नाती शोधून काढू इच्छित होते आणि त्यासाठी तिची मदत घेत होते, त्यांना तिचं नाव जपानी-अमेरिकन DNA व्यावसायिक माननीय तेत्सुयो अकिनिचोनं सुचवलं होतं.

तिच्या इतर कामांशी तुलना करता पूर्वजांचा माग काढण्याचे हे छोटेछोटे उद्योग फार सोपे होते. त्या म्युझियम्समध्ये, वारसा संदर्भातल्या ग्रंथसंग्रहालयांकडे आणि 'गेन निहॉन' वंशवृक्षांचा शोध घेणाऱ्या एकमेव संदर्भकेंद्रात थोडे दिवस ठिय्या द्यायचा, एवढंच काम तिला करायचं होतं; तिला लागेल ते-ते मागवून घ्यायचं आणि सगळं नीट ओळीत लावून दिलं की, त्यासाठी लठ्ठशी फी आकारायची.

व्यवसाय बदलूनही मायुमी या ठिकाणी अफाट पैसा गोळा करत होती. यामुळे सध्यातरी तिला सन्मानही प्राप्त झाला होता; एरवी तिचे शंकेखोर कुटुंबीय सतत विचारायचे की इतिहासतज्ज्ञ सुखवस्तूपणानं कसा राहू शकेल; पण अनेक ठिकाणी जोडल्या गेलेल्या तिच्या कर्तबगार आईमुळे तिला हल्लीच एका उत्तम, आपल्या क्षेत्रात वरच्या स्थानावर नेणाऱ्या अभ्यासक्रमाचा पत्ता लागला होता आणि त्यामुळेच मायुमीला हे स्थान, पैसा आणि प्रतिष्ठा प्राप्त झाली होती. अर्थात, आईच्या प्रश्नांचा ससेमिरा संपला नव्हता. फक्त ती आता आधीपेक्षा आणखी त्रासदायक प्रश्न विचारत होती की, आता तिला योग्य असा जोडीदार कधी मिळणार आणि ती आयुष्यात स्थिर होऊन स्वत:चा संसार कधी मांडणार?

अठ्ठाविसाव्या वर्षी मायुमीला वाटत होतं की, पुरुषाशिवायही तिचं उत्तम चाललंय. नवरा नाही ते बरंच. बंधनं घालायला, जिथंतिथं अडवायला, एवढ्यातेवढ्याचा जाब द्यायला तो नसलेलाच बरा. तिच्या बॉयफ्रेंडनं दिलेल्या आदल्याच वर्षीच्या धक्क्यातून ती पुरती सावरली नव्हती. गोंदासारखी चिकटणारी जात त्याची. त्यानं तेव्हाच ठरवूनही टाकलं होतं; की त्यांना किती मुलं होऊ द्यायची, त्यांची नावं काय ठेवायची; तीन महिनेही झाले नसताना. त्यांची ओळख झाल्यानंतर ती जिथं म्हणून

गेली, नोबू तिथं गेलाच तिच्यामागे.

तिच्या आईनं मात्र नोबूचं दोन्ही हात पसरून स्वागत केलं होतं. तिला तो चांगला मजबूत, धट्टाकट्टा, कुटुंबवत्सल वाटला; तिच्या तऱ्हेवाईक पोरीला कह्यात ठेवेल असा आणि डोक्यात फुटणाऱ्या तऱ्हेतऱ्हेच्या रानटी अंकुरांना वेळीच निपटून काढेल असा. देवा रे! ते सारं इतकं डोक्यात जायचं एकेकदा आणि तिच्या आईला तर नोबू इतका आवडला होता, की बस्स! तिनंच हवं तर त्याच्याशी लग्न करावं! 'मुलीचं लग्न' एवढी एकच व्यक्तिगत महत्त्वाकांक्षा घेऊन तेवढ्यासाठी ही बाई सिंगापूरहून एकटी आली होती. एखाद्या गोष्टीचा आग्रह धरण्यात क्योको आश्चर्य वाटावं इतकी पारंपरिक होती. सर्वसाधारण मुलींसारखं तिच्या लेकीचं लग्न कधी होतंय आणि ती संसार, मुलंबाळं यांत कधी गढून जातेय हेच तिच्या मनात असायचं.

मायुमीच्या विद्यापीठातल्या मैत्रिणींचा यात काही उपयोग नव्हता. त्या बहुतेक जणी संसारात पडून एक-दोन मुलांसह घर चालवत होत्या. पाच जणींच्या गटात ती एकटीच लग्नाची राहिली होती. अर्थात, तिला त्याचं मुळीच दुःख नव्हतं. तिच्यासारख्या स्त्रियांना काही जण 'एक्सपायरी डेट उलटून गेलेला केक' म्हणायचे, पण मायुमीला पर्वा नव्हती. तिला माहीत होतं, ती लग्नसंस्थेला तेव्हाच शरण जाईल जेव्हा तिच्या स्वतंत्र आणि वेगळ्याच लहरींना चालवून घेणारा माणूस भेटेल. त्यात माथेफिरू मांजराबरोबर झोपणं आणि कामाची जात सर्वसामान्यांहून वेगळी असणं, हेही आलंच.

पण तोपर्यंत ती एकटेपणावर समाधानी होती. शिबुया स्टेशनजवळच्या छोट्या, पण सर्व सोयींनी परिपूर्ण फ्लॅटमध्ये राहून, दहा मिनिटांच्या अंतरावरच्या ऑफिसात चालत जाणं तिला परवडायचं. अर्थात, आताही तिला पुरुषांचा सहवास आवडत होता. एखादी पार्टी, एखाद्या आकर्षक तरुणाचा एखाद्या रात्री सहवास; पण तेवढंच. जन्माची बांधीलकी तिला अजून नको होती. तिचं स्वतःवर आणि आपल्या कामावर खूप प्रेम होतं. त्यात तिला आणखी कुठली बांधीलकी मध्ये यायला नको होती. समाजात लग्नासारखी गोष्ट बाईकडून बऱ्याच गोष्टींची अपेक्षा करते. बाईनं आपलं करिअर, आवडनिवड, सारं आयुष्यच सुख देण्याच्या बाबतीत संशयास्पद असलेल्या या संस्थेला द्यायला हवं.

फोन वाजला आणि त्याच्या रिंगटोनवरून मायुमीला कळलं की, तो आईचा फोन आहे. ती कण्हली, "देवा रे!" क्योको तिला तोच प्रश्न विचारणार होती. 'एखादा बॉयफ्रेंड मिळाला की नाही?' कारण तिच्या एका चुलत बहिणीच्या मुलीनं या वीक-एन्डसाठी कुणालातरी गटवलं होतं आणि आईनं ते कळल्यावर उगाच फोन केला नव्हता. तिला आता असं वाटलं की, आईला सांगून टाकावं की, मी

लेस्बियन आहे आणि पुरुषांमध्ये मला अजिबात रस नाही!

आणखी डेटिंग करीन, लग्न जुळवणाऱ्या संस्थेत जाईन, लग्न ठरवीन वगैरेवगैरे नेहमीची वचनं आईला घाईघाईनं देऊन पाच मिनिटांनी तिनं फोन ठेवला. दारावरची चमकदार, सुरेख घंटी दोनदा वाजली आणि अचानक दार उघडून एक वयस्क जोडपं आणि एक तरुण माणूस आत आला.

'अरे देवा' मायुमी मनातच कण्हली. 'असं चाल करून आत घुसण्याआधी दोन मिनिटं थांबायला हवं होतं यांनी.'

तिच्या ऑफिसात सगळा पसाराच होता, कारण तशी आता तिची कोणाशी अपॉइंटमेंट नव्हतीच. त्यामुळे सारं आवरून नीटनेटकं करण्याची तसदी तिनं घेतली नव्हती.

इतरत्र पाहून त्यातल्या वयस्क माणसाच्या हे लक्षात आलं. तेवढ्यात त्याची नजर खुर्चीवरच्या मासिकांच्या गठ्ठ्यावर पडली. बसण्यासाठी कोणती खुर्ची रिकामी करावी, हे तो ठरवत होता, हे उघड होतं.

"सॉरी, थोडा पसारा आहे इथं. आता आम्ही सारं आवरतंच होतो." मायुमी थोडी अवघडून पुटपुटली आणि तिनं भराभर खुर्चीवरची कागदपत्रं उचलून टेबलाचा एक कोपरा मोकळा केला. तिला सल्ले द्यायला मिकी होतीच. वयस्क जोडपं बसलं. तरुणानं त्यांना मदत केली. तो जास्तच देखणा होता. तो त्यांचा नातू असावा.

सगळे बसल्यावर मायुमी टेबलामागच्या आपल्या खुर्चीवर स्थानापन्न झाली. तिनं काही कागद घेतले, पेन घेतलं आणि नेहमीचे ठरावीक प्रश्न विचारायला सुरुवात केली.

"मी काय मदत करू शकते आपल्याला?"

तिचे अशील काही काळ गप्पच राहिले; पण मायुमीनं मुळीच घाई केली नाही. तिच्या कामाच्या पद्धतीत माणसं कधीकधी फारच विलक्षण विनंत्या करायची. त्यांचे विषय आणि त्यांच्या कथा सांगायला त्यांना तिथल्या वातावरणाशी थोडं जुळवून घ्यायला लागायचं. तिला त्यांच्या ह्या अवघड क्षणांची सवय होती. अशील खरोखर बोलायला तयार होईतो थांबणं हे तिचं कामच होतं. पुष्कळदा अशील घरातल्या नाजूक गुपितांचा गौप्यस्फोट तिच्याजवळ करायचे. त्यांना त्यांच्या कोशांतून बाहेर काढणं कठीणच असायचं.

पण या अशिलांची शांतता मात्र वाढतच चालली होती. त्यामुळे मायुमीला नवलच वाटायला लागलं होतं. थोडं वैतागून तिच्या मनात आलं, 'दारावर हेही लिहून ठेवावं का की, लोकांनी लवकर बोलावं म्हणून! आपण तासांवर पैसे आकारतो.'

तेवढ्यात त्या बाईनं चाचरत असलेल्या नवऱ्याकडे पाहिलं आणि त्याला

विषय सुरू करण्याची खूण केली. चारदोन आवंढे गिळून अखेर तो बोलायला लागला. त्याच्या त्या कडकडीत ताठर शब्दांतून त्याचं अवघडलेपण जाणवत होतं.

"माझं नाव दाइसुके फुजिता. आम्ही मिनामिमोटोहून आलो आहोत. ही माझी पत्नी हारुमी आणि हा माझा नातू टोयोकी."

मायुमीनं ह्या ओळखीला मान हलवून पसंती दिली. आपलं कार्ड त्या वृद्धाच्या हाती दिलं आणि त्याच्या बोलण्याची वाट पाहत असताना एकीकडे आपल्या पदव्यांवरून नजर टाकायला लागली.

एकदाचं समाधान होऊन श्री. फुजितांनी मान हलवून सुरुवात केली, "आम्ही टोकियोला आलो, कारण टोकियो विद्यापीठातल्या माझ्या एका जुन्या मित्रानं, जो आता अमेरिकेत राहतोय, मला सांगितलं की, तुम्ही आमची कौटुंबिक रहस्यमय स्थिती उलगडायला मदत करू शकाल. माझ्या पत्नीच्या कुटुंबाभोवती काही दशकं ही परिस्थिती आहेच; पण आता काही जुनी कागदपत्र हाती लागल्यामुळे ती पुन्हा जास्त गूढ झालीये."

'हा मित्र बहुधा तेत्सुयो अकिनिचो असावा', मायुमीला वाटलं. तिच्याकडे एकापुढे एक असे अशील पाठवणारा — 'भलं होवो त्याचं!'

हारुमी, त्याची बायको पर्समध्ये काही शोधायला लागली आणि तिनं एक तपकिरी, छोटी, लाकडी फाइल काढली. ती उघडून ठेवल्यानंतर प्लॅस्टिक केसमध्ये जपून ठेवलेल्या जुन्या कागदांचं एक बंडल तिनं काढलं आणि टेबलावर ठेवलं. त्यावर कोरलेली जुन्या जपानी लिपीतली काही अक्षरं त्याच्या पातळ पारदर्शक आवरणांतून मायुमीनं पाहिली. ती कॉलेजात दुसऱ्या वर्षाला असताना काही ऐच्छिक अभ्यासक्रम विद्यापीठात सुरू झाले होते. त्यातला एक अभ्यासक्रम जुन्या, इडो काळातल्या जपानी भाषेचा, शब्दांचा, लिपीचाही होता. तिनं त्याला जायला सुरुवात केली होती खरी; पण तो नीरस विषय आणि किचकट अभ्यासक्रम यामुळे मायुमी तो पूर्ण करू शकली नव्हती. एक सेमिस्टर तिनं कसंबसं केलं, पण तेवढ्यात शब्दांचं लेखन आणि त्यांचा अर्थ लावणं यातलं मात्र बरंच काही तिनं पदरात पाडून घेतलं होतं. आता ती त्या अभ्यासक्रमाबद्दल कृतज्ञ होती, कारण निदान आता तिला त्या भाषेचा अर्थ लावण्याबाबतीत पुरेसा आत्मविश्वास होता. हे काम तिला घेता आलं असतं.

मायुमीनं ते कागद त्या प्लॅस्टिक केसमधून काढून घेतले आणि ती ते चाळायला लागली. तिला जाणवलं की, ती वयस्क स्त्री तिच्याकडे उत्कंठेनं पाहत होती, जणू डोळ्यांनी विनवत होती की, ते अमूल्य कागद तिनं काळजीपूर्वक हाताळावेत, कारण ते फार जुने असल्याने त्याचे तुकडे पडले असते.

"फार जुने कागद आहेत हे, आमच्या एका पूर्वजाचे. पिढीमागून पिढी चालत

आलेले. आमच्या कुटुंबाचा फार मोठा ठेवा आहे तो.'' ती म्हणाली, ''पण कित्येक दशकं त्यांत काय म्हटलंय ते पाहण्याची कोणी तसदी घेतली नाही म्हणून मी ते हाती घेतलंय.''

''या कागदांबद्दल तुम्हाला कायकाय माहिती आहे ते आधी तुम्ही मला सांगा बरं! तिथून मग आपल्याला सुरुवात करता येईल.'' मायुमीनं सुचवलं.

''हे कागद माझ्या पूर्वजांकडून आलेत.'' हारुमी म्हणाली. ''मी सामुराईच्या एका नामवंत घराण्यातून आले आहे. या देशाच्या शोगुनांची त्यांनी अनेक वर्षं, अनेक पिढ्या सेवा केलीये. मागेमागे जात आपल्याला अकराव्या शतकापर्यंत जावं लागेल. माझं नातं थेट त्या सामुराईशी जोडलं जातंय. लॉर्ड ओडा नोबुनागा त्यांचं नाव. तुम्हाला माहीतच आहे की, लढाईनंतर एकत्रित झालेल्या फौजेनं आमच्या सर्व जमिनी बळकावल्या आणि तिथल्या शेतकऱ्यांत वाटल्या. सारी मालमत्ता चोरांपोटी गेली; सारी जमीन, पैसा, बिरुदं, सगळंच.''

''माझ्या वडिलांना हे संपत्तीचं हस्तांतरण सहन झालं नाही. त्यांनी आत्महत्या केली, अगदी खानदानी पद्धतीने, हाराकिरीच्या समारंभानं स्वत:चे तुकडे करून घेतले; पण मृत्युपूर्वी त्यांनी मला एक डबा दिला. त्यात ही चित्रं आणि कागद होते, लपवून ठेवलेले; कारण त्यांचा कोणावर विश्वास नव्हता. लढाईनंतर दुसरं कुणीतरी, विशेषत: कुणी परदेशी व्यक्ती त्यांच्याकडून हे काढून घेईल या भीतीनं त्यांना ग्रासलं होतं''.

''माझ्या वडिलांच्या म्हणण्यानुसार, हे कागद आमच्या कुटुंबाकडे काही शतकं आहेत. आतापर्यंत कोणी त्याचा अर्थ लावण्याचा, त्यातले सांकेतिक कथन उलगडण्याचा प्रयत्न केलेला नाही आणि जीर्ण झाल्यानं या कागदांचे तुकडे पडायला लागले आहेत. माझ्या वडिलांनी माझ्याकडून वचन घेतलं की, मी त्या लेखनाची शाई उडून जाण्यापूर्वी त्या कागदांमागचं गूढ उलगडून घेईन. एरवी ही कौटुंबिक कहाणी नष्टच होईल. मला सांगायला लाज वाटते की, मीही आजवर तसा काही प्रयत्न केला नाही, पण माझ्या या नातवानं माझ्यामागे सतत लकडा लावला आणि म्हणून मी आता तुमच्याकडे आले आहे.''

''काही खुणा, जुनी अक्षरं, यावरून मी अगदी अंधूकसा अंदाज केलाय की त्यात बहुतेक प्रेमकविता आहेत आणि ती एक प्रकारची वैयक्तिक दैनंदिनीच आहे, तीही माझ्या एखाद्या पूर्वजाच्या एका काळ्या, आक्षिप्त प्रेमप्रकरणाबद्दल. कारण 'प्रेम' हा शब्द सारखा जिथंतिथं येतोय. आम्हाला हे कळायला हवंय, की हे सगळं काय आहे, त्याचा अर्थ काय आणि जर तुम्ही हे आजच्या जपानी भाषेत भाषांतरित करू शकलात तर आमच्यासाठी तो एक इतिहासाचा ठेवा बनून राहील.''

''अर्थातच आमच्या ह्या पूर्वजाभोवती एक गूढ पसरून राहिलेलं आहे.

आमच्या कुटुंबांपैकी काहींना ते माहीत आहे, पण कुणाला त्यावर चर्चा करायची नाही. साहजिकच आहे, आता कशाला ती भूतकाळात गाडलेली मढी उकरायची? असली गूढं असतील तर नकोतच; पण माझ्या वडिलांना या प्रकरणाच्या तळापर्यंत जायचं होतं आणि मला त्यांच्या इच्छेचा मान राखायचा आहे. मी तसं वचन दिलंय.'' हारुमी सान म्हणाली.

''अठराव्या शतकात आमच्या कुटुंबाच्या सामुराई शाखेत एक हत्या झाली होती.'' ती म्हणाली, ''एका सामुराईला सुऱ्यानं जवळजवळ ठारच केलं होतं आणि कुणाला त्याबद्दल पकडलं किंवा शिक्षा झाली नव्हती. एका शक्तिवान सामुराईवर पाशवी हल्ला झाला होता आणि त्याबद्दल कुणालाही जबाबदार धरलं नव्हतं. हे अविश्वसनीयच वाटतंय! जणू कोणी हल्ला केला ते सर्वांना माहीत होतं. कौटुंबिक सन्मान कायम राखण्याकरता ते सारं गुप्त ठेवण्यात आलं, असंच दिसतंय. एरवी असा हल्ला झाल्यावर हल्लेखोरांना शिक्षा न होणं कसं शक्य आहे?''

''हे कागद मला अधिकच गुंत्यात टाकताहेत. मी कुटुंबाचं रजिस्टर आणि जुन्या सामुराईंचा इतिहास पाहायला लागले आणि माझा संशय पक्का झाला; माझ्या या पूर्वजावर जबरदस्त, भयंकर हल्ला झाला होता खराच; पण कुणावर खटला चालला नव्हता किंवा कुणाला दोषी धरलं गेलं नव्हतं. मला विश्वास आहे की, त्या सगळ्याचं उत्तर यात आहे. तो हल्ला, त्याचं गूढ नातं ह्या बळीशी आणि संबंधित परिस्थितीशी आहे.''

या कथेनं मायुमीलाही झपाटूनच टाकलं. मृत्यूचं कारण शोधण्याच्या कल्पनेचं तिलाही आकर्षण वाटलं होतं. विशेषत: ते जर इतकं दूरपर्यंत, त्या न सोडवलेल्या ऐतिहासिक गूढापर्यंत जाणारं असेल, तर अधिकच; जसं त्या वयस्क जोडप्यानं तिच्यापुढे कागदांतून मांडलं होतं. तिला तिचा नेहमीचा ॲड्रेनलिन प्रवाह वाहताना जाणवला. 'एक नवी आव्हानात्मक गूढ कथा.' तिनं हलक्या हातांनी शतकानुशतकांचे ते कागद पुन्हा प्लॅस्टिक फाइलमध्ये ठेवले. म्हातारी हारुमी उत्सुक डोळ्यांनी तिच्या हालचाली निरखत होती.

''तुम्ही ही केस हाती घेऊन या जुन्या कागदांत काय रहस्य दडलंय, या कागदांना काय सांगायचंय ते शोधायचा प्रयत्न करणार का मग?'' हारुमी साननी विचारलं.

❑ ❑ ❑

३

मायुमी तिचे नवे अशील ऑफिसमधून जाईपर्यंत थांबली आणि लगेच तिनं ते कागद बाहेर काढले आणि तपशीलवार परिशीलनासाठी ती ते कागद पाहायला लागली. हारुमी, ती वृद्ध स्त्री, तो अनमोल खजिना अशा अपरिचित व्यक्तीकडे असा सोडून जायला नाखूशच होती, पण मायुमी तिला पुन:पुन्हा आश्वासन देत राहिली की, तिच्याकडे ते कागद सुरक्षित राहतील आणि तिनं तिला त्यांची पावतीही दिली.

"कृपया या कागदांची काळजी घ्या. ते मूळ, अस्सल आहेत." हारुमी त्या कागदांवर शेवटची नजर टाकताना सांगून गेली. तिनं काळजीच्या नजरेनं त्या बेशिस्त ऑफिसकडे, तिथल्या कागदांच्या चळतींकडे पाहिलं. मायुमीनं ताबडतोब ते सारं स्वच्छ, नीटनेटकं, करायचं ठरवून टाकलं. 'आलेल्या अशिलांना विश्वास वाटायलाच हवा. त्यांना आपल्याजवळचं किमती सामान इथं खात्रीपूर्वक ठेवता यायलाच हवं. एरवी त्यांना तरी आपण दोष कसा देणार?'

पण ते तिथनं दाराबाहेर पडून त्यांनी दार बंद करताक्षणी ती तिचं अवघडलेपण आणि केलेला निश्चयही विसरली, कारण इतके दिवस एके काळातल्या उत्तम साहित्यकृतींचे नमुने तिने केवळ वस्तुसंग्रहालयाच्या शोकेसमध्ये पाहिले होते आणि त्यांना तेव्हापासून हाताळून पाहण्याची तिची ऊर्मी ते बाहेर पडताच अशी

पटकन उसळून बाहेर आली.

'माझा विश्वास बसत नाही. या कागदांकडे पाहून मी नुसती माझ्या डोळ्यांनाच मेजवानी देतेय असं नाही, तर ही केस सोडवायला लागतील तितके दिवस ही ऐतिहासिक रत्नं माझ्याकडे 'ठेव' म्हणून ठेवायला दिली आहेत.' भानावर आल्याबरोबर तिनं आपली मैत्रीण सायुरी हीला फोन करून ही बातमी किंचाळून सांगितली.

ते कागद नीट पाहिल्यावर मायुमीची खात्री झाली की, ते कागद विशिष्ट पद्धतीने लावून ठेवले होते; वेगवेगळी बंडलं करून, प्रत्येक बंडल दोरीनं बांधून. काळाच्या ओघात ते फिके आणि पिवळे पडले होते खरे; पण प्रत्येक बंडल लाखेनं सील केलेलं होतं आणि त्यावर एक जाड ठसा मारलेला होता. त्याला काही खास अर्थ होता का? पण असणारच. सामुराईंच्या खानदानाचा तो चालत आलेला ठसा होता. तो नोबुनागाचा होता का? त्याबद्दलच हारुमी सान सांगत होती? जेव्हा कुणी एकानं तो शिक्का त्या कागदांवर मारला असेल, तेव्हापासून लाखेचा तो लाल रंग शेकडो वर्षं चालत आला होता. ते लाल डाग रक्तासारखे दिसत होते.

एक शिरशिरी मायुमीच्या कण्यातून थरथरत गेली. ते लिहिणारा लेखक, त्याचे प्रजाजन त्या पिवळ्या कागदांतून कुजबुजताहेत असं तिला वाटलं. पुन्हा एकदा तिनं स्वत:ला आठवण केली की, 'त्या सर्व विषयापासून दूर राहा आणि इतर केसेससारखीच हीही एक, असं तिच्याकडे पाहा.'

पण असं त्रयस्थ राहणं आणि न गुंतता पाहणं इतकं सोपं नव्हतं, कारण इतिहास हा मायुमीचा हळवा विषय होता. कधीकधी तर प्रसंग आणि पूर्वजांची आयुष्यं तिच्या रक्तात भिनून जायची, जितकी जुनी तितकी अधिकच ती त्यांची व्हायची.

मायुमीच्या आईला तिचं हे करिअर, हा व्यवसाय कधीच पटला नव्हता. हल्लीच तिनं याबद्दल मायुमीला काही सांगणं सोडून दिलं होतं की, तरुण, सुंदर मुलींनी इतिहासाच्या पुस्तकांच्या अंधाऱ्या, मृत व्यक्ती आणि प्रसंगांत गुंतवून घेण्यापेक्षा काही सुखाचा, ताजंतवानं राखणारा उद्योग करावा; पण मायुमी फक्त सुस्कारायची. तिच्या घरच्यांना तिची ही इतिहासाची ओढ समजत नव्हती. तिचा विशेष भावनाप्रधान प्रबंध वाचून तिच्या प्रोफेसरांनी तिला एकदा सांगितलं होतं की, ती जन्मत:च इतिहासतज्ज्ञ होती.

तिनं कागदांवर आपलं काम सुरू केलं मात्र, ती बाकीचं सगळं विसरली. पहिलं पान त्या प्लॅस्टिकच्या केसिंगला चिकटलं होतं आणि मायुमी घाबरली की, ते आता फाटेल. तिनं हलक्या हातानं एकेक सेंटिमीटर कागद सोडवून घेतला. कागदाच्या वरच्या उजव्या टोकाला लेखकानं तारीख घातली होती. इडो राजवटीचं ते दहावं वर्ष होतं. ज्या शैलीत ते लिहिलं होतं त्यावरून मायुमीची जाणकार नजर

फिरली आणि तिला कळलं, 'लिहिणारा फारसा शिकलेला नाही. अक्षरं लहानमोठी व वेडीवाकडी आहेत. लिहिणारा कुणी नवशिकाच असावा.'

ही वेगळीच बाब शोधून काढल्यावर मायुमीच्या भुवयांवर सुरकुत्या पडल्या. हारुमी साननं सांगितलंच होतं की, ती पत्रं तिच्या सामुराई पूर्वजाचीच होती, कोणा अर्धशिक्षित खेडुताची नव्हती. मग नोबुनागा खानदानातल्या उच्चशिक्षित, वरच्या दर्जाच्या सामुराईचं आणि इतक्या वाईट अक्षरांत, अशुद्ध, कसंबसं लिहून काढणाऱ्याचं काय नातं असावं? की ती पत्रं, ते कागद त्याच्या अधिकारांत असावेत?

कुणा जुन्या हाताने कैक वर्षांपूर्वी लिहिलेली ती बहुतेक अक्षरं पुसट, फरफटलेली होती आणि खास भिंगाशिवाय वाचताही येत नव्हती; तरी मरून नाहीशा झालेल्या हातांमागाची ताकद मायुमीला जाणवली. मायुमीच्या मानेवरचे केस उभे राहिले; जणू ती अक्षरं खूपच दिवस गप्प राहून कैद भोगत होती आणि आता त्यांना सुटून मोकळं व्हायचं होतं. मायुमीनं तिचं बृहद्दर्शक भिंग घरीच ठेवलं होतं, पण एका वेडसर उत्साहानं डोळे लहान-मोठे करत, लेखकाला काय म्हणायचंय ते कळावं म्हणून ती पहिल्या पानावरच्या अक्षरांचे अर्थ लावत बसली होती.

गजराच्या आवाजानं तिथली शांतता भंगली आणि तिची सखोलता, एकाग्रताही; इतकी अचानक, की तिनं उडीच मारली.

"ग्रेट! हे चित्र पूर्ण करायला तेवढंच पाहिजे होतं." ती चिडून उपरोधानं म्हणाली. "असा अचानक किंचाळणारा गजर म्हणजे निराश झालेलं भूतच! या असल्या कागदांकडून आणखी कसली अपेक्षा करणार?"

पण ते म्हणजे सिंगापूरच्या मॉलमधून तिनं मागच्या वेळी खरेदी केलेलं इलेक्ट्रॉनिक वेळापत्रक होतं. तिच्या अपॉइंटमेंट्स ठेवायला एक उपयोगी यंत्र. पण आता ती या नव्या केसमध्ये गुंतणार होती. तिला त्या अलार्मचा आवाज बदलायला हवा होता. आताचा त्याचा रडका आवाज मन निराश करणारा होता. अशा वेळी मांजराच्या उबदार, जिवंत सोबतीनं मायुमी सुखावली.

मग मायुमीला गजर कशासाठी लावला होता ते आठवलं. आज तिनं आईला भेटायचं कबूल केलं होतं. चिबा विभागातल्या मात्सुडोमध्ये नव्वद मिनिटांचा ट्रेनचा प्रवास करून जायचं. आईबरोबर जेवण करून रात्री तिथंच राहायचं. एरवी आईकडे अधूनमधून एखादी रात्र राहणं हे तिला एखादं धर्मकार्य असल्यासारखं वाटायचं. जोडीला चविष्ट घरगुती जेवण आणि आईचं कौतुक, लाड, प्रेम. मुलीच्या जातीला अजून काय हवं असतं? वर्षांची पुटं गळून पडतात यानं; पण आज मायुमीला एकटं राहून या कामाला सुरुवात करायची होती, त्या रंग बदलत चाललेल्या कागदांचं काम; पण आईलाही असा दिवस महत्त्वाचा वाटायचा आणि ती मेनू

ठरवून वाट बघत असायची. आता ऐन वेळी जाणं रद्द करणं शक्य नव्हतं आणि त्या दिवशी तर नाहीच!

मग आई आणि काम यांत तडजोड करायची म्हणून तिनं काही कागदांच्या नकला स्वत:बरोबर नेऊन तिथं त्यांचा अभ्यास करायचा असं ठरवून सुरुवातीच्या बंडलातले पहिलेच काही कागद घाईघाईनं बरोबर घेतले. त्यांच्या तारखा लिहून घेतल्या. फोटोकॉपीच्या दृष्टीनं ते सोयीचं झालं असतं. अस्सल कागदपत्रं तिनं छोट्या तिजोरीतच ठेवली. एकतर त्या जीर्ण कागदांना जास्त हाताळणी सोसली नसती आणि लांबच्या ट्रेनच्या प्रवासात ते कागद हरवले असते, चोरीला गेले असते तर ते प्रकरण तिला केवढ्याला पडलं असतं!

हातातल्या कागदांतून जणू विजेचा प्रवाहच स्वतःत शिरतोय, असं मायुमीला या वेळीही वाटलं. कागदांतून समोर आलेली ती पात्रं स्वतःच्या मदतीसाठी, सुटकेसाठी विनवत असल्याची एक विचित्र जाणीव मायुमीला झाली आणि या विचित्र जाणिवेला झटकून टाकण्याचा प्रयत्न मायुमी करायला लागली. देवा रे! असं काय होतं त्या कागदांत? तिला स्वत:वर ताबा मिळवायला फार कष्ट पडले. 'ही केस सोडवायची असेल तर ती सुटीसुटी करून तिचा नीट अभ्यास करायला हवा; थंडपणे; खऱ्या इतिहासतज्ज्ञासारखा, त्याच्याच डोळ्यांनी, मनानं. प्रत्येक वेळी त्यांना हात लावताना असा विजेचा धक्का बसून कसं चालेल?'

तो आठवड्याचा मधलाच दिवस होता. घरी जाणाऱ्यांची संध्याकाळची घाईगर्दी आता थोड्या वेळात सुरूच होणार होती. मायुमीनं ट्रेनमध्ये खिडकीची चांगलीशी कोपऱ्यातली जागा पकडली; ते कागद वाचायला तिला थोडा खाजगीपणा मिळाला असता. जेमतेम कोपऱ्यातली तारीख दिसत असलेल्या सर्वांत जुन्या पत्रापासून तिनं वाचायला सुरुवात केली. नाकामिकाडो बादशाहाच्या कारकिर्दीचं ते दहावं वर्ष होतं. अशा प्रसंगांसाठी साऱ्या जपानच्या सम्राटांची यादी कुठं ठेवली होती ते मायुमीनं तिच्या व्यवस्थापिकेला विचारून घेतलं.

सम्राट नाकामिकाडो १७०९ ते १७३५ या काळात राज्यावर होता, इडो कालखंडांत. ती स्वत:शीच पुटपुटली, 'त्याच्या कारकिर्दीचं दहावं वर्ष म्हणजे १७१९ चा सुमार असणार. तीनशे वर्षांपूर्वीची गोष्ट!'

'त्या काळची अक्षरं लिहिण्याची पद्धत आणि अक्षरही कसंतरी लिहिलेलं – सुवाच्य तर नाहीच, पण सूक्ष्मदर्शक भिंगाशिवाय काही अर्थ लागणं कठीणच! कुठं शाई कमी-जास्त झालेली तर कुठे फराटेदार; पण गाडीत भिंगानं वाचणं म्हणजे लोकांच्या रिकामटेकड्या कुतूहलाला चाळवणंच.' कॉलेजमध्ये असताना शिकलेली ती लिपी आणि तो अभ्यासक्रम शिकताना घेतलेली मेहनत, मिळवलेलं ज्ञान हे सगळंच कधी अशा पद्धतीने पणाला लावावं लागेल असं तिला वाटलं नव्हतं.

'आज मला स्वामींनी हे कागद व शाई देऊन लिहायला सांगितलं.' हे होतं पहिलं वाक्य.

'म्हणजे माझं बरोबर होतं.' मायुमीनं विचार केला. 'आपण जिंकलंच!' असं वाटलं क्षणभर तिला. 'ही अक्षरं लिहिली आहेत ती समाजाच्या खालच्या थरातल्या नोकरानं. त्याला 'स्वामी' होता म्हणजे सरंजामशाहीची खूण. कदाचित सामुराईंशी संबंधित कुणीतरी.'

'विलक्षणच आहे हे प्रकरण; थोडं कोड्यात टाकणारंही. कारण जमीनदार, लॉर्ड्स सामान्य शेतकऱ्यांत मिसळत नव्हते. काही शेतकऱ्यांना शाई-कागद पुरवून त्यांच्याकडून काही लिहून घ्यायची तर तेव्हा मुळीच पद्धत नव्हती. हा शेतकरी तरी कोण होता, ज्याला लिहिता वाचता येत होतं? त्या काळात कामकरी वर्गाच्या शेतकऱ्यांना आणि मजुरांना आडनावं असायचीही परवानगी नव्हती; लिहिणं-वाचणं-शिकणं तर दूरच, आजच्यासारखी वर्गविहीन समाजव्यवस्था नव्हती तेव्हा.' ती जपानच्या इतिहासातला फक्त एक कालखंड तपासत होती. त्या कालखंडात वर्ग काळानुसारच नक्की होत होते आणि त्या-त्या वर्गानुसार केलेले नियम मोडणाऱ्याला देवाच्याच भरवशावर राहावं लागायचं.

योत्सुया – गंभीर आवाज गाडीत घुमला. गाडीची PA सिस्टीम आणि मायुमी दोघंही कुरकुरले; खऱ्या त्रासापेक्षा सवयीनंच. ती त्या कागदांत, त्या अक्षरांत हरवली होती. तिचं उतरायचं स्टेशन मागे गेलं होतं; शिंजुकू. आता दुप्पट अंतर कापून चिवाला जाणारी ट्रेन गाठायची, तर वेळ नसल्यानं ती चुकलीच असती. बहुतेक जपान्यांसारखी ठरलेला कार्यक्रम बिघडला तर वैतागणारी मायुमी आता आणखी अर्धा तास ते वाचायला मिळेल म्हणून खूशच झाली.

'शेतात दिवसभर काम करून माझे वडील थकलेत आणि आत्ता आई रात्रीकरता जेवण तयार करतेय, नाटो आणि मिसो शिरो सूप.'

अक्षरं फरफटलेली, लहानमोठी, साध्यासुध्या गोष्टी सांगणारी होती; जणू लेखकाला प्रथमच शाई-कागद मिळाला होता आणि खरोखर कळत नव्हतं, काय लिहावं ते! मायुमीला अपेक्षित होता तसा कुठलाच गंभीर विषय किंवा निष्फळ सेक्सकहाणी असं काहीच नव्हतं त्यात; कारण हारुमी सानच्या म्हणण्यानुसार, 'अई' किंवा 'प्रेम' सगळ्याभर लिहिलं होतं, पण तिला तसं काही वाटलं नाही.

विचारात गढली असूनही मायुमी कांडा स्टेशनवर धडपणे उतरली आणि गाडी बदलून मात्सुदोला गेली. जपानी माणूस कसा काय दिवसभर काम करून झाल्यावर गाडीतून घरी जाताना झोपतो, घोरतो आणि तरी नेमक्या स्टेशनवर उतरून जातो याबाबत तिला अमेरिकन मित्राचा शेरा आठवला. मायुमीनं आज आपलं स्टेशन चुकवून त्याला खोटं पाडलं होतं.

मग गंभीरपणे ती गाडीत आपल्या सीटवर बसून राहिली. गाडी टोकियोकडे जात होती. वसंत ऋतूतले दिवस होते. आकाश काळवंडायला लागलं होतं. हजारो निऑन दिव्यांच्या जाहिराती झळकत होत्या. सगळ्यांची एकच पद्धत; जणू कोणी ख्रिसमस ट्रीच उजळवलं होतं. दिव्यांमुळे मायुमीला पर्समधल्या कागदावरच्या त्या अक्षरांची आठवण झाली. 'कधीच मरून गेलेल्या त्या लेखकाला आधुनिक, तेजस्वी प्रकाशदिवे आणि तंत्रज्ञान कसं कळणार? तरी त्याची स्मृती आणि कायदेशीर हक्क त्या कागदावर आहेच. इतिहास किती नवल वाटायला लावणारा, काळानं पराभूत न होणारा असतो!'

❑ ❑ ❑

४

मिनामिमोटोमधल्या बहुतेक शेतकऱ्यांची घरं मंद प्रकाशात उजळत होती, पण छोट्या टेकडीवरचा सामुराईंचा दिमाखदार किल्ला मात्र उजेडात झगमगत होता; धीट, निर्भय वाटत होता. तिथं राहणाऱ्या नोबुनागा कुटुंबाचं सामर्थ्य आणि अधिकार गर्वोन्नत मानेनं इतरांना दिपवत होता. फक्त त्यांनाच एवढ्या चमकदार प्रकाशात राहण्याचा हक्क होता. बाकीच्यांनी मिणमिणत्या प्रकाशातच राहायचं होतं, कारण त्यांच्या स्वामींच्या घरातल्या प्रकाशाहून तारेसुद्धा कमीच प्रकाशमान होते. टेकडीच्या पायथ्याशी असलेला मंद प्रकाश जणू टेकडीवरच्या किल्ल्यापुढे नम्रपणे झुकला होता. तो आपल्या स्वामीला अभिवादन करत होता आणि हे दृश्यच थक्क करणारं होतं.

पण वृद्ध झाल्यानंतर काही वर्षांनी भीतिदायक, उद्धट स्वामी नोबुनागा त्याचं सारं पसरलेलं अस्तित्व गुंडाळून घ्यायला लागला आणि वेगळंच वागायला लागला; नम्र आणि मृदू झाला. सामान्य माणसासारखा लोकांशी वागताना हसून बोलायला लागला. मग स्वत: टेकडी उतरून आपली भातशेती बघायला जायला लागला. शेतीभाती आणि ती करणारे नोकर यांच्यात मन गुंतवायला लागला. बहुधा तो एकटा आणि फारच तर त्याचे दोन विश्वासू रक्षक घेऊन जायचा. ते दोघे मात्र शस्त्रसज्ज आणि मालकाला सांभाळायला तत्पर असायचे; पण पूर्वीसारखं,

आपल्या ऐन उमेदीच्या काळासारखं काहीही अवडंबर न करता व रीतीभातीचं स्तोम न माजवता तो जायचा.

शेतकऱ्यांना आपल्यामध्ये त्याच्या अस्तित्वाची सवय नसल्यानं थोडं अवघडल्यासारखं वाटायचं. ते त्याच्या वेगळ्या, आपल्यापासून दूर राहण्याला सरावले होते. अशा आपल्यात मिसळून राहणाऱ्या स्वामीची त्यांना सवय नव्हती. त्यानं आपल्यात मिसळून लुडबुड करावी, हे त्यांना पटेनाच. लॉर्ड नोबुनागा, त्यांचा मालक, त्यांचं नशीब होता. त्याला हवं ते करण्याची मुभा होती हे खरं, उद्धट आणि लहरी असण्याचा हक्क त्याला जन्मत:च होता. त्याला लहर वाटली तर शेतकऱ्यांच्यात मिसळायला कोणाची अर्थात हरकत नव्हतीच, पण ती त्याची एक लहर म्हणूनच. त्याच्या रयतेनं त्याच्याबरोबर राहायचं होतं. फार तर फक्त प्रार्थना करायची की, अशा लहरी फार टिकू नयेत.

महान स्वामी लॉर्ड नोबुनागा हेच ते, फुसावोमध्ये असाधारण मन घालणारे आणि कागद-शाई देऊन लिहिण्याची आज्ञा देणारे. त्याच्यासारख्या सामान्य, गरीब परिस्थितीतल्या मुलासाठी सामुराई असणाऱ्या अशा ताकदवान माणसाच्या आपण लक्षात येणं हीच जग व्यापून टाकणारी फार मोठी बाब होती. गावातल्या सगळ्या मुलांत फुसावो एकटाच असा मुलगा होता, की ज्याला लिहिता-वाचता येत होतं. त्याच्या काकामुळे हे जमलं होतं. तो इडो राजधानीत राहत आणि काम करत होता. एका शोगुनचा तो अधिकारी होता आणि निवृत्त झाल्यावर आपल्या गावी मात्सुमोटोला परत आला होता.

लहान असताना फुसावो काकाकडे उन्हाळ्यात राहायला जायचा आणि काकाला मदत म्हणून पारंपरिक लाकडी बाहुल्या करायला मदत करायचा. त्यातून वृद्ध काकांना चार पैसे मिळायचे आणि निवृत्त हातांना काम मिळायचं. त्यावर त्यांचा चरितार्थ चालत होता. फुसावोच्या आईबापांना माहीत नव्हतं की, काका-पुतणे खूप वेळा मिळेल त्या कागदावर किंवा कधीकधी काटक्यांनी मातीत काहीतरी लिहीत. काका पुतण्याला अक्षरं शिकवायचा. शोगुनच्या ऑफिसमधल्या काही गमती सांगायचा तर काही लिहून काढायचा. फुसावोच्या वडिलांना लेकाचे हे संध्याकाळचे उद्योग कळले असते तर त्यांनी त्याला काकाकडे जाऊच दिलं नसतं, कारण त्यांचा विश्वास होता की, शेतकऱ्यानं शेतकरीच राहिलं पाहिजे. कारण सामाजिक स्तराची शिडी चढणं सरंजामशाही जपानमध्ये तरी योग्य नव्हतं. शेतकऱ्याच्या मुलाला त्याच्या स्तरापेक्षा वरच्या जागेची स्वप्नं दाखवून भविष्यात त्याच्या कर्तव्यावरून त्याची नजर ढळवणं बरोबर नव्हतं, कारण त्याला जन्मभर आपल्या सामुराई स्वामीसाठी राबायचं, शेतीत खपायचं होतं.

पण खूप उशीर होईतो त्याच्या वडिलांना हे कळलं नाही आणि फुसावोच्या

मात्सुमोटोला उन्हाळी भेटी चालूच राहिल्या. तो आता मोठा होऊन बापाबरोबर भातशेतीत राबायला लागला होता. सामुराईंसाठी शेतं पिकवत होता.

फुसावो काकांशी कृतज्ञ होता. लिहायला-वाचायला शिकवून काकांनी त्याला आत्मिक आनंद मिळवून दिला होता. इतरांपेक्षा थोडा अधिक आदर, सन्मान मिळवून दिला होता. त्याच्या वयाच्या मुलांना आपलं नावही लिहिता येत नव्हतं की वाचता येत नव्हतं. तो वास्तव जाणून होता. त्याचं दुसरं कुठलं फार मोठं ध्येय नव्हतंच. त्याचा बाप, आजा आणि पूर्वज शेतकरी होते आणि मालकाकडे वेठबिगारी करत आले होते. फुसावोला जन्मापासून हेच माहीत होतं. त्याच्या वडिलांना, नाओकीला जेव्हा अखेर कळलं की, फुसावो मात्सुमोटोला का जातो आणि बाहुल्या करण्याशिवाय आणखी काय करतो तेव्हा तो मुलाला सतत सांगत राहिला की, 'लिहिता-वाचता आलं म्हणून स्वत:बद्दल भलत्याच कल्पना करून घेऊ नकोस.'

पहिल्यांदा जेव्हा लॉर्ड नोबुनागा बारीकशा गल्लीच्या शेवटी असलेल्या त्यांच्या चंद्रमौळी घरात आले, तेव्हा युको, फुसावोची आई धक्का बसल्यासारखी तिथं काष्ठपुतळीवत थिजून उभीच राहिली. मग आपला दर्जा ओळखून गुडघ्यांवर बसून आदर दाखवायला म्हणून डोकं जमिनीवर टेकवत राहिली.

महान सामुराई लॉर्ड नोबुनागा तिच्या मोडक्या झोपडीत काय करत होते?

तिच्या हातातलं तांदळाचं भांडं तिच्या थरथरत्या हातांतून खाली पडलं होतं आणि ती लॉर्ड सामुराईंच्या पायावर पडलेल्या तांदळाकडे भीतीने बघत राहिली होती.

"मालक, माझ्या बावळटपणाबद्दल मला माफ करा." ती पुटपुटली. खाली पडलेले तांदळाचे दाणे तिनं गोळा केले. तिला ते देवासारखे होते. सामुराईंचे जोडे मळले म्हणून एखाद्या शिपायाचा दणकट हात आपल्या डोक्यावर पडेल या भीतीनं ती वाट पाहत राहिली.

जेव्हा लॉर्ड नोबुनागा थरथरणाऱ्या युकोला उभं करून तिच्याऐवजी तिच्या मुलाला प्रश्न विचारायला लागले, तेव्हा थरथरायची पाळी फुसावोची होती. त्याला कळत नव्हतं की, एवढ्या मोठ्या सामुराईंचं त्याच्याकडे काय काम असावं? दोन सैनिक त्याला दोन्ही बाजूंनी धरून आणत होते आणि एक देखणा तरुण त्यांच्याबरोबर होता. तो सामुराईंचा मुलगा आणि वारसच होता, हे नंतर फुसावोला कळलं. अशा तऱ्हेने गटानं धरून आणणं कुठल्याही शेतकरी पोराला थरथरायला लावायला पुरेसं होतं.

युकोच्या पांढऱ्या पडलेल्या चेहेऱ्यावरून फुसावो सहज सांगू शकला असता की, लॉर्ड नोबुनागांनी त्याच्यात इतका रस घेण्याने तिला त्याची खूप काळजी

वाटत होती; पण सामुराईंची आज्ञाही ती डावलू शकत नव्हती. तिनं जमिनीवर बसून भाजी चिरणाऱ्या मुलाकडे बोट दाखवलं. फुसावो फक्त पंधरा वर्षांचा होता. त्या दिवशी तो घरी होता, कारण त्याचे वडील त्या दिवशी काही कामानिमित्त शहरात गेले होते आणि त्या दिवशी शेतात जायची गरज नव्हती. घरी राहून त्याला थोडा आराम मिळाला असता. सामुराईंसारख्या मोठ्या माणसाला आपल्यात काही रस असेल असं त्याच्या स्वप्नातही आलं नव्हतं, म्हणूनच तो घाबरला होता.

"ऊठ फुसावो, आणि वाकून नमस्कार कर." आई पुटपुटली. "धन्यांना आदर दिसला पाहिजे" पण फुसावो उठून वाकणार तोच सामुराई पुढे आले व त्यांनी हातांनीच त्याला बसून राहायला सांगितलं. भीतीनं गप्प होऊन, डोळेही वर न करता त्यानं पाहिलं, तेव्हा या विलक्षण सामर्थ्यवान माणसानं काही कागद व शाई काढून त्याच्यापुढच्या छोट्या मेजावर ठेवली. दोन्ही सैनिक स्वामींच्या संरक्षणासाठी त्यांच्या दोन्ही बाजूंना उभे राहिले आणि फुसावोकडे संतप्त नजरेनं बघायला लागले. फुसावोला कळलंच की, एका सामान्य शेतकऱ्याच्या पोराकडे त्यांच्या धन्याला यावं लागलं म्हणून ते वैतागले होते. फुसावो आतून शहारला. हे त्याला न शोभणारं वागणं आणि वागण्याची उलटापालट त्यांना सोसणारी नव्हती. स्वामींनी आज्ञा केल्यावर एक सैनिक बाहेरून मशाल घेऊन आला आणि फुसावोनं पाहिला नसेल एवढा प्रकाश त्या काळोख्या खोलीत पडला. ते नजरेला भुलवणारंच दृश्य वाटलं त्याला. काळ्या, गडद अंधकाराचं उबदार, लख्ख प्रकाशात रूपांतर झालं आणि तो त्या प्रकाशाकडे पाहत राहिला.

"लिही." लॉर्ड नोबुनागा अधिकारवाणीनं म्हणाले आणि फुसावोला पुन्हा एकदा जाणवलं की, सामुराई आज्ञा करत आहेत.

त्या सांगण्यानंच तो पोरगा उडी मारून उठला. दौत थोडी वाकडी झाली. नशीब, शाई सांडली नाही. पोराला थरथरत्या हातांनी चटकन दौतही सरळ करता आली नाही.

तो काचकूच करत होता, तेव्हाच त्याच्या पाठीला एका सैनिकाच्या तलवारीचा स्पर्श जाणवला. त्यानं सामुराईंनी दिलेल्या कागदावर मान वाकवली. त्याने सर्वांत पवित्र वस्तूला स्पर्श केल्यासारखा तो कागद श्रद्धेने हातात धरला. एकाच वेळी इतकी मोठी माणसं त्याच्याकडे बघत असल्याचं जाणवल्यानं तो विलक्षण बैचेन झाला आणि धडधडत्या छातीने, थरथरत्या हातांनी टेबलावर कागद ठेवून तसाच लिहायला लागला. त्याच्या काकांनी त्याला आजवर जुने कागदाचे कपटे लिहायला आणि सराव करायला दिले होते. मात्र आता समोर ठेवलेला पांढराशुभ्र, स्वच्छ, सुवासिक कागद त्यानं यापूर्वी कधीच पाहिला नव्हता.

'आपल्या वेड्यावाकड्या अक्षरांनी हा सुंदर कागद बिघडवू नये' असं त्याच्या

मनात आलं आणि फुसावो पुन्हा थबकला, कारण सैनिकाच्या हातातल्या तलवारीचं टोक त्याच्या मानेला जाणवलं. दोन वर्षांपूर्वी घडलेल्या काकाच्या मृत्यूनंतर फुसावोनं कागदावर ब्रशनं एक ठिपकाही काढला नव्हता. त्याच्या छातीत घणाचे घाव पडत होते आणि तो शिकलेली अक्षरं आठवत होता, पण ती सारी अक्षरं त्याच्या नजरेसमोर नाचत होती; त्याच्या आटोक्याबाहेर, दूर. त्याला त्यातलं एखादंही पकडता येईलसं वाटत नव्हतं.

"लिही!" सामुराई पुन्हा म्हणाले. या वेळी त्यांच्या आवाजात अस्वस्थता, अधीरता, थोडा रागही होता.

भीतीनं फुसावोचा हात हलायचाच थांबला. मग लॉर्ड ओकिमोटो, सामुराईंचा पुत्र, वारस, पुढं आला. त्यानं फुसावोच्या हातून ब्रश घेतला आणि कागदाच्या वरच्या उजव्या कोपऱ्यात लिहिलं. सगळे एकटक त्याच्याकडे बघत होते.

"ही आजची तारीख." ब्रश फुसावोकडे देत तो म्हणाला. "आता तुला सगळं आठवेल आणि लिहिता येईल."

फुसावोनं आपल्या उमद्या संकटमोचकाकडे पाहिलं. त्या देखण्या डोळ्यांकडे आणि त्या असामान्य स्मिताकडे पाहून अचानक स्फूर्ती आणि ऊर्जा मिळाल्यागत तो लिहायला लागला. 'आज माझे धनी लॉर्ड नोबुनागांनी आमच्या गरीब घराला भेट देऊन आम्हाला कृतकृत्य केलं आणि मला शुभ्रतम कागद आणि काळीभोर शाईही दिली. मी असा कागद आणि शाई आजवर पाहिली नव्हती.'

वयस्क सामुराई फुसावोला एकामागून एक ओळी लिहिताना पाहत होते. पुरेसं पाहून झाल्यावर त्यांनी रक्षकांना संकेत केला आणि सारे आवाज न करता निघून गेले, जसे आले तसे. कसलं स्पष्टीकरण नाही की निरोप नाही. बरोबर आणलेला प्रकाशही नेला. एक मिणमिणता दिवा वगळता पुन्हा एकदा ते चंद्रमौळी घर काळोखात बुडालं, पण त्या भेटीची जादू आणि लॉर्ड ओकिमोटो यांच्या डोळ्यांचं तेज त्या मुलाच्या मनात तसंच तेवत राहिलं. फुसावो तो कागद भरून संपेपर्यंत लिहीत राहिला. ते शब्द त्याच्या मनातून थेट कागदावर उतरले होते.

नाओकी काही वेळानं परतला. उशीर झाला होता, तरी त्याला तो कागद दाखवून सामुराईच्या भेटीची सारी कथा सांगायला फुसावो जागाच राहिला होता. नाओकीला अशा खोट्यानाट्या, बनवून सांगितलेल्या कहाण्यांत मुळीच रस नव्हता. सामुराई शेतकऱ्यांच्या घरी जायला लागले, तर पाहायलाच नको; पण तरी मजेनं तो फुसावोची गोष्ट ऐकत होता, कारण त्यानंतर त्यालाही फुसावोला एक महत्त्वाची बातमी द्यायची होती.

"तुला कळतंय ना, मी म्हातारा होत चाललोय" नाओकी म्हणाला. "आणि तूही चांगला पंधरा वर्षांचा झाला आहेस. आता तुझ्यासाठी आम्हाला बायको

शोधायला हवी. गावातल्या तुझ्याहून लहान मुलांची लग्नं ठरलीदेखील. म्हणूनच आज सकाळी आपल्या घराण्याच्या एका दूरच्या कुटुंबाला भेटायला मी मात्सुमोटो शहरात गेलो होतो.''

''आजचा दिवस शुभ आहे आपल्याला, कारण मी तुझं लग्न एका चांगल्या वळणाच्या सुंदर मुलीशी ठरवून आलोय. तिचं नाव 'आइको'. तेरा वर्षांची आहे ती. आता साखरपुडा करून दोन वर्षांनी ती इथं येईल. तेव्हाच लग्न होईल तुमचं. एक मुलगी हाताशी मदतीला असली तर तुझ्या आईला फार बरं वाटेल.''

फुसावो त्याचं सामुराईभेटीचं वर्णन सांगतासांगता एकदम थांबला आणि प्रथमच लक्ष देऊन वडील काय सांगत होते ते ऐकायला लागला. 'काय म्हणाले बाबा आत्ता? दूरच्या नातेवाईक मुलीशी माझं लग्न?' त्या शब्दांनीच फुसावोचं रक्त थिजलं आणि त्यावर त्याच्या बापानं एक जोरदार ठोसा मारला. नाओकीनं एक जाड दोरी घेतली आणि फुसावोला बडवून काढलं, हवं तसं. त्याचा चेहरा पाहूनच नाओकीचं रक्त उसळलं होतं.

''नाही! नको!'' फुसावोचं शरीर वडिलांच्या बातमीनं आक्रोशत होतं; पण त्याला माहीत होतं की, दोन वर्षांनंतरही त्याला वडिलांना नकार देता येणार नाही, कारण कोणत्याही कुटुंबात वडिलांचा शब्द हा कायदा होता आणि मुलाला त्याच्याविरुद्ध कधी जाताच येत नव्हतं. त्यानं विरोधाचे शब्द गिळले आणि तो गप्प राहिला.

त्या रात्री झोपायला जाण्यापूर्वी फुसावोनं ती लाकडी पेटी काढली. तिच्यात ते कागद पार खाली दडवून ठेवले होते. त्यावर लिहिलं – 'लग्न' आणि बराच वेळ त्याकडे पाहून त्यापुढे त्यानं लिहिलं – 'नाही'.

सामुराईच्या भेटीची जादू संपली होती. फुसावोला आणखी काही लिहावंसं वाटेना. त्यानं पुन्हा ती पेटी होती तिथं ठेवली आणि एक जाडीभरडी गोधडी घेऊन तो झोपी गेला.

❑ ❑ ❑

५

जेवण मायुमीच्या अपेक्षेपेक्षा छान झालं होतं; दोन कारणांनी, एक तर तिच्या लग्नाबद्दल कोणी अवाक्षर काढलं नव्हतं किंवा विलक्षण व्यवसायाबद्दलही. बहुतेक वेळ त्या दोघी पूर्वीच्या आठवणी काढत राहिल्या. तिची आई उदास मन:स्थितीत होती. मायुमीला त्याचं कारण लक्षात आलं. तो एक एप्रिलचा दिवस होता आणि तिला आठवत होतं तेव्हापासून तिची आई त्या दिवशी जप, स्मरण करायची. पूर्वज-शिळेवर उदबत्त्या लावायची. त्यासाठी घराचा एक कोपरा राखून ठेवला होता. त्या दिवसाचं तिच्या आईला एवढं महत्त्व का वाटत होतं, ते मायुमीला कधीच कळलं नव्हतं. त्याच्या तळाशी कधीतरी जायचंच असं तिनं ठरवून टाकलं; पण त्या दिवशी क्योको तिला एकटं सोडून गेली होती, तेव्हा त्या दिवशी तरी ते विचारायचं नाही, असं तिनं ठरवलं होतं; पण आईनंच तो दरवाजा तिच्यासाठी थोडा किलकिला करायचं ठरवलं.

"तुला माहीतच आहे आवा मारू, जपानी हॉस्पिटल बोट, १९४५ च्या एक एप्रिलला बुडाली. तिच्यावरच्या बळींसाठी मी दर वर्षी प्रार्थना करते. कधीतरी, माझ्या मनाची तयारी झाली की, या शोकांतिकेचा अविभाज्य घटक असलेल्या आपल्या कुटुंबाविषयी मी तुला सांगेन."

आपल्या छोट्या शिबुयामधल्या फ्लॅटमध्ये परत जाताना मायुमी आईच्या त्या

शब्दांचाच विचार करत होती. 'आवा मारू'शी आपलं कुटुंब कसं संबंधित होतं? कुटुंबातलं कोणी त्या बळीत होतं म्हणून आईला त्या दिवशीचं दु:ख अजून ताजं वाटतंय? म्हणून तर ती तो दिवस पाळतेच, पण आपल्यालाही जिथे असू तिथून यायला लावते.' मायुमीला इतिहासाची गोडी लागण्यापूर्वीपासून हा दिवस लक्षात होता. आई तिला झोजोजीच्या देवळात घेऊन जायची. पांढऱ्या फुलांचे मोठाले गुच्छ त्या काळ्या, संगमरवरी पाटीवर ठेवायची. त्या पाटीवर बोटीबरोबर बुडालेल्या सगळ्या बळींची नावं होती.

दर वर्षी आई तो दिवस श्राद्ध म्हणून गंभीरपणे पाळायची, पण त्यात मायुमीला स्थान नव्हतं. तिला तिने काही सांगितलंच नव्हतं. मायुमीनं स्वत:बरोबर नेलेले केसचे कागद बाहेर काढले. काहाही असो, पण तिची आई सुगरण होती यात शंकाच नव्हती. तिची ही लेक एरवी फास्ट फूड खाऊनच भूक भागवत असणार याबद्दल तिला शंकाच नव्हती; फार तर इन्स्टंट नूडल्स. ती जेव्हाजेव्हा घरी यायची, तेव्हा तिची आई आठवून-आठवून तिला आवडणाऱ्या, शिवाय पौष्टिक जिनसा मेहनतीनं तयार करायची. या वेळी तिनं जास्तीच कष्ट घेतले होते. मायुमी घरचं चविष्ट जेवण जेवून सुखावली होती. तिच्यात नव्यानं स्फूर्ती आली होती. आदल्या दिवसापेक्षा तिचे विचार अधिक स्वच्छ आणि अधिक पृथक्करणात्मक झाले होते.

'धन्यांनी मला हे कागद आणि शाई लिहायला दिली.' मायुमीनं पहिली ओळ पुन्हा वाचली. लेखनिक व लेखनाची सर्व साधनं सामुराईंना सहज उपलब्ध होती. तसंच त्या शेतकरी मुलाचा अक्षरांशी असणारा संबंधही जेमतेमच असणार होता. असं असूनही सामुराई त्या मुलाला लिहिण्यासाठी प्रवृत्त का करत होते किंवा त्या मुलाबद्दल इतकी आस्था का दाखवत होते याचं स्पष्टीकरण मात्र मायुमीला काही केल्या मिळत नव्हतं. हारुमी सानला साहजिकच वाटलं होतं की, हे कागद सामुराईंच्या किंवा त्यांच्या कुटुंबीयांपैकी कुणाचे तरी असावेत, निदान त्या किल्ल्यातल्या कुणाचे तरी, कारण फक्त त्यांनाच शिक्षण मिळण्याचा हक्क होता, पण 'धनी' या शब्दानं हे गृहीतकच चुकीचं ठरत होतं. लेखकानं मायुमीला पछाडलं होतं. ती त्याच्याबद्दलच सतत विचार करत होती. 'त्याचं सामुराई आणि त्याच्या कुटुंबीयांशी विलक्षण नातं काय असावं? काहीतरी होतं खास, जे समाजपद्धतीत बसत नव्हतं.'

झोपेत चालणाऱ्यासारखी तिनं गाडी बदलली आणि गाडीत बसायला जागा मिळाल्याबरोबर ते कागद काढले.

दुसऱ्या पानावर चार स्तंभ काढून नीट लिहिलं होतं, पण त्यातला एक परिच्छेद, विशेषत: शेवटचा, त्यानं तिची नजर पकडूनच ठेवली; कारण त्यात

मोठ्या अक्षरांत जोरकसपणे ‘नाही’ असं स्वच्छ लिहिलं होतं. तो शब्द का, कशाशी संबंधित आहे याची तिला काळजी नव्हती, कारण पुढे तशाच जोरकस, मोठ्या अक्षरांत ‘लग्न’ असं लिहिलं होतं.

मायुमी हसली. ‘लग्न’ या गोष्टीमुळे उद्‌भवणारा पूर्वापार संघर्ष तेवढ्या एकाच शब्दातून मायुमीला जाणवला, कारण जरी लेखक आणि मायुमी यांच्यात अनेक शतकांचं अंतर होतं तरी ‘लग्न’ या गोष्टीमुळे दोघांना भेडसावणारे प्रश्न सारखेच होते. अति काळजी करणाऱ्या स्वतःच्या आईमुळे या संघर्षमय परिस्थितीचा मायुमी पुरेपूर अनुभव घेत होती. त्यामुळे अत्यंत त्राग्याने ‘नाही’ हा शब्द लिहिणाऱ्या त्या लेखकाची मन:स्थिती मायुमीला नेमकेपणानं उमगत होती. ‘नाही’ लिहिताना कागद किंचित फाटला होता, त्या वैतागाचाच पुरावा म्हणून.

तिनं सावकाश पाहिलं. त्या पोरगेल्या लेखकाचं वैतागणं तिच्या दसपट वेगळं होतं, कारण घरच्यांनी त्याच्या लग्नाच्या घेतलेल्या निर्णयाविरुद्ध तो भांडू शकत नव्हता. कुटुंबं जवळ यावीत म्हणून असलेली नाती नव्यानं घट्ट करण्याचा तो प्रकार होता. तो शेतकऱ्यांच्या दर्जाचा असला तरी मायुमीला त्याचं जळतं दु:ख कळत होतं, त्या दोनच शब्दांत व्यक्त झालेलं. त्याच्या घरच्यांनी त्याचं लग्न ठरवलं होतं आणि त्यांची आज्ञा मानण्याचं त्याचं कर्तव्य आणि स्वत:ची ते टाळण्याची इच्छा यातल्या रस्सीखेचीत तो तुटत होता. मायुमीला वाटलं, ‘आपला नेम लागलाय कुठेतरी.’ फुसोवाच्या या नकारामागे काही गुपित, एखादं आक्षेपार्ह प्रेमप्रकरण होतं का?

‘बिचारा!’ तिला वाटलं आणि त्या दोघांत इतक्या शतकांची भिंत असूनही त्याचं दु:ख आणि निराशा तिला स्वत:चीच वाटण्याइतकी जाणवली.

तो सगळा दिवसच दमणुकीचा होता. मायुमी घरी आली, ती गरम पाण्याचा शॉवर घेण्याच्या उत्कट इच्छेनं. त्या स्वच्छ, गरम धारेनं तिची सारी दमणूक वाहून गेली. एकविसाव्या शतकातल्या पॉप म्युझिकनं तिला ताजंतवानं करून त्यात भरच पाडली आणि पुन्हा नव्यानं प्रसन्न होऊन तिनं नवी सीडी लावली. घर त्या उत्साही, तरुण गायकाच्या आवाजानं भरून गेलं.

पूर्ण तयार मायुमीनं अस्सल कागदपत्रं काढली. छोट्या टेबलावर डिक्शनरीशेजारी ठेवली. मांजर आपल्या खास जागेवर झोपल्याची खात्री करून घेतली. तिनं मध्येच येऊन उड्या मारून कागदांवर ओरखडे काढायला नको होते. कागद काय; मोडायला, फाटायला, निमित्ताला टेकलेलेच होते! उशीर खूप झाला होता आणि मायुमीला कळत होतं की, हे काम उद्यावर टाकायला हवं, पण तिलाच राहवत नव्हतं. पत्रं तिच्या मेंदूतच जळतं भोक पाडत होती. काहीतरी हाती आल्याखेरीज तिला झोप आली नसती.

मायुमी सावकाश त्या एकेक अक्षराचा अर्थ लावत आजच्या कानजी लिपीत, आजच्या शब्दांत तो मजकूर लिहायला लागली. काही अक्षरं सहज लागली. काही फराट्यांनी लिहिलेली; शेकडो वर्षांत शाई उडालेली; रेषा, अनुस्वार, वेलांट्या वरखाली झालेली अक्षरं तिला सहजपणे लागतच नव्हती, पण शेवटी तिच्या समर्थ, शक्तिशाली बृहद्दर्शक भिंगानं, तिच्या डिटेक्टिव्ह बुद्धीनं आणि मधल्या काळाच्या खाचाखोचा भरून काढणाऱ्या अनेक प्रकारच्या माहितीनं तिनं चिकाटीनं बराचसा मजकूर लिहून काढला.

आकाश गर्द निळं होतं आणि एक-दोन पांढरे ढग इतके निश्चल होते; जणू त्यांचं चित्रच काढलंय. तिला टापांचा आवाज ऐकू आला आणि एक तरुण घोड्यावरून तिच्याचकडे आला. तिनं तिचा सर्वांत उत्तम किमोनो त्या दिवशी परिधान केला होता आणि तिला माहीत होतं की, त्याच्या सळसळत्या, रेशमी, गडद निळ्या वस्त्रात गुलाबी चेरींच्या पार्श्वभूमीवर, तीही एखाद्या नजर खिळवणाऱ्या चित्रासारखी दिसत होती. चेरीचा सीझन पूर्ण बहरात होता. घोडेस्वार अचानक तिच्यासमोर थांबला आणि तिचा श्वासच थांबला. राखी रंगाचा युकाता घातलेला तो तरुण उडी टाकून घोड्यावरून उतरला. प्रखर सूर्यप्रकाशात तिनं डोळे बारीक करून पाहिलं; पण तिला त्याचा चेहरा दिसला नाही. फक्त त्याच्या डाव्या हातातला झळाळणारा पांढरा-शुभ्र कागद आणि त्यावर लिहिलेली कविता म्हणत येणारा त्याचा भरीव, मृदू आवाज. तो प्रेमगीत आळवत होता.

त्या प्रेमगीताच्या सौंदर्यानंच आर्त होऊन ती सुंदर कन्या अश्रुपात करत होती आणि सावलीत झाकला गेलेला त्याचा चेहरा पाहण्यासाठी तिला पुढं यायचं होतं. तिला माहीत होतं की, तिला घाई करायला हवी होती, नाहीतर मर्दानी सौंदर्याचा तो प्रत्यक्ष नमुना पुन्हा घोड्यावर उडी मारून कायमचा नाहीसा झाला असता; पण काहीतरी, कुठेतरी चुकलं. तिच्या नेहमीच्या चपळाईनं आणि अधीरतेनं ती मस्तक आणि शरीर हलवूच शकली नाही. हे हास्यास्पद वाटलं तरी तिला जणू एकेक छोटी हालचाल करायला वर्ष लागलं. ती जसजशी त्याच्याजवळ जाण्याचा प्रयत्न करत होती तसतसं त्यांच्यातलं अंतर वाढतच होतं.

तो तरुण गातच होता. तीही हात पसरून धावली, पण तिचे पाय दगडाचे झाले होते. तिला कळत होतं की, तो तिच्या हातातून निसटतोय. कोणी दुष्ट आत्मा त्यांच्यामध्ये उभा आहे. तो त्यांचं मीलन होऊ देणार नाही. त्या दुःखाचा जणू स्फोट होऊन तिनं असा काही टाहो फोडला की, त्याचे प्रतिध्वनी त्या दऱ्याखोऱ्यांतून निनादत राहिले; निरंतर, अविरत.

मायुमी झटका बसल्यागत उठली. तिच्या उशाशी ठेवलेल्या घड्याळात दोन वाजून चोवीस मिनिटं झाली होती. ती शहारली. ते स्वप्नच होतं तर! देवा, तुझे

आभार! तिथं कोणी सुंदर मुलगी नव्हतीच. तो बांधेसूद, देखणा, पण चेहरा लपवणारा, प्रेमगीत गाणारा तरुणही नव्हता. सारं स्वप्नच! ती काम करताकरता पेंगून टेबलाशीच झोपेत टेकली होती. तिच्या गालाला काहीतरी टोकदार टोचलं. तिचं पेन होतं ते!

तिची काया झोपेनं जडावली होती. मायुमीनं ठरवलं, 'बस्स! आता काम पुरे.' मोठ्या कष्टाने ती टेबलाजवळून उठून कॉटवर जाऊन पडली. प्रेमकविता, राखी पोशाखातला देखणा तरुण; झोपेत हरवून जाण्यापूर्वी मायुमीला आठवत होतं, ते एवढंच!

❑ ❑ ❑

६

ती रात्रच भयंकर होती. त्या रात्रीवर एका भयंकर स्वप्नाची छाया होती. वेडंवाकडं झोपल्यामुळे फुसावोचं डोकं ठणकत होतं. रात्री पडलेल्या स्वप्नात वडिलांनी फुसावोला त्यांच्या खोलीत बोलावून घेतलं होतं आणि सांगितलं होतं की, त्याची नियोजित वधू आज येणार आहे आणि ती पंधरा वर्षांची झाल्यावर दोन वर्षांतच त्यांचं लग्न होईल.

फुसावोनं मान हलवली आणि त्याच्या उशीजवळ काहीतरी फडफडलं. तो सामुराईंनी दिलेला कागद होता. मग सारंसारं आठवलं त्याला. होय. ते सगळं खरंच होतं. लॉर्ड नोबुनागांनी त्याच्या घराला दिलेली भेट, ती स्वच्छ कागदांची चळत, ब्रश आणि शाईची दौत, ती काहीतरी लिहिण्याची आज्ञा यातलं सारं खरं होतं. त्या कागदावरून दोन शब्द उठून त्याच्या झोपेनं जडावलेल्या मेंदूवर चाल करून आले आणि फुसावोला वास्तवात खेचत 'लग्न.... नाही.' असे किंचाळले.

अरे देवा! तेही स्वप्न नव्हतं! मग त्याला आठवलं, तासभर या कुशीवरून त्या कुशीवर होत, तळमळून त्यानं झोपेची आराधना केली होती. अखेर उठून आपला खजिना – ते शुभ्र कागद आणि ब्रश-शाई यांना त्याने स्पर्श केला. त्यांच्या स्पर्शानं तो स्थिरावला आणि त्याला झोप लागली.

मऊ गवत भरलेली रजई अंगावर घेऊन आणि दाणे भरलेली उशी डोक्याच्या

आकारानुसार खूप वेळ हलत असताना सकाळचे पहिले किरण खोलीच्या एकुलत्याएक खिडकीला लावलेल्या कागदांतून आत येताना फुसावोला जाणवले. ते जमिनीवर पडून नाचले; जणू त्याच्या अस्थिर डोक्यातल्या विचारांचीच नक्कल करत असावेत. दिवसाच्या उजेडात एक गोष्ट त्याला स्पष्टपणे डाचली, त्याच्या बापानं त्याचं लग्न ठरवलं होतं आणि ते टाळण्याची युक्ती त्याच्याकडे नव्हती, पण त्याहीपेक्षा फुसावो या प्रश्नानं अस्वस्थ होता की, 'ठरवलेलं लग्न असलं तरी आपण त्यामुळे इतकं त्रासून जायचं कारण काय?' त्याच्या वयाच्या प्रत्येक तरुणाच्या दृष्टीनं 'लग्न' ही नैसर्गिक गोष्ट होती.

शेजारच्या खोलीत नाओकीचा ओळखीचा आवाज येत होता. तोच तर फुसावोच्या अस्वस्थतेचं कारण होता. तो कामावर जाण्यासाठी शांतपणे कपडे करत होता. मागच्या बाजूला असलेल्या छोट्या स्वयंपाकघरात त्याची आई न्याहारी तयार करत होती. तिचा गंध दरवळत होता. नव्या तांदळाचा भात, नोरी-समुद्री शेवाळ आणि नाट्टो (आंबवलेले दाणे) घालून केलेली भाजी, दोन वेगवेगळी सुकेमोनो (लोणची) यांचे वास खोलीत येत होते. गरम अन्नाचा वास; सुखावह आणि पोट भरणारा, तरी भूक खवळायला लावणारा होता; त्याच्या आईसारखाच. त्यात नाओकीसारखा कडक अधिकार नव्हता, जो कुटुंबात कसलाही विरोध चालवून घेत नव्हता किंवा कुठलीही सवलत देत नव्हता.

आजचा दिवसही इतर कोणत्याही सामान्य दिवसासारखाच उगवला होता. फुसावोच्या आईनं नवऱ्याला आणि मुलाला शेतावर जाण्यासाठी निरोप दिला. नाओकीनं शेताच्या एका तुकड्यात कांदे लावले होते. गावातले लोक त्याच्या शेतातल्या रसपूर्ण, चवदार कांद्याच्या भरघोस पिकाबद्दल चर्चा करायचे. उत्तम कांदे पिकवावेत याचं आपल्याला जात्याच चांगलं ज्ञान आहे, हे नाओकीला माहीत होतं.

नाओकीच्या कांद्याची चर्चा गावात होती आणि ते विकून चांगले पैसे तर मिळालेच होते, पण आपण एखादी गोष्ट फार छान करू शकतो ही भावनाही त्याला शेतकरी म्हणून अभिमान वाटायला लावणारी आणि महत्त्व देणारी होती. तो हळूहळू कांद्याचं क्षेत्र वाढवत होता आणि त्यावर अधिक वेळ घालवत होता. फुसावोचं अर्थात त्यावर हरकत असायचं काहीच कारण नव्हतं, कारण खरंच कांद्यांचा तिखट, टोकदार, नाकाला हुळहुळायला लावणारा वास भाताच्या जड, मंद, बेचव वासापेक्षा केव्हाही अधिक उत्तेजित करणारा, डोक्यात जाणारा होता; आणि हे कामही कमी पाठ मोडणारं आणि सोपं होतं.

बरोबर चालणाऱ्या बापाकडे त्यानं चोरून नजर टाकली. बापाचा कडक चेहरा काहीही सुचवत नव्हता. त्यानं मुलाच्या लग्नाबद्दल काहीही नव्यानं सुचवलं नव्हतं.

'कदाचित साकेचा एखादा कप जास्त झाल्यावर त्यांनी तो विषय गमतीनं

काढला असेल' फुसावोला आशा वाटली. 'पण छे! बाबा कधी विनोद करतच नाहीत. प्यायल्यावरही नाही.'

काहीही खास न घडता दिवस पार पडला. नाओकीनं मुलाच्या लग्नाचा विषय काढला नाही की, तो काहीच बोलला नाही; गरजच नव्हती. त्यानं स्वत:च तो निर्णय घेऊन टाकला होता. तो फक्त त्याच्या मुलानं पाळायचा होता. विषय संपवायचा होता, म्हणजे त्याच्या दृष्टीनं संपलाच होता.

फुसावोसाठी ही मृत्यूची शिक्षा दिल्यासारखीच होती. त्यानं तिकडे दुर्लक्ष करून आपल्या मनाला पूर्वीसारखंच आनंदी राहायला बजावलं. त्यापेक्षा त्याला लॉर्ड नोबुनागा आणि त्यांचा देखणा मुलगा यांनी त्याच्या घराला दिलेल्या भेटीत मन रमवावंसं वाटलं. आपल्या स्वत:च्याच काळ्या, गुप्त विचारांनी तो थक्क झाला आणि त्याला स्वत:चीच शरम वाटली; पण फुसावो तरुण लॉर्ड ओकिमोटोचा विचार करतच राहिला आणि जेव्हा त्यांची क्षणभरच नजरानजर झाली तेव्हा एक वेगळीच शक्ती एकमेकांकडे गेल्याचं फुसावोला जाणवलं. तो क्षण दोघांनाही अविस्मरणीय वाटला होता.

'मी निर्लज्ज आहे! वेश्यागारातल्या वेश्यांहूनही!' त्यानं स्वत:लाच दोष दिला. 'आणि बाबांना कळलं की, माझ्या मनात, शरीरात काय चाललंय, तर ते मला फक्त हातांनीच ठार करतील.'

पण घरी जाताना तसंच लॉर्ड नोबुनागांनी दिलेल्या विशिष्ट कागद-शाईला हात लावताना फुसावोचा धीर चेपला आणि तो उत्कंठित झाला. आजवरच्या त्याच्या एकट्याच्या मालकीच्या ह्या पहिल्याच वस्तू होत्या. ज्या देशात घरांच्या दारांना कुलपं नसतात आणि कागदांच्या भिंती कुणाला काही खाजगीपणा नसल्याचं जाहीर करतात तिथं हे कागद, ब्रश आणि शाई ही त्याची खासगी मालमत्ता होती. त्या जगात आणि कदाचित संपूर्ण गावात तोच एकटा ती संस्कृती आणि शिक्षणाची साधनं वापरू शकत होता.

'कमालच आहे' आनंदानं त्याला वाटलं, 'मी बाबांबद्दल काहीही लिहू शकतो आणि तसं लिहून मी त्यांच्यापुढे ते ठेवलं तरी त्यांना त्यातलं काही कळणार नाही. त्यांना ते वाचून दाखवण्यासाठी माझ्याच हातापाया पडावं लागेल.'

हे एवढंच क्षेत्र त्याचं, त्याचं एकट्याचं होतं. फुसावोला वाटलं, 'इथंच आपण काही मिळवू शकतो किंवा आपल्या वडिलांवर काहीतरी ताबा ठेवू शकतो.' ही लिहिता-वाचता येण्याची शक्ती किंवा हा छोटासा विजय त्याच्या ओठांवर हसू आणू शकला.

नाओकीनं लेकाच्या चेहऱ्यावरचं हसू पाहिलं आणि सुटकेचा नि:श्वास टाकला. तो स्वत:शी प्रामाणिक होता; पण तरी त्यानं वरचा ओठ घट्ट दाबून स्वत:ची

अस्वस्थता लपवली, कारण तो त्याच्या कुटुंबाचा प्रमुख होता. कोणतीही भावना दाखवणं किंवा एकदा घेतलेला निर्णय मागे घेणं त्याला शोभलं नसतं. तो बेचैन असल्याचं त्यानं कुणाशी ते कबूल केलं नसतं, पण त्याच्या मुलानं लग्नाला नकार दाखवल्यानं झालं होतं खरं तसं. त्याला कळतच नव्हतं, फुसावो इतक्या आग्रहानं नकार का देत होता ते. प्रत्येक तरुण माणसाच्या आयुष्यात असंच होत आलं होतं, त्यानं पंधरावं वर्ष गाठल्यावर. याहून वेगळं काही कुठं झालं नव्हतं आणि म्हणूनच नाओकीचा राग जास्तच तीव्र होता.

ते घरी पोहोचले तेव्हा धुराच्या बारीक, वळणदार रेषा त्यांच्याकडे सापासारखी वळणं घेत घरामागून आल्या. सोया सॉसच्या परिचित वासानं सांगितलं की, आऊटहाऊसमध्ये युको एका भांड्यात स्ट्यू उकळत होती. ज्यानं त्यांच्या पोटात थंडीतही उष्णता आली असती आणि त्यांना शक्तीही मिळाली असती.

जेवण ही नेहमीचीच गोष्ट होती. कमीत कमी शब्दांत दिवसातल्या घटना सांगायच्या आणि दुसऱ्या दिवशीचा कार्यक्रम ठरवायचा; सगळं ठरलेलं. साऱ्या मिनामिमोटोतल्या जवळपास पाचशे शेतकऱ्यांच्या घरात काही उत्साहजनक घडलेलं नसायचंच. सगळ्यांकडे जवळजवळ एकाच वेळी दिवे लागायचे आणि मालवायचे, बहुधा रात्री लवकरच, कारण नाओकीसारख्या शेतकऱ्यांना पहाटे उठावं लागायचं.

पण त्या रात्री फुसावो ते उत्कंठापूर्ण गुपित मनात बाळगून होता. त्यानं जेवणाचं वाडगं आणि चॉपस्टिक्स बाजूला ठेवल्या आणि तो आपल्या कागदांकडे धावला. ते तिथं सुरक्षित होते. तो ब्रश साफ करायला लागला.

दरवाजाच्या फटीतून त्याचे वडील त्याला पाहत होते, हे तो आपल्या कामात गुंतल्यानं त्याच्या लक्षातच आलं नव्हतं, पण आल्यावर त्यानं घाईघाईनं ब्रश बाजूला ठेवले. युकोनं नाओकीला सांगितलंच होतं सामुराईंच्या भेटीबद्दल. ती खरीच होती बातमी, पण त्यानं फुसावोला काही विचारलं नाही. त्याला तो आनंदित होण्याचा प्रसंग वाटलाच नाही. इतर अनेक शेतकऱ्यांसारखा तो सामुराईंच्या लक्षात आला नसता तर ठीकच आहे, असंच त्याला वाटायचं.

फुसावोला जरी माहीत होतं की, त्यांच्या मालकाकडून आलेली देणगीची मोडतोड करायची आपल्या बापाला हिंमत होणार नाही; तरी तो ते अजमावायला तयार नव्हता. ते कागद आणि ब्रश ही त्या मुलाच्या दृष्टीनं फार मोलाची वस्तू होती, कारण त्या वस्तू त्याला नोबुनागाच्या मुलाशी जोडत होत्या. त्यानं तो ब्रश त्याच्या हातून घेऊन त्याला पहिलं अक्षर काढायला मदत केली होती. फुसावोनं तो ब्रश एका लाकडी फाइलमध्ये ठेवून आपल्या खोलीतल्या ततामीखाली ती फाइल दडवून ठेवली होती.

उरलेला आठवडा काही खास न घडता गेला. बाप-लेक रोज भाताच्या शेतात

जात राहिले. थंडी जवळ येत होती आणि पुढच्या हंगामासाठी जमीन तयार करायची होती. ते कठीण काम होतं आणि आता कांद्याशी खेळायला वेळ नव्हता,कारण वर्षअखेर त्यांच्या स्वामीला त्यांना बरंच देणं द्यायचं होतं, तेव्हा जास्त पीक घ्यायलाच हवं होतं.

पण थोडे दिवस शांत गेले तरी नंतरच्या आठवड्यांत एक 'प्रसंग' घडला. मिनामिमोटोत आयुष्य हे खाणं, झोपणं आणि काम यांच्यांत वाटलं जायचं. एखाद दिवस कोणी यातून बाहेर जायचं तर तो 'प्रसंग'च. हा प्रसंग एका चांगल्या माणसाच्या रूपाने आला. बाहेरूनच ओरडून आपण आल्याचं सांगून त्यानं फुसावोला नाव घेऊन बोलावलं; त्याच्या वडिलांनाही. ते तेव्हा अबोलपणे शेतातल्या गुडघाभर चिखलात काम करत होते.

त्या चिखलमातीच्या प्रदेशात शेतकऱ्यांच्या मळक्या युकातामध्ये नवागताचे चकचकीत कपडे इतके विसंगत वाटत होते की, नाओकी आणि फुसावो काही काळ प्रतिकार न केल्यागत थिजल्यासारखे उभेच राहिले. हृदयहीन मालकाला वर्षानुवर्षं न बोलता नुसतं देतच आल्यावर नाओकीला कळलं होतं की, चांगल्या पोशाखातला एखादा अधिकारी दारात येणं, तोही त्या सामुराईंकडून, ही कधीच चांगली बातमी नसते. तो चिंतेत बुडाला. 'आता काय? नकळत किल्ल्यातल्या कोणाचा काही अपराध तर आपल्याकडून झाला नाही ना?'

त्या परक्या माणसानं नाओकीला पुढं व्हायला सांगितलं आणि फुसावोनं बापाच्या चेहऱ्यावरची अस्वस्थता पाहिली. त्याला घाईनं पुढं जाताना पाहिलं. 'आलेला चांगल्या पोशाखातला माणूस सामुराईंचा कोणी मोठा अधिकारी असणार. त्याचं येणं इतकं सहज घेता येणार नाही.' फुसावोनं त्या दोघांना बोलण्यात गढून गेलेलं पाहिलं आणि तो माणूस त्या दिशेनं दोनतीनदा मान हलवत होता. ते पाहून त्यालाच अस्वस्थ वाटायला लागलं. वाऱ्याची झुळूक आली आणि त्याच्या मानेवरचे केस उडाले. काय चाललं होतं ते फुसावोला कळतच नव्हतं. त्याला वाटलं, 'लॉर्ड नोबुनागा या कुटुंबाकडे हल्लीच इतकं लक्ष का पुरवत आहेत? शेवटी किती झालं तरी आम्ही म्हणजे सामुराईंची शेतकरी कुळं. मालकांकडे कामाचे बैल, घोडे असतात तसेच. आईचं बरोबर होतं, एखाद्याला गटातून बाहेर काढून विशेष लक्ष देणं बरोबर नाहीच.'

सामुराईंच्या भेटीची धुंदी डोळ्यावरून उतरली आणि फुसावोच्या मनातही प्रश्न यायला लागला की, 'सामुराईंना अखेर आपल्याकडून काय हवं असेल? सेवा आणि निष्ठा? पण ती तर त्यांच्या सर्वच रयतेपासून पूर्णतः त्यांनाच मिळते.'

फुसावो आईच्या बोलण्याचा विचार करायला लागला. त्याच वेळी येणारा थंड वारा त्याच्या अंगावर शहारा उठवत होता. त्यांचे कपडे चिखलात माखलेले, ओले

होते. तो पुन्हा कामाकडे वळला; पण ती दोन माणसं दूर बोलताना त्याला दिसत होती. त्याचा बाप पुन्हापुन्हा वाकून नमस्कार करत होता, ते त्याला दिसत होतं आणि तो कामावर चित्त एकाग्र करू शकत नव्हता.

अनंत काळ गेल्यावर (असं त्याला वाटलं) तो अधिकारी गेला. नाओकीनं त्याच्या मुलाला हाका मारून काम करत राहायला सांगितलं. फुसावोनं निःश्वास सोडला. त्याचा बाप त्याला काय बोलणं झालं ते सांगणार नव्हता, पण कदाचित त्यानं ते घरी जाताना सांगितल असतं. अर्थात, फुसावो फक्त अशी आशाच करू शकत होता, कारण बापाचा पूर्णाधिकार लेकाला प्रश्न विचारण्याची किंवा काही मागण्याची मुभा देत नव्हता.

फुसावो ते पाठ मोडणारं लावणीचं काम करायला वाकला. त्याला प्रथम असमाधान जाणवलं. त्याच्या सबंध आयुष्यात तरी ही पद्धत बदलणार होती का? मुलालाही स्वतःच्या आयुष्याबद्दल, भविष्याबद्दल, स्वतःच्या नशिबाबद्दल बोलायचं असेल तर त्याला तो हक्क मिळणार होता का?

एक मॅग्पाय पक्षी वरून जाताना नेमका फुसावोच्या डोक्यावर शिटला. फुसावोनं दुःखानं मान हलवली. 'हा अपशकुन नसला म्हणजे पुरे!'

नाओकी घरी जाताना काही बोलला नव्हता. फक्त रस्त्यात भेटणाऱ्या इतर शेतकऱ्यांशी बोलणं होत होतं, तेवढंच. बाकीचेही आपापल्या शेतांतून घरच्या वाटेला लागले होते. फुसावोचा श्वास पुन्हा संथ झाला. 'कदाचित त्यानं फारसं महत्त्वाचं काही सांगितलंच नसेल. तो माणूस फक्त तांदळाचा एखादा श्रीमंत व्यापारी असेल. तांदळाची पैदास कशी आहे ते बघायला आला असेल.' पण नाओकीच्या जबड्याच्या डाव्या बाजूचा एक तरारलेला कडक स्नायू बघून फुसावो उत्कंठेच्या अगदी टोकाला पोहोचला होता. मनातल्या मनात तो कळवळत होता. 'आता काय आणखी? या कुटुंबात कधी शांती नांदणारच नाही का?'

आईच्या पांढऱ्याफटक, कष्टी मुद्रेवरून तीही तसाच विचार करत होती हे त्याला कळलं, पण दोघेही काही बोलली नाहीत. तीच पद्धत होती ना! नाओकीनं बोलेपर्यंत त्यांनी वाट पाहायची होती, तो बोलायचं मनात आणीपर्यंत.

"उद्या किल्ल्यातले लॉर्ड नोबुनागा आपल्या घरी येणार आहेत. त्यांना तुला पुन्हा भेटायचंय." फुसावोचे वडील अचानक बोलले. त्याची बायको आणि मुलानं ते ऐकताना मोठा श्वास घेतला. ह्या अनपेक्षित घोषणेनं निदान इतका वेळचं दडपण तरी कमी झालं. सगळी संध्याकाळ ते घराला वेढून होतं. फुसावोच्या हातातल्या चॉपस्टिक्स गळून पडल्या आणि तो टेबलावरच्या तातामीवर सांडलेल्या भाताच्या शितांकडे भीतियुक्त नजरेनं पाहत राहिला.

'आई खूप चिडेल. मी तातामी खराब केली म्हणून.' त्याला वाटलं. ती काहीच

बोलली नाही. फुसावोच्या मनात नकोनको ते वाईट विचार येत होते. वडील सांगत होते, ''खरंतर हे योग्य नाही. पूर्ण चुकीचंच आहे सामुराईंच्या दृष्टीनं. आपल्यासारख्या शेतकरी कुळाच्या घरी त्यांनी स्वत: यायचं म्हणजे काय! ते बरोबर नाही म्हणूनच मला फार अस्वस्थ वाटतंय.''

''मी तरुण असताना किल्ल्याच्या दिशेनं नजर टाकायलाही प्रत्येक जण घाबरायचा. फक्त उन्हाळी उत्सवात त्यांची गाडी जेव्हा आमच्याजवळून जायची तेव्हा आम्हाला सामुराई आणि त्यांच्या महत्त्वाच्या अधिकाऱ्यांचं दर्शन व्हायचं. तेव्हाही त्यांची नजरानजर होऊ नये म्हणून आम्हाला माना झुकवून उभं राहायला लागायचं.''

वडिलांना काय म्हणायचंय ते फुसावोला कळलं. राजेशाही हवा, ते सारं अवडंबर आणि त्यांच्याजवळ जाण्याची असमर्थता यामुळे सामुराई, त्यांचे कुटुंबीय आणि जवळचे लोक शेतकऱ्यांसाठी नेहमीच एक दबदब्याचा विषय होते आणि सामाजिक स्तरांच्या चढत्या श्रेणीत त्यांच्यात आणि सामान्य शेतकऱ्यांत प्रचंड दरी होती. शेतकऱ्यांत आपल्या मालकांबद्दल अनेक दिवास्वप्नं, अफवा, कल्पित कथा प्रसृत होत्या. ते सतत उच्चासनावरच बसलेले असायचे, जणू ते सामान्यांच्या पलीकडचे देवच होते. सामान्यांनी फक्त त्यांची भक्ती करायची आणि त्यांना घाबरायचं. महान सामुराईंनीही त्यांची ही स्वप्नं नष्ट होऊ द्यायची नाहीत आणि उच्चासनावरून उतरायचं नाही, असाच दंडक होता. सामान्यांनी या लोकांकडे जायचं काय, पण पाहायचंही नाही, हे जणू ठरलेलंच होतं. त्यामुळे बापाची नापसंती आणि दु:ख फुसावोला नीट कळलं.

पण त्या पलीकडे त्याला आणखी एक वेगळीच उत्कंठा होती. तोच का? त्या रात्री गाढ झोपण्यासाठी त्याला विशेष श्रम पडले, पण दुसऱ्या दिवशीच्या कष्टांसाठी त्यालाही आपलं शरीर तयार ठेवायचंच होतं.

'मरू दे तो सामुराई आणि त्याचा मुलगा!' तो चिडून म्हणाला. 'त्यांनी आम्हाला एकटं सोडावं. तेच बरं!'

❑ ❑ ❑

७

टोयोकी फुजिता जेवल्यानंतर थेट आपल्या बेडरूमकडे गेला. थोडी शांतता मिळेल अशी तीच एक जागा होती. कोणत्याही तरुण मनातली अद्‌भुतता हद्दपार होईल, असाच रागरंग होता त्या खोलीचा. अत्याधुनिक इलेक्ट्रॉनिक गॅजेट्स खोलीभर इतस्तत: फेकलेली होती; जणू ती नुकतीच विकत आणली होती आणि कंटाळून बाजूला केली होती.

'वैताग यावा इतका मनमौजी आहे मी.' टोयोकी मनाशी म्हणाला. त्या सगळ्या खोलीभरच्या वायर्सवर त्यानं नजर टाकली. एवढी इलेक्ट्रॉनिक खेळणी (खेळणंच तर काय) आसपास असताना त्याची आवडती वस्तू म्हणजे, आज पूर्णपणे कालबाह्य ठरलेला जुना वॉकमन होता; हेही नवलच! टोयोकीला ज्या दिवशी हा अमोल खजिना (पण कचराच) सापडला तो दिवस आठवला. तो बावीस वर्षांचा होता तेव्हा. वडिलांची अंत्यक्रिया झाल्यावर त्यांचं सामान आवरताना सापडला होता तो. जुन्या रायटिंग टेबलाच्या खणात टाकून दिलेला. तो वॉकमन आणि त्याबरोबर मिळालेल्या चारदोन टेप्स टोयोकी तेव्हापासून आजवर ऐकत आला होता.

काही वर्षांपूर्वी त्याची आई एका साध्या अपघातात वारली होती. आपल्या मैत्रिणीच्या अंत्यसंस्कारांसाठी जाताना, रस्ता ओलांडत असताना एका गाडीखाली

सापडली होती. टोयोकीला तिच्याविषयी फार प्रेम वाटायचं आणि म्हणून त्याला समजावणं दुरापास्त होतं. आत्ताआत्ता त्यानं तिचं मरण स्वीकारून आयुष्य घालवायला सुरुवात केली होती. त्याचा सगळाच गोंधळ झाला होता आणि आयुष्यातले कितीतरी प्रश्न अजून सोडवायचे होते, हे त्याला माहीत होतं.

आईच्या मृत्यूनंतर टोयोकी आपल्या आजोळी जाऊन राहिला. त्यांनी त्याचे लाड केले होते, कशाला नाही म्हटलं नव्हतं. त्यांना शक्य होतं तितकं उत्तम शिक्षण दिलं होतं. नव्या फॅशनचे कपडे कपाट भरून दिले होते आणि आजी स्वत: युद्धपूर्व जमान्यातली असूनही जेव्हा आयपॉडची फॅशन आली तेव्हा तिनं त्याला एक आयपॉड विकत घेऊन दिला होता, तरीही वडिलांचा जुना वॉकमन आणि ह्या चार टेप्स, हाच त्याचा सर्वांत बहुमोल ठेवा होता; संकटात सापडल्यावर जिथं वळावं असा.

टोयोकीचे डोळे दरवाजाशेजारच्या मोठ्या भिंतीकडे वळले. तिथं एक जुनं, मोठं पेंटिंग टांगलेलं होतं. ते त्याचा सगळा वारसा सांगत होतं. सम्राट व शोगुन्सशी एकनिष्ठ असणाऱ्या आणि त्यांच्या मानसन्मानासाठी अखंड लढणाऱ्या खानदानी रक्ताच्या सरदार सामुराईंचा लांबलचक कौटुंबिक इतिहास ते सांगत होतं. या मोठ्या पेंटिंगजवळच त्याच्या सर्वाधिक प्रसिद्ध पूर्वजाचंही चित्र होतं; त्याच्या पणजोबांचं. त्यात त्यांना एका युद्धपूर्व सैनिकांच्या पलटणीला आज्ञा देताना दाखवलं होतं. कधीकधी टोयोकीसुद्धा त्यांचा क्रूर चेहरा आणि काळ्या ग्रॅनाईटच्या बर्फगार चिपांसारखे बारीक डोळे पाहून शहारायचा. त्यांचंच रक्त आपल्याही शरीरातून वाहतंय यावर त्याचा विश्वास बसायचा नाही. कधीकधी तो ते थोडं रंग उडत चाललेलं चित्र बघायचा तेव्हा वेगळेच, नकोसे विचार त्याच्या मनात यायचे आणि तो विलक्षण अस्वस्थ व्हायचा. 'आपण स्वत: म्हणजे अठराव्या शतकातला एक योद्धा असून एकविसाव्या शतकातल्या माणसाच्या शरीरात अडकलो आहोत' असं त्याला वाटायचं. कदाचित म्हणूनच त्याला कधी या आयुष्यातल्या गोष्टींनी समाधान वाटलं नव्हतं. हे वेड्यासारखंच होतं, पण टोयोकीला खूपदा वाटायचं, की 'आपण चुकीच्या वेळी, चुकीच्या ठिकाणी आहोत'. देवा! अनेक सोयींनी युक्त अशा एकविसाव्या शतकातल्या जीवनाऐवजी सामुराईंचा, रक्तरंजित लढायांचा विचार करणारा तो एक सिको होता.

विचार असे भरकटत गेलेले त्याला आवडत नव्हते, म्हणून जेव्हा हॉलमधली फोनची रिंग वाजली तेव्हा त्याला सुटल्यासारखं वाटलं आणि त्यानं नकळत वॉकमनचा आवाज कमी केला. तसा तो सगळ्यात नाक खुपसत नसे, पण घरात काय चाललंय ते कळावंसं त्याला वाटायचं. तो फोन घ्यायला उठलाही होता, पण भराभर आलेल्या आजीनं त्याला मागे टाकून फोन घेतला आणि सुरुवातीच्या

औपचारिक शब्दानंतर टोयोकीनं 'मायुमी' हे नाव सांगितलेलं ऐकलं. तीच ती इतिहासतज्ज्ञ बाई, जिची ते गेल्या आठवड्यांत भेट घ्यायला गेले होते. त्या दिवसभरात प्रथमच तो खडबडून जागा झाला. कदाचित तिच्याकडे एव्हाना त्यांना द्यायला काही बातमी होती!

प्रचंड, हवेशीर – हवेचे झोतच येणारं दुमजली घर त्याच्या खापरपणजोबांना एका समर्थ शोगुननं, त्यांची निष्ठा व सेवेसाठी बक्षीस दिलं होतं आणि युद्धानंतर त्यांना तेवढीच मालमत्ता ठेवायची परवानगी मिळाली होती. ते ठरावीक पद्धतीचं, पारंपरिक जपानी घर होतं. प्रचंड, सुंदर बागा ठेवलेलं, त्यात राहणाऱ्यांच्या प्रतिष्ठेला साजेसं. लहानपणी सुंदर पॉलिश केलेल्या लाकडी जमिनीवरून, कठड्यावरून मान मोडेलशा वेगानं घसरण्यात टोयोकीला मजा यायची.

कुंपणाशी असलेलं, बागेवर, अर्ध्या घरावर छाया धरणारं मात्सूचं झाड निदान पाचशे वर्षं जुनं होतं.टोयोकीचं मुळी या झाडावर प्रेमच होतं. तो मोठा होत असताना झाडाच्या गाठाळ खोडाला कान लावून म्हणायचा, "बोल माझ्याशी, तू पाहिलेल्या, ऐकलेल्या पाचशे वर्षांतल्या सगळ्या गोष्टी मला सांग. कोणकोण माणसं होऊन, राहून गेली इथं आणि तुझ्या पसरलेल्या फांद्यांखाली मरण पावलेल्यांच्याही."

पण मनातलं काहीही बाहेर येऊ न देता ते गप्पच राहिलं.

त्याची आजी त्याला पुष्कळदा कुटुंबाच्या प्रचंड मालमत्तेविषयीच्या कथा सांगायची; फक्त तांदळाच्या व्यापारातून मिळवलेला अफाट 'पैसा, त्या मात्सूच्या झाडाखाली लढाईपूर्वी होणाऱ्या शानदार पार्ट्या, बरंच काही!

"ते सारं गेलं." त्या भावनांनी तिचे डोळे लाल झालेले असायचे. जुन्या समृद्धीबद्दल बोलताना नेहमीच व्हायचे. "लढाईनंतर एकत्रित फौजांनी सारं वैभव जप्त करून नेलं. आमच्या जमिनी आणि सगळंच. फक्त हे घर ठेवलं. पैसे आणि वस्तूही आम्ही वेळेवर लपवू शकलो नाही. आज आम्ही सामुराई आणि राजेमहाराजे, सरकार, दरकदार होतो नि उद्या कुणी नाही. समाजाच्या खालच्या तळाला फेकलेले, पुन्हा श्रीगणेशानं सुरुवात करणारे."

"तुला माहीत आहे, लढाईनंतर आमच्या जमिनी शेतकरी आणि कामगारांत वाटल्या गेल्या आणि आम्हाला आमचे किमोनो आणि भांडीकुंडी त्याच लोकांना विकावी लागली, ज्यांनी आमच्यासाठी त्याच जमिनीवर भात लावला होता. सुरुवातीला नशिबाची ही भयंकर उलथापालथ म्हणजे एक स्वप्न असेल असं म्हणत मी रात्री घामानं थबथबून उठायची; पण ते स्वप्न नव्हे, वास्तव होतं. आताचं आमचं दारिद्र्य जितकं खरं, तितकंच. सुरेख, महागाचे किमोनो घालणारी मी राजकन्या होते, पण मला जमिनी पुसायला लागल्या आणि बाकीची सारी कामं

करायला लागली, जी करायला आमच्याकडे नोकरांचा ताफा होता. नशिबानं तुझ्या आजोबांना जुन्या कौटुंबिक नात्यामुळे मैनिची वर्तमानपत्रात काम मिळालं आणि चढतचढत ते 'एक्झिक्युटिव्ह मॅनेजिंग डायरेक्टर' झाले. म्हणून निदान आपण इतपत आहोत आज.''

कधीकधी टोयोकी त्याच्या आजी-आजोबांचं लढाईनंतरचं जगण्यासाठीचं लढणं आठवायचा आणि त्याला स्वत:ची जीवनपद्धती आठवून लाज वाटायची. त्याची आजी एकदा म्हणाली होती की, त्यांनी आपल्या वंशजांचं झालेलं नुकसान भरून दिलं पाहिजे. जमीनजुमला आणि समाजातलं स्थानही. लढाईनंतर त्यांनी काहीही वाईट केलं नव्हतं; पण ते अशा पिढीचे प्रतिनिधी होते की जे लढले आणि हरले, हेही तितकंच खरं.

मात्सूच्या झाडाच्या फांद्या खिडकीच्या काचांना घासत होत्या. त्यानं टोयोकीला आठवलं की, तो कोण आलंय ते बघायला खाली निघाला होता, पण ह्या आठवणीनं तो ते पुन्हा विसरला होता. विमनस्क अवस्थेत तो जिना करकरवत खाली आला.

त्याची आजी त्याला बघून म्हणाली, ''टोकियोच्या त्या मुलीचा फोन आला होता. आपले कागद वाचून तिनं काही आडाखे बांधलेत. त्यावर चर्चा करायला आपण पुन्हा ऑफिसात येऊ शकू का, असं तिनं विचारलंय.''

''ओके. तू ठरव. मी येईन बरोबर.'' अचानक उलटा फिरून आपल्या खोलीत जाण्याच्या तयारीत असलेला टोयोकी म्हणाला. त्यानं आजीच्या डोळ्यांत ती ठिणगी पाहिली. केव्हाही उपवर मुलगी दिसली, सुचली, कळली की दिसत असे ती.

''मला वाटतं, तू तिच्यात जरा तरी इंटरेस्ट दाखव.'' तो निघालेला बघून आजी म्हणाली. टोयोकीला माहीत होतं की, त्याला मुलींत जराही रस नसण्याबद्दल आजी बोलत होती. ''कोण जाणे, ती तुझी उत्तम जोडीदार बनू शकेल.''

आपल्या खोलीचं दार बंद करताकरता टोयोकी हसला आणि आत जाऊन पलंगावर पसरला. 'बिचारी आजी! माझ्यावर कुणीतरी परकी मुलगी थोपून का मी सुखी होणार आहे? आजी मात्र घायकुतीला आलीये अगदी!' त्याला वाटलं.

का कोण जाणे, जेव्हा तो पदवीपूर्व शिक्षण घेण्यासाठी यु.एस.ए.मध्ये आर्बर अर्बर मिशिगनच्या अपर क्रस्ट युनिव्हर्सिटीत शिकत होता, तेव्हाच्या कडू-गोड स्मृतींत टोयोकीचं मन हरवलं. जेव्हा त्यानं जपान सोडलं, तेव्हा त्याच्या आजीनं त्याला एका पाकिटात वीस लाख येन घालून दिले होते आणि एक यादी दिली होती. त्यानं कायकाय मिळवावं याची ती यादी होती. त्यात एक छान, श्रीमंत गर्लफ्रेंडही होती आणि खूप मुलं होऊ द्यावीत हेही लिहिलं होतं. त्याच्या आजीला

तिची संपत्ती परत यायला हवी होती आणि त्यासाठी ती नवेनवे उपाय शोधत होती, हे फारच करुणाजनक होतं.

अमेरिकेतलं आयुष्य म्हणजे चांगल्या आणि वाईट दिवसांचा पाठशिवणीचा खेळच होता. टोयोकीनं फक्त खूप अभ्यास केला, पदवी घेतली आणि शक्य तितक्या लवकर तो जपानला परतला. त्याची आजी कधी अमेरिकेला गेली नाही. अनेकांना वाटते तशी अमेरिका तिला कधीच एक स्वप्नातली दुनिया वाटली नाही. तिला कधी कळलं नव्हतं आणि टोयोकीनं कधी सांगितलं नव्हतं की, जपानी विद्यार्थ्याला तिथल्या युनिव्हर्सिटीत सामाजिक जीवन मिळणं किती कठीण असतं. विशेषत: जपानसारखं, कारण तिथं फार स्पर्धात्मक वातावरण असतं आणि कुणाला एकमेकांसाठी वेळ नसतो.

यू. एस. ला तीन वर्षं घालवून टोयोकी जपानला परतला, पण त्याला स्वत:लाच तो त्या जगाबाहेरचा वाटायला लागला. यू. एस. मध्ये तो व्यक्तित्ववादाच्या संकल्पनेला सरावला होता. त्यामुळे 'व्यक्तीपेक्षा समाज श्रेष्ठ' हे जपानचं तत्त्वज्ञान वैयक्तिक विकास आणि दर्शन यांना दाबून टाकणारं, मारक आहे' असं त्याला वाटायला लागलं होतं.

पण हळूहळू तो रुळलेल्या मार्गावर परतला. आपल्या काही चांगल्या मित्रांच्या साहाय्यानं आणि जपानच्या निर्दय कार्पोरेट जगात सूर मारून उतरण्याआधी टोयोकीनं त्याला जे नेहमीच करायचं होतं ते करायचं ठरवलं. त्याला त्याच्या कुटुंबाचा 'अपूर्ण व्यवसाय' काय होता ते शोधायचं होतं.

टोयोकी त्याच्या प्रसिद्ध सामुराई पूर्वजांच्या गुंगवून टाकणाऱ्या कथांवर वाढला होता. त्याची आजी नेहमी घराण्यात होऊन गेलेल्या लपवण्यासारख्या गोष्टींची अर्धवट, निसटती आठवण काढायची आणि न सुटलेल्या कौटुंबिक गूढांचीही. त्यात कितीही इंटरेस्ट असला तरी खणून काढून ते सारं विचारून घेणं, पुढे कृती करणं त्यानं टाळलं होतं. मग दोन महिन्यांपूर्वी एक कपाट साफ करताना आऊट हाऊसचा फारसा वापर नसलेल्या भागात टोयोकीला एक वापरून मोडकळीला आलेली, जुनी, तपकिरी, लाकडी फाइल सापडली. त्यात खूपच जुन्या कागदांची बंडलं होती.

ती घेऊन ते काय आहे हे विचारायला तो आजीकडे धावला.

"ओह! टोयोकी, तुला ते सापडलं तर शेवटी!" हारुमी किंचाळली. त्या लाकडी पेटीवरून ती अत्यंत हळुवारपणे हात फिरवत होती. "तुला माहीत आहे, मी किती वर्षं शोधतेय ती! पंधरा वर्षांपूर्वी माझ्या बाबांनी मला ती देऊन सांगितलं होतं की, त्यांत आपल्या एका सामुराई पूर्वजाचे ते कागद आहेत. त्यांनी माझ्याकडून वचन घेतलं होतं की, त्यात काय आहे ते मी शोधून काढीन म्हणून; पण नंतर तुझे

वडील गेले आणि मी इतकी दुःखात बुडाले की, मी ती बाजूला टाकली. मग जेव्हा मला ते वचन आठवलं तेव्हापासून मी ती शोधली. पण व्यर्थ! ती त्या आऊटहाऊसमधल्या कपाटात कशी गेली?''

''आजी, बघ!'' टोयोकी म्हणाला, ''तपकिरी दोऱ्यांनी ती बंडलं बांधली आहेत.''

त्याचे हात कापत होते. त्यानं पहिला गठ्ठा काळजीपूर्वक सोडला. कागदांवर कागद होते, कितीतरी, पण टोयोकीला त्यातलं काहीही वाचता येत नव्हतं.

''अर्थात, ते तेव्हाच्या लिपीत लिहिले आहेत. ते वाचता येणारा शोधायला हवा.'' तो शेवटी म्हणाला. त्यामुळेच या कामासाठी योग्य माणूस शोधण्याची प्रक्रिया सुरू झाली होती आणि शेवटी त्याच्या आजीआजोबांना तेत्सुयो अकिनिचो या आता अमेरिकेत राहणाऱ्या एका जुन्या मित्राकडून जोरदार शिफारस मिळाल्यामुळे त्यांनी जपानमधल्याच मायुमी ओनोडेरा या इतिहासतज्ज्ञ स्त्रीची यासाठी निवड आणि नेमणूक केली होती.

इतिहासतज्ज्ञाला भेटायला जाण्यापूर्वीच्या रात्री टोयोकीनं सुस्कारा सोडून ते कागद भाविकपणे पुन्हा प्लॅस्टिकच्या केसिंगमध्ये भरून ठेवले. त्याला एकाच गोष्टीचं वाईट वाटत होतं की, त्याचे वडील हे पाहायला जगले नव्हते की, त्यानं शेवटी काहीतरी कृती केली होती. आजवर जे कागदातच गुंडाळलं होतं ते कौटुंबिक गुपित बाहेर तरी येण्याची आशा निर्माण झाली होती.

''बाबांना हे करताना आसपास असणं आवडलं असतं.'' तो उदासपणे म्हणाला. बालपणीच्या सवयीनं त्यानं मूकपणेच मात्सूच्या झाडाशी जाऊन शपथ घेतली की, 'हवे ते प्रयत्न करीन, पण कुटुंबाचं हे गुपित उजेडात आणीनच.'

❑ ❑ ❑

८

फोन खाली ठेवला आणि मायुमीला एकदम जाणवलं की, तिनं शोधून काढलेल्या गोष्टी फॅक्स किंवा इ-मेल रिपोर्टनं कळवण्यापेक्षा ट्रेन पकडून चक्क स्वत:च मिनामिमोटो इथं जावं आणि तिच्या अशिलाला स्वत: त्या गोष्टी द्याव्यात. तिच्या कामाच्या पद्धतीत काही फार भावनिक आणि वैयक्तिक गोष्टी गुंतल्या होत्या आणि काही भावनाप्रधान माहिती तिनं शोधून काढली होती. ती व्यक्तिश: दिलेली बरी होती. थंडपणे लिहिलेला निर्जीव रिपोर्ट साध्या तपकिरी लिफाफ्यातून पाठवणं अगदीच यांत्रिक वाटलं असतं. अर्थात, ते अशिलावर थेट आदळतं आणि आसपासच्या परिस्थितीवरही. कॉर्पोरेट अशिलांना यांत्रिकपणे वागणं जास्त परवडतं, तेच अधिक व्यावसायिक असतं. त्यांना लेखीच रिपोर्ट्स हवे असतात, पण माणसांना वैयक्तिक नाती हवी असतात तशा कृतीही. त्यांना सर्व तपशील कळायला हवे असतात. तिच्या संशोधनाचे तपशील कधीकधी खरंच भावनाप्रधान असायचे आणि तिलाही ते हाताळणं कठीणच जायचं.

दोन केसेस तर फारच विचित्र होत्या. तिच्या टणक इतिहासतज्ज्ञाच्या मनालाही त्या स्पर्शून गेल्या. गेल्या वर्षीची टोमी सुझुकीची केस. ती जन्मापासूनच दत्तक गेली होती आणि मग कितीतरी वर्षं तिचे जन्मदाते शोधण्यात अपयश आल्यावर तिनं त्यासाठी इतिहासतज्ज्ञ नेमण्याचं ठरवलं होतं; केवळ एक फोटो आणि नाव

इतक्याच साहित्यानिशी. फोटोही फिकट झालेला. त्याच्या आधारे एक वयस्क जोडपं शिकोकू बेटाच्या अगदी अंतर्भागातल्या एका छोट्या शेतावर आपली गुजराण करत असलेलं शोधून काढायला मायुमीला दोन आठवडे लागले.

तिच्या नशिबानं हे जोडपं प्रेमळ, मित्रत्वानं वागणारं होतं, बोलकं होतं. मायुमीनं डी.एन.ए टेस्टसाठी केसांची बट मागितल्यावर त्यांनी लगेच ती काढून दिली. आणखी उत्कंठित करणारी माहिती म्हणजे त्यांना आणखी एक मुलगाही होता. तोही जन्मल्याबरोबर आणखी एका जोडप्याला दिला होता, पण तो होकाइडो, उत्तर जपानमध्ये होता.

टोकियोला परत जाताना मायुमी आपल्या अशिलाच्या वैयक्तिक फाइलमध्ये डोकावली. चांगले दोन तास जाणार होते प्रवासात; पण ती हे वाचून अस्वस्थ झाली की, टोमी आणि आणि तिचा नवरा नोबू यांची जन्मतारीख व वर्ष एकच आहे. तो होकाइडोच्या चितोसचा आहे आणि टोमीसारखाच तोही जन्मापासून दत्तक गेलेला आहे. त्यामुळे ते एकत्र आले. त्यांच्या आयुष्याची पार्श्वभूमी सारखीच होती. मायुमीला मानेवरचे केस ताठ होताना जाणवले. तिला वाटलं, अशीही शक्यता असेल का की, टोमी नवऱ्याशी लग्नाखेरीज आणखीही काही नात्यांनी बांधली गेली असेल? तसं नसेल अशी तिनं शंभर वेळा स्वत:चीच समजूत घातली. तो फक्त एक योगायोग होता, पण काहीतरी ओढीनं ती त्यांची डी.एन.ए टेस्ट करायला गेली.

निकाल काही दिवसांनी मिळाला आणि मायुमीने जन्मदाते शोधण्यासाठी केलेली साधी चाचणी, एक भलतंच वळण घेणारी निघाली. त्या वयस्क जोडप्यानं दोन वेगवेगळ्या घरांत दत्तक दिलेलं नोबू आणि टोमी हे जुळं होतं.

दोन दिवस तिनं हा शोध स्वत:शीच ठेवला. तिसऱ्या दिवशी ती गाडी पकडून तिच्या अशिलाच्या घरी गेली आणि त्यांचं आयुष्य उद्ध्वस्त करणारी ही बातमी तिनं त्यांच्या कानावर घातली. धक्का आणि अविश्वास यांतून वाहिलेल्या अश्रुधारांनंतर तिनं सुचवलं की, त्यांनी पुन्हा एकदा खात्री करून घेण्यासाठी तीच टेस्ट करून घ्यावी आणि पहिली चाचणी चुकीची निघो, अशी प्रार्थना करावी. दुसऱ्या चाचणीनं तर पहिल्या परीक्षेचा निकाल नक्कीच झाला. आता वेळ होती वास्तवाला सामोरं जाण्याची!

मायुमीची व्यावसायिक म्हणून अगदी कडक पद्धत होती – 'आपल्या अशिलात गुंतायचं नाही.' तरी ह्या विशिष्ट केसनं तिला इतकं हलवून सोडलं की, ती त्या जोडप्याचं सतत सांत्वन आणि समुपदेशन करायला लागली. हळूहळू त्यांनी ठरवलं की, लग्न मोडायचं नाही, पण मुलं होऊ द्यायची नाहीत. ही एक अशी केस ठरली की, ती दोघं तिचे मित्र झाले.

आता ती त्या कागदातली पहिली पानं पुन्हापुन्हा वाचत होती, तेव्हा ही केस तिला पुन्हा आठवत होती. ती केस तर विलक्षणच होती. तिनं शोधलेली माहिती कुटुंबातल्या कोणी लिहून ठेवली नव्हती, तर एका शेतकऱ्यानं लिहिली होती, जो काही न सांगण्यासारख्या कारणानं सामुराईनं जवळ केला होता आणि त्याला लिहायलाही शिकवलं होतं. कितीतरी प्रश्न यामुळे अनुत्तरित राहिले होते. आधी, एक सामुराई शेतकरी-कामकरी वर्गात मिसळलाच का? कसा? विशेषत: त्या काळात ते अतिशय आक्षेपार्ह मानलं गेलं असताना?

मायुमीला त्या शेतकऱ्याचा नर्व्हसपणा कळला. त्यानं प्रथम लिहायला सुरुवात केली तेव्हा पहिली काही पानं कशीतरी, वरखाली, वाक्यांचा एकमेकांशी धरबंद नसणारी होती. अन्न, किल्ला, लॉर्ड, लग्न, असे सुटेसुटे शब्दच होते. त्यातून काही अर्थ निघत नव्हता. तिला त्यातून निव्वळ भीतीचाच वास येत होता. 'आपल्या मालकाच्या, लॉर्डच्या नजरेखाली लिहीत असताना तो कशा मन:स्थितीत असेल?'

या कोड्याचा एक भाग अजून तिला नीट बसत नव्हता; तो म्हणजे एखाद्या सामुराईला अशा कामकऱ्याकडे जाण्याची, तो लिहीत असताना त्यावर लक्ष ठेवण्याची जरुरी का वाटली असेल? त्यांच्या त्या विलक्षण युतीचं कारण काहीही असलं तरी तिला हे स्पष्टपणे जाणवत होतं की, तो कामगार लिहायला लागल्यावर अधिकाधिक रुळला, त्याची भीती गेली. सामुराईशी तो मित्रत्वानं वागायला लागला आणि मग सुंदरसुंदर कविता आणि दिवसाच्या साऱ्या घटना लिहिल्या जाऊ लागल्या.

फुजितांनी बुधवारी एक मीटिंग ठेवली होती. तिला दोनच दिवस राहिले होते. तिचं संशोधन नीट, संगतवार लावून, संबंधित घटनांचा क्रम लावून एक व्यावसायिक अहवाल तिच्याकडे तयार असायला हवा होता, पण मायुमीला याहीपेक्षा ऐन वेळेच्या तयारीची अधिक सवय होती. दोन दिवसांत हे सारं तिला सहज करता आलं असतं.

पण त्यातली गुंतागुंत आणि गूढता यामुळे मायुमी त्यात गुंतूनच गेली. तिचं सारं लक्ष त्यातच एकवटलं आणि ते इतकं की, तिचं बिचारं मांजर सबंध दिवस तिच्याकडून दुर्लक्षित राहिलं आणि मांजर केविलवाणं केकाटायला लागल्यावर ते मायुमीला जाणवलं.

❑ ❑ ❑

९

आठवड्यातून तीनदा फुसावो पहाट फुटताना उठायचा आणि बाकीच्या बायकांचा घोळका तिथं येण्याआधी आईसाठी टेकडीवरून खाली नदीवर जाऊन पाणी भरायचा. तिथं लवकर जायला त्याला आवडायचं. त्या तिथं घोळक्यानं कपडे धुवायला, पाणी भरायला यायच्या आणि धोऽ ऽ धो गप्पा मारायच्या. फुसावोला त्यांचा, विशेषत: नाओमी सान या मध्यमवयीन स्त्रीचा कंटाळा यायचा. ती त्याच्याकडे हेटाळणीनं पाहायची आणि बाकीच्या स्त्रियांच्या कानात कुजबुजायची, की तो 'वेगळाच' आहे म्हणून. देवा! फुसावोला कितीदा तरी आपले हात तिच्या बारीक उंच मानेवर ठेवून आवळावेसे वाटायचे.

पण एरवी, त्याला बायकांचा खास असा तिटकारा नव्हता, पण खेड्यातल्या उगीच खिदळणाऱ्या कितीतरी पोरी त्याच्याकडे हेतुपूर्ण कटाक्ष टाकायच्या. त्यामुळे त्याचं अवसान गळायचं व तो चिंताग्रस्त व्हायचा. विशेषत: कुठल्याही तरुण पुरुषाला, त्याच्या वयाच्या तरी – जसं उत्तेजित वाटावं तसं त्याला वाटत नसे. त्याच्या बरोबरीच्या मुलांना नक्कीच वाटायचं; त्यामुळे घरून लग्नाचा प्रस्ताव येतोय कधी, याची ती वाटच पाहत असायची. तसा आला की, लग्न करून मोकळी व्हायची. नुकतंच, रात्रीच्या गडद अंधारात आणि गोधडीच्या पांघरुणात, फुसावो स्वत:लाच स्पर्श करून दु:ख करत होता की, खरंच नाओमी सान म्हणत

होती तसा तो 'वेगळा' होता का? कारण त्याचे मित्र त्याला सांगायचे तशी स्त्रियांबद्दल त्याला मुळीच ओढ वाटत नव्हती. त्याला त्याच्या वडिलांना विचारायचं होतं की, त्याच्या डोक्यात सतत स्त्रियांचे विचार कसे येत नाहीत? बाकीच्या मिसरूड फुटणाऱ्या आणि चेहऱ्यावर पुरळ येणाऱ्या मित्रांना वाटतात तसे? पण नाओकीचा न्यायाधीशासारखा कडक चेहरा पाहून अशा प्रकारची चर्चा करण्याची त्याची हिंमतच होत नसे.

एकदा तरुणांच्या एका गटानं शेजारच्या खेड्यांतल्या प्रसिद्ध 'साके हाऊस' ला भेट द्यायचं ठरवलं. 'साके हाऊस' हे साळसूद नाव; तसं ते तिथलं वेश्यागारच होतं, तरुण माणसांना अनेक प्रकारचं शिक्षण देण्यासाठीही प्रसिद्ध होतं. योशी, फुसावोच्या लहानपणापासूनच्या मित्रानं त्याला तिथं जायला तयार केलं. विशेषत: आपण इतरांहून वेगळे नाही हे सिद्ध करायला ही चांगली संधी होती.

ही ट्रीप त्याच्यासाठी एक लाजिरवाणा प्रसंग ठरली आणि तो अधिकच खिन्न झाला. फुसावोनं पूर्वी कधी मंद प्रकाशित 'साके हाऊस' पाहिलं नव्हतं. त्यातल्या खिदळणाऱ्या तरुण पोरी, त्यांचे ते खांदे, मांड्या उघडे टाकणारे पोशाख; गावात अशा पोशाखातली एकही स्त्री त्यानं पाहिली नव्हती. मुली गटानं फार वेळ नव्हत्या. त्यातली एक योशीबरोबर तर दुसरी दुसऱ्या एकाबरोबर जोडी करून गेली. त्यांच्यावर एका तिखट नजरेच्या वयस्क स्त्रीची नजर होती. ती भराभर एकेका जोडीला खोलीत पाठवत होती आणि बाहेरही काढत होती.

एक देखणी, तरुण मुलगी फुसावोजवळ आली. त्याच्या कानांशी खेळायला लागली. त्याला चाळवत त्याची काळजी घेण्याच्या गोष्टी बोलायला लागली. किको नावाची मुलगी त्याला इथेतिथे स्पर्श करायला लागली. फुसावो ताठ झाला, त्याच्या लक्षात आलं की, त्याला स्त्री केव्हाच आवडणार नाही. स्त्रियांच्या खोट्या, लबाडीच्या वागण्याचीही रीत त्याला जाणवली; जणू अंगावरून सापच फिरतोय असंच त्याला वाटलं. त्याची सजीवता, इच्छा सगळं निघून गेलं. अस्सल पुरुषाला असं वाटायला नको होतं; स्वत:हून मोहात पाडणाऱ्या स्त्रीबद्दल तरी. स्वत:ची आणि किकोच्या निर्लज्ज करामतीची किळस येऊन त्यानं तिला दूर ढकललं आणि स्वत: तिथून बाहेर धावत सुटला. न थांबता एका झऱ्यापाशी आला आणि तिथं ओकला.

त्या रात्री तो झोपेसाठी लहान बाळासारखा रडला. आपले हुंदके त्याने उशीत दडवले. एक भ्यायलेला प्रश्न त्याच्या डोक्यात घण मारू लागला. 'मला का काही वाटत नाही? स्त्रीच्या स्पर्शानं मला का वाटावं तसं वाटत नाही? का?'

उशीतला कापूस कुजबुजला, 'कारण नाओमी सान म्हणते तसा तू 'वेगळाच' आहेस'; आणि फुसावोनं ती उशी त्याच्यापासून शक्य तेवढी दूर फेकून दिली.

दुसऱ्या दिवशी सकाळी सूर्य उगवल्यावर चार सैनिक त्याच्याकडे आले आणि लॉर्ड नोबुनागा पाठोपाठ येत असल्याचं त्यांनी जाहीर केलं. फुसावोच्या आईची त्रेधा उडाली. तिनं घर शक्य तेवढं नीटनेटकं केलं. नवऱ्याला कामावर जाऊ नको म्हणून विनवलं. तिला घरी एकटं राहून त्या भिववणाऱ्या पाहुण्यांचे न कळणारे हेतू सांभाळायचे नव्हते.

सामुराई दोन तासांनी आले. घराबाहेरच्या सैनिकांची धांदल उडाली. एक घोड्याची गाडी घराबाहेर येऊन थांबली. ते आल्याचं सैनिकांनी सांगितलं. फुसावोच्या वयाचा एक तरुण, बहुधा नोकर, घरात एक पार्सल घेऊन शिरला. त्याच्या पाठोपाठ लॉर्ड ओकिमोटो, सामुराईंचा पुत्र, गडद रेशमी किमोनोत, कमरेला सोनेरी म्यानाची तलवार लटकवून आला. लॉर्ड नोबुनागा सर्वांत शेवटी, दोन्ही बाजूंना दोन सेवेकरी घेऊन शिरले.

फुसावो आणि त्याचे कुटुंबीय गुडघ्यांवर माना खाली घालून बसले होते. ते बघणंही त्यांना नकोसं होतं. त्यांना उठायची परवानगी बऱ्याच वेळानं मिळाली. डोळ्यांच्या कोपऱ्यांतून फुसावो बघत होता. त्या तरुणानं ते पुडकं उघडून आणखी कागद व लेखनाचं इतर साहित्य काढून तिथल्या ठेंगण्या टेबलावर ठेवलं. फुसावोचं हृदय जोरानं धडधडायला लागलं. फुसावोला पुन्हा एकदा लिहिण्याचा हुकूम द्यायला लॉर्ड नोबुनागा तिथं हजर होते. फुसावोच्या लिखाणानं नोबुनागांची आणखी एक विचित्र लहर पुरवली जात होती. त्यामुळे या गोष्टीचा आनंद नोबुनागांना काही काळ तरी पुरला असता.

झोपडीत शिरलेल्या सूर्याच्या किरणांमुळे लॉर्ड ओकिमोटोची तलवार चमकली. त्या प्रकाशानं दिपलेल्या फुसावोला वाटलं, 'आपण मेलोय आणि सोनेरी ढगात लपेटून दुसऱ्याच जगात गेलोय.'

"तरुण मुला! मी म्हणतो, इथं ये. माझ्यासाठी लिही." लॉर्ड नोबुनागांचा आवाज त्याची विचारशृंखला तोडून त्याला या जगात घेऊन आला.

फुसावोनं नमस्कार केला आणि तो लिहिण्यासाठी टेबलाशी वाकला. यच्चयावत लोकांचं लक्ष त्याच्याकडे लागल्याच्या कल्पनेनं तो गार पडला आणि त्याचं कपाळ घामानं डरवलं.

त्याची बोटं ताठ झाली होती. तो लिहिणार कसा? भीतीनं तर थिजलाच होता तो, पण त्याला सामुराईंची अवज्ञाही करणं शक्य नव्हतं; अगदी बोटातून रक्त आलं असतं तरी. लिहायला लागल्यावर पाठीवरून घामाचे ओघळ वाहत असल्याचं त्याला जाणवलं.

'आज लॉर्ड नोबुनागांनी माझ्या, या सन्मानाला पात्र नसलेल्या कुटुंबात स्वत: येऊन या कुटुंबाचा सन्मान केला आहे आणि मला वाटतंय की, मी मरून दुसऱ्या

जगात गेलोय...’

फुसावोनं अर्धं पानही लिहिलं नसेल तोवर सामुराई, त्यांच्या ‘अतर्क्य’ या प्रसिद्धीनुसार अस्वस्थ झाले आणि त्यांनी जाण्याचा इशारा दिला आणि जसे आले तसे ते सारे आवाज न करता निघून गेले. घरातले लोक स्तिमित होऊन बघत राहिले.

फुसावोच्या मनात लॉर्ड ओकिमोटो तसंच त्यांच्या सोनेरी तलवारीचं तेज आणि एक सुगंध दरवळला.

❑ ❑ ❑

१०

मायुमीनं वेळापत्रक उघडून मिनामिमोटोला जाणारी पुढची गाडी पाहिली आणि फक्त पंधरा मिनिटंच आपल्याला वाट पाहावी लागेल हे कळून ती सुखावली. कशाहीसाठी वाट पाहण्यात वेळ घालवणं तिला अगदी सोसत नसे. ते इतिहासाशी संबंधित काम असेल तर गोष्ट वेगळी. तो आठवड्याचा मधलाच दिवस होता, गर्दीची वेळही नव्हती. तेव्हा घाईनं पुढे जाऊन क्यूमध्ये उभं राहून तिला चांगली जागा मिळवायची होती.

हिरव्या चहाचा एक कॅन आणि तांदळाचे वेफर्स विकत घेऊन तिनं डब्यात कोपऱ्यातली छान जागा पटकावलीच. शेवटच्या डब्यात गर्दी अगदीच कमी होती. दोन तासांचा प्रवास तिला टिपणं काढायला आणि फुजितांना काय सांगायचं ते ठरवायला पुरेसा होता.

गाडी वेगानं स्टेशनबाहेर पडली. मोठ्या कष्टानं अर्थ लावून निवडून लिहिलेली पहिली काही पानं मायुमीनं तिच्या काळ्या बिझनेस केसमधून बाहेर काढली आणि सीटसमोरच्या टिपॉयवर ठेवली.

पहिल्या पानावरचं वेडंवाकडं खरडणं पाहून ज्यानं ते लिहिलं असेल तो तिच्या मनासमोर आला. तिच्या मनात आलं, 'शेकडो वर्षांपूर्वी त्याला एका शहरातून दुसऱ्या शहरात चालत जायला किती दिवस लागले असतील? पण माणसाच्या

संशोधनाच्या अविश्वसनीय निर्मितीमुळे आज मी दोन तासांत त्याहून कितीतरी अंतर सुखासुखी पार करू शकते.'

तिचं मन भरकटलं. खूप जुनी गोष्ट आठवली. तिच्या शाळेतले इतिहासाचे शिक्षक कंटाळलेल्या विद्यार्थ्यांना एकेक गोष्ट सांगायचे. उत्तमोत्तम गोष्टींतून इतिहास शिकवायचे. जपानमध्ये पूर्वी स्त्रीला एकटं हिंडायची परवानगीच नव्हती. जपानी स्त्रीजवळ स्वतःचं ओळखपत्र असलं तरी तिला स्वतंत्रपणे प्रवास करता येत नव्हता. तरीही काही स्त्रिया धाडस करून पुरुषांच्या वेशात बाहेर जायच्या. पकडलं गेलं तर बलात्कार आणि त्याहूनही भयानक अत्याचारांचा धोका पत्करायच्या.

'ह्या कागदांच्या लेखकाला पत्नी किंवा बहीण होती?'

'अरे देवा! हा अनोळखी लेखक माझ्या मेंदूतच घुसलाय. मी त्याचा विचार करणं थांबवूच शकत नाहीये'. तिला आईनं दिलेला इशारा आठवला. आईनं वैतागून, थकून सांगितलं होतं की, जर भूतकाळातल्या मृत व्यक्तींच्या आयुष्यात डोकावताना तिनं अतिच लुडबुड केली तर त्यातला एखादा आत्मा चवताळून तिच्यातच येऊन बसेल.

मायुमी थरथरली. तिच्या विचारात अडथळा आणून एक मुलगी चिवचिवत तिला ड्रिंक्स, चॉकलेट्स, स्नॅक्स विकायला आली तेव्हा एका परीनं तिला बरंच वाटलं. तिनं कॉफी मागितली. ट्रेनच्या प्रवासात तिचे वडील नेहमी तिला कॉफीच घ्यायचा आग्रह करायचे. तशीच परंपरा होती म्हणे. एक कप कॉफीला एवढे पैसे देताना त्यांना अपराधी वाटायचं. कप वरपर्यंत भरलेलाही नसायचा. आताही कॉफी पिताना तिची किती गरज होती ते मायुमीला जाणवलं. इतकी चविष्ट वाटली ती! आता जपानच्या ट्रेन्समधून पाण्यासारखी अमेरिकन कॉफीही मिळायला लागली होती.

तिची नजर धूसर झाली आणि तिला धक्काच बसला. ती एकटी नव्हती. एक रुबाबदार देखणा तरुण पुरुष, पाणीदार डोळ्यांचा, तिच्या शेजारून अबलख काळ्या घोड्यावरून जात होता आणि तिला आश्चर्यच वाटलं की जपानमधली माणसं अजूनही प्रवासाला घोडे वापरतात. आणखी एक तरुण पांढऱ्या घोड्यावर होता. थोडा लहानखुरा होता आणि मायुमीला दिसत होतं की, तो थोड्या खालच्या सामाजिक स्तराचाही होता. ते आनंदानं हसत होते. त्यांचे केस वाऱ्याने उडत होते. तो लहानखुरा तरुण आपल्या मित्राशी बोलायला वळला आणि मायुमी थक्क झाली. त्याच्या भावना, प्रेम त्याच्या डोळ्यांत स्पष्ट चमकत होतं; जणू त्यांच्याभोवती विजेनं भारलेलं एक वेगळं वातावरण होतं, पाणीच होतं जणू आणि मायुमी इच्छा नसतानाही त्यात बुडत होती.

''मिनामिमोटो! मिनामिमोटो स्टेशन!''

त्या घोषणेनं तिला जाग आली आणि गाडी थांबल्याचं तिच्या लक्षात आलं. पटकन आपल्या वस्तू गोळा करून ती उतरली नसती तर गाडी सुटली असती. 'देवा रे! अशी कशी झोप लागली मला? खरंतर ती महागडी कॉफी पिऊन मी जागंच राहायला हवं होतं. कॅफेनचं कामच आहे ते. हे उलटंच कसं झालं?'

जपानी ट्रेन्सनी नेहमी प्रवास करण्याची सवय असलेल्या, सवयीनं गाडीत झोपणाऱ्यांनाच जमेल अशा सफाईनं मायुमी सामान गोळा करून भर्रकन उतरली आणि तत्क्षणी डब्याची दारं बंद झाली. गाडी सुटली आणि लगेच वेग घेऊन स्टेशनमधून गेलीही.

क्षणभर मायुमी स्टेशनवर उभीच राहिली. आसपासच्या वातावरणावर तिची नजरच ठरेना. त्या दोन माणसांचे चेहरे अजून तिच्या डोळ्यांसमोर होते. कोण होते ते? त्यातला एक जण तिच्या स्वप्नात पुन:पुन्हा येत होता. का? तिला काही सांगू इच्छित होते का ते? 'देवा, तो इतका रुबाबदार होता' मायुमीला वाटलं आणि ती हसली. खरंतर तसं काहीच विनोदी नव्हतं त्यात. आईचे शब्द तिच्या डोक्यात घुमत होते. आईच्या म्हणण्यानुसार मायुमी तिच्या कामात एवढी अडकली होती की, ती प्रेमात पडलीच तर तो इतिहासातलाच माणूस असेल आणि त्यात काही नवल नव्हतं.

ती मरणाची गर्दी आणि मान मोडणारा टोकियो स्टेशनमधला वेग, त्यानंतर मिनामिमोटोतलं संथ जीवन आणि शांतता यांनी मायुमीवर बराच परिणाम केला. ती ताजी डोंगरी हवा आणि आपल्या अशिलांना त्यांच्या घरात भेटण्याची उत्कंठा, यामुळे मायुमी खूप सावरली होती. तिनं टॅक्सीस्टँडवर येऊन टॅक्सी पकडली आणि ड्रायव्हरला पत्ता दिला. तो गावाबाहेरचा होता. ड्रायव्हरलाही सापडायला कठीण; पण छोट्या नकाशात पाहून, त्यातल्या त्याहून छोट्या गल्ल्यांतून बारीक खुणा ओळखून, मोठा विजय मिळवल्याच्या आविर्भावात तिला तिथं नेऊन पोहोचवण्याची त्यानं ग्वाही दिली.

''ते एका छोट्या रस्त्यावर गावाबाहेर आहे.'' ड्रायव्हर इंजिन सुरू करून गप्पा मारायच्या तयारीत म्हणाला. ''मला वाटतं तिथंच त्या सामुराईंच्या वाड्याचे अवशेष आहेत, खूप जुन्या काळचे आणि कुणा नामवंत सामुराईंचे वंशज अजून राहतात तिथं. तुम्हाला माहीत आहे का, त्या थोर सामुराईंचा व्यवहार इथून चालायचा. साऱ्या गावांची भातशेती त्यांच्या मालकीची होती. भाताचा मोठा व्यापार होता त्यांचा. इतरही अनेक वाईट गोष्टींबद्दल प्रसिद्धी होती त्यांची.''

मायुमी हसली. वयस्क टॅक्सी ड्रायव्हर आवाज खाली आणून 'त्या' गोष्टींबद्दल सांगत होता, जणू ते त्यांच्या शेकडो वर्षांपूर्वीच्या कबरीतून उठून येऊन त्याचं डोकंच उडवणार होते, त्यांचं नाव बदनाम केल्याबद्दल.

काही मैलांवर, हारुमी फुजिता खुर्चीवर ताठ बसून दुपारची टीव्हीवरची कुठलीतरी गॉसिपची मालिका पाहत होती, पण तिचं मन त्यात नव्हतं. ते टोकियोच्या इतिहासतज्ज्ञ बाईची वाट पाहत होतं. ती कधीही आली असती. हारुमी या भेटीबद्दल नर्व्हस होती. गेल्या काही रात्री ती नीट झोपली नव्हती. त्या कागदांचा विचार तिच्या मनात सतत होता. 'ती बाई येईल, तेच ते प्रश्न विचारेल. ते कुणी लिहिले असतील? कशासाठी?'

घरासमोर गाडी थांबल्याचा आवाज आला. हारुमी आवाज न करता खिडकीशी आली आणि तिनं मायुमीला टॅक्सीतून उतरताना बघितलं. तीन वाजले होते. अगदी वेळेवर आली होती ती. हारुमी खुश झाली. तिला नव्या पिढीतल्या नेहमी उशिरा येणाऱ्यांचा नेहमीच संताप यायचा. 'ते जपानी संस्कृतीतलं वेळेचं महत्त्व राखण्याच्या परंपरेची पर्वा करत नाहीत' असं ती म्हणायची.

हारुमी घाईनं पुढच्या दरवाजाशी आली. पाहुणीनं घंटी वाजवायची वाट न पाहता तिनं दार सताड उघडलं. मायुमी या स्वागतानं बिचकलीच, पण हारुमीनं वाकून केलेल्या अभिवादनानं ती सावरली आणि तिनंही वाकून नमस्कार केला. हारुमीनं तिचे स्टील राखी रंगाचे केस डोक्यावर छान, पारंपरिक पद्धतीनं बांधले होते. रुपेरी आणि गुलाबी रेशमी सुंदर किमोनो घातला होता. सौ. हारुमी फुजिता सामुराईंची तंतोतंत वंशज शोभत होती. मायुमी एकदम सावध झाली. तिची विटलेली जीन्स, एव्हाना चांगलाच चुरगळलेला साधासा पांढरा शर्ट आणि साधीच जर्सी याची तिला एकदम जाणीव झाली. आत्ता तिच्या मनात आलं, 'या मीटिंगसाठी चांगला पोशाख करून यायला हवं होतं आपण.'

"आमच्या घरी तुमचं मनापासून स्वागत." हारुमी दार उघडून धरत म्हणाली.
"थँक्यू, फुजिता सान. तुमच्या घरी येणं ही खरंच फार छान गोष्ट आहे. टॅक्सी ड्रायव्हरसुद्धा सांगत होता त्याबद्दल." मायुमीनं बोलता-बोलता बूट काढून हारुमीनं समोर ठेवलेले स्लिपर्स घातले.

"खरंतर तो कितीतरी वर्षं चालत आलेल्या सामुराई कुटुंबाविषयी रनिंग कॉमेंट्रीच देत होता." ती हसून म्हणाली.

"हो का?" हारुमी म्हणाली. तिच्या आवाजात अभिमान आणि अस्वस्थता यांचं मिश्रण होतं; नजरेतही. मायुमीनं स्वत:लाच चिमटा घेतला. अर्थातच, म्हाताऱ्या टॅक्सीड्रायव्हरनं सगळं काही कौतुकाचंच सांगितलं होतं असं नाही आणि गावात तिच्या पूर्वजांबद्दल काही अफवाही होत्याच, ज्या मायुमीला कळाव्यात असं हारुमी सानला कधीच वाटलं नसतं.

मायुमी एखाद्या सामुराईच्या वंशजाच्या घरी पहिल्यांदाच गेली होती. तिनं मोठ्या उत्सुकतेनं आसपास नजर टाकली. तिनं जर काही असामान्य पाहण्याची

अपेक्षा केली असती तर तिची निराशाच झाली असती, कारण संपूर्ण घर लाकडी पॅनलिंग करून घेतलं होतं. खिडक्यांना सर्वसाधारण जपानी घरांसारख्याच साध्या ॲल्युमिनियमच्या पट्ट्या व काचा होत्या. त्यांच्या सामुराई वारशाचा एकच पुरावा म्हणजे किमोनो घातलेल्या योद्ध्यांच्या वेगवेगळ्या मुद्रांमधल्या जुन्या, लाकडी ब्लॉक प्रिंटच्या चित्रांच्या रांगा भिंतीवर होत्या.

हारुमीनं तिला त्या न्याहाळताना पाहिलं आणि ती म्हणाली, ''वाड्याचा बहुतेक भाग युद्धाच्या काळात जळला. सरकारनं थोडी ग्रँट दिली, त्यातून काही भाग नव्यानं बांधून घेतला. आश्चर्य म्हणजे ते प्रिंट्स आगीतून वाचले. लूटमारीतही सुरक्षित राहिले. जुन्यापैकी तेवढंच राहिलंय. माझ्या पूर्वजांचा किल्ल्यातला मुख्य भाग उत्तरेच्या बाजूला आहे. बहुतेक सर्व मोडलाच आहे. एक टी हाऊस तेवढं राहिलंय''.

मायुमीनं मान हलवली. तिला थोडं सुटल्यासारखंही वाटलं. इतक्या जुन्या, अभिमानास्पद वाड्याचं आता केलेलं विसंगत नूतनीकरण; जुन्या वैभवाचं महत्त्वाचं सारं वैशिष्ट्य, अभिमानास्पद वारसा नष्टच झाला होता. वाड्याचं व्यक्तिमत्त्व संपलं होतं.

तिचा अशील तिला बसायच्या खोलीत घेऊन गेला. कमीत कमी वस्तूंनी ती सजवली होती. खोलीच्या मधोमध एक बुटकं, छोटं टेबल, भोवती चार उशा आणि भिंतीवर पांढऱ्या बगळ्यांची सोनेरी फ्रेममधली चित्रं.

हारुमीनं पाहिलं; मायुमी कोपऱ्यात टांगलेल्या, खूप जुन्या चित्राकडे लक्षपूर्वक, बारकाईनं पाहत होती. ती म्हणाली, ''किल्ल्यातल्या अनेक अमूल्य चित्रांपैकी फक्त हे एक आम्ही वाचवू शकलो. बाकीची जळून तरी गेली किंवा लुटली गेली. आता कुठलं चित्र कुठे आहे कुणास ठाऊक?''

ती पाहुणीला एका कपात हिरवा चहा देऊन गेली आणि जराशानं नवरा व नातू यांना घेऊन आली.

नेहमीचे नम्र नमस्कार वगैरे झाल्यावर सगळे आरामात उशांवर बसले. मायुमीनं आणलेली टिपणं काढून टेबलावर ठेवली.

''मी मुद्दाम स्वत: प्राथमिक चर्चेसाठी आलेय. पहिल्या काही पानांवरचंच काम झालंय. मला वाटतं की, असं बोलणं सोपंही जातं आणि फोनपेक्षा अधिक तपशिलात गेल्यानं काही संदर्भ लागायलाही मदत होते.'' ती म्हणाली, ''तुम्हाला माहीतच आहे की, या कागदांतली लिपी आणि भाषा अस्सल इडो कालखंडातली आहे आणि भाषांतराचं काम तर नेमकं आणि बरोबर व्हायला हवंय. त्यासाठी इडो कालाची माहिती देणारे उत्तमोत्तम संदर्भ वापरलेत.''

भावनेच्या पहिल्या पुरात सारे त्या कागदांभोवती जमले. फिकट झालेली अक्षरं

वाचायला लागलेली मायुमी मध्येमध्ये त्यांचं स्पष्टीकरण देत होती. काही काळ तिनं वाचल्यावर हारुमीनं तिला अडवलं. "मला कळलं नाही. तुमचं म्हणणं हे लिखाण माझ्या पूर्वजांपैकी एखाद्याचं नाही? आम्हाला तर तसंच वाटत होतं. तुम्ही म्हणताय, ते कुणा खालच्या दर्जाच्या माणसानं लिहिलंय?"

"अक्षर वाईट आहेत अगदीच, चांगल्या शाळेत शिकलेल्या सामुराईसारखं मुळीच नाही आणि अर्थात, जे लिहिलंय त्यावरूनही कळलंच की!" मायुमी म्हणाली. "मला माहीत आहे, तुमच्या मनात आत्ता हजारो प्रश्न उभे असतील विचारायला की, त्या काळात शेतकऱ्याला लिहिता-वाचता कसं येत होतं? आणि त्याचं लिखाण तुमच्या सामुराई पूर्वजांनी का जपून ठेवलं? त्यांच्याकडे ते कसं आलं?"

हारुमीनं मान डोलावली. गोंधळून गेल्यानं तिला बोलायला सुचेना. मायुमी पुढे म्हणाली, "होय. मीही हेच प्रश्न स्वत:ला विचारले. अजून माझ्याकडेही त्याची उत्तरं नाहीत, पण आणखी खोलवर गेल्यानंतर ती मिळतील, कारण तेच तर मला करायचंय. या कागदांचं गूढ उकलायचंय. तुम्हाला, तुमच्या पूर्वजांना त्यातून काय सांगायचंय हे पाहण्यासाठी मी आधी ही उत्तरं शोधण्याच्या मागे लागणार नाही. कागदांतून उड्या मारत ते शोधताही येईल. हे कागद जसे, ज्या क्रमानं लिहिले आहेत तसंच जाऊ या आपण. त्यासाठी आवश्यक तेवढा वेळ देऊ या. तुम्हाला पटतंय का हे?"

हारुमीनं पुन्हा मान हलवली. तिच्याकडे इतर काही बोलायला नव्हतंच; आणि मायुमी पहिल्या तीन पानांत काय लिहिलंय त्यावर बोलायला लागली.

'आज लॉर्ड नोबुनागा आमच्या गरीब घरी आले. बरोबर हिमशुभ्र कागद घेऊन आणि त्यांच्यासाठी त्यांनी मला लिहायला सांगितलं...'

'लॉर्ड नोबुनागा पुन्हा आज आले आणि त्यांच्याबरोबर त्यांचा तरुण, देखणा, रुबाबदार मुलगा. मी मला विसरलो...'

मायुमीनं जेवढं अनुवादित केलं होतं तेवढं वाचून होईपर्यंत हारुमी फुजिताचे डोळे चमकायला लागले होते, भावनेने भरून आले होते; पण जेव्हा तिनं मायुमीचे आभार मानले तेव्हा तिचा आवाज शांत होता. त्या दिवशीची भेट त्यांना बरीच कोड्यात टाकून गेली होती. त्रासदायक प्रश्न – ज्यांची उत्तरं त्यांना बरेचसे कागद वाचून झाल्यावरच मिळाली असती. आता सगळ्यांना फक्त वाट पाहायची होती, इतिहासाचा तो गुंता सुटण्याची.

मायुमीनं पुढचं सगळं भाषांतर पोस्टानं वेळोवेळी पाठवायचं कबूल केलं, रोज पाच पानं याप्रमाणे; म्हणजे सारे कागद भाषांतरित व्हायला महिना तरी लागलाच असता.

बाहेर काळोख पडत होता. हारुमीनं आपल्या नातवाला मायुमीला मिनामिमोटो स्टेशनपर्यंत सोडून यायला सांगितलं. तिथून तिला टोकियोला जायला गाडी मिळाली असती. अनोळखी, लाजाळू पुरुषांच्या कंपनीबद्दल मायुमीचा फारसा आक्षेप नव्हता, पण तिला गाडीतून पोहोचवल्याबद्दल ती कृतज्ञ राहिली, कारण एरवी तिला दुसरं काही साधनच नव्हतं स्टेशनवर जायला आणि रस्त्याच्या दोन्ही बाजूंनी उंचउंच झाडांच्या सावल्यांनी रात्रच पडल्यासारखी भासत होती.

'कुणीच नसण्यापेक्षा कुणाचीही सोबत चालेलच', तिला वाटलं. टोयोकीसाठी ती थांबली.

❑ ❑ ❑

११

फुसावो समोरच्या पांढऱ्या कागदांकडे एकटक पाहत राहिला आणि त्याचे वडील सामुराई आणि त्यांचा लवाजमा जाईपर्यंत मान वाकवून त्यांना वंदन करत राहिले. नाओकी परत आत आला तेव्हा सपाट, खालच्या आवाजात बोलत होता; पण त्याच्या जबड्याच्या डावीकडे एक स्नायू ज्याप्रकारे फडफडत होता, त्यावरून तो मुळीच शांत नव्हता हे फुसावोला कळलं होतं.

"फुसावो, लॉर्ड नोबुनागाच्या मुलानं तुला उद्या किल्ल्यात बोलवलंय भेटायला आणि मी त्याला अपेक्षित तेच उत्तर दिलंय – हो म्हटलंय."

वडील काय बोलले त्याच्या धक्क्यानं फुसावोच्या हातातले कागद खाली गळून पडले. फुसावोला, भातशेती करणाऱ्या शेतकऱ्याच्या मुलाला सामुराईंच्या घरी त्याच्या रुबाबदार लेकानं भेटायला बोलावलं होतं, का बरं? त्या खेड्यातलं तर कोणीच त्याच्या ओळखीचं नव्हतं. त्या खेड्यातलं कोणी सामुराईंच्या घरी कधी गेल्याचं फुसावोनं ऐकलेलं नव्हतं. गेलं तरी बाहेरच्या रखवालदारांपर्यंतच. रोजचे सामान पुरवणारे आणि विक्रेतेही आत जाऊ शकत नव्हते. बाहेरच सामान ठेवून जायचे.

फुसावो किल्ल्याच्या त्यातल्या त्यात जवळ गेला होता. त्या वेळी उन्हाळा होता. उन्हाळ्याच्या मध्यावर एका उत्सवात किल्ल्याच्या मुख्य प्रवेशद्वारासमोरच्या मैदानात एकदा सुंदर दारूकाम केलं होतं. त्या वर्षी पिकं उत्तम आली होती आणि कधीतरीच

होणाऱ्या दातृत्वाच्या उद्रेकामुळे सामुराईंनी फटाक्यांचं दारूकाम पाहण्यासाठी साऱ्या गावाला आमंत्रित केलं होतं. सामुराई तिथं येण्यापूर्वी दोघे घोडेस्वार जमलेल्यांना मागे हटवून त्यांना रस्ता द्यावा म्हणून आधी पुढे आले तेव्हा दोन्ही बाजूंनी रयत माना खाली घालून उभी होती, त्यात फुसावोही होता. लॉर्ड नोबुनागांचा रथ किल्ल्यातून निघून आला. रथाला लावलेल्या बाबूंच्या पातळ पट्ट्यांचे पडदे बाजूला झाले आणि फुसावो त्यांच्याकडे काहीशा नवलानं पाहताना दिसला. सारे लोक त्यांना वाकून अभिवादन करत होते, कवायतीप्रमाणे एका तालावर.

"ते लॉर्ड नोबुनागांचे चिरंजीव, आपले पुढचे सामुराई." फुसावोच्या शेजारचा माणूस कुजबुजला. रथ धुळीचे लोट मागे उडवत पुढे गेला.

त्या रात्री फुसावो झोपू शकला नाही. दुसऱ्या दिवशी किल्ल्यात जाण्याची त्याची उत्कंठा आणि जाऊन काय करायचं, कसं वागायचं, बोलायचं याची काळजी करत तो पडून राहिला. सामुराई आणि त्यांच्या मुलासमोर जाण्याची त्याला भीती वाटत होती, कारण खानदानीपणाचं वागणं वेगळंच आणि अनपेक्षित असतं याची त्याला चांगलीच कल्पना होती. त्याच्या आईनं त्याला इशारा दिला होता, "सामुराईंच्या दृष्टीनं शेतकरी रयत म्हणजे हक्काची वस्तू. वापरावी आणि फेकून द्यावी."

त्याला त्याच्या मालकाला, लॉर्ड ओकिमोटोला खुश ठेवता येणार होतं का? की त्यात तो कमी पडला तर त्याला अपमान करून हाकलून दिलं जानार होतं? की त्याहूनही वाईट काही?

'उच्चभ्रू माणसांच्या संपर्कात येऊन चर्चेचा विषय होऊ नये व आहे त्या परिस्थितीत समाधानाने राहावे' हीच फुसावोच्या आई-वडिलांची धारणा होती. त्यामुळेच सामुराई पिता-पुत्राने फुसावोशी केलेली जवळीक फुसावोच्या आई-वडिलांना अस्वस्थ करत होती. आई-वडिलांची ही अस्वस्थता फुसावो पूर्णपणे जाणून होता. त्या क्षणी सामुराईंना त्यांच्याकडून काय हवं होतं याची त्यांना कल्पना नव्हती, पण सामुराईंना हवं ते फुसावो देऊ शकला नाही तर त्याचं काय होईल ही भीती त्याच्या आईबापांना होती. त्यांच्यासाठी ते भयंकरच होतं; कारण अनैसर्गिकपणे वर्णाश्रमाच्या भिंती ओलांडून जाणं यानं नक्कीच काही चांगलं निष्पन्न होणार नव्हतं असं त्यांना वाटत होतं, पण सामुराईंच्या मुलानं आमंत्रण म्हटलं तरी एक प्रकारे आज्ञाच केली होती आणि त्याला कुणी नाकारूही शकत नव्हतं.

त्यांच्या आजवरच्या शांततापूर्ण घरावर निराशेचे आणि भीतीचे ढग आले होते. दुसरा दिवस उजाडला तो ढगाळ, खूप पाऊस पडण्याची शक्यता घेऊन. रात्रभर जागून फुसावो सकाळी उठला तेव्हा वडील कामाला शेतावर गेलेले होते.

"तुझे वडील जोजीकाकांकडे काही कामानिमित्त गेलेत." त्याची आई त्याला

सकाळी न्याहरीसाठी भात, लोणची आणि गरमगरम वाफाळलेलं सूप देताना म्हणाली; पण फुसावोला शंका होती की, तो जाताना त्याच्या वडिलांना त्याला बघायचं नव्हतं म्हणून ते घरी राहिले नव्हते. क्षणभर त्याला वाटलं, 'सामुराईंची आज्ञा धुडकावून द्यावी. तिच्यामुळेच बाबा एवढे बेचैन आहेत!' पण ते अशक्य होतं हेही त्याला माहीत होतं. सामुराईंची अवज्ञा कोणी करू शकत नव्हतं आणि केली, तर नंतर सुटू शकत नव्हतं. आता तर त्यालाच उशीर होत होता.

फुसावोनं घाईघाईनं न्याहारी उरकली, आपला चांगला किमोनो घातला आणि तो घराबाहेर पडणार, इतक्यात आईनं छत्री आणून दिली.

"ही ठेव जवळ. आता कुठल्याही क्षणी पाऊस कोसळेल." ती म्हणाली; पण तिनं त्याच्या नजरेला नजर भिडवली नाही.

इतके वर्षांत त्या दिवशी प्रथमच फुसावोनं त्याच्या आईकडे नीट पाहिलं होतं. तिचे दिवसभराचे काबाडकष्ट तिच्या चेहऱ्यावर खोल रेषा उठवून जात होते. एके काळी ताठ असलेले सुंदर खांदे आता वाकले होते. विशेषत: आज त्याची आई खूपच वयस्क आणि त्रासलेली दिसत होती. आतून भरून आल्यानं फुसावोनं आईला एक आलिंगन दिलं. त्याच्या मनात काहीसं अपराधीपण आलं. त्याची ही भेट त्याच्या आईबापांवर काय संकट आणणार होती? पण तेव्हाच अंधूकपणे त्याला लॉर्ड ओकिमोटोचा चेहरा आठवला आणि त्यानं लावलेल्या अत्तराचा गंधही. 'देवा रे! आपल्या मालकाच्या मुलाबद्दल, वारसाबद्दल असले विचार आपल्या मनात शोभत नाहीत.'

लेकाचं असं कधी नाही ते प्रेम उचंबळून आल्यानं युको अवघडली, तिनं मुलाला हसतच ढकललं आणि जरी तिनं अशा शारीरिक जवळिकीबद्दल नापसंती दाखवली, तरी ह्या प्रेमानं ती सुखावली होती आणि तिचा तणाव थोडा निवळला होता. तो रस्त्याला लागला. ती दारात उभी राहून हात हलवून त्याला निरोप देत होती.

"पाऊस आला तर छत्री उघड. भिजलास तर तुला सर्दी होईलच; पण ते कागद भिजतील." ती म्हणाली.

"त्याची काळजी नको. कागद सुरक्षित आहेत. एका पिशवीत घालून किमोनोत ठेवलेत मी." तो म्हणाला.

आसपासच्या इतर रस्त्यांपेक्षा किल्ल्याकडे जायचा रस्ता खूप चांगला होता. तो सामुराईंच्या मोठ्या अधिकाऱ्यांच्या घरावरून जात होता. अजून सकाळची लवकरचीच वेळ होती. पाऊस कुठल्याही क्षणी कोसळेल असं वाटत होतं. रस्त्यावर फार थोडे लोक होते. ते सारे त्याच्याकडे चौकसपणे पाहत होते.

रस्ता फक्त किल्ल्याकडेच जात होता आणि या वेळी जे लोक तिथून जायचे

ते सारे एकमेकांना ओळखणारे होते. नोकर, व्यापारी, विक्रेते, निरोपे, सारे सामुराईंच्याच किंवा त्यांच्या कुटुंबाच्या सेवेतले होते. फुसावोच तिथं नवा होता. तो किल्ल्याकडे का आलाय याचं कुतूहल होतंच त्यांना, पण त्याला आत शिरता येणार नाही हे त्यांना चांगलंच ठाऊक असल्याने त्याच्या येण्याचं त्यांना आणखीनच नवल वाटत होतं. सामुराई कुटुंबाला ठरावीक सेवा नियमितपणे पुरवणाऱ्या पुरवठादारांना किल्ल्यातल्या अनेक घडामोडींची कल्पना होती. धाकट्या सामुराईंच्या नवनवीन चेहऱ्यांच्या आकर्षणाबद्दलही या लोकांना कुणकुण होती. त्यामुळे येणारे-जाणारे सर्व सेवेकरी फुसावोकडे वेगळ्याच नजरेनं पाहत होते.

अर्धा तास चालल्यावर किल्ला समोर आला आणि आव्हान देता न येणारी सत्ता आणि अफाट संपत्तीचं ते स्थान पाहिल्यावर फुसावोच्या पोटात तुटलं. अति उत्कंठेनं त्याला कससंच झालं. त्यातून तिथं जाऊन काय करायचंय ते त्याला कळलेलं नव्हतंच. त्यांच्या अपेक्षेला तो उतरला नसता तर? त्याला शिक्षा झाली असती? किल्ल्याच्या एखाद्या अंधार कोठडीत त्याला ठेवलं गेलं असतं? खेड्यातले लोक पोरांना धमकवायला नेहमी या गोष्टीचा उल्लेख करत. क्षणभर त्याला इतकी भीती वाटली की, इथूनच परत फिरून धावत सुटावं असं त्याला वाटलं, पण तो कसाबसा भीतीवर ताबा मिळवून किल्ल्याच्या मुख्य दाराशी गेला. सामुराईंनी काही सांगितल्यावर त्यापासून कुणाला पळता येण्यासारखं नव्हतंच.

प्रचंड मुख्य दरवाजावरचे चारही रखवालदार एवढे उद्धट वाटले की, फुसावो दुसऱ्या छोट्या दाराकडेच गेला. तो नोकरांचा मार्ग होता. त्याला सामुराईंनी किल्ल्यात बोलावलं होतं, ते त्यांच्या मुलासाठी कुठल्या तरी प्रकारचा नोकर होण्यासाठीच! तसं असलं तरी सामुराईंच्या मुलानं स्वतः नोकर निवडण्यासाठी इतक्या दूर यावं हेही विचित्रच होतं. ते त्यांना कमीपणा आणणारंही होतं. त्यांच्या मुख्य नोकरानं ते केलं असतं.

ते छोटं दारही चांगलं संरक्षित होतं. तो तिथं गेला तेव्हा त्याला अडवायला दोन रक्षक पुढे आले.

"कोण तू? काय काम आहे इथं?" त्यातल्या एकानं विचारलं.

"मी फुसावो. मालकाच्या चिरंजीवांनी मला इकडे बोलावलंय." तो नर्व्हस होऊन म्हणाला. त्या शिपायांच्या तलवारी त्याच्यापासून काही इंचांवरच होत्या.

"म्हणजे तू धाकट्या सामुराईंना – लॉर्ड ओकिमोटोंना भेटायला आलायस? काम काय तुझं?" दुसऱ्यानं जरा दमातच विचारलं.

फुसावोला आपली अशी चौकशी होण्याची अपेक्षा नव्हती. थोडी माघार घेत तो म्हणाला, "त्यांनी मला बोलावलं कारण त्यांना माझं लेखन आवडलं, पण त्यांनी मला तसं काही सांगितलेलं नाही."

पण आश्चर्य म्हणजे तो सैनिक हसायला लागला. त्याच्याकडे बोट दाखवून म्हणाला, ''अच्छा, तू आहेस तो लेखक-शेतकरी! तुझीच वाट पाहायला थांबलो आहोत आम्ही!''

आणखी काही सैनिक आले आणि बिचाऱ्या फुसावोकडे बघून हसायला लागले. फुसावोचा चेहरा लाल झाला. त्याला तिथून पळून जावंसं वाटलं, पण आता उशीर झाला होता. त्यानं सांगितलं होतं की, धाकट्या सामुराईंच्या आज्ञेवरून तो आला होता. त्याचं काम झाल्याशिवाय त्याला तिथून सोडणार नव्हते.

नशिबानं त्याच वेळी त्यांच्याहून वरच्या अधिकारांचा एक सैनिक तिथं आला. थोड्या कठोर स्वरात काही बोलला आणि जादू झाल्याप्रमाणे हसू थांबलं आणि फुसावोला आतल्या भागात नेलं गेलं. तिथं त्याला थोड्या आदरानंच बसायला सांगितलं. तो चांगला तासभर थांबला तेव्हा एक सैनिक परतला आणि फुसावोला घेऊन मुख्य महालात गेला. फुसावोकडे तो वेगळ्याच, नव्या आदरानं पाहत होता. त्यामुळे तर फुसावो अधिकच अस्वस्थ झाला. हे काहीतरी वेगळंच आहे हे त्याला जाणवलं. त्यालाच जाणवणारी, एक न कळणारी ऊर्जा, दुसरा कुणी त्यात नव्हताच. ह्या नवख्या भावनेनं त्याला अधिकच भिववलं.

दुसऱ्या दोघा शिपायांनी महोगनीचं मोठ्ठं दार उघडलं आणि आतल्या मोठ्या दालनांत नेलं. तिथली भव्यता, सौंदर्य पाहून फुसावो भीती विसरला. हे पाहण्याची त्याची ही पहिलीच (आणि कदाचित शेवटचीही) वेळ होती. सामुराईंचा किल्ला हे वेगळंच विश्व होतं. ते आपण पाहू शकू असं कधी त्याच्या मनातही आलं नव्हतं.

पाहुण्यांसाठी असलेल्या बाहेरच्या खोलीत त्याला आणलं होतं. तिथली जमीन मैलच्या मैल रंगीत, नक्षीदार, मऊ स्पर्शाच्या उत्तम ततामीनं झाकली होती. त्याच्या उघड्या पायांना ती रेशमीच वाटली! त्याच्या घरच्या ओबडधोबड, टोचणाऱ्या ततामीहून कितीतरी वेगळी. ती कितीदा पुसली तरी तिचे डाग जायचे नाहीत. ही नवीकोरी, तकाकणारी होती. भिंतीवर सुंदर पार्श्वभूमीवर बर्फासारख्या पांढऱ्या शुभ्र बगळ्यांची चित्रं खऱ्या सोन्याच्या चौकटी बसवून लावलेली होती; नंतर आत गेल्यावर त्याला कळलं की, अशी चित्रं सगळीकडेच, प्रत्येक दालनात होतीच.

'सामुराईंना बगळे फारच आवडतात वाटतं! ते शांतता आणि स्वातंत्र्याचं प्रतीक मानलं जातात म्हणा; पण या महालात अडकलेल्या, पैसा आणि सत्तेनं बांधलेल्या माणसांना कुठलं स्वातंत्र्य? सतत त्यांच्यावर अनेकांचा पहारा. देवालाच माहीत किती जणांचा ते! हा माणूस स्वातंत्र्य आणि एकटं राहण्यासाठी झुरतोय आणि तरी पुन्हा त्याची सेवा करायला आणि आज्ञा झेलायला त्याला नोकर हवेतच! त्याची गरज ओळखायला त्याच्यावर खिळलेले डोळेही हवेत!'

सुंदर बागांतून, नीट आकृती करून मांडलेल्या खडकांतून सुरेख वाटा

आखल्या होत्या. तिथं वेगवेगळी कारंजी, छोटी तळी आणि सुंदर आकार देऊन जागोजाग वाढवलेली झाडं होती. त्यातली एक वाट त्याला एका हवेशीर खोलीत घेऊन गेली. तिथं एक चमकदार, लाखेचं ठेंगणं टेबल आणि कडेला सोनेरी मखमलीच्या सुंदर चित्रांचं भरतकाम केलेल्या उशांचा डोंगर होता. खोलीत लाकडी चौकटीत मोत्यांच्या शिंपल्यांनी चित्रं काढलेला कागदी पडद्यांचा सरकता विभाजक होता. फुसावो प्रथमच इतकी सुंदर वस्तू पाहत होता. काही वेळ तो भारल्यासारखा तो पडदाच पाहत राहिला. त्यावरचं शिंपल्यांचं नक्षीकाम निरखत राहिला.

दुसऱ्या कोपऱ्यात लढाऊ वेशात सामुराईंचा एक पूर्णाकृती पुतळा होता. इतका खरा की, फुसावोला वाटलं, 'आत्ता हा दोन पावलं पुढं येऊन आपल्याला विचारेल की, एका शेतकऱ्यांचं इथं किल्ल्यात काय काम आहे?'

फुसावोला वाटलं की, ती वाट पाहण्याची जागा आहे. सामुराईंच्या आतल्या खोल्यांइतकीच खाजगी, पण महत्त्वाची. रक्षकांनी त्याला एका उशीवर बसायला सांगितलं, पण कशासाठी ते त्याला कळल नाहीं. फुसावोचं हृदय आता उत्कंठेनं फुटायची वेळ आली होती. त्या उग्र दिसणाऱ्या रक्षकांना त्यानं काही विचारलं नाही. हिंमतच झाली नाही त्याची. बाहेरच्या आवाजानं त्याला कळलं की, बाहेर पाऊस सुरू झाला होता.

फुसावोला तिथं तासभर थांबायला लागलं. कंटाळून तो खिडकीशी जाऊन बाहेरचा पाऊस न्याहाळायला लागला. फुसावोला उबदार, कोरड्या, रेशमी ततामीनं आच्छादलेल्या खोलीत ताज्या पाईनचा गंध घेताना वेगळंच; गरम, सुरक्षित आणि शेतकऱ्यांच्या कंबर मोडणाऱ्या कष्टांपासून दूरचं असं जग आसपास भासायला लागलं; सोपं, सुखासीन. या कोशात वेगळंच वाटत होतं, पण त्याला आईचे शब्द आठवले, 'प्रत्येक वस्तूची, वागण्याची किंमत असते', ती म्हणायची. 'आता या स्वर्गसुखाचं नुसतं दर्शन घेण्याची आपल्याला काय किंमत पडणार आहे?'

अचानक दार उघडलं, त्याची विचारशृंखला तोडत लॉर्ड ओकिमोटो काही सूचना न देता आत आले. दोन्ही रक्षकांना त्यांनी हाताच्या खुणेनं बाहेर घालवलं. खूप वाकून एक नमस्कार करून ते दोघं गेले. जाताना त्यांनी दार लावून घेतलं.

फुसावोनं ताडकन उठून, पंचेचाळीस अंशांच्या कोनात वाकून त्यांना अभिवादन केलं. शेतकरी करत तसाच. तो खोलीत एकटा होता हे लक्षात आल्यावर त्याचं हृदय धाडधाड उडायला लागलं. समोर लॉर्ड ओकिमोटो, त्याच्या पापी, अशुद्ध विचारांचं लक्ष्य; हे त्यांचं स्वरूप ज्या दिवशी ते प्रथम त्याच्या झोपडीत आले तेव्हापासूनचं.

'सामुराईंबद्दल असा विचार तरी कसा येतो तुझ्या मनात' त्यानं स्वत:लाच झापलं पुन:पुन्हा; पण त्याचे ते विचार मनातून गेले तर नाहीतच, उलट पुन:पुन्हा येत राहिले मनात, अधिक जोरकसपणे.

“आपल्यासमोर मला येऊ देणं हा माझा सन्मानच आहे, स्वामी.” तो पुटपुटला. तो भारावला होता. त्याचा देखणा, भारावून टाकणारा देवासारखाच मालक; नोकर, रक्षक यांच्याशिवाय एकटाच त्याच्याबरोबर होता. ही जवळिकीची जाणीव त्याच्या पाठीच्या कण्यातून थरथरत गेली आणि तो स्वत:ला समाजातल्या त्याच्या स्थानाची जाणीव देण्यासाठी अधिकच वाकला.

“ऊठ! आपण एकटेच असलो की, इतकं वाकण्याची काही गरज नाही; आणि एकटं असताना मला स्वामीही म्हणू नकोस. मला नाव आहे; ‘ओकिमोटो’, माहीत आहे ना!”

फुसावो ‘नाही, नाही’ अशी मान हलवत राहिला. सामुराईला नावानं हाक मारणं म्हणजे उद्धटपणानं आपली पायरी सोडून वागणं होतं. त्याबद्दल बाप झोडपून काढेल याची त्याला खात्री होती.

लॉर्ड ओकिमोटो हसले, उठून फुसावोजवळ येऊन म्हणाले, “ठीक आहे. आता लॉर्ड नोबुनागांचा मुलगा आणि रीतीप्रमाणे तुझा मालक म्हणून तुला आज्ञा देतो की, वाकायचा थांब आणि उभा राहा.”

फुसावोनं ते ऐकलं, पण तो गांगरलाच. सामुराई त्याच्याशी जणू किती दिवसांचा अगदी बरोबरीचा मित्र असावा तसं बोलत होते, जणू काही समाजात ते बरोबरीचेच होते. ते सामाजिक नियमांविरुद्ध होतं हे त्याला कळत होतं. तसं व्हायला नको होतं. ‘जगाला वेड लागलंय की काय? की हे स्वप्न आहे? की विनोद आहे कुणी तिसऱ्यानं केलेला? समोरचा माणूस खरा सामुराईच नाही. कुणी खेड्यातलाच माणूस सामुराईंचा वेश करून बोलतोय? मला फसवतोय?’ सामुराईंनी त्याच्या खांद्यावरही हात ठेवला, पण फुसावो नकळत मागे झाला, कारण शेतकऱ्यानं सामुराईला स्पर्श करायची परवानगी नव्हती. ते सारं ओकिमोटोंना गमतीचंच वाटत होतं. ते पुन्हा हसायला लागले.

फुसावो उभा राहिला तेव्हा त्याला सामुराई किती उंच होते ते जाणवलं. ते चांगले सहा इंच तरी उंच होते आणि तरीही त्याला आता त्यांची भीती वाटत नव्हती की त्याला कुणी कमी लेखतंय असं वाटत नव्हतं. उलट, फार सुखाचं, सहज वाटत होतं. वास्तविक, समाजात त्यांच्या नजरेला नजर देऊन पाहणंही उपमर्द ठरला असता; सामाजिकदृष्ट्या इतका फरक होता दोघांत.

ओकिमोटो एका उशांच्या ढिगावर बसले व फुसावोला त्यांनी शेजारच्या ढिगावर बसायला सांगितलं. “बस माझ्याजवळ फुसावो; आणि आरामात बस. असा ताणाखाली राहू नकोस. मी काही चावणार नाही तुला.”

सामुराईंकडून अशा हलक्या विनोदाची अपेक्षाच नव्हती. ते कडकच राहत रयतेसमोर; पण आता फुसावोही हसायला लागला आणि दोघेही निवळले, पण

ओकिमोटो ज्या प्रकारे ‘चावणार’ म्हणाले, त्यानं फुसावोची कानशिलं गरम झाली. तो चटकन बसला आणि कागद काढून मांडायला लागला. ब्रश, शाई सारं मांडलं त्यानं. त्याला खात्रीच होती, की यासाठीच त्याला बोलावलं होतं किल्ल्यात.

ओकिमोटो त्याच्याकडे किंचित स्मित करत पाहत राहिले. फुसावोला त्याचे कान आणखी गरम होताहेतसं वाटलं. ‘अरे देवा! हे छान वाटतंय, पण त्यांचं शेलाटं, नरम शरीर आणि ते हास्य माझ्यात नको त्या भावना जागवतंय. जर कुणाला माझ्या ह्या विचारांबद्दल कळलं तर माझी अंधारकोठडी नक्की!’

फुसावोनं घसा साफ केला. त्यांच्यामधलं मौन वाढत होतं. तो म्हणाला, “स्वामी, मी आज काय लिहायचं आपल्यासाठी?”

“लक्षात ठेव, तू मला ओकिमोटोच म्हणायचं आपण एकटं असताना....” तरुण सामुराईनं त्याला आठवण दिली. “तेच चांगलं वाटतं.”

“हो. हो. स्वामी... आपलं... लॉर्ड ओकिमोटो ... आपलं ओकिमोटो सान.” फुसावो चाचरला. तरुण सामुराईला नुसतं पहिल्या नावानं हाक मारणं त्याला कठीण जात होतं आणि त्याला भीती होती की, कोणी ऐकलं तर उद्धटपणाबद्दल त्याला शिक्षा करण्याची शक्यता होती.

ओकिमोटो इतक्या मोठ्यानं हसायला लागले की, खोलीबाहेर दाराशी उभ्या असलेल्या रक्षकानं साहजिकच दार किंचित उघडून सगळं ठीक आहे की नाही ते पाहिलं; पण सामुराईनं अस्वस्थ होऊन त्याला ताबडतोब घालवलं. मग तो फुसावोच्या समोर येऊन बसला; दोघे समोरासमोर.

“हं, माझ्या एकनिष्ठ आणि लाडक्या प्रजाजना, माझ्यासाठी काहीतरी छान लिही.” तो म्हणाला.

“मी फुलाबद्दल लिहिलेलं आवडेल तुम्हाला?” फुसावोनं एकदम विचारलं. सामुराईला काय सुंदर वाटेल याची त्याला कल्पना नव्हती, तेव्हा फुलं नक्कीच सुंदर ठरतील असं त्याला वाटलं.

“नाही. त्याहीपेक्षा काही सजीव.”

“सुंदर पक्षी आकाशात उडताना?”

“नाही. माणसाबद्दल लिही. रक्तमांसाचा माणूस. ज्याला भावना, वासना, कल्पना आहेत असा.”

“मी तुमच्याबद्दल लिहू?... ओकिमोटो सान?” फुसावोनं विचारलं.

“नाही. तू तुझ्याबद्दलच लिहिलेलं आवडेल मला. आरशात बघ. तो आकर्षक माणूस मी बघतोय तो... तुझं तूच बघून वर्णन कर!”

“नाही. मला माझ्यात काही सौंदर्य दिसत नाही. म्हणून वर्णनही करता येत नाही.” फुसावो म्हणाला. “मी एक साधा, गरीब शेतकऱ्याचा मुलगा. त्यात काय

सौंदर्य असायचंय?''

"होय. आहे. ते दिसेल तुला लवकरच. तुला शोधायला लागेल तो वेळ तू घे. तू कोण आहेस आणि तुला खरंच काय हवंय ते!''

तरुण सामुराईनं दिलेला आरसा फुसावोनं हातात घेतला. नवलानं तो पाहायला लागला. इतका सुंदर, लाख लावलेला सोनेरी फ्रेमचा आरसा त्यानं पूर्वी कधी पाहिला नव्हता. त्यात पाहिल्यावर त्याला धक्काच बसला. ओकिमोटोचं बरोबर होतं. आरशातला चेहरा खरंच सुंदर होता, ज्यावर अजून कशाचाच परिणाम नाही असा विश्वासू, निरागस, चमकदार चेहरा; नवल, आशा यांनी भरलेला. त्यानं स्वत:ला असं कधी पाहिलंच नव्हतं.

हा क्षण कायमचा शब्दांत पकडून ठेवण्याची अनिवार इच्छा त्याच्यावर स्वार झाली आणि ओकिमोटोची नजर त्याच्यावर सतत खिळलेली असताना फुसावो लिहायला लागला, आपल्या स्वत:च्याच प्रतिबिंबाकडून स्फूर्ती घेऊन, भावना घेऊन; आणि लिहितच राहिला.

❑ ❑ ❑

१२

टोयोकी आपल्या नव्या मोबाईल फोनची चाचणी घेत होता तेव्हाच त्याच्या आजीनं त्याला खालच्या मजल्यावरून हाक मारली. त्या इतिहासतज्ज्ञ बाईची मुलाखत झाल्यावर तो लगेच आपल्या खोलीत पळाला होता, कारण त्याला त्यावर चर्चा नको होती. आपल्या सामुराई पूर्वजांबद्दल त्याचं आता खूप ऐकून झालं होतं; पण आता त्याची आजी त्याला पुन्हा खाली बोलावून घेत होती. तिला नाही म्हणणं उद्धटपणाचं वाटलं असतं.

एक सुस्कारा टाकून तो टेबलाशेजारून उठला. हल्लीहल्ली त्याला आजी खूप ओरडायची आणि घरात खाजगीपणा असा राहिलाच नव्हता. पारंपरिक बिनकुलपांची दारं चालतच आली होती. त्यामुळे कोणीही कुठेही जाऊन काहीही शोधू शकत होतं आणि त्याला संशय होता की, आजी त्याची खोली धुंडाळते. 'आता एकदा नवी नोकरी लागली की, आपण स्वत:साठी वेगळी जागा घ्यायची. इथं एखादी मैत्रीण घेऊन यायची कल्पनाही करता येत नाही. आजी असतेच आसपास.'

ती जिन्याच्या खालच्या बाजूला उभी राहून त्याची वाट पाहत होती. शू रॅकजवळचे सगळे जोडे ती नीट ओळीत लावत होती.

हारुमी उभी राहिली तेव्हा टोयोकी आलेला तिनं पाहिलं आणि ती थोडी

अजिजीनं म्हणाली, "मी गेली पंधरा मिनिटं तुला हाका मारतेय. माझं एक काम करशील? स्टेशनपर्यंत मिस ओनोडेराला गाडीतून नेशील? काळोख होतोय आणि संध्याकाळी बसला फार गर्दी असते म्हणून. नेशील ना?"

खरंतर त्याला जायचं नव्हतं, कारण आता त्याला नव्या मोबाईल फोनचे कितीतरी नवे उपयोग कळत होते आणि आत्ताच त्याचा उपयोग करून घ्यायचा होता, पण तो म्हणाला, "ठीक आहे आजी. जातो ना, किल्ल्या घेऊन येतो आणि निघतो."

त्याची गाडी म्हणजे टोयोटाची वरच्या दर्जाच्या नव्या मॉडेलपैकी एक मॉडेल होती. त्याच्या आजी-आजोबांनी त्याच्या पहिल्या नोकरीनिमित्त त्याला घेऊन दिली होती. टोयोकीनं गॅरेजमधून ती बाहेर काढली तेव्हा त्याचा चेहरा मृदू झाला होता. खरंच, त्याचे आजीआजोबा किती चांगले होते. हां, आता कधीकधी ते त्याच्यामागे लागायचे; विशेषत: आजी. तीही त्यानं बायको आणावी म्हणून. तिला कळतच नव्हतं की, 'हल्ली जपानमध्येही याच्या वयाची मुलं इतरच ध्येयं डोळ्यांसमोर ठेवून असतात, पण नैसर्गिक ओढीनं लग्न करून निदान दोन तरी मुलांना जन्म द्यावा असं त्यांना कसं वाटत नाही? आपला जन्मदर इतका कमी आहे. त्यात भर नको पडायला? तीही देशभक्तीच नाही का?' त्याला मात्र इतर पुढची दृश्यं, इच्छा दिसत होत्या, त्या आजीबरोबर वाटून घेता येत नव्हत्या. त्याला लग्न एवढ्यात तरी नको होतं, पण तिला पटायला पाहिजे होतं ना!

तो थांबला. मायुमीनं हारुमी सानचा निरोप घेतला आणि ती सावकाश कारकडे गेली. छान बांधा, सुंदर पाय, पण जरा जास्तीच तल्लख आणि त्याच्या आवडीपेक्षा अधिक कडक; त्याच्या आवडीत बसत नव्हती ती. 'सॉरी आजी, तुला काही अपेक्षा असतील तर सोडून दे.' शिवाय त्याचं मन इतरत्र गुंतलं होतं.

मायुमी गाडीत बसली. तिला ड्रायव्हरच्या विचारांचा पत्ता नव्हता. थोडं औपचारिक बोलून दोघंही गप्प झाले.

"किती वेगळाच मुलगा आहे हा! अमेरिकेत राहून, शिकून आलेला मुलगा अधिक मोकळा आणि थोड्या अधिक सामाजिक रीतीभाती पाळणारा असायला हवा."

"तुला काय वाटतं या कागदांबद्दल?" मायुमीनं विचारलंच, कारण तिला तरुण पिढीकडून, विशेषत: सामुराईच्या थेट वंशजाकडून मत हवं होतं आणि टोयोकी उत्तम होता त्यासाठी.

"ते सारं कौतुकास्पद आहे यात शंका नाही" टोयोकी म्हणाला आणि मायुमीला दोघांच्या एकाच आवडीचा विषय सापडला. "पण आजीचा इंटरेस्ट वरवरचा आहे. तिला फक्त समाजात महत्त्व मिळायला हवंय आणि सर्वांनी लक्षात

ठेवायला हवंय की, ती सामुराई कुळातली आहे.''

''अच्छा, मग जेव्हा मी तिला सांगितलं की, पहिली काही पानं खरोखर तिच्या कुटुंबातल्या कोणी लिहिलेली नाहीत तेव्हा मी तिची निराशाच केली म्हणायची.''

''हे फारच वाईट आहे, होय ना? पण सत्य आहे ते आहेच आणि तुम्हाला जे सापडलं ते तुम्ही सांगायलाच हवं. होय की नाही? पण माझं मत विचाराल तर मला हे एक गूढच वाटतं. लिखाणाचं बाड अशा कुणा सरळसरळ खालच्या श्रेणीच्या आणि कुटुंबाबाहेरच्या माणसानं लिहिलेलं, आमच्या सामुराई पूर्वजानं इतकं आदराने का सांभाळून, जतन करून ठेवलं असेल? मला वाटतं, याबद्दल आणखी कळलं पाहिजे. हा गूढ लेखक कोण आणि आमच्या कौटुंबिक इतिहासात त्याचं स्थान काय?''

मायुमीनं फिकट चेहऱ्याच्या, पण आयुष्याकडून अपेक्षा ठेवणाऱ्या त्या तरुणाकडे नव्या इंटरेस्टनं पाहिलं. निदान त्याच्या आजीच्या प्रश्नाबद्दल तो मदतीला तत्पर आणि इच्छुक होता. शतकानुशतकांच्या या गूढाभोवतालची आवरणं काढून त्यातलं निखळ सत्य त्याला हवं होतं. तिच्यासारख्या या विषयाला वाहून घेणारीला कोणीही अशील मनापासून अशा प्रश्नांत गुंतलेला असणं हवं होतंच. देणेकऱ्याचं देणं देऊन अलिप्तपणे, तेही नाइलाजानं माहिती देणाऱ्या अशिलांचा तिला राग होता. ते फक्त तिच्या एवढ्या कष्टांचा शेवटी निकाल विचारायचे. तो निकाल तेवढा बरेचसे कॉंप्युटर प्रिंट्स काढून चांगल्या लिफाफ्यात घालून हवा असायचा त्यांना.

''तुम्हाला नाही पटत?'' टोयोकीनं विचारलं आणि ती भानावर आली. तिनं त्याचं बोलणं धड ऐकलंच नव्हतं.

''हो तर, मला पटतंय ते.'' त्याच्या सांगण्याला हेच अपेक्षित उत्तर असावं असं वाटून ती म्हणाली आणि तिच्या उत्तरानं तो समाधानी दिसल्यावर तिने नि:श्वास टाकला.

नंतर ते गप्पच होते. फक्त आणखी माहिती घेऊन पुन्हा केव्हा येणार ते त्यानं विचारलं. ''लवकरच कळवते'' ती म्हणाली.

मायुमीला ती ट्रीप छान वाटली. त्या केसबद्दलही आत्मीयता वाढली; जणू तो लेखक तिच्याशीही खास पद्धतीनं संपर्क राखून होता. घरी गेल्याबरोबर लगेच पुढचे कागद वाचायला घ्यायचे असं तिनं ठरवून टाकलं.

❑ ❑ ❑

१३

सूर्य उगवल्यानंतर फुसावोचे वडील नाओकी मात्सुमोटोहून घरी यायला निघाले. ते तिथं जोजीकडे, त्यांच्या चुलत भावाकडे दोन दिवस राहायला गेले होते. नेहमीप्रमाणे ही ट्रीप छानच झाली, कारण ते मोठं शहर होतं, तिथलं जीवन इतकं खेडवळ नव्हतं. तिथं शेती कमी आणि व्यापार जास्त होता. लोक चांगले कपडे घालायचे, चांगले दिसायचे, जमीनदारांची रयत म्हणून राहावं न लागणाऱ्यांना स्वत:ची जमीन घेता यायची. ते ती कसायचे. जोजीच्या कुटुंबानं त्याच्या जन्मानंतर लगेचच गाव सोडलं होतं, कारण त्याची आई शहरात राहणारी होती. तिला खेड्यातलं, शेतकऱ्याच्या बायकोचं कष्टाचं जीवन सोसत नव्हतं.

त्यांचा तो निर्णय शहाणपणाचा ठरला. आता ते तांदळाच्या व्यापाऱ्याला शोभेल अशा छान घरात राहत होते. त्यांची स्वत:ची जमीन कसत होते. नाओकी आपले जास्तीचे तांदूळ अकाऊंट बुकमध्ये येऊ नयेत म्हणून जोजीलाच विकत होता. ह्यात मोठा धोकाही होताच, कारण जर का हे त्याच्या मालकाला कळलं असतं तर सामुराईंचा कोप तर ओढवलाच असता; पण त्यांना फसवल्याबद्दल इतर शेतकऱ्यांचंही मत वाईट झालं असतं; तरी तो धोका पत्करून नाओकी दर वर्षी याप्रकारे पैसे साठवायचा, कारण त्याला त्याच्या मुलाचं, एकुलत्या एक फुसावोचं लग्न थाटात करायचं होतं.

जमीनदाराच्या वेठबिगारीत अडकलेल्या शेतकऱ्यांचं जीवन कठीणच होतं. रात्रंदिवस ज्या जमिनीत राबायला लागत होतं त्यातला इंचभरही तुकडा त्यांचा नव्हता. सर्व गोष्टींसाठी ते मालकांवर अवलंबून होते. म्हणून बहुतेक जण कधी हसायचे नाहीत. हसायला कारण तर हवं! ज्यांनी कोणी या कामाबद्दल मिळणारा वेतनाचा हिस्सा वाढवून मागितला होता, त्यांना मालकांच्या नोकरांनी काठ्यांनी बडवून काढलं होतं आणि नेत्यांचं तर नावही राहिलं नव्हतं.

होय. नोबुनागाही आपल्या ऐन अमदानीत त्यांचं नाव काढताच कापायला लावणारेच होते; काही दिवसांपासून त्यांच्यांत जो फरक झाला होता तो कशानं हेही लोकांना नीटसं कळलं नव्हतं. आता ते बदलून जरी एकदम घरातल्या प्रेमळ मोठ्या माणसासारखे वागायला लागले होते तरी त्यांच्या रयतेला ते अवघड वाटायला लागलं होतं आणि अधूनमधून ते आपल्या शेतांवर भेटी द्यायला लागल होते याची तर त्या शेतकऱ्यांना भीतीच वाटायला लागली होता, कारण शेतकऱ्यांच्या मते, शक्तिमान आणि लहरी लोकांचं काही सांगता येत नव्हतं. ते मालक होते. त्यांना अपमान वाटेल असं नकळतही काही वागलं गेलं असतं; चुकून, मनात नसताना, तर कंबक्ती. तेव्हा त्यांच्याशी कमीत कमी संबंध ठेवणं उत्तम; असं त्यांना वाटायचं. शिवाय त्यांचा मुलगा, त्यांचा वारसच तो, त्याच्याबद्दल लोकांत कुजबूज होती. बावीस वर्षांचा होता तो. त्या वयात त्याच्या बरोबरीच्या इतर तरुणांची लग्नं व्हायची, त्यांना मुलं व्हायची आणि शिवाय इतर ठेवलेल्या बायकाही त्यांना असायच्या; पण तो अजून सडाफटिंगच होता आणि स्त्रियांत काही विशेष रसही घेत नव्हता. बाकीचे पुरुष कारणं शोधून साकेचे कपच्या कप रिचवायचे, तेव्हा त्यांच्या बोलण्याचा विषय या तरुण मालकाचं प्रेमजीवन हाच असायचा आणि रात्र चढत जाईल तसतसे साकेचे कप भरले जायचे, रिते व्हायचे आणि त्यांची कल्पनाशक्ती सुटायची, मोकाट होऊन आकाशात विहरायची. तरुण सामुराईविषयी जिभा लगाम सोडून बोलायच्या.

काही जण काही अकल्पित सांगायचे. त्यामुळेच नाओकीच्या कण्यातून थंड शिरशिरी जायची. तो आपल्या लेकाचा आणि तरुण सामुराईच्या लेकातल्या स्वारस्यचा विचार करून अस्वस्थ व्हायचा. फार पूर्वी आपला चुलतभाऊ जोजीबरोबर त्यानं एक करार केला होता. त्याबद्दलच पुन्हा बोलायला तो मात्सुमोटोला जाऊन आला होता, त्यामागेही स्वत:च्या मुलाच्या भवितव्याबाबतची तीच अस्वस्थता होती.

आइको ही जोजीची चौथी मुलगी होती. तिच्या जन्मानंत दोन्ही भावांनी तिचं लग्न फुसावोशी करण्याचं मान्य केलं होतं. आइकोला चौदावं वर्ष लागलं होतं आणि फुसावोची सतरा वर्षं पूर्ण झाली होती, तेव्हा आता ती वेळ आली होती.

त्याचबरोबर तरुण सामुराईनं फुसावोला दिलेल्या विशेष महत्त्वामुळे नाओकी अस्वस्थ होता; आणि म्हणून फुसावोच्या लग्नाबाबत तो जास्त आग्रही झाला होता.

कधीकधी नाओकीला वाटायचं की, त्याला वेड लागलंय. लॉर्ड ओकिमोटोच्या फुसावोमधल्या इंटरेस्टचा असा अर्थ घेणं बरोबर नाही, पण फुसावोला किल्ल्यावर आमंत्रण मिळाल्यानंतर मात्र त्याची खात्री पटला होती की, त्याची भीती खरीच होती.

त्याची मात्सुमोटोची ट्रीप यशस्वी झाली होती, कारण जोजीलाही आपल्या सगळ्यात धाकट्या मुलीच्या लग्नाची घाई होतीच. नाओकीनं सुस्कारा सोडला. आता अडचण फक्त ही बातमी फुसावोला कशी सांगायची एवढीच होती. नाओकीला हे समजतच नव्हतं. फुसावोच्या वयाचा दुसरा कुणी तरुण उड्या मारत त्या लग्नाला तयार झाला असता. त्यातून आइकोसारखी गोड, गृहकृत्यदक्ष, नम्र, रीतीभातीची मुलगी; पण फुसावो तयार नव्हता. नाओकीला मुलाकडे हा विषय काढायचीही भीती वाटायची. आपल्या मुलाबद्दल नकोनको ते विचार त्याच्या मनात यायचे; पण तरीही फुसावो चांगला मुलगा होता. तो बापाच्या इच्छेविरुद्ध जाणारा नव्हता. 'येत्या उन्हाळी उत्सवात हे लग्न करूनच टाकायचं.' फुसावोनं ठरवलं.

आपल्या विचारात गढल्यानं घरी येऊन पोहोचल्याचं नाओकीला कळलंच नाही; पण त्याला क्षितिजावर गावातल्या एकुलत्या एक किल्ल्याची धूसर आकृती दुरून दिसली आणि पुन्हा त्याला तरुण सामुराईची आठवण झाली. तो मनातच कण्हला, 'ह्या लिहिण्यापायी झालं सगळं!'

सगळं उलटंच झालं होतं. फुसावो आठ वर्षांचा झाल्यावर त्यानं त्याला शहरात राहणाऱ्या काकाकडून काही नवीन शिकून हुशार व्हावं म्हणून मात्सुमोटोला राहायला पाठवलं तर हा पोरगा लिहिणं शिकून, कविता आणि अशाच गोष्टींची आवड घेऊन आला. ते आणखी एका काकानं शिकवलं; तोशिकी, त्याचा आणखी एक भाऊ शोगुनच्या कोर्टातून निवृत्त झाला होता. तो तिथं अधिकारी होता आणि साऱ्या कुटुंबाचा अभिमान आणि आनंद होता! "त्याच्या स्थानावरून तू काही कल्पना डोक्यात भरवून घेऊ नकोस" असं नाओकीनं फुसावोला सांगून ठेवलं होतं. त्याच्याकडे फुसावो लिहा-वाचायला शिकला आणि त्यानं ते घरी परतल्यावरही चालूच ठेवलं होतं.

कधीकधी नाओकी चिडून म्हणायचा, "रात्रीही दिवे जाळून काय करतोस रे? ठेव ते. तो दिवा मालव. माहीत आहे लिहून काय करणार ते!" पण अनेकदा मुलाचा एवढाच आनंदही काढून घ्यायचं त्याच्या जिवावर यायचं. तो पाहून न पाहिल्यासारखं करायचा. मुलाला थांबवणं शक्य नव्हतं. पुढेपुढे नाओकीनं बोलणंच सोडून दिलं होतं. फुसावोही आईबाप झोपल्यावर लिहायचा, पण त्यापायी तो

शेतातल्या कामांकडे दुर्लक्ष करत नव्हता हेच नाओकीसाठी खूप होतं.

फुसावो मोठा झाला. त्याचं लेखनातलं कर्तृत्व सर्वांना माहीत झालं. खेड्यातल्या कुणाला काही लिहून-वाचून घ्यायचं झालं की, ते फुसावोकडे यायचे. पुढेपुढे नाओकीला त्याबद्दल लेकाचा अभिमान वाटायला लागला, पण नंतर जेव्हा लॉर्ड नोबुनागा त्याच्या लिखाणात इंटरेस्ट घ्यायला लागले तेव्हा मात्र नाओकीला या गोष्टीची चिंता वाटायला लागली, कारण गावातून असं एखाद्यालाच सामुराईनं निवडणं ही काही त्याच्या दृष्टीनं विशेष चांगली बाब नव्हती.

त्याच्या छोट्याशा घरात उजेड दिसला. नाओकीला माहीत होतं की, त्याची बायको पाणी गरम करत असेल. चुलीवर पाणी उकळत असेल. चुलीच्या धगीनं घरही गरम असेल. अशा थंड रात्री त्याला ते हवंच होतं. घरामागून धूर वळसे घेत वर जात होता. बायको जेवण करत असणार हे त्याला ठाऊक होतं. तिचं असणं ही जाणीवच त्याच्यासाठी उबदार होती. 'घरातला पुरुष बाहेरून घरात आला की, तिथली स्त्री तिथं त्याच्यासाठी काहीतरी करत असलेली त्याला दिसावी; घर तेव्हाच 'घर' होतं.' नाओकीला वाटलं. त्यानं पावलांचा वेग वाढवला. 'फुसावो एव्हाना घरी आला असेल. त्याला लग्नाची गरज पुन्हा एकदा पटवून द्यावी' नाओकीनं ठरवलं.

पण त्याला घर रिकामं वाटलं. मागच्या बाजूनं भांड्यांचे ओळखीचे आवाज येत होते. बायको खूप दुःखी, निराश दिसली.

अनामिक भीतीनं नाओकी म्हणाला, ''अशी का दिसतेस? काही झालंय का?''

युकोनं मान हलवली. तिच्या डोळ्यांतून अश्रू वाहायला लागले. ''किल्ल्यातून शिपाई आला होता...'' ती म्हणाली.

''हो. मला माहीत आहे. फुसावोला आजच बोलावलं होतं. त्याच्या कवितांनी सामुराईंना रिझवायला; पण ते थोडा वेळ असेल. आता कुठे आहे तो? आला असेल ना एव्हाना?''

''नाही. तिनं जोरात मान हलवली. तो शिपाई म्हणाला की, फुसावो आज रात्री किल्ल्यातच राहील.''

नाओकीचं हृदय भीती आणि दुःखानं पिळवटलं. शर्थीनं शांत आवाज ठेवून थोड्या वेळानं तो म्हणाला, ''अस्सं. फुसावो कधी येईल ते काही बोलला तो?''

''नाही. नाओकी, काय करायचं आपण? फुसावोच्या आयुष्यात काही भयंकर सुरू होतंय आता.'' युको म्हणाली.

''आपण काही करू शकतो असं मला तर वाटत नाही.'' तो जेवायला लागला. वाढलेलं सगळं त्यानं संपवलं, कारण युकोला अन्न फुकट घालवणं

आवडत नसे, पण त्याला चव कळलीच नाही. युकोचं बरोबर होतं. मुलाला परत मिळवायला ते काय करू शकत होते? ज्यांच्याविरुद्ध लढण्याची शक्ती नव्हती, साधनं नव्हती त्यांच्याकडून ते त्यांच्या मुलाला कसं परत मिळवू शकणार होते?

त्या रात्री नाओकीला झोप आली नाही. जराशा आवाजानं तो दचकून उठायचा. मुलगा आला असं वाटून, पण फक्त वाऱ्याचा आवाज होता. फुसावो कुठे झोपला असेल? कुणाबरोबर? उत्तरादाखल इतकी भयानक दृश्यं दिसायची, की अखेर नाओकीनं उठून बरीचशी साके ढोसली. त्यानं झोप नाही तरी त्याला गुंगी आली.

सकाळ झाली. लोकांची रोजची आन्हिकं सुरू झाली. फुसावो आला नाही. त्याचे आईबाप किती वेळ पांघरुणाबाहेरही आले नाहीत; आले ते नाइलाजानं, जड अंत:करणानं आणि शरमेनं. त्यांना काहीही करता येणार नव्हतं, एवढंच खरं होतं.

वाट पाहायची आणि दिवस घालवायचा; हेच करायचं; कदाचित रोज; फुसावो येईपर्यंत.

❑ ❑ ❑

१४

किल्ल्याच्या अंतर्भागात सजवलेल्या खोलीत बसून लिहिण्यात फुसावो इतका गढून गेला होता की, बाहेर सूर्य कधी मावळला आणि रात्र पडून चंद्र आणि तारे आकाशात कधी चमकायला लागले हे त्याला कळलंच नाही. एक नोकर दिवे लावायला आला तेव्हा त्याच्या ते लक्षात आलं.

त्याआधी आणखी एक नोकर जेवणाच्या प्लेट्स घेऊन आला होता. त्या बशा उत्तम, पातळ, चिनी मातीच्या, सुंदर नक्षीकामाच्या आणि त्याबरोबरचं वाडगं उत्तम लाखेचं, रंगीत काम केलेलं होतं. जेवण विविध प्रकारचं, चविष्ट, सुगंधित आणि पुष्कळ होतं. त्यानं आयुष्यात कधी चाखला नव्हता असा सुवासिक हिरवा चहा किटली भरून होता. फुसावो आणि लॉर्ड ओकिमोटो दोघंही ठेंगण्या टेबलांवर शेजारीशेजारी बसून जेवले. ते फारसं बोलले नाहीत. फार वेगवेगळी पार्श्वभूमी असलेल्या आणि तरी एकमेकांना अतिशय सुखकारक वाटणाऱ्या जोडप्यासारखे होते ते.

आणि आता दिवस संपत आल्यावर, सुंदरसुंदर दिवे आपलं पिवळं तेज उजळत असताना खोली ऊब आणि जवळीक यांनी भरून त्यातल्या लोकांना आपल्या जादूच्या विळख्यात ओढून घेत होती. त्या क्षणांच्या, वेळेच्या किमयेनं फुसावो पानांमागून पानं लिहित होता; स्वत:विषयी, आपल्या विचारांविषयी; तर

त्याचा सामर्थ्यशाली स्वामी एका नजरेनं तरुण फुसावोकडे आणि त्याच्या उचंबळून येणाऱ्या लेखनाकडे फक्त बघत होता. त्याची नजर त्याच्यावरून हलतच नव्हती.

खूप वेळानं त्याचं त्या दिवशीचं लेखन संपलं तेव्हा फुसावोला रात्र पडल्याचं जाणवलं आणि त्याचे आईवडील त्याची वाट पाहत असतील हेही जाणवलं. तो घाईघाईनं उठला आणि घाबरून म्हणाला, "अरे देवा! माफ करा हं. मला कळलंच नाही किती वेळ झाला ते. मी खूपच थांबलो. स्वामी, मला जायला हवं... ओकिमोटोसान, घरी माझी वाट पाहत असतील."

त्याच्या खांद्यावर हात ठेवून धाकटे सामुराई म्हणाले, "तू रात्री इथेच थांबलास तर मला फार आनंद होईल. राहा माझ्यासोबत. या किल्ल्यात फक्त वयस्क व्यक्ती आणि स्त्रियाच आहेत आणि कधीतरी आपल्यासोबत तरुण मित्र असला तर खूप छान, वेगळं वाटेल."

फुसावो थोडा भांबावला, चाचरला. त्यालाही थांबायचं होतं, पण आईवडील वाट पाहत असतील हेही जाणवत होतं आणि एकूणातच रात्र किल्ल्यात ओकिमोटोसानबरोबर घालवणंही प्रशस्त वाटत नव्हतं. त्याला वडिलांनी बजावून सांगितलं होतं, "तेल आणि पाणी मिसळत नाहीत."

मग त्याला आपल्या खांद्यावरचा सामुराईंच्या हाताचा दाब वाढलेला जाणवला आणि कळलं, 'ही विनंती नव्हे, तर गोड शब्दांत केलेली आज्ञाच आहे.'

"मग, काय म्हणतोस?" लॉर्ड ओकिमोटो म्हणाले. "मी नोकरांना जेवण आणायला सांगतो आणि नंतर आपण ओफुरो एकत्र घेऊ."

फुसावो मनातून आनंदलाच. त्याला पर्याय नकोच होता. मनातून कुठेतरी त्यालाही इथं रात्र काढावी असं वाटत होतं; त्याला देवासारख्या वाटणाऱ्या या माणसाबरोबर.

तो परत गेला नसता म्हणजे त्याच्या आईवडीलांना समजलंच असतं की, त्याला किल्ल्यात ठेवून घेतलं आहे. तसा तो दुसऱ्यांचा विचार करणारा होता म्हणून त्याला हा निरोप घेऊन एखादा माणूस घरी पाठवावावसं वाटत होतं. मग आईवडिलांची काळजी दूर झाली असती; पण बरोबरीच्या नसणाऱ्या त्या मैत्रीत शेतकरी सामुराईंना आज्ञा कशी करणार? तो मनातच प्रार्थना करत राहिला की, आईबाबांनाच समजलं तर बरं! पण लॉर्ड ओकिमोटोंना त्याची काळजी कळली. "काळजी नको करूस. मी माणूस पाठवतो हे कळवायला तुझ्या घरी. सामुराईंच्या पूर्ण संरक्षणाखाली आहेस तू."

फुसावोनं कृतज्ञतेनं मान हलवली. त्याच्या त्या शक्तिमान मित्रानं त्याच्या वाटण्याला इतकं महत्त्व दिलं म्हणून. पण खूप नंतर त्याला कळलं की, लॉर्ड ओकिमोटोचं हे आश्वासनच त्याच्या बापाच्या काळजीचं कारण होतं.

त्यांच्या छोट्या झोपडीत अंघोळ म्हणजे घराबाहेरच्या व्हरांड्यात मांडलेला एक लाकडी टब होता. बाकीच्या घरात बाथरूमही नव्हती. लोक सेंटॉरमध्ये - सार्वजनिक स्नानगृहात अंघोळी करायचे. ते खेड्याच्या मधोमध होतं

रोज रात्रीच्या जेवणानंतर लोक रांग लावून स्नानघराकडे जायचे. फुसावोला त्यांना बघायला आवडायचं, कारण रात्री लोक दमलेले असले तरी चांगल्या मूडमध्ये, निवांत असायचे. मनापासून आणि मोठ्यानं मारलेल्या गप्पा, हास्यविनोदाचा खळखळाट यांमुळे एकमेकांना बातम्या देणं, मदत, सहानुभूती, कौतुक, नापसंती यांची देवाणघेवाण व्हायची आणि यासाठी स्नानाचं कर्मकांड आवश्यक होतं. थंडीत जेवणापूर्वीच काळोख गडद व्हायचा. मग लोक छोटे दिवे बरोबर घेऊन जायचे. त्या दिव्यांचा गोल, पिवळा प्रकाश उबदार वाटायचा. प्रसन्न दृश्य असायचं ते. ते पाहूनच फुसावोला समाधान वाटायचं. स्नानगृहाच्या दिशेनं ह्या पिवळ्या दिव्यांचे गोल हलता–नाचताना पाहून त्याला आपणच श्रीमंत असल्यासारखं वाटायचं.

अर्थातच स्त्रियांची व पुरुषांची स्नानगृहं वेगवेगळी होती. मुलं पाच वर्षांपर्यंत आईबरोबर असायची. नंतर वडिलांबरोबर जायची. फुसावोला आठवलं, पहिल्यांदा वडिलांबरोबर जाताना तो किती रडला होता ते. लहानखुरा असल्यानं आणखी एक वर्ष तो आईबरोबर गेला. त्याला स्त्रियांच्या स्नानगृहात जायला आवडायचं. तिथं हसणं, गप्पा जास्त असायच्या. त्याला त्याची आई तिच्या मैत्रिणींत जाऊन गप्पा मारायची, आपल्या सगळ्या काळज्या बाजूला ठेवायची आणि केस मोकळे सोडायची, ते सर्वांत जास्त आवडायचं.

स्त्रिया सहजपणे आपली बहुतेक वस्त्रं उतरवून अंग घासत बसायच्या आणि जवळजवळ उकळत्या पाण्यात उतरायच्या. त्यांच्या शरीरातून थकवा पूर्ण उतरून त्या ताज्यातवान्या होईपर्यंत गरम पाण्यात डुंबायच्या, पाऊस असो की बर्फ, फुसावोची आई त्याला बरोबर न्यायचीच, कारण तेवढाच वेळ तिला मैत्रिणींत मिसळता यायचं, पण तो सहा वर्षांचा झाल्यावर तिनं त्याला वडिलांच्या ताब्यात देऊन सांगितलं, "आता त्याला तुम्ही नेत जा. मोठा झालाय तो!"

फुसावोला खरंतर पुरुषांचं स्नानगृह फारसं आवडत नव्हतं. तिथं फारशी गंमत नव्हती. पुरुषांच्या हाडांचा एकच एक आवाज असायचा. ते फक्त पिकांबद्दल बोलत. हवामान चांगलं नसलं की, सामुराईंना कर कसा भरायचा ह्याची काळजी त्यांना लागायची. पुरुषांचे घोगरे आवाज आणि मोठाली अवजड शरीरं फुसावोला आवडत नसत. उंच सुरातली गाण्यासारखी बोलणी आणि स्त्रियांच्या शरीराची बाकदार नरम वळणं पाहायला तो आसुसायचा.

मग एक दिवस त्याचा बाप मात्सुमोटोहून एक उत्सुकतापूर्ण बातमी घेऊन

आला की, तिथल्या काही घरांना स्वत:च्या स्वतंत्र बाथरूम्स आहेत.

"मीही आपल्यासाठी एक बांधून बघणार आहे, म्हणजे तिथपर्यंत जाण्याचा आपला वेळ वाचेल." तो म्हणाला आणि त्याची पत्नी भिऊनच गेली. तिनं त्याला त्यापासून हटवण्याचा प्रयत्न केला, पण नाओकीचा निश्चयच झाला होता. रोज रात्री जेवणानंतर तो आपलं कौटुंबिक स्नानगृह बांधण्यात गुंतत असे. तो लाकडाचे तुकडे एकमेकांना जोडत बसायचा. शेवटी एका रात्री मोठ्या विजयानं त्यानं जाहीर केलं की, ते बांधून झालंय आणि आता त्याचा वापर करून पाहायचाय.

आधी कितीही विरोध केला असला तरी त्याच्या बायकोनंच उत्साहानं पाणी उकळून लाकडाचा टब भरला. पंधरा बादल्या लागल्या टब भरायला. मग त्यात सुगंधी पूड घातली आणि त्यांनी एकामागून एक अंघोळ केली. मात्सुमोटोच्या लोकांसारखं नाओकीनं लाकडी घडीचं झाकणही केलं होतं त्याला. घरातल्या शेवटच्या माणसाची अंघोळ झाली की, झाकण ठेवायचं टबवर, जेणेकरून पाणी उबदार राहील दुसऱ्या दिवशीपर्यंत; पण असं चारच दिवस झालं. पाठ मोडेपर्यंत पाणी आणणं, उकळणं, त्यासाठी जळण आणणं या कष्टांनी थकून नाओकी या रितीने आंघोळ करणं टाळू लागला. मात्सुमोटोची गोष्ट वेगळी होती. तिथं गरम पाण्याचे झरे होते कितीतरी. बांबूच्या पाईपनं ते आपापल्या बाथटबपर्यंत आणायच. युकोसारखी मरेपर्यंत मेहनत नव्हती करावी लागत कुणाला. ही माहिती कळल्यावर युको ताबडतोब संपावर गेली आणि पाणी आणून तापवायचं तिनं नाकारलंच. म्हणून नाओकीनं कौतुकानं केलेला बाथटब बाजूला ढकलून ठेवला आणि पुन्हा सगळे आनंदानं सार्वजनिक स्नानगृहात जायला लागले.

फुसावो आता नाओकीच्या त्याच बाथटबचा विचार करत होता. किल्ल्यातलं खाजगी स्नानगृह पाहून त्याचे शब्दच खुंटले होते. चारही बाजूंनी लाकडी फ्रेमचे, पांढऱ्या, अर्धपारदर्शक, चिवट कागदांचे नक्षीदार पडदे, त्यावर बांबूच्या झाडांची नक्षी, संगमरवरी व इतर दगडी दिवे, त्याभोवती गोल, रंगीबेरंगी, विखुरलेले गोटे. चमकदार राखाडी दगडाचा प्रचंड टब – टब नव्हे छोटी खोलीच – गावातल्या रोजच्या उपयोगाच्या सामान्य स्नानगृहापेक्षा हे स्नानगृह लाखपटींनी देखणं होतं.

"फार देखणं स्नानगृह आहे तुमचं." फुसावो एक दीर्घ श्वास घेऊन म्हणाला.

"आवडलं तुला?" सामुराईनं हसून विचारलं. सहज, कुठलीही भावना न लपवता फुसावोनं दाखवलेलं आश्चर्य त्याच्या मनाला स्पर्शून गेलं. सतत मिळणाऱ्या खोट्या हास्यांनी आणि नमस्कारांनी तोही कंटाळायचा. प्रत्येकाला सामुराईंकडून कसली ना कसली अपेक्षा असायची. फुसावोची निरागसता ताजी होती. ओकिमोटोच्या मनात या तरुण आश्रित मित्रासाठी एक आपलेपणाची प्रबळ भावना उसळली.

या सगळ्याची कल्पनाच नसणारा फुसावो जोरानं मान हलवून म्हणाला, "हो

तर! आतला गंधही फार छान आहे."

त्या सुगंधी पाण्यात उतरण्यापूर्वी दोघांनी कपडे काढले. एरवी सार्वजनिक स्नानघरात तो नेहमीच सर्वांसमोर शरीर घासायचा. सर्वच तसं करायचे; पण आता विलक्षणच वाटून तो स्वत:विषयी जागरूक झाला. त्याला अवघड वाटलं, थोडं नकोसंच. 'या देखण्या, खानदानी पुरुषासमोर नग्न व्हायचं?' पण त्याचे डोळे आपल्या शरीरावरून फिरताना त्याला जाणवत होते.

पण नंतर त्या सुगंधी, गरम पाण्यात डुंबताना नको असलेल्या भावनांचा गुंता वाहून गेला. कपड्यांसह दर्जा, वय, सारंच गेलं. फुसावोला इतकं सुखाचं वाटलं ते स्नान. ओकिमोटोबद्दलचा सारा अवघडलेपणा, संकोच, लाज, सारं नष्टच झालं.

सबंध दिवसाचा थकवा असल्यानं त्याचे डोळे मिटले. त्याला वाटलं, कुणीतरी आपल्याला त्या टबातून अलगद उचलून, आपलं शरीर पुसून, कोरडं करून दुसऱ्याच खोलीत नेलंय. तिथं मऊ बिछाना, उबदार रेशमी रजया अशा तयारच आहेत. त्याला कुणीतरी झोपवलंय.

❑ ❑ ❑

१५

मायुमी मिनामिमोटोहून घरी परतली तेव्हा खूप उशीर झाला होता. तिचं मांजर रुसून आपल्या जेवणाच्या रिकाम्या वाडग्याकडे टक लावून बघत होतं. ते त्यानं विरोध दर्शवायला उपडं करून ठेवलं होतं. नेहमी आपल्याकडे लक्ष देणाऱ्या मालकिणीने निष्काळजीपणे वागल्याबद्दलचा निषेध!

ती त्याच्यासाठी दिवा लावून ठेवायलाही विसरली होती. मांजर असून त्याला काळोखाची चीड होती. त्यानं ती आल्यावर गुरगुरून तिला ती दाखवलीच.

मायुमीनं मांजराला उचलून घेतलं आणि त्याला कुरवाळत ती बोलली, ''सॉरी मिनीसान, मला वाटलं नव्हतं एवढा उशीर होईल म्हणून. इतकं काही रागवायला नकोय काही.''

मांजराच्या डोक्याला, गळ्याखाली रोजचं मालिश केल्यावर माऊताई सगळं विसरली आणि तिच्यामागे हिंडायला लागली. मायुमीनं तिला आपल्या चुकीबद्दल जरा जास्तच खाऊ दिला.

भिंतीवरच्या घड्याळानं अकरा ठोके दिले आणि आता आईला फोन करायला खूप उशीर झालाय हे तिच्या लक्षात आलं. 'आईनं साडेदहापर्यंत वाट पाहिलीच असेल, गाडीतूनच फोन करायला हवा होता' तिला वाटलं.

'उद्या पुन्हा सगळा दिवस जाईल. गरम शॉवर घ्यावा का? उद्या इतिहासाच्या

वस्तुसंग्रहालयाला भेट द्यायचीय. आज जे-जे केलंय ते लॅपटॉपवर रेकॉर्ड झाल्याशिवाय झोप येणार नाही'. घाईघाईनं शॉवर घेऊन मायुमी त्या कागदांचा दुसरा संच घेऊन बसली आणि भिंगातून वाचायला लागली.

'आज लॉर्ड ओकिमोटोंनी सगळा दिवस किल्ल्यात घालवायला बोलावल्याने मी भीती आणि उत्कंठा यांच्यामध्ये खेचला जातोय.' मोठ्या कष्टानं तिनं वाचलं.

'नशिबात काय लिहिलंय माझ्या? ही छानदार मैत्रीची सुरुवात आहे की बाबा म्हणतात तसा दुःखी शेवट? देवा रे, मला एकदाच सांग तरी, जमीनदार आणि सामान्य शेतकरी मित्र होऊ शकतात?'

मायुमीला रेकॉर्डिंगची दिशा बदलल्याचं कळलं. आता अस्ताव्यस्त शब्द नव्हते. उगीचच रोजच्या गोष्टी नव्हत्या. आता ती खरोखरच कष्टी तरुण माणसाच्या आक्षेपार्ह नात्यांबद्दल वाचत होती. शेकडो वर्षांपूर्वी अशा नात्यांचं जपानमध्ये काय होत असेल, याचा विचार करत होती. ते शब्द लिहिणारा हात थंड पडून, राख होऊन गेला होता. आनंद, सुख भोगणारं आणि दुःखानं रक्ताचे अश्रू गाळणारं हृदय धडधडायचं थांबल्यालाही शेकडो वर्षं होऊन गेली होती, पण त्यांच्या भावनांचे ते रंग अस्पष्ट झाले तरी अजून जिवंत होते, सगळे सूड पार करून त्याहून अधिक जगू पाहणारे, निश्चयी.

'मला माहीत आहे बाबा अस्वस्थ आणि दुःखी आहेत माझ्या किल्ल्यात जाण्यामुळे. त्यांना या नात्याची भीती वाटते. यातून माझ्यासाठी काहीच बरं निघणार नाही. आई म्हणाली की, 'ते जोजीकाकांना भेटायला मात्सुमोटोला गेलेत' म्हणून; पण मला माहीत आहे, त्यांनी लवकर घर सोडलंय ते मी किल्ल्याकडे जाताना त्यांना घरात राहायचं नव्हतं म्हणून. त्यांचं असेलही बरोबर, पण मला हवं असलं तरी हे सगळं मी थांबवू शकत नाही. हे कळेल का त्यांना? कुणाला तरी?'

फोन वाजला आणि हजारो वर्षं पार करून मायुमी पुन्हा वर्तमानकाळात आली. तो लॉस एंजेलिसहून तिच्या मित्राचा, मायकेलचा फोन होता. तिनं आठवडाभर फोन का केला नाही हे विचारण्यासाठी.

"सगळं ठीक आहे ना तुझं?" हजारो मैलांवरून येणारा तो आवाज तरंगत तिच्यापर्यंत आला तेव्हा पहिला विचार तिच्या मनात आला, 'शेतकरी फुसावोचे शेकडो वर्षांपूर्वी लिहून ठेवलेले शब्द आणि हा आवाज यात किती साम्य आहे!'

"मायुमी? तूच बोलतीयेस ना?" मायकेलचा उत्कंठित आवाज तिला वर्तमानात घेऊन आला.

ती उत्साहानं म्हणाली, "ओह मायकेल, तुझा आवाज ऐकून इतकं बरं वाटलं." खरंच, तिच्याजवळच्या कुणाचातरी तो आश्वासन देणारा आवाज; ती त्या एकविसाव्या शतकात सुरक्षित आहे असं सांगणारा; जपानमध्ये, जिथं आता

शक्तिमान जमीनदार मालक आणि असहाय शेतकरी उरलेच नव्हते अस्तित्वात.

'बिचारा फुसावो, त्या जगात अडकलेला. मला तर आता वाटतंय की, त्यांना कधी संधीच मिळू द्यायची नाही अशीच पद्धत असावी.' मायुमीला वाटलं. तिनं घसा साफ केला आणि तोपर्यंत मायकेलनं विचारलं, "अगं, कुठे आहेस तू मायुमी चॅन?"

"ओह मायकेल, सॉरी. मी आत्ता जी कागदपत्रं टाईप करतेय ती मला कॉम्प्युटरमध्ये सेव्ह करायचीयेत." ती चक्क खोटं बोलली. "तुझा फोन आल्यानं मात्र बरं वाटलं हं!"

"तू नाहीस तर चुकल्यासारखं वाटतंय. मायुमी, तुझ्याकडून फोन नाही, इ-मेल नाही. आठवडाभरात काहीच नाही."

"हो. हो. मला कळतंय. माईक सान, पुन्हा सॉरी. मी एका नव्या केसवर काम सुरू केलंय. तिच्यात अडकलेय मी. मी सगळं जग विसरलेय. जगायचं सोडलंच आहे सध्या."

"मी तुला ओळखतोय तेव्हापासून तू कुठल्या ना कुठल्या केसमध्ये अडकलेलीच असतेस." मायकेल हसला. "माझं नशीबच असलं आहे. माझ्या इतिहासतज्ज्ञ गर्लफ्रेंडच्या केसेसमध्ये मागेच पडायचं."

"ए, तसं नाही हं. पण खरंच, ही अगदी विलक्षण केस आहे. अठराव्या शतकातल्या सामुराई भुतांची, न सोडवलेली. तू ती कागदपत्रं – मी काम करतेय ती – पाहायला हवीस. खरी अठराव्या शतकातली लिपी आणि लिखाण."

मायकेल या वेळी हसला नाही. तिचा कामातला प्रामाणिकपणा तो नेहमीच गंभीरपणे घ्यायचा. मायुमीला त्याचा हा स्वभाव फार आवडायचा. जपानी पुरुष बायकांचं करिअर – काम – कधीच गंभीरपणे घेत नाहीत. ते म्हणजे लग्न होईपर्यंतचं त्यांचं एक वेळ घालवायचं साधन, असंच त्यांना वाटतं. त्यातून ते जर असं टोकाचं काम असेल, इतिहासतज्ज्ञाचं तर ते त्यांना 'पुरुषी' वाटतं, कधी तर उद्धटपणाचंही. हा व्यवसाय निवडल्याबद्दल कितीतरी टोमणे तिला ऐकून घ्यावे लागले होते. तिच्या आईला तर कायमचं दुःख होतं की, त्यापायी तिच्या लेकीला 'चांगला' नवराही मिळणार नव्हता आणि संसार मांडता येणार नव्हता. मायुमीजवळ इतिहास, वंशशास्त्र आणि प्राचीन भाषा-लिपि-शास्त्र यांची लांबलचक विद्यापीठ-पदव्यांची माळ लोकांवर प्रभाव टाकायला नव्हती. काही लोकांना तर वाटायचं, ती भुतंखेतं, प्रेतात्मे यांच्यासंबंधी काम करते आणि त्यांचं माध्यम म्हणून दुसऱ्यांच्या मनातलं ओळखते. त्यामुळे अनेक पुरुषांना ती दूरच राहावी असं वाटायचं. असली विकृत, बाईला न शोभणारा व्यवसाय करणारी म्हणून ते तिला अंतरावरच ठेवायचे.

मायुमीही अशांच्या फंदात पडत नसे. म्हणून लॉस एंजेलिसच्या 'उकल' या

संस्थेत तिला प्रवेश मिळाला आणि पूर्व आशियाई इतिहासाच्या कार्यक्रमांत ती काम करायला लागली, तेव्हा ती गोष्ट 'वातावरणातला बदल' म्हणूनच तिनं स्वीकारली.

तो उन्हाळा म्हणजे तिच्या आयुष्यातले सर्वांत मोकळेपणानं घालवलेले तीन महिने होते. सतत नजर ठेवणाऱ्या घरच्या वातावरणापासून दूर; पुरुषप्रधान व्यवसायांच्या जपानात आपल्या व्यवसायासाठी सतत पुरुषांशी लढत, स्पर्धा करत जगण्यापासूनही दूर. लॉस एंजलिसमधल्या 'उकल' इथं वागताना मायुमी कितीही टोकाला गेली तरी कुणाला 'तऱ्हेवाईक' वाटली नव्हती. हव्या त्या सवलती घेतल्या तरी 'बाईच्या जातीला न शोभेलशी', विकृत, लहरी ठरली नव्हती आणि सारखं नवरा शोधण्याचं दडपणही नव्हतं तिच्यावर; नवरा हवाच असला तर तो तिच्या वैयक्तिक आवडीनुसार.

एका पावसाळी दुपारी मायकेल विल्यम्स तिच्या आयुष्यात आला. तेव्हा पुरुष आणि त्यांच्याशी नातेसंबंध ह्या गोष्टी तिच्यापासून खूपच दूर होत्या. ती आपल्या कँपसच्या जवळच, पण रस्त्यापलीकडे 'स्टारबक्स' शी पाऊस कमी होण्याची वाट पाहत बसली होती. तिथल्याच आर्ट लायब्ररीत जायचं होतं तिला. तिचं आवडतं ठिकाण होतं ते.

"सगळी टेबलं भरली आहेत. तुमच्या टेबलाशी मी बसलो तर चालेल?" एका उंच, काळ्याभोर केसांच्या वरिष्ठानं तिला विचारलं आणि ती हो म्हणायच्या आधीच तो खुर्ची ओढून बसलाही. तसं करताना तिच्या कॉफीत पाण्याचे थेंब उडाले.

दोघेही हसले. वरिष्ठ म्हणाला, "आता मला तुला दुसरी कॉफी विकत घेऊन द्यावी लागेल. माझं नाव मायकेल, मी बिझनेस स्टडिज डिपार्टमेंटमधला पदवीधर, पण विद्यार्थीच आहे."

उन्हाळाभर त्यांनी डेटिंग केलं. एकमेकांची, त्यांच्या देशांची, संस्कृतीची माहिती घेतली आणि ती इतिहासतज्ज्ञ होती हे कळल्यावर तर मायकेल अडकलाच तिच्यात. आपला पेशा कळल्यावर अंग काढून न घेणारा हा पहिलाच माणूस मायुमीला भेटला होता आणि हे तिला खूपच आवडलं.

उन्हाळा संपला आणि मायुमी आपल्या आयुष्याकडे जपानला निघाली, तर मायकेलनं मोठ्या न्यूजपेपर एजन्सीत नोकरी धरली. लॉस एंजेलिसच्या विमानतळावर बरीच अश्रुपूर्ण वचनं एकमेकांना देऊन ती विभक्त झाली. एकमेकांना फोन, इ-मेलनं भेटत राहिली. त्यांचं नातं तुटलं नाही, ते त्यांनी तुटू दिलं नाही.

पण ते कठीण होतं. मध्ये इतकं अंतर असलेलं नातं सांभाळणं; विशेषत: त्यांच्या तितक्याच कठीण व्यवसायांना सांभाळून! इ-मेल आणि फोन कमीकमी होत गेले. आपलं नातं वाळूसारखं हातातून निसटतंय हे पाहून मायकेल एका महिन्याची रजा घेऊन उन्हाळ्यात जपानला आला.

आधी केवळ उन्हाळ्यातली मैत्री या दृष्टीनं या गोष्टीकडे पाहणाऱ्या मायुमीला

मायकेल आलेला पाहून भरून आलं. तिला आतआत ते भिडलं. तो महिना त्यांनी एकत्र फार मस्तपणे घालवला. ते दोघे हिरोशिमा भटकले. तिनं त्याला ऑनसेन आणि स्पाची गंमत लुटायला शिकवली. वेगळंच नवं संगीत ऐकवलं. पहिल्यानं स्पामध्ये तो होरपळला, पण नंतर तेही आवडलंच त्याला. त्यानं ऑनसेनवरची कैसेकी डिनर्सची चव घेतली. त्या जेवणाची रचनाच इतकी सुंदर होती की ते खाऊन त्याची रचना मोडायला त्याचे मन होईना.

मायकेल लॉस एन्जेलिसला परतल्यावर मायुमीला फार रिकामं वाटलं. तिच्या एवढ्याशा घरात तो पुरून उरत होता आणि भरून सांडत होता. इतिहासतज्ज्ञ म्हणून तो तिच्या कामाचा जो आदर ठेवत होता आणि मदत करत होता, ते तिच्या हृदयाला अगदी भिडत होतं. ते त्याला मुळीच विचित्र किंवा बाईला न शोभेलसं वाटत नव्हतं. तिची त्या कामाची आवड, गुंतणं त्याला भावत होतं. आजवरच्या तिच्या पुरुषमित्रांनी त्या कामाची टिंगल केली होती. त्याच्याकडे तुच्छतेनं पाहिलं होतं. मायकेल तिच्या या जीवनध्येयात सामील होत होता. 'इतिहास हा वर्तमानकाळाला आकार देणारा भूतकाळ असतो' हे तिचं तत्त्वज्ञान त्यानंही अंगीकारलं होतं. त्यांच्या त्या राहण्यातल्या शेवटच्या रात्री मायकेलनं तिला सांगितलं होतं की, ते दोघेही या कबूल केलेल्या नात्यानं वागायला तयार आहेत; पण मायुमीला माहीत होतं, दूर अंतरावरचं हे नातं प्रसंगी सुखापेक्षा अधिक दुखावतं, म्हणून तिनं स्वत:ला कामात बुडवून घेतलं आणि जाणीवपूर्वक त्याला इ-मेल पाठवायचं थांबवलं.

असा एक यातनांचा आठवडा गेल्यावर ती आपले विचार कागदाच्या कपट्यांवर लिहून ठेवायला लागली. अशा मैत्रीचे फायदेतोटे तपासायला लागली. 'एक जोडपं असं राहू शकतं? मध्ये दहा हजार मैल अंतर ठेवून?' तिनं मायकेलला कधीही नोकरी सोडायला म्हटलं नसतं. ते त्याला जितकं प्रिय होतं तितकंच तिचंही काम तिला प्रिय होतंच. "काळ सगळ्या दु:खांवरचं औषध आहे." तिची आई म्हणाली होती. मायुमीला ते खरं वाटायला लागलं होतं. तेवढ्यात तो फोन आला आणि तिला मायकेलनं पुन्हा व्यापून टाकलं.

"मायुमी, कुठे हरवलीस? हा ट्रान्सअ‍ॅटलांटिक खर्चिक कॉल आहे हं!"

" ओह मायकेल, मी आहे आणि किती बरं वाटलं तुझा आवाज ऐकून!"

खरंच! दुरावल्या नात्याबद्दलचे तिचे सारे गैरसमज क्षणिक होते. तिच्या शेकडो वर्षांमागच्या अशिलांनी घेरलेल्या तिला मायकेलचाच उबदार, जिवंत आवाज ऐकायचा होता. तेच तर औषध होतं!

❑ ❑ ❑

१६

सकाळचा मंद, मऊ प्रकाश पडद्यांतून गाळून आत आला आणि फुसावोनं एका वेगळ्याच खोलीत डोळे उघडले. अंगावर रेशमी, नक्षीदार रजया; आपण कुठे आहोत तेच त्याला क्षणभर कळेना. 'आईनं सूर्योदयापूर्वी कसं उठवलं नाही? शेतावर जाण्यापूर्वी न्याहरीला तरी? आणि आपली जुनी, तरटाची जीर्ण, गुठळ्या झालेली रजई इतकी नरम, कापसाच्या पिंजलेल्या ढगासारखी?'

त्याला कळत होतं की, उठून शोध घ्यावा ह्याचा, पण अंगावरची रेशमी दुलई इतकी छान, उबदार आणि सुखाची वाटत होती की, त्याचे डोळे परत मिटायला लागले आणि पुन्हा तो गाढ झोपेत शिरला; पण त्याला शेजारी हालचाल जाणवली आणि लक्षात आलं की, तो एकटा नाही. तो स्वप्नात होता का? पण त्याला चेहऱ्यावरून कुणाचा तरी हात फिरतोयसं वाटलं. अगदी हळुवारपणे; फुलपाखरू बसावं तसा. त्यानं सुस्कारा सोडला. 'हे स्वप्न असेल तर ते असंच कायम राहावं.'

''फुसावो, माझ्या छोट्या शेतकरी मित्रा, ऊठ आता.''

पण ह्या वेळी ते स्वप्न नव्हतं. त्याचे वडील उठवायचे तसं त्याला कुणीतरी जोरानं हलवत होतं. त्याला शेतावर जायला खूप उशीर झाला होता की काय? 'बाप रे! बाबा चिडले असतील.'

तो ताडकन उठला; पण त्याच्या चेहऱ्यावर वाकलेला चेहरा हा कष्टांनी

सुरकुतलेल्या त्याच्या वडिलांचा चेहरा नव्हता, तर तरुण, सुंदर, मऊ, स्वच्छ कातडीचा लॉर्ड ओकिमोटोचा होता. ते त्याला उठवत होते. मग फुसावोला आठवलं, 'आपण कोठे आहोत आणि कालचे सारे प्रसंग... आणि आपण किल्ल्यातच राहिलो आणि ओकिमोटोबरोबर एकाच बिछान्यात झोपलो', हे सारं त्याच्या डोक्यात गर्दी करायला लागलं. संकोच, शरम आणि मालकापेक्षाही जास्त झोपून त्याला उठवायला लावल्याबद्दलचा अपराधीपणा वाटून फुसावो आपल्या रेशमी पांघरुणातून बाहेर येण्यासाठी धडपडायला लागला. "मालक, माफ करा. खूपच उशिरापर्यंत झोपलो मी. सूर्य कधीच उगवलाय."

तरुण सामुराई पुन्हा हसले. फुसावोच्या केसांतून त्यांनी हात फिरवला. ते म्हणाले, "मला नावानं हाक मारायला कधी शिकणार आहेस तू? मला तुला तशी आज्ञाच द्यावी लागेल की काय? आरामात राहा. इथं सूर्यापूर्वी उठावं लागत नाही आपल्याला."

पडदे सळसळले आणि एक नोकर सतत वाकून वंदन करत आत आला.

"न्याहारी तयार आहे मालक." तो म्हणाला आणि नजर खाली करून निघून गेला. फुसावो त्याच्याकडे बघत राहिला आणि तो गेल्यावर फुसावोला आठवलं, आदल्या दिवशी स्वत:च्या अस्तित्वाची जाणीव न देणाऱ्या नोकरांची वागण्याची पद्धत; जणू चेहरा, नाव नसलेल्या सावल्यांची भलीमोठी फौजच! त्या महालात ते इतके अनाम होते की त्यांच्या मालकांनासुद्धा काम सांगताना त्यांच्यातला फरक लक्षात राहत नसेल. अर्थात, याची त्या सत्ताधीशांना मुळीच पर्वा नव्हती, त्यामुळे तो प्रश्नच नव्हता.

दोघा तरुण पुरुषांनी न्याहारी घेतली. लाखेचे थर दिलेली ठेंगणी, चकचकीत, गुळगुळीत मेजं; तिथं बसल्यावर समोर दिसणारी, सुंदर फुललेली बाग, घरातलीच; अगदी शांत. फक्त बांबूच्या कृत्रिम धबधब्यांच्या आवाजानं ती शांतता काय भंगेल तेवढीच, पण तोही आवाज मनाला शांतवणाराच. त्या स्वच्छ पाण्यात विहरणारे रंगीबेरंगी मासे पोहत असलेले.

फुसावो आणि त्याचं कुटुंब खायचं त्याहून तांदूळही वेगळे होते तिथं. पीकच वेगळं; बारीक, सुगंधी दाणे, ते थोडंसं शेत खास मालकांसाठी राखून ठेवलेलं. स्वच्छ, पांढरा, मऊ, मोकळा भात; त्याची आई वाढायची तसे टणक, लालसर, बुटके दाणे नव्हते या भाताचे. आईचे तांदूळ खूप वेळ भिजत घालावे लागायचे. फुसावोनं आत्ता खाल्लेला भातही इतका चवदार होता, की त्याने आयुष्यात असा भात खाल्ला नव्हता.

'हा कसला उपरोध की, आम्ही तांदूळ पिकवायचा, पण त्याची कधी चवही घ्यायची नाही.' फुसावो मनातल्या मनात म्हणाला. 'मी बाबांना सांगणारच.'

त्याचा आनंद आणि उत्सुकता, हे सगळे नवे, वेगळ्याच विश्वातले अनुभव; हे सगळं त्याला वडिलांची आठवण येताच झाकोळलं गेलं. त्याला आठवलं की, घरी गेल्यावर बाबांना तोंड द्यायचं होतं. त्यांची न्याहारी संपतच आली होती. तेवढ्यात एक नोकर येऊन लॉर्ड ओकिमोटोंच्या कानात काहीतरी कुजबुजला.

ते उठून म्हणाले, ''माझ्या वडिलांनी मला बोलावलंय. मला जायला हवं.''

''होय. होय. मलाही घरी जायला हवं. माझ्या घरचे काळजी करत असतील, माझं काय झालं रात्री म्हणून.'' फुसावो म्हणाला.

लॉर्ड ओकिमोटोंनी मान हलवली. ''ठीक आहे, पण आपण पुन्हा एकत्र येऊ नक्की.'' अचानक उगवलेल्या एका नोकराला त्यांनी हातानीच जवळ यायला सांगितलं. ''माझ्या या तरुण मित्राला पुढच्या दारानं मुख्य दरवाजापर्यंत सोडा. नोकरांसाठी असणाऱ्या मागच्या दरवाजानं नको. तो माझा पाहुणा आहे.''

''हो स्वामी, नक्कीच.'' नोकरानं वाकून वंदन केलं. फुसावो, लॉर्ड ओकिमोटोंचा निरोप घेऊन त्याच्या मागोमाग गेला.

तरुण मालकाचा पाहुणा असो-नसो, फुसावोला कळत होतं की, नोकर हाही त्याच्या बरोबरीचाच आहे. त्याच प्रकारचा आहे. त्याच्याच सामाजिक दर्जाचा आहे. लॉर्ड ओकिमोटोच्या नजरेबाहेर गेल्यावर त्याचे खांदे ताठ झाले. नजरेत तुच्छतेची झाक आली. त्यानं फुसावोला अंगणात मोठ्या दरवाजाबाहेरच्या रॉकगार्डनमध्ये आणून सोडलं आणि एक कामचलाऊ उडता नमस्कार केला, किंचित तुच्छतेनं हसलाही.

त्याच्या वडिलांसारखंच, फुसावोला कळलं होतं की, सामुराई आणि सर्वांत कमी दर्जाच्या माणसाची ही बरोबरी नोकरालाही रुचली नव्हती. शेतकऱ्याला हा हक्कच नव्हता की, उडी मारून सर्वश्रेष्ठ सामाजिक पातळीशी बरोबरीनं वागावं. त्यांनी आमंत्रण दिलं म्हणून काय झालं, नोकरानंही त्याला काय वाटलं ते दाखवून दिलं होतं.

फुसावो त्याच्या घरापर्यंत अर्धा मैल शक्य तितका सावकाश चालत गेला. आपल्या घरच्या लोकांना सामोरं जाणं, तो शक्य तेवढं दूर ठेवत होता. त्यासाठीच वेळ काढत होता. त्याला अपराधी का वाटत होतं, हेच त्याला कळत नव्हतं. तसं काहीही खास घडलेलंच नव्हतं. त्यानं एक छान दिवस आणि रात्र घालवली, एवढंच.

'लॉर्ड ओकिमोटोचं त्याच्या आईबापांशी किती वेगळं नातं आहे' त्याला वाटलं. किल्ल्यात त्यानं इतका वेळ काढला, पण लॉर्ड ओकिमोटोंचे आईवडील त्याला दिसलेही नव्हते, जणू ते एकटेच राहत होते तिथं. खूपशा नोकरांसह कुटुंबाचं काही लक्षणच नव्हतं. फुसावोच्या स्वत:च्या घरात 'खाजगी' हा शब्दच

नव्हता. प्रत्येकालाच एकमेकांच्या आयुष्यात सततच पूर्ण प्रवेश होता आणि प्रत्येक वस्तूवर अधिकार. फुसावोचे काही खाजगी क्षण म्हणजे जेव्हा तो जंगलात लाकडं गोळा करायला जायचा, तेव्हाचे. कधीकधी तो त्यासाठी खूप वेळ बाहेर राहायचा. तिथं दिसणाऱ्या जनावरांची चित्रं काढायचा, पण तेवढंच.

'श्रीमंतांचं वागणंच किती वेगळं! मुलगा बापाला भेटायचा, तो त्यांनी बोलावल्यावरच.' सगळ्यांना माहीत होतं की, लॉर्ड नोबुनागांना तीन मुलं होती. दोन मुली आणि एक मुलगा, पण लॉर्ड ओकिमोटोचं मूल त्याला दिसलं नव्हतं. फुसावो स्वत: एकुलता एक होता, पण त्यानं इतरांची मुलं वाढताना पाहिली होती. मित्रांची, नातेवाइकांची मुलं. ती एकमेकांपासून फार काळ दूर राहायची नाहीत. अर्थात, जवळ आल्यावर भांडून एकमेकांच्या उरावरही बसायची; पण ते वेगळं!

तो घरी पोहोचला तेव्हा सूर्य चांगलाच वर आला होता. फुसावोला आशा होती की, त्याचे वडील केव्हाच शेतावर गेले असतील, पण त्यांची गवताची हॅट घरीच टांगलेली दिसली. स्लिपर्स आणि लाकडी खडावाही घरातच होत्या. मुलाच्या परत येण्याची वाट पाहत नाओकी घरीच थांबला होता. 'भीती किंवा अपराधी वाटून घेण्याचं काहीच कारण नाही' असं फुसावोनं स्वत:लाच पुन्हा बजावलं. नाहीतरी त्याला किल्ल्यात बोलावून घेतलं होतं आणि त्यांचं कूळ असलेला कोणताच शेतकरी सामुराईंची अवज्ञा करू शकत नव्हता. नाओकीला हे माहीत होतंच. मग फुसावोनं आपण उनाडायला गेलो होतो, असं का वाटून घ्यावं?

युकोनं लेकाची पावलं वाजलेली ऐकली. उत्सुक चेहऱ्याने ती धावतच पुढे आली.

''आलास का एकदाचा!'' ती हलक्या स्वरात बोलली. ''तुझ्या वडिलांना यातलं काहीच आवडलं नाहीये. तेव्हा कृपा करून त्यांच्याशी वाद घालू नकोस. अगदी तुला न आवडणारं काही सांगितलं त्यांनी तरी.''

फुसावोनं आईचा चिंताक्रांत चेहरा पाहिला. त्याला तिचं वाईटच वाटलं. जवळजवळ प्रत्येक विवाहित स्त्रीसारखी ती नवऱ्याच्या छायेतच राहत होती. त्याचा शब्द त्याच्या कुटुंबापुरता घरचा कायदा होता आणि तिच्या आयुष्यातली प्रत्येक गोष्ट तो ठरवत होता.

''काळजी करू नकोस आई'' फुसावो म्हणाला. ''मी कधी बाबांना उलट उत्तर करतो का? सगळं छान होईल. बघ तू. त्यांना फक्त मी रात्र तिथं का काढली याचं स्पष्टीकरण हवं असेल. बस्स.''

पण फुसावो घरात शिरला आणि त्यानं वडिलांच्या चेहऱ्यावरचे भाव पाहिले, तेव्हा त्याला खात्री वाटेना. नाओकी काही म्हणाला नाही. त्याच्या गप्प राहण्यानं आणि दगडी चेहऱ्यानं फुसावोचं रक्त गोठलंच; लहानपणासारखं. आता तो मोठा

झाला होता, तरी बापाच्या चेहऱ्याचा तोच परिणाम झाला.

"म्हणजे तू परत आलास." वडील म्हणाले. रागावल्यावर ते असेच ठासून बोलायचे.

"मी तुमची परवानगी न घेता राहिलो म्हणून माफी मागतो; पण लॉर्ड ओकिमोटोंनी आग्रह केला आणि मला त्यावर बोलता आलं नाही." फुसावोनं उत्तर दिलं. "तुम्हाला तर माहीतच आहे बाबा, सामुराईंची आज्ञा गावात कोणीही टाळू शकत नाही."

नाओकीची मुद्रा किंचित सैल झाली. त्यानं मान हलवली. "होय. माहीत आहे, पण म्हणून ते बरोबर नाही. आम्ही फार अस्वस्थ झालो की सामुराईंच्या मुलाला तुझ्यात एवढा रस का?"

बराच वेळ शांत गेला. बापलेक एकमेकांकडे पाहत राहिले. मग नाओकीनं घसा साफ केला. "मला तुला सांगायलाही नको वाटतं, पण मी त्यांच्याबद्दल बरंच काही ऐकलंय. अजून, या वयातही तो लग्नाला नाही का म्हणतोय?"

"काय ऐकलंय बाबा? मला सांगा काय ऐकलंय ते."

नाओकी मान हलवून म्हणाला, "ते जाऊ दे. मी तुझं लग्न लवकर करायचं ठरवलंय. आइकोशी पुढच्या महिन्यात लग्न होईल तुझं. म्हणजे तयारीला पुरेसा वेळ मिळेल. तुझं रक्षण करण्याचा तोच एक उपाय आहे."

"होय. हे गावातलं सर्वांत उत्तम लग्न असेल. अखेर जोजीकाका हा मात्सुमोटोमधला मोठा माणूस आहे." त्याची बायको म्हणाली. नवऱ्यानं चांगला विषय काढला म्हणून ती आनंदली होती. मग ती दोघं त्या लग्नाचे बेत करायला लागली, जणू फुसावो तिथं नव्हताच आणि असला तरी त्याचा लग्नाशी काही संबंध नव्हता.

फुसावो ते धडपणे ऐकत नव्हताच, कारण त्याचं हृदय बर्फासारखं थंड झालं होतं. लग्नाच्या सापानं पुन्हा डोकं वर काढलं होतं आणि या वेळी तो नेमका दंश करणारच होता. सुटका होण्यासारखी नव्हती.

"नाही" तो ओरडला. "मी इतक्या घाईनं लग्न करणार नाही."

थक्क झाल्यानं तिथं शांतता पसरली. मुलाचा एकदम झालेला उद्रेक आणि नकार देण्याची हिंमत पचवायला त्याच्या आईबापांनाही वेळच लागला.

"मी सांगतोय तसंच तुला करावं लागेल फुसावो." बऱ्याच वेळानं नाओकी कडक सुरात म्हणाला. "आइकोशी लग्न नाकारून तू कुटुंबाची मानहानी करू शकत नाहीस. मी जोजीबरोबर कित्येक वर्षांपूर्वी या लग्नाचा करार केलाय."

"होय. मला न विचारता केलेला करार." फुसावो म्हणाला.

"मी बाप आहे तुझा. मला तुला विचारायची गरज नाही. तुला काय वाटतं,

सामुराई आणि त्याचा मुलगा यांनी एक लहर म्हणून तुझ्यात रस घेतला तर तू माझ्याशी वर तोंड करून या प्रकारे बोलू शकशील? मुकाट्यानं सांगितल्याप्रमाणे वाग. नाहीतर तू या कुटुंबातला नाहीस असं मी जाहीर करीन.''

''नाओकी, कृपा करून असं बोलू नका. इतक्या घाईनं निर्णय नका घेऊ. आपण शांतपणे यावर बोलू नंतर.'' युको गयावया करत होती. तिच्या डोळ्यांतून अश्रू वाहत होते. ते अचानक उद्‌भवलेलं फुटाफुटीचं वातावरण तिला सहन होत नव्हतं.

''तू यात पडू नकोस.'' नाओकी अधीरपणे तिला बाजूला ढकलत ओरडला. ''तुला काही कळत नाही. हे करायची माझी काही कारणं आहेत. आपल्या मुलाला आपण वाचवलं पाहिजे.''

''मला कशापासून वाचवायचं?'' स्वतःचा तोंड वर करून प्रश्न विचारणारा आवाज ऐकून फुसावो थक्क झाला. त्याच्यावर ओढवलेलं संकट काय आहे ते त्याला समजत नव्हतं. ज्या वडिलांचा आवाज त्याला कालपर्यंत कायद्यासारखा वाटायचा, त्या वडिलांशी भांडण्यापासून तो स्वतःला रोखू शकत नव्हता; जणू एखाद्या तिसऱ्याच शक्तीनं त्याच्यात शिरून त्याचा ताबा घेतला होता आणि तो त्या शक्तीला थांबवू शकत नव्हता.

नाओकी थोडा वेळ गप्प राहिला. मग अगदी सपाट आणि काळजीच्या सुरात म्हणाला, ''अशी घाई करण्याचीही कारणं आहेत. ती तुला आत्ता कळली नाहीत तरी चालेल. तुला ती आत्ता पटणारही नाहीत. तू संकटात आहेस मुला, अशा शक्तीकडून जिच्यापुढे आपलं काही चालत नाही. तुला वाचवायचा माझ्यापुढे हा एकच मार्ग आहे.''

बर्फाची एक लहर फुसावोच्या पाठीतून गेली. आपलं हृदयही बर्फ झालंय असं वाटलं त्याला. त्याचा आतला आवाज त्याला म्हणाला, 'वडिलांचं ऐक. तुलाही आतून कळतंय की, त्यांचं बरोबर आहे. त्यांना विरोध करू नकोस, तरच तू वाचशील. म्हातारा होईपर्यंत सुखानं जगशील.'

पण आणखी एक हट्टी आवाज त्याला सांगत होता, 'तुला मनापासून काय करावंसं वाटतं तेच कर. ही संधी साधून सुख मिळव. ते कितीही वेडेपणाचं वाटलं तरी. समाजात मान्य होण्यासारखं नसलं, वेगळंच असलं तरी. टिकाऊ नसलं तरी.'

एका तंद्रीत तो बोलला. त्याचा आवाज त्यालाही दुरून येतोयसं वाटलं; जणू तो शरीरापासून वेगळा झालाय आणि त्या आवाजाची स्वतःचीच एक शक्ती आहे. ''नाही बाबा, मी आइकोशी लग्न करणार नाही. माफ करा, पण तुम्ही सांगता तसं मला करता येणार नाही.''

त्याच्या वडिलांनी खाडकन त्याच्या थोबाडीत मारली. त्याचा जोर त्याला

क्षणभर जाणवला. नाओकीचा ओरडण्याचा आवाज ऐकू आला, पण फुसावोला सारं धूसर दिसत होतं. नाओकी म्हणत होता, ''चालता हो मग. ह्या घराचा मान ठेवायला तयार होशील तेव्हाच परत ये. तोवर तोंड दाखवू नकोस. जा. नीघ इथून.''

जणू नाटकातच काम करतोय अशा भावनेनं फुसावोनं स्लिपर्स पायात घातल्या आणि तो वेगानं घराबाहेर पडला. त्या वेड्यावाकड्या रस्त्याला लागताना त्यानं मागं वळून पाहिलं, तेव्हा त्याची आई गुडघे टेकून वडिलांना विनवत होती. ''कृपा करा. नाओकी, असं करू नका. तो अजून लहान आहे. कुठे जाईल तो?''

त्याच्याही डोळ्यांतून अश्रुधारा वाहत होत्या. त्याला एवढंच कळत होतं, यापूर्वी त्याच्या वडिलांनी त्याला इतक्या जोरानं कधीच मारलं नव्हतं. त्यानं आपल्याबरोबर एका पिशवीतून गुंडाळून कागदांची ती चळत, लिहिण्याचा ब्रश आणि शाई घेतली होती. घर सोडताना ते त्यानं मुद्दाम गोळा करून आठवणीनं घेतलं होतं.

❑ ❑ ❑

१७

जंगलातल्या या झाडाखाली मी तासन्तास बसलोय, कारण वडिलांनी मला घरातून हाकललंय आणि आता कुठं जायचं तेच मला कळत नाहीये.' लेखकाचा आर्त स्वर शेकडो वर्षांनंतरही त्या कागदांतून बाहेर पडून मायुमीला सतावत होता. तिच्या खोलीत खिडकीतून येणारी वाऱ्याची झुळूक जितकी खरी होती तितकाच तो विव्हल, अननुभवी, तरुण आवाजही खरा होता.

'काळोख व्हायला लागलाय. लवकरच मला किल्ल्याकडे जायला हवं आणि लॉर्ड ओकिमोटोंकडे मदत मागायला हवी.' मायुमी वाचत होती. 'आणखी कुठे जायला जागाच नाही. या वेळी तर जोजीकाकांकडेही नाही.'

'आणि तरी माझ्या सामुराईंनी माझी ही अवस्था पाहावी असं मला वाटत नाही. मी वडिलांकडे परत जाऊन आइकोशी लग्न करू का? तसं मी करायला हवं, पण करू शकत नाही. माझं कुटुंब आणि माझं हृदय या दोघांच्यात मी तुटतोय, पण काय करू तेच मला कळत नाहीये.'

'मी कुठे जाऊ? कुणाकडे? मी काय करावं ते कोण सांगेल?'

लिखाणानं वेगळंच वळण घेतलं होतं. त्याला आता व्यक्तिगत दैनंदिनीचं रूप आलं होतं. ते निव्वळ सामुराईसाठीचं लेखन राहिलं नव्हतं. मायुमी त्यात गुंतली होती. विशेषत: एका पानावर, जिथं पाण्यानं किंवा कदाचित अश्रुंनी अक्षरं

अस्पष्ट झाल्याची तिला शंका आली. तिला आणखी वाचायचं होतं. लेखक आणि लॉर्ड ओकिमोटो यांच्यातलं नातं जाणून घ्यायचं होतं; पण पुढचं पान पुसटलं होतं. ती त्या दिवशी तिथंच थांबली.

पण तिचे त्या शेतकरी मुलाबद्दलचे विचार थांबले नाहीत. तो मुलगा आणि तरुण सामुराई, त्यांचे संशयास्पद संबंध यांचे विचार तिच्या मनात येतच राहिले. 'जुनाट, घट्ट परंपरेला, संस्कृतीला, कर्मठ नीतिनियमांना ते दोघं काही शेकडो वर्षांपूर्वी आव्हान देत होते का? आपल्या स्वप्नांसाठी? ह्याचा परिणाम त्यांच्या दुर्दैवात झाला का? अरे देवा! हे दोघं तर माझ्या मनातून हलायला तयार नाहीत.' ती कण्हली. 'दोन-तीन तास तरी माझं मन रिकामं व्हायला हवं; नाहीतर वेड लागेल मला.'

मायुमीनं कोट घेतला आणि ती जवळच्या सिनेमा थिएटरला गेली. नंतर तिला पश्चात्ताप झालाच, कारण चांगले अठराशे येन गेले तिकिटात. तिला काहीतरी हलकंफुलकं, विनोदी पाहायचं होतं; पण तरीही या चारशे वर्षांपूर्वीच्या जुन्या केसनं तिचं डोकं खाल्लं होतं. त्यामुळे त्यातून बाहेर पडणं महाग असलं तरी आवश्यक होतं.

शॉपिंग मॉलच्या झगमगाटानं तिचं मन टवटवीत झालं. मायुमीनं उरलेला वेळ मॉलमध्ये कॉस्मेटिक्स विकत घेण्यात घालवला. सामुराईंपासून आपल्या जगात येणं बरंच वाटलं तिला. झगझगाटाचं एकविसाव्या शतकाचं जग, सामुराईंची कितीही संपत्ती आणि अधिकार त्यांना देऊ शकत नव्हती, ह्याचंच एक दुष्ट समाधान तिला झालं.

मायुमीनं सुस्कारा सोडला. तिथंही, सुपर मॉडर्न मॉलमध्येही ती सामुराई आणि शेतकऱ्याचं पोर यांचाच विचार करत होती. ती तशीच होती. एखादं काम घेतलं की, त्यातल्या संबंधित लोकांत इतकं गुंतायचं की, ते संपेपर्यंत तिला त्यांचे श्वासही ऐकू यायचे. मायकेल तिला त्याबद्दल चिडवायचा; तिला त्यांचं माध्यम म्हणायचा. ती ट्रान्समध्ये असते आणि दुसऱ्या कोणत्याही गोष्टीकडे, म्हणजे अगदी त्याच्याकडेही तिचं लक्ष नसतं असं सांगायचा.

तिचे विचार मायकेलकडे वळले. ती त्यांच्या नात्याचं काय करणार होती? अंतर हा एक भाग होताच, पण सांस्कृतिक अंतरही विचारात घ्यायचं होतं. बहुतेक पाश्चिमात्यांप्रमाणे तो मोकळा होता. आपल्या भावना लपवत नव्हता; पण मायुमी त्याला मित्राहून अधिक मानत असूनही आपल्या कुटुंबाशी, मित्रमैत्रिणींशी त्याची ओळख करून द्यायला आणि अनेकदा स्वत:ही त्याच्या प्रेमाला मोकळेपणाने प्रतिसाद द्यायला का संकोचत होती, हेच त्याला कळत नव्हतं. तिनं त्याला कधी चुंबन घेऊ दिलं नव्हतं; सार्वजनिक ठिकाणी तर नाहीच, पण तिच्या मित्रमंडळींत, कुटुंबीयांतही कधी नाही. तिला या गोष्टीची लाज वाटते का, हेही तिच्याकडून

जाणून घेण्याचा त्याने प्रयत्न केला होता. तिला सांगताना त्रास व्हायचा की, तिचे आईवडील जुन्या मतांचे आहेत आणि तिच्या आईवडिलांसमोर तिच्याशी त्यानं फार मोकळेपणा दाखवलेला त्यांना आवडणार नाही.

''जपानमध्ये लोक भावनांचं प्रदर्शन करत नाहीत आणि आम्ही सार्वजनिक ठिकाणी फारशी शारीरिक लगटही करत नाही'', ती स्पष्टीकरण देण्याचा प्रयत्न करायची. 'मी माझ्या आई-वडिलांवर प्रेम करते आणि आम्ही त्यांच्यासाठी कोणताही त्याग करायला तयार असतो किंवा तेही आमच्यासाठी, पण तुम्हाला तसं वाटणार नाही. आम्ही चारचौघांत मिठ्या मारत नाही किंवा आमच्या भावना दाखवत नाही. तुम्हाला आमचं नातं थंड आणि दुराव्याचं वाटेल, पण ते तसं मुळीच नसतं.'

मायकेल हळूहळू प्रसंगोपात सारं समजत गेला, पण जपानमध्यल्या लोकांची मानसिकता समजायला त्याला थोडा वेळच लागला.

❑ ❑ ❑

१८

फुसावोनं घर सोडलं आणि तो जवळच्या जंगलातल्या एका मोकळ्या जागेवर धावत जाऊन पोहोचला. तो लाकडं गोळा करायला जायचा तेव्हा तिथं नेहमीच थांबायचा. सकाळचा सूर्य ढगाआड होता. हवा थंड, काळसर होती आणि तिथं गात असणाऱ्या पक्ष्यांकडे त्यानं प्रथमच दुर्लक्ष केलं होतं. त्याच्या दुर्लक्षानं ते थोडे नाराज झाले असावेत, कारण ते उडून गेले आणि जागा नि:शब्द झाली.

'दुःख आणि निराशेच्या या वेळी पक्षीही मला सोडून गेलेत.' फुसावोच्या निराश मनात आलं. विमनस्कपणे त्यानं काही काटक्या गोळा केल्या.

कुठं जायचं आणि काय करायचं अशा वेगवेगळ्या अस्वस्थ विचारांनी त्याच्या मनात थैमान घातलं होतं. खरंतर त्याने घरी जाऊन वडिलांची क्षमा मागून आइको चॅनशी लग्नाला तयार होणं योग्य होतं. यासाठी त्याचं शरीर आणि मन दोन्ही तयार नव्हतं. का कोण जाणे, इतर पुरुष योग्य त्या वयात लग्नाला तयार होते, पण फुसावोला तसं कधी वाटत नव्हतं. तो त्यांच्याहून इतका वेगळा का होता? खरंतर तशी लैंगिक इच्छा, शारीरिक जागृती त्यालाही होत होतीच की! तरी तो वेगळा होता. त्याला आठवलं, तो सोळा वर्षांचा होता तेव्हा त्याच्या मित्रांनी सर्वांसाठी एका वेश्येचा नाच ठरवला होता. तो नाच सारे तहानलेल्या डोळ्यांनी बघत होते, उत्तेजित झाले होते, पण फुसावोला काहीच वाटलं नाही; मात्र त्यांच्यातल्या एका थोराड

मुलानं जेव्हा त्या स्त्रीला एक कामुक नृत्य करायला सांगितलं आणि स्वत:चेही कपडे काढून फेकले तेव्हा तिच्यापेक्षा त्याच्याच पीळदार शरीराकडे पाहून फुसावो पेटून उठला होता.

ती जोडी एका खोलीत बंद झाली. बाकीचे तरुण अनर्गलपणे अश्लील बोलून आपली दुधाची तहान ताकावर भागवत होते. तेव्हा फुसावो तिथून पळून घरी आला. जे घडलं त्यानं विटलेला, स्वत:वरच चिडलेला. त्याचे वडील काही दिवसांपूर्वीच म्हणाले होते की, शेजारच्या गावातली मॉनेस्ट्री वादाच्या भोवऱ्यात सापडली होती, कारण एका भक्ताला तिथले दोन भिक्षू नको त्या अवस्थेत दिसले होते आणि नाओकीनं असे विवाहबाह्य संबंध ठेवणाऱ्यांना तुरुंगात टाकण्याची मागणी केली होती. त्याची पत्नी धक्का बसून म्हणाली होती, ''एका पुरुषाला दुसऱ्या पुरुषात रस वाटतोच कसा? हे अनैसर्गिक आहे. त्यातून वाईटच निपजणार काहीतरी. सामुराई आणि शोगुनपर्यंत ही बातमी गेली, तर ते चांगलीच कडक शिक्षा करतील त्या दोघांना.'' आणि फुसावोकडे वळून म्हणाली, ''ऐकलंस तू? अशांना बाकीच्यांनी वाळीत टाकायला हवं.''

आणि तिचे डोळे अशा आत्मविश्वासाने चमकत होते की, असलं काही तिच्या स्वत:च्या घरात होणं शक्यच नाही. युको म्हणाली होती, ''नशीब म्हणायचं की, आमच्या घराण्यातलं कोणी असलं काही कधी करणार नाही.''

त्या रात्री फुसावो सार्वजनिक स्नानगृहात अंघोळीला गेला नाही. जिथे सर्व वयाच्या, आकाराच्या पुरुषांसमोर नग्न व्हावं लागत होतं. त्याऐवजी आपल्या शरीरावरचं अपराधीपण त्यानं वडिलांनी बनवलेल्या घरगुती टबातल्या पाण्यानं धुऊन काढलं आणि बर्फासारखं गार पाणी अंगाला झोंबलं तरी फुसावोला त्यातून एक वेडं समाधान लाभलं. स्वत:च्या शरीराला अशी शिक्षा देऊन तो आपल्याबद्दलची घृणा धुऊन काढत होता.

'मी घृणास्पद आहे. मी पापी आहे. मी जनावरच आहे.' तो टबमध्ये बसून सतत बडबडत होता. एकीकडे बर्फगार पाण्यात बसून कुडकुडत, थडथडत होता. त्याचं शरीर निळं पडायला लागलं. तो तसाच बसला होता. तेवढ्यात त्याचे आईवडील सार्वजनिक स्नानगृहाकडून आले. त्यांनी त्याला टबातून बाहेर काढलं. त्याला घोंगड्या-ब्लँकेटमध्ये गुंडाळलं. त्यांनी त्याचं थिजलेलं शरीर गरम करण्याचे अनेक प्रयत्न केले.

''काय झालंय काय तुला?'' आई किंचाळली. ''वेड लागलंय?''

फुसावोला थंडी भरली होती. तीन दिवस तो प्रचंड ताप आणि श्वास घ्यायला त्रास यांच्याशी झगडत होता. आई त्याला जबरदस्तीनं सूप, काढे, चाटणं देत होती आणि त्याचा ताप काढत होती. तिसऱ्या दिवशी ताप कमी झाला आणि तो घामानं

थबथबून निघाला. संकट टळलं होतं.

त्याच्या आईला आनंदानं रडू फुटलं. ती म्हणाली, "आता बरा आहेस तू. तू हे का केलंस, मला माहीत नाही; पण मला वचन दे, की पुन्हा असा मूर्खपणा करणार नाहीस."

फुसावोनं मान खाली घातली. चिरा गेलेल्या ओठांनी तो म्हणाला, "तुम्हाला दोघांना एवढा त्रास, काळजी दिल्याबद्दल मला माफ करा. मला टबात झोप लागली असावी; पण मी शब्द देतो की पुन्हा असं होणार नाही."

त्यानं असं का केलं ते गुप्तच ठेवलं. 'आईला खरं कारण कळलं तर तिला काय वाटेल!' असं मनात येऊन एक क्षीण हसू त्याच्या तोंडावर आलं. 'देवा रे! पुरुषाच्या शरीराच्या रूपाने समाजाच्या चेष्टेचा विषय होण्यापेक्षा मी मरून गेलो तर बरं' असं त्याला वाटत होतं आणि समाजाहून वेगळ्या अशा त्याच्या भावना कधी परिपूर्ण होणं शक्यच नव्हतं. आपलं गुपित त्यानं इतकं बंदिस्त ठेवलं होतं, की ते कुणाला कळलंच नसतं; पण फसवणूक आणि गुप्तता यांच्या चिंध्या त्याला जन्मभर सांभाळायलाच लागणार होत्या. त्याचा मोकळेपणा गेला होता. तरुण वयातला निष्काळजीपणा तो हरवून बसला होता. गावातल्या इतरांच्या दृष्टीने तो एक इतरांसारखाच कष्टाळू तरुण होता; शेतकऱ्याचा कष्टकरी मुलगा. फक्त त्यालाच माहीत होतं, कोणतं दुःख तो मनात बाळगून होता ते. बाहेरून आकर्षक दिसणाऱ्या सफरचंदात कीड असावी तसं ते दुःख त्याच्या शरीर आणि आत्म्याला खात होतं.

आता जंगलात एकटं बसून काय करावं ते न कळणाऱ्या फुसावोनं ती कागदाची चळत बाहेर काढून लिहायला सुरुवात केली. काकांनी त्याला लिहायला शिकवलं होतं ते एक प्रकारे बरंच झालं होतं. बाकी सर्वांनी नाकारल्यावर त्याच्याकडे लिहिण्यासाठी कागद तरी होते; हे ठीकच होतं. त्याचं लेखन कोण आणि कधी वाचणार होतं, हे त्याला माहीत नव्हतं; पण तो तेवढंच करू शकत होता. तो लिहीत असलेल्या कागदावर त्याच्या गालावरून एक मोठा अश्रू पडला आणि त्यानं लिहिलेल्या शब्दावर एक छोटंसं काळं तळ झालं. 'पुरुष शूर असतात आणि त्यांनी कधीच रडायचं नसतं' ह्याच विचारांनी फुसावोनं रागाच्या भरात ते पुसलं.

काळ्या ढगात वीज चमकली आणि फुसावोला रात्र झाल्याचं जाणवलं. कुठे आधार घ्यायचा ह्याच विचारात तो जंगलाबाहेर आला आणि भटकत राहिला. 'परत घरी जाऊन माफी मागावी? नाही. आपल्यालाही आत्मसन्मान आहेच की!' ह्या विचारानं त्याला ग्रासलं.

गावात देऊळ होतंच. त्याच्यासारखे अनाथ तिथं जायचे. तो तिथे गेला तर नाओकीचा मुलगा देवळात झोपतो असंच गावभर होईल. तेवढ्यात धूळ उडवत

एक गाडी तिथे आली. धूळ डोळ्यांत जाऊन त्याला काही दिसेनासं झालं. गाडी त्याच्या शेजारीच थांबली. फुसावोनं पाहिलं, लॉर्ड ओकिमोटो बांबूचा पडदा बाजूला करून पाहत होते. क्षणार्धात फुसावोचं मन आनंदानं भरून गेलं.

"इथं काय करतोयस तू? या असल्या हवेत?" तरुण सामुराईनं हात बाहेर काढून विचारलं. फुसावोनं तो हात हातात घेतला.

"ओह स्वामी, लॉर्ड ओकिमोटो!" फुसावो रडायलाच लागला. "माझ्या वडिलांनी मला घराबाहेर काढलंय आणि मला जायला दुसरी जागाच नाही."

तरुण सामुराईनं आज्ञा केली आणि पुढच्या बाजूनं एका नोकरानं घाईघाईनं येऊन दार उघडलं आणि फुसावोला आत घेतलं. यापूर्वी फुसावो कधी गाडीत बसला नव्हता. आत्ताच्या अवस्थेतही तो गाडीतल्या नक्षीदार, चमकणाऱ्या बैठकी बघून थक्क झाला. बांबूचे बारीक, गुंतागुंतीच्या नक्षीचे सुंदर पडदे; बाहेरच्या नजरा दूर ठेवणारे, स्वत:च्या अस्तित्वाने आतल्या लोकांना सामर्थ्य आणि बाहेरच्यांपासून वेगळेपणा देणारे. त्यांच्यामुळे आतला माणूस बाहेरच्यांहून आपोआपच वेगळा, सामान्यांशी संबंध नसणारा व्हायचा.

फुसावो लॉर्ड ओकिमोटोच्या समोरच्या बैठकीवर बसला. शेजारची दांडी खूप घट्ट धरल्यामुळे फुसावेचे हात पांढरे पडले होते. गाडी चालायला लागली.

"सांग, काय झालं?" तरुण सामुराईनं त्याच्या खांद्यावर हात ठेवला. सहज; पण त्यानं फुसावो शहारला आणि त्याच्या अंगावर काटा आला. तो मनात प्रार्थना करत होता, की त्याच्या मनातली ती प्रतिबंधित वासना ओकिमोटोला कळू नये, कारण ती बेकायदेशीर होती आणि तसं झालं असतं तर त्याला तिथंच, गाडीतून पुन्हा बाहेर ढकलून दिलं असतं. त्याच्या या वेड्या धाडसाने त्याला जी शिक्षा झाली असती तिची तो कल्पनाही करू शकला नसता.

कामानं खरबरीत झालेल्या आपल्या हातांबद्दल तो एकदम सावध झाला. ते हात त्यानं मागं घेण्याचा प्रयत्न केला, पण ओकिमोटोनं हातांचा दबाव वाढवून कुणाचा ताबा कुणावर आहे ते त्याला जाणवून दिलं. त्याला आपल्या हकिकतीत रस आहे हे पाहून फुसावोनं आपली सारी हकिकत त्याला सांगितली. वडिलांनी ठरवलेलं लग्न नाकारल्यानंच त्याला घराबाहेर काढलं होतं, हेही. फुसावोचं सांगून झाल्यावर इतका वेळ लक्षपूर्वक ऐकणाऱ्या ओकिमोटोनं विचारलं, "पण तुझा या लग्नाला एवढा विरोध का? काही खास कारण?"

फुसावो थोडा चाचरला. "खरं सांगू का? मला बायकांच्यात एवढा रस नाही."

"मग तुला पुरुषांच्यात रस आहे, असं म्हणायचं का?"

फुसावोच्या चेहऱ्यावर लालीमा आला. त्यानं मान हलवली, पण शरमेनं तोंड झाकून घेतलं. त्यानं कसली कबुली दिली होती? अरे देवा! हे काय केलं होतं

त्यानं! आपण विकृत असल्याचंच कबूल केलं आणि तेही खुद्द सामुराईंकडे. त्यांनी आता त्याला नक्कीच गाडीबाहेर हाकललं असतं. फुसावोनं डोळे मिटले. तो मनोमन वाइटात वाइटाची तयारी करायला लागला.

मग त्याला आपल्याभोवती मिठी पडल्याचं जाणवलं. त्याच्या स्वामीनं त्याला छातीशी कवटाळलं होतं. फुसावोला विलक्षण धक्का बसला, पण दुसऱ्याच क्षणी त्याचं मन आनंदानं भरून आलं. त्याला त्याचा साथीदार भेटला होता; अकल्पित ठिकाणी, अकल्पित व्यक्तीत; त्याच्यासारख्या शेतकऱ्याच्या आवाक्याबाहेरच्या कक्षेत, समाजाच्या सर्वांत वरच्या स्तरात, एका सामुराईमध्ये.

''मला तुमच्याबरोबर राहू द्या.'' तो कुजबुजला, ''मी तुमचा नोकर म्हणून राहीन. तुम्हाला आवडेल ते कुठलंही काम करीन.''

❑ ❑ ❑

१९

लॉर्ड ओकिमोटोंनी फुसावोला परत किल्ल्यात नेलं आणि आपला वैयक्तिक सेवेकरी म्हणून ठेवलं. त्यांचे कपडे बघणं, जेवणाची व्यवस्था करणं, अशी काही कामं दिली; म्हणजे त्यांचा जास्तीत जास्त संपर्क राहील आणि कुणाला संशय येणार नाही. रात्री तो सामुराईंच्या शेजारच्याच छोट्या खोलीत झोपायचा आणि त्यामुळे केव्हाही त्यांच्याकडे जाऊ शकायचा. त्यांना लॉर्ड नोबुनागांच्या आज्ञांमुळे सतत काळजीपूर्वक राहावं लागायचं, कारण तरुण सामुराईंच्या रक्षणासाठी नेहमी दोन रक्षक असायचेच; रात्रीसुद्धा.

तयारीसाठी विचार करायलाही वेळ न मिळता फुसावोला ज्याचं पूर्वी कधी दर्शनही झालं नव्हतं, अशा जगात अचानक फेकलं गेलं होतं. नोबुनागांच्या कुटुंबातल्या प्रत्येकासाठी स्वतंत्र वैयक्तिक नोकर होतेच. रोज सकाळी त्यांच्या हौशीनुसार कपडे काळजीपूर्वक निवडले जायचे. दिवसभरात काय कार्यक्रम, सणवार किंवा कामं असतील त्यानुसार ते ठरायचे. फुसावोच्या घरात रोजचं जेवण काय असेल ते कोणालाही सहज सांगता येणं शक्य होतं. भात, दाणे किंवा ते वाटून सूप, लोणची आणि भाजलेले मासे. रोज बहुधा हेच. फक्त सणावारी कसलं तरी मटण.

पण हा किल्ला होता. इथल्या स्वयंपाक्यांना रोज नव्या पद्धतीनं आणि

नखऱ्यानं समोर ठेवता येतील अशी खास पक्वान्नं आठवून करावी लागायची. ती सर्वोत्तम नाजूक चिनीमातीच्या, काचेच्या, लाखेच्या भांड्यांतून वाढावी लागायची. नोकरांचे कपडे आणि जेवणही त्याच्या घरच्या जेवणाहून कितीतरी पटींनी उत्तम होतं. फुसावोलाही अनेकदा वाटायचं, की ही जगण्याची पद्धत कळल्यावर त्याच्या आईचा आ वासेल, पण त्याला ते तिला दाखवताच काय सांगताही येणार नव्हतं कधी.

पहिले दोन आठवडे काही घडलं नाही. तिथं कसं काम करायचं ते तो इतर नोकरांकडून शिकला आणि लॉर्ड ओकिमोटो त्याला दिसलेही नाहीत. ते वडिलांबरोबर उत्तरेकडे कुठल्यातरी जमिनीच्या पाहणीसाठी गेले होते. त्या सगळ्या उत्सुकतेत, नव्या वातावरणात आणि डझनावारी नोकरांत फुसावो पुन्हा एकाकीच होता. बाकीच्या नोकरांना त्याचा दर्जा नक्की ठरवता येईना. दर्जानं नोकर खरा, पण खास जागा असलेला, तीही खुद्द स्वामींबरोबर, तेव्हा सगळे त्याला टाळायचे; एकट्यालाच ठेवायचे. फुसावोला संशय होता, की त्याला अचानक मिळालेल्या या दर्जामुळे काही नोकरांना दुःख झालं होतं.

लॉर्ड ओकिमोटोंच्या खोल्यांची सफाई करणारा मिचिओ नावाचा एक तरुण नोकर होता. त्यानं फुसावोशी मैत्री केली. मिचिओ पुष्कळदा स्वयंपाकघराच्या आसपास घुटमळायचा, कारण तिथली एक सुंदर मुलगी त्याचा प्रेमविषय बनली होती. त्याबद्दलच्या व इतरही अनेक अफवा, भानगडी, गप्पा, राजकारण, कारस्थानं सगळं फुसावोला मिचिओकडून कळायला लागलं.

"ओकुनोसान, इथला मुख्य घराचा व्यवस्थापक सगळ्या गोष्टी मालकांना सांगतो. तू त्याच्यापासून सावध राहा." मिचिओ त्याला म्हणाला. "आणि आज ना उद्या तुला सेत्सुको भेटेलच, ती आपली व्यवस्थापिका आहे. लेडी मोमोची ती मुख्य दासी आणि असं म्हणतात, की रात्री उशिरा ती इथल्या पुरुष नोकरांच्या खोल्यांत असते. त्यांच्याशी संबंध ठेवून असते ती."

"एकदा एका नोकरानं पांढऱ्या शुभ्र पोशाखातल्या, केस मोकळे सोडलेल्या एका स्त्रीला पुरुष-नोकरांच्या जागेतून बाहेर जाताना पाहिलं. तो तर तिला भूत समजून बेशुद्ध पडण्याच्या बेतात होता. लेडी मोमोंना त्यांची लाडकी दासी तिच्या रात्री कुठे घालवते, हे जर कळलं तर त्यांचं पाणीपाणी होईल, त्या पांढऱ्या पडतील; पण ओकुनो कुणाला काही सांगू देत नाही. तिच्याबद्दल तर नाहीच. तोही तिचा मित्र आहेच ना!"

"तुला ती लवकरच भेटेल. मलाच तिच्याकडे जायचंय, पण मला युकी चॅनला जिंकायचं आहे म्हणून मला नीट वागलं पाहिजे."

"लॉर्ड ओकिमोटोच्या आईचं काय? तिला कोणी कधी फारसं पाहतही नाही."

फुसावो म्हणाला.

"म्हणजे लेडी मिचिको ना? ओह! ती काही लॉर्ड ओकिमोटोची आई नाही, पण ती मोठ्या सामुराईंची अधिकृत पत्नी आहे. तिला मूल झालं नाही म्हणून सामुराईंनी लेडी मोमोंशी दुसरं लग्न केलं. ती मात्र ओकिमोटोसानची आई आहे. लेडी मिचिको डोक्यानं थोड्या तिरसट आहेत. त्या फारशा कुणाशी बोलत नाहीत. आपल्या खोल्यांच्या बाहेरही फारशा येत नाहीत. कधीतरी त्या बागेत दिसतात फिरताना. कधी आकाशात नजर लावून बसतात. रोज सकाळी संगीताच्या दालनात त्या न चुकता असतात, पण त्या नेहमी उदास संगीतच वाजवतात. ते ऐकून आमच्याही अंगावर शहारा येतो. त्यांना मूल होणार नाही हे कळल्यापासून मोठ्या सामुराईंनी त्यांच्यातलं लक्ष काढून घेतलंय; त्यामुळेच त्यांचं असं झालंय."

"लेडी मोमोंची वेगळीच तऱ्हा आहे. बाहेरून त्या सुंदर, मृदू, मनमिळाऊ दिसतात, पण त्या अतिशय धूर्त आणि कठोर आहेत. लॉर्ड नोबुनागांच्या मागची शक्ती आणि या किल्ल्यात जे चाललंय त्यावर त्यांचाच ताबा आहे. मालक जसजसे वयस्क आणि अधिक परावलंबी होतायत म्हणजे त्यांच्यावरच अवलंबून राहतायत, तसतशा त्या अधिकाधिक बलवान होताहेत."

"त्या सामुराईंहून बऱ्याच लहान आहेत आणि त्यांच्यावर ताबा ठेवणारी व्यक्ती एकच. त्यांचा पुत्र लॉर्ड ओकिमोटो. त्यांना त्यांच्या आईचं हे छुपं सत्ताधीशाचं रूप ठाऊक असावं. म्हणूनच की काय, सगळ्या सुंदर स्त्रियांपासून ते दूर राहू शकतात. त्यांची आई रोज सुंदर मुलींना इथं बोलावते. त्यांनी कुणाशीतरी लग्न करावं आणि आपल्या घराण्याला वारस द्यावा, पण अजूनपर्यंत तरी लेडी मोमोंना या बाबतीत यश आलं नाही. म्हणून त्या अधिकच चिडतात."

फुसावोच्या घशात आवंढा आला; पण त्यानं सहज विचारल्यासारखं विचारलं, "आणि अजून लॉर्ड ओकिमोटोंनी लग्नात स्वारस्य दाखवलं नाही?"

मिचिओनं मान हलवली. "अजून नाही, पण कधी ना कधी त्यांना आपलं कर्तव्य पुरं करावंच लागेल. अजून ते आईला लहान वाटतायत म्हणून ती सहन करतेय. अजून दोन वर्षं ती थांबेल. शेवटी ती जिंकेलच."

तो फुसावोच्या अधिक जवळ गेला आणि कुजबुजत म्हणाला, "नोकरांत – विशेषत: जे थेट ओकिमोटोंच्या हाताखाली आहेत त्यांच्यात अशी चर्चा आहे, की ओकिमोटो लॉर्डसाहेबांच्या काही वेगळ्याच आणि विचित्र सवयी आणि इच्छा आहेत. ते म्हणतात, त्यांना पुरुष आवडतात व पुष्कळदा ते त्यांच्याबरोबर झोपतात! पण चुकूनसुद्धा या गोष्टींचा उच्चार करू नकोस. तशी हिंमतच नको करूस, कारण जर का ते लेडी मोमोंच्या कानावर गेलं तर त्याची किंमत म्हणून फार भयानक परिणामांना तोंड द्यावं लागेल."

कसल्यातरी अपरिचित भावनेनं फुसावोची छाती दाटून आली. त्याला वाटलं, तो गुदमरेल. काही महिन्यांनी ती सामर्थ्यशाली भावना जोरकस आणि टोकाच्या मत्सरात बदलणार होती, प्रसंगी त्याच्या अध:पतनाला तेव्हाच सुरुवात होणार होती, पण त्या क्षणी ती सहज आणि साधीच वाटत होती.

''आणि आत्ता लॉर्ड ओकिमोटो कुणा तरुण पुरुषात गुंतलाय का?'' तो कुजबुजला आणि त्याचा सुटकेचा भाव एखाद्या उल्कापातासारखा जाणवला. मिचिओ डोकं हलवून म्हणाला, ''आम्ही हल्ली तरी असा कोणी पाहिला नाही. अशी अफवा आहे, की त्याला एक नवं प्रेमपात्र सापडलंय, पण कोण ते नाही कळलं.''

''मिचिओ!'' खालच्या छोट्या वाटेत ओकुनोचा गरजता आवाज ऐकू आला. ''गप्पा थांबवून ताबडतोब इकडे ये! खूप कामं व्हायचीयेत. मालक आज यायचेत घरी.'' पुढे एक शब्दही न बोलता मिचिओ आपला युकाता नीट करून मुख्य हाऊस-कीपरच्या दिशेनं धावला. फुसावोचा जणू श्वासच थांबल्यासारखा झाला होता. मिळालेल्या साऱ्या माहितीनं त्याचं डोकं गच्च होऊन फुटायला आलं होतं. त्याचं हृदय खूपच जोरानं धडधडायला लागलं होतं. मालकाने नव्या व्यक्तीत रस घेण्याबद्दल नोकर जे बोलत होते आणि त्याबद्दल मिचिओनं जे सांगितलं होतं, त्यानंतर तर त्याला जास्तच सावधगिरीने वागणं भाग होतं, कारण लेडी मोमोला जराशी जरी कुणकुण लागली असती, की तिच्या अगदी नाकाखाली काय चाललं आहे, तर फुसावोचं नुसतं किल्ल्यातलंच नव्हे तर एकूणच आयुष्य बरबाद झालं असतं!

❑ ❑ ❑

२०

मायुमीनं स्वत: केलेला अनुवाद बरोबर आहे ना, हे पाहण्यासाठी ते शब्द पुन:पुन्हा वाचले. तिनं सारी रात्र आणि पहाटेचेही काही तास त्या जुन्या लेखनावर, वाईट अक्षरांवर काढले होते. आताही ती अक्षरं तिच्यासमोर नाचत होती. मायकेल तीन आठवड्यांनी येणार होता. तिला त्यापूर्वी त्याचा अनुवाद पूर्ण करून ती केस अर्थ लावून उलगडायची होती. शिवाय, त्याच दिवशी दुपारी तिचा अशील तिला भेटायला येणार होता. त्यांच्या हाती काही भरीव ठेवायला हवं होतं, पण तरी तिला तिच्या अशिलांना त्यांच्या कुटुंबाच्या इतिहासातल्या प्रसंगांची गुंतागुंत, विचित्र वळणं आणि त्यातून पुढे येणारं कुरूप वास्तव यांच्या दर्शनाने अचानक हादरवून सोडायचं नव्हतं; पण तरीही त्या सत्यावर त्यांनी विश्वास ठेवला असता का? हे अठराव्या शतकात कसं शक्य आहे, असं ती कडक हारुमी सान म्हणालीच असती.

पण पुन्हा ते शब्द तिला आठवले, तिसऱ्यांदा ते समोर आले होते. 'उद्या लॉर्ड ओकिमोटो परत येताहेत, पण त्यांना भेटायला मी थांबू शकत नाही.'

मायुमीनं या शब्दांवर जास्त विचार न करण्याचं ठरवलं. 'अखेर मित्रही भेटायला उत्सुक असणारच की! तरुण सामुराई फुसावोला अडचणीतून सोडवायला आला म्हणून फुसावो नायकभक्तीच करत होता. कुठल्याही आक्षेपार्ह किंवा समाजमान्य नसलेल्या भावनेशिवायही समलिंगी माणसांना एकमेकांचं आकर्षण

वाटू शकतं' असं तिला वाटलं आणि तिला आठवलं की, ती स्वत:ही कॉलेजात असताना एका वरिष्ठ, ज्येष्ठ, देखण्या, लोकप्रिय प्रोफेसरांवर जीव टाकत होती, पण म्हणून काही ती लेस्बियन, समलिंगी आकर्षणाची बळी झाली नाही.

शिवाय ती त्या लोकांपासून शेकडो वर्षांनी दूर होती. मानवी भावना सगळीकडे सारख्याच असतात. तेव्हा त्या विषयावर मत देण्यापूर्वी थोडं वाचणं आणि अशिलांना भेटणं थोडं लांबणीवर टाकणं आवश्यक होतं. तसंच त्यांच्या पूर्वजांची थोडी अधिक माहिती होणंही आवश्यक होतं; कारण तो काही बारकासारका विषय नव्हता. एकविसाव्या शतकात जपानमध्ये त्याला थोडी मान्यता मिळायला लागली होती किंवा त्याहीपेक्षा आता लोक ती गोष्ट चालवून घेत होते, दुर्लक्ष करत होते इतकंच; पण तीनशे वर्षांपूर्वी तशा बाबींवर चर्चा करणं म्हणजे... ती नकोशी असणारी, विकृत बाब होती.

मायुमीनं मनाशी प्रार्थना करत फोन केला, की ते अजून घरातून निघालेले नसावेत. तिचं नशीब जोरावर होतं. दोनदा रिंग वाजली आणि हारुमीनं फोन घेतला.

''नाही. आम्ही जेवणं झाल्यावर निघणार होतो. त्यामुळे हरकत नाही. मग सोमवारी येऊ का?''

मायुमीनं कॅलेंडर पाहून सांगितलं, ''चालेल. शेवटच्या क्षणी मी तुमची भेट रद्द करतेय म्हणून रागावू नका हं; पण मला काही गोष्टी पुन्हा तपासायला हव्यात, म्हणजे निर्णय घेता येईल. आज तुम्हाला भरीव असं काही द्यायला माझ्याकडे नाही.''

''ठीक आहे हो मायुमी सान'' हारुमीनं आश्वासन दिलं. ''तुम्ही घाई करू नकाच. नाहीतरी इतकी शतकं ते कागद थांबलेच आहेत की! थोड्या दिवसांनी असं आणखी काय होणार आहे? होय की नाही?''

मायुमी हसली. ''हो ना, पण काळजी नका करू. आपण या केसच्या तळाशी जाईपर्यंत आणखी एक शतक नाही जायचं.''

तिनं फोन ठेवला नाही, तोच तो पुन्हा वाजला. ती सायुरी होती. तिची मैत्रीण, तिची योकोहामाच्या शाळेतली जुनी मैत्रीण. तिथं मायुमी थोडे दिवस इतिहास शिकवत होती. त्या दोघी इतिहासाच्या शिक्षिका होत्या म्हणून अधिक जवळ आल्या आणि मायुमीनं शाळा सोडल्यावरही त्यांचा संपर्क राहिला. महिन्यातून एखाद्या वेळी त्या जरूर भेटायच्या.

''युमी सान, हा शेवटचा आठवडा आहे महिन्याचा. तेव्हा आपण भेटायलाच हवं! आता तुझी पाळी आहे बोलवायची. आठवतंय ना? पण तू हल्ली इतकी बिझी लेडी झाली आहेस, की मीच तुला बोलवायचं ठरवलंय. आज मी इथं टोकियोतच राहणार आहे. टीचर्स कॉन्फरन्सनंतर रात्री जेवायला येशील?''

मायुमीला सकाळपासून एकटंएकटं वाटतच होतं. ती सायुरीचा आवाज ऐकूनच

खुश झाली. तिच्याबरोबर संध्याकाळ काढण्याच्या कल्पनेनं तिला उत्साहच आला.

"ओह, सायुरी, किती छान वाटलं तुझ्याशी बोलून! एका अशिलाची भेट ठरली होती ती रद्द झालीये, तेव्हा मी मोकळीच आहे. आपण तिथंच भेटू या, जीआर शिंजुकू स्टेशनसमोर?"

मायुमीनं थोडा चकचकचा आवाज ऐकला. तिची मैत्रीण उत्साहित झाली की काढायची तो. गोड लाडकी सायुरी; वेळेवर यायची. मायुमीने तिच्या एकुलत्या एक बॉयफ्रेंडबरोबर खूप स्वप्नं पाहिलेली होती आणि त्यांचं नातं संपल्यावर ती खूप रडलीही होती. तेव्हाही सायुरी तिच्यासाठी एक मोठा, गुबगुबीत टेडी बेअर घेऊन आली होती.

"हो. सहा वाजता? तोपर्यंत काही खाऊ नकोस, कारण आपण इझाकायाला जातोय. तिथं मस्त पोट फुटेपर्यंत खाऊ."

ती शुक्रवारची संध्याकाळ होती. गाड्या गच्च भरून वाहत होत्या. ऑफिसर लोक शिंजुकूच्या चमकदार बारमध्ये गर्दी करत होते. शिंजुकू स्टेशन आल्यावर मायुमी प्रवाशांच्या लोंढ्याबरोबर आपोआप उतरली गेली. मायुमी खरंतर टोकियोतच जन्मली आणि वाढली होती, तरी या गर्दीचं आणि तिच्या शिस्तीचं तिला कौतुक वाटायचं. ती स्टेशनबाहेर आली. सायुरी तिथं वाटच पाहत होती. तिची भडक बॅग इतरांचं लक्ष वेधून घेत होती. सायुरीची वेगळीच जीवनशैली आणि व्यक्तिमत्त्व यामुळे जपानी तरुण तिच्यापासून दूरच राहायचे, पण सायुरी एकटी समाधानी होती. तिची भटकायची हौस पुरी करून घेत होती. टोकियोसारख्या शहरात लग्न न करता आईवडिलांसोबत राहणाऱ्या आणि स्वत:ची प्रवासाची आणि उत्तम राहणीमानाची हौस पुरवण्यासाठी अर्थार्जन करणाऱ्या तिच्यासारख्या अनेक स्त्रिया होत्या. मायुमीला सायुरीची ही जीवनपद्धती आणि जीवनाचं तत्त्वज्ञान सुखाचं वाटायचं. आपल्या गुंतवणाऱ्या करिअरच्या जीवनात अनेकदा भावनेच्या दृष्टीनं ती पार रिकामी व्हायची आणि तिचं इतक्या अंतरावरचं मायकेलशी नातं कसं निभवायचं, हा प्रश्नही तिला पडायचा. या सर्व गोष्टींचा विचार करता सायुरीने स्वीकारलेली जीवनशैलीच मायुमीसाठीही योग्य होती.

सायुरीनं तिला पाहिलं आणि हात केला. मायुमीकडे ती धावली. नव्या फॅशनचा भडक ड्रेस तिनं घातला होता. तसेच दागिने, पर्स, सँडल्स, सारंच. कुठं जायचं त्यानुसार ती कपडे बदलायची.

"मला बाई, शुक्रवार-शनिवारी शिंजुकू आवडतंच." सायुरी आनंदानं म्हणाली आणि त्या गर्दीतून बाहेर पडून चालायला लागल्या. रस्त्यावरच्या उजेडात त्यांचे चेहरे चमकत होते. मायकेलसुद्धा म्हणायचा, "इथली प्रकाशाची रूपं आणि नक्षीकाम खरंच विलक्षण आहे. ते जपान्यांचं सारं दमलेपण काढून टाकतं आणि प्रवासी तर त्या झगमगाटीनंच दबतात."

त्या दोघी ठरलेल्या इझाकायाला गेल्या. 'सुबोहाशी' हे गर्दीचं, धुरानं भरलेलं अस्सल जपानी 'टापास' बार. तिथं लोकांची गर्दी. खाणं उत्तम आणि त्या मानानं किमती विश्वास बसणार नाहीत इतक्या कमी. शुक्रवारच्या गर्दीमुळे नंबर लावून थांबायला लागणारच होतं. पाऊण तासानं त्यांना टेबल मिळालं. मायकेलला हे खूप विचित्र वाटलं होतं! टोकियोवाल्यांचं पुस्तकं, आयपॉड्स घेऊन कमालीचं वाट पाहणं; एरवी जीवन घाईगर्दीचं असलं तरी 'क्यू' मध्ये तासन् तास सहनशीलपणे उभं राहण्याची त्यांची तयारी या सगळ्या गोष्टींचं मायकेलला कौतुकच वाटलं होतं.

दोघी मैत्रिणी बिअरचा मोठ्ठा मग घेऊन एकमेकींना महिन्याभराच्या बातम्या पुरवत होत्या. समोरच्या छोट्या लाकडी टेबलावर बारीकबारीक तोंडीलावणी होतीच.

मायुमीनं तिची नवी केस, सामुराई आणि शेतकरी यांच्यातलं अंतर, त्यांच्यातलं 'गे' नातं आणि ते सगळं वर्षानुवर्षं त्या कागदांत दडून राहिल्याने हारुमीच्या कुटुंबाभोवती त्यामुळे तयार झालेलं गूढ हे सगळंच सायुरीला सांगितलं.

"अगं बाई! भयंकरच सगळं! एक उच्च कुलीन आणि दुसऱ्याला आडनावही नाही. पुन्हा असलं नातं. त्यांचा दु:खद आणि अकाली अंत होणारंच."

"थांब." तीच म्हणाली. मी काही जुन्या सामुराईंचा अभ्यास करत होते. त्यातला एक असा वाईट 'गे' होता. त्याला 'मॅग्नोलिया' ह्या टोपणनावानं ओळखायचे. त्याच्या किल्ल्यातच त्याच्यावर पाशवी हल्ला झाला होता. १७६५ मध्ये, पण कुणालाच त्याबद्दल पकडलं नव्हतं. तो तू सांगतेस तसाच वाटतोय."

"तो नोबुनागा घराण्यातला होता का?" मायुमीनं विचारलं. ह्या योगायोगावर विश्वासच बसेना! जणू तो तरुण, 'गे' सामुराई त्या कागदांच्या थडग्यातून स्वत:ला बाहेर काढण्यासाठी तिला विनवत होता. ती थरकापली; आणि जणू काही त्याची कथा त्याच्या मृत्यूनंतर इतक्या वर्षांनी लोकांपुढे यावी आणि त्यांनी ती मान्य करावी यासाठी तो आक्रंदत होता, असंच तिला वाटलं.

सायुरीनं मान हलवली. "मलाही असंच वाटतंय. कारण त्या वेळी मला ते नाव आवडलं होतं आणि त्यामुळे ते खूपदा माझ्या जिभेवर असायचं."

पण त्यांनी जेवायला सुरुवात केल्यावर मायुमीनं विषय बदलला, कारण त्या दिवशी तिला मजा करायची होती. अठराव्या शतकातल्या कुणा सामुराईच्या भुताच्या आहारी जायचं नव्हतं. मग दोघी एकविसाव्या शतकात आल्या आणि जवळच्या कराओकेमध्ये पॉप संगीतावर नाचत ती रात्र त्यांनी संपवली.

❑ ❑ ❑

२१

आठवडाभर किल्ल्यात सर्व शांतशांतच होतं, कारण दोन्ही मालक उत्तरेकडे गेले होते आणि लेडी मोमोही गंधकाच्या गरम झऱ्यांवर स्नानासाठी टोहोकूला गेल्या होत्या. फक्त लेडी मिचिको तेवढ्या होत्या. त्यांच्याच ताब्यात सारा कारभार होता, पण त्यांचा मुळीच त्रास नव्हता. नोकरांना तो सुटीचाच दिवस वाटत होता. ओकुनोचीही नोकरांवरची रोजची घट्ट पकड थोडी सैल झाली होती. पण पुरुष-नोकरांना हवी असलेली सेत्सुकोची रात्रीची फेरी चुकली होती, कारण तिलाही लेडी मोमोनं गरम झऱ्यांवर नेलं होतं.

फुसावोला जेवढं शिकता येईल तेवढं शिकून घेण्याची हीच वेळ होती, कारण किल्ल्यात असून लॉर्ड ओकिमोटोच्या विद्युत्भारित अस्तित्वाचं दडपण तेव्हा त्याच्यावर नव्हतं.

पण आता त्याला तिथलं बिनकष्टाचं, सुखासीन जीवन आवडायला लागलं होतं. विशेष हक्क असणाऱ्या सत्ताधाऱ्यांच्या, श्रीमंतांच्या जीवनाचा एक भाग म्हणून जगताना फुसावोला आपल्या आईबापांचा विसर पडला नव्हता. आपण मुलगा म्हणून त्यांच्या बाबतीतली आपली कर्तव्यं पार पाडू शकलो नाही, याची त्याला खंत होती. वडिलांचा तो संतप्त चेहरा अजूनही त्याच्यासमोर सारखा येत होता; आईचं असहायपणे त्यांचं भांडण पाहणं त्याला आठवत होतं. त्यांच्यातली

ती एवढी मोठी दरी त्याला मिटवता येणार होती का? तो जसा आहे तसं त्याला समजून स्वीकारणं त्यांना जमणार होतं का?

कदाचित त्याच्या आईला शक्य झालं असतं, पण वडिलांचा हटेल अभिमान, त्यांच्या कुटुंबाला अशा लाजिरवाण्या, नालायक पद्धतीन कमीपणा आणणाऱ्या, मुलाला स्वीकारणं वडिलांनी शक्य होऊ दिलं नसतं.

'मग ते सारं संपलंच म्हणायचं? अठरा वर्षांचे घट्ट कौटुंबिक बंध तुटलेच असं समजायचं?' त्यानं स्वत:लाच विचारलं.

फुसावोला अचानक एकाकी वाटलं. पौगंडावस्था आणि पुरुष यांच्या सीमारेषेवरचा मुलगा, ज्यावर त्याचा ताबा नाही अशा शरीरात अडकलेला, त्याच्या आईच्या पोटात तो असताना जणू सैतानानं त्याच्यावर नजर ठेवून त्याला असं विकृत केलं होत. त्याच्या वडिलांनीही त्याला विकृत म्हटलं होतं, हे आठवून त्याच्या डोळ्यांतून अश्रू ओघळले. त्याला कुणाचीतरी पावलं ऐकू आली आणि त्यानं घाईघाईनं डोळे पुसले.

तो मिचिओ होता. स्वयंपाकघरातली त्याची प्रेमिका त्याला अधिकाधिक साथ देत होती. तोही रोमँटिक मूडमध्ये होता. फुसावो त्याच्याकडे पाहत राहिला. 'मिचिओसारखं असणं किती छान! सगळं व्यवस्थित असलेलं घेऊन जन्मायचं, समाजमान्य कामं करायची. त्याला कधी असं लपूनछपून, लाजिरवाणं जीवन जगावं लागणार नाही. असल्या दु:खाची ओळखच होणार नाही.'

फुसावोच्या डोक्यात काय रणकंदन चाललं होतं याची कल्पना नसल्यानं मिचिओनं आल्याआल्या जाहीर केलं, "मालक आणि लेडी मोमो उद्या परतत आहेत. आपले साके पीत खिदळायचे दिवस संपले. सगळं जागच्या जागी, व्यवस्थित ठेवण्याबद्दल ओकुनो साननी नोकरांना धारेवर धरलंय, कारण लेडी मोमोंना एक वस्तू जरी इथली तिथे झालेली दिसली, तरी त्या लोकांचं जगणं असह्य करतात."

मिचिओ लेडी मोमोंच्या दुर्गुणांची लांबलचक यादी सांगत होता, पण फुसावोनं ते ऐकलं नाही. त्याचं डोकं त्याला पुन्हा हलकं आणि अशक्त वाटायला लागलं. त्याचं हृदय पुन्हा जोरानं धडधडायला लागलं. त्याचा रुबाबदार स्वामी घरी परतत होता. ती जबरदस्त, न थांबणारी, डोक्यात जाणारी भावना म्हणजेच प्रेम होतं का? आदला आठवडाभर तो थंड डोक्यानं, तर्कशुद्ध कारणं शोधून, वास्तवाचा आधार घेऊन, त्यांचे अडसर घालून मनातली ती खळबळ थांबवण्याचा प्रयत्न करत होता, पण ती भावना सारं काही गिळून पर्वतप्राय लाटांनी त्याला पुन:पुन्हा बुडवून टाकायचा प्रयत्न करत होती. सुदैवाने किंवा दुर्दैवाने त्याला अनुकूल असा साथीदार मिळाला होता. त्यामुळे तो त्या भयंकर भावनेच्या हातातल्या चिकट गोंदाप्रमाणे बनला होता.

मिचिओकडून सुटका करून घेऊन फुसावो शांतपणे विचार करण्यासाठी बागेत गेला. ती सारी जागा शांततेनं भरली होती. तिथलं सौंदर्य परिपूर्ण होतं. कुंपणाच्या झुडपांना दिलेले वेगवेगळे आकार, तशीच मात्सूची झाडं, नेमक्या कोनात वाढवून, वाकवून त्यांच्या कमानी केलेल्या, छोट्या तळ्यातलं पाणी इतकं स्वच्छ होतं, की त्यात पोहणारे रंगबेरंगी मासे त्या शांत, निवांत दृश्याची दंगलच उडवत होते. त्याच्या डोक्यातल्या भावनांचा जोर, दु:ख यांची किल्ल्यातल्या माणसांच्या जीवनाशी सांगड घालणंच कठीण होतं.

इतरांना विसरून स्वत:च्या जगात रममाण होणाऱ्या लेडी मिचिकोची त्याला आठवण झाली. लेडी मोमो आणि तिचे गुंतागुंतीच्या कारस्थानांचे लबाड मार्ग, लॉर्ड ओकिमोटो आणि त्यांचं गुप्त जीवन, मोठे सामुराई आणि आता जीवनाच्या संध्याकाळी सर्वांनी त्यांचा वापर करून घेणं, हे सारं त्याला जाणवलं. नोकरसुद्धा आपापल्या परीनं कट-कारस्थानं शिजवतच होते. बेत, योजना, याला फसवणं, त्याला लुबाडणं, कुणाला आणणं, कुणाला घालवणं; किल्ल्यात एकाखाली एक किती रहस्य, किती अंत:प्रवाह!

आपल्या नव्या अनुभवांनी आतून हलून गेलेला आणि आसपासच्या वातावरणातल्या सौंदर्यानं भारावलेला फुसावो आत आला आणि किमोनोच्या खिशात ठेवलेले कागद आणि ब्रश काढून लिहायला बसला.

'उद्या लॉर्ड ओकिमोटो परत येत आहेत आणि मी त्यांना भेटायला थांबू शकत नाही.'

'मी त्यांच्यासाठी आगीत पडलोय. हे होईल का? ती उद्याची रात्र असेल की कधी नसेलच?'

❑ ❑ ❑

२२

'मी त्यांच्यासाठी आगीत जळतोय.'

या शब्दांनी मायुमीची खात्रीच झाली, की ती पहिल्यापासून बरोबर होती. तिनं शोधलेली ती धक्कादायक, पण न नाकारण्यासारखीच बाब होती; पण तिला कळत नव्हतं, की तिचे खानदानी आणि पारंपरिक, जुन्या मतांचे अशील हे कसं स्वीकारणार होते. अशा अशिलांचा त्रास काय, तर ते तिला एखाद्या गोष्टीची मुळं शोधायला सांगायचे, पण ती शोधताना त्यांना शोभणार नाहीत अशा काही आक्षेपार्ह बाबी सापडल्या, तर ते सत्यच कबूल करणं नाकारायचे आणि काही तर तिनंच काहीतरी रचून सांगितल्याचा आरोप करायचे.

अशा 'अयोग्य' बाबी सादर करणं सोपं नव्हतं; हारुमी सानसारख्या सामाजिकदृष्ट्या योग्य, अचूक वागणाऱ्या, आपल्या सामुराई पूर्वजांचा अभिमान बाळगणाऱ्या स्त्रीच्या बाबतीत तर नक्कीच. हारुमीच्या खानदानी पूर्वजांमधला एक सामुराई असा आपल्याबरोबर कुप्रसिद्धीची, निश्चितपणे समलिंगी व्यवहाराची वलयं घेऊन आल्याचं सांगितल्यावर तिची प्रतिक्रिया काय होईल, याचं कल्पनाचित्र मायुमी रंगवत होती.

'बहुतेक ती नाकारेल.' मायुमीनं शेवटी ठरवलं. 'समलिंगी आचारांविषयी उदार दृष्टिकोन हा आज मान्य असेल, पण 'इडो जपान'मध्ये ते शक्यच नव्हतं.'

आपण लावलेला अर्थ तिनं पाच वेळा वाचला. वेडंवाकडं वागणाऱ्या,

समलिंगी संबंधात रस असणाऱ्या त्या तरुण सामुराईच्या बाबतीतलं सायुरीचं संशोधनही वाचलं, पण तिला तिचा निष्कर्ष योग्य वाटला. शंभर टक्के खात्री झाल्याशिवाय कुणाच्या सन्माननीय पूर्वजांबद्दल ती असा शेरा मारेल, याची शक्यता नव्हती. विशेषत: हारुमी सानसारखीला, जिला त्या कागदांत काहीतरी अभिमानास्पद आणि आदरणीय मजकूरच निघेल असं वाटत होतं, तिच्या कागदांच्या बाबतीत तर मायुमीकडून असा हलगर्जीपणा होणं शक्य नव्हतं.

तिच्या छोट्या, जुन्या घड्याळ्यात ठोके पडले आणि मायुमीला जाणवलं, की तिचे अशील केव्हाही येतील. जपानी लोक वेळ चुकवत नाहीत. हारुमीच्या पिढीचे तर नाहीच, आणि जणू तिला खरं ठरवण्यासाठीच दोनच्या ठोक्याला दारावरची बेल वाजली आणि मायुमी दार उघडायला उठली.

आज फक्त हारुमी आणि तिचा नातू आला होता. हारुमीच्या पतीला सर्दी झाली होती. मायुमीला ते नर्व्हस असल्याचं जाणवलं. अगदी एरवी फटकून वागणारा टोयोकीसुद्धा त्या दिवशी नर्व्हस होता. तिचं मांजर मात्र क्वचितच असणाऱ्या खेळकर मूडमध्ये होतं.

"चांगलंच खेळकर आहे की हे मांजर!" हारुमी आपल्या शालीत अडकलेले त्याचे पंजे सोडवत म्हणाली आणि सारे सैलावले.

मायुमीनं कागद बाहेर काढले. तिच्यावर एकाग्र झालेले डोळे तिला जाणवले. कधीही काडकन तुटेल, असा तणावाचा एक कडक थरच जणू त्यांच्यावर जमा झाला होता. मायुमीला कशी सुरुवात करावी हेच कळत नव्हतं. अखेर हारुमीच हळूच म्हणाली, "तुम्ही म्हणत होता, की तुमच्याकडे काही बातमी आहे आमच्यासाठी, जी आम्हाला त्रासदायक वाटेल. म्हणजे आम्ही किती उत्सुक असू याची तुम्हाला कल्पना असेलच."

"ठीक आहे. मी आतापर्यंत काय शोधलं ते स्पष्ट करते. तुम्ही पाहिलं, की कागदांत सुरुवातीला काहीही, असंबद्ध अशी वाक्यं आहेत. काही फार वाईट प्रकारे लिहिली आहेत. अक्षर, शुद्धलेखन, रचना या दृष्टीनं, पण पुढे लेखन खूपच सुधारलंय. त्याची दिशाही बदललीये. पुढे तर ती डायरीच बनलीये, लेखकाच्या रोजच्या अनुभवांची, भावभावनांची. प्रसंगवर्णनं, जागा अणि माणसं यांची वर्णनं इ."

"मला कळलं, की लेखक एक शेतकरी आहे, मिनामिमोटो या गावात राहणारा. तिथं तुम्ही अजून राहता. तो भातशेती करणाऱ्या शेतकऱ्याचा मुलगा आहे. तिथं जाऊन मी काही पाहण्या करून आले. मला सापडलं, की त्या काळात ते महत्त्वाचं तांदूळ-उत्पादन केंद्र होतं. तुमचे वंशज नोबुनागा त्या काळी सर्वशक्तिमान असे अधिपती होते आणि लेखकासारखे शेतकरी हे त्यांच्या अधिपत्याखाली शेतात राबत होते.

''तुम्हाला वाटेल, शेतकरी मुलाचं लेखन त्या भागातल्या अतिशय सामर्थ्यवान जमीनदार लॉर्डच्या घरात का सापडावं? त्यांनीही पिढ्यान् पिढ्या महत्त्वाची कागदपत्रं असल्यागत ते सांभाळून का ठेवावं?''

''त्याचा संबंध लॉर्ड ओकिमोटोपर्यंत येतो. लॉर्ड ओकिमोटो हा लॉर्ड नोबुनागा या थोर सामुराईंचा पुत्र. त्यांनी सतराशेच्या काळात तिथं सत्ता चालवली.''

''एक क्षणभर थांबा.'' टोयोकीनं थांबवलं. ''मला वाटतं, त्या काळात सामुराई आणि त्यांची कुटुंबं शेतकऱ्यांमध्ये मुळीच मिसळत नव्हती. त्याला जणू बंदीच होती.''

''होय ना! नक्कीच.'' मायुमी म्हणाली. ''पण नोबुनागा वृद्ध झाले होते. खूपच लहरी वागत होते. त्यातली एक लहर म्हणजे आपल्या शेतीत हिंडून शेतकरी काम कसं करतात हे पाहायचं. त्यात त्यांना कळलं, की त्यांच्या शेतावरच्या एका मुलाला चांगलं लिहिता येतं. त्यांनी त्याच्या घरी फेऱ्या मारल्या. तो कसं लिहितो हे पाहिलं.''

''कशाही कारणानं असो, पण असं त्यापूर्वी कुणी वागलं नव्हतं, कुणी केलं नव्हतं. सामुराई लॉर्ड नोबुनागांसारख्या खानदानी, मोठ्या माणसानं सामान्य शेतकऱ्यांत मिसळावं, अगदी त्याच्या घरी जावं हे कुणालाच पटलं नाही; पण ते मालक होते. आजूबाजूची शेतं आणि शेतात काम करणारे सगळेच यांवर त्यांची मालकी होती. ते त्यांच्या रयतेचं काहीही करू शकत होते. कुमारवयीन फुसावोच्या बाबतीत सामुराईंची ही एक काही काळापुरती आलेली लहर होती; पण त्यामुळे त्यांच्यावर संकटाच्या प्रसंगांची मालिकाच ओढवली. त्यातून जो इतिहास घडला, तो आपण आज पाहतो आहोत.''

''सामुराई आणि तो खालच्या दर्जाचा शेतकरी यांच्या त्या भेटी लोकांना विचित्र वाटायच्या. या भेटींमध्ये सामुराई त्यांचा मुलगा लॉर्ड ओकिमोटो यालाही कधीकधी घेऊन यायचे. लॉर्ड ओकिमोटो आणि फुसावो – लेखक – हे असे भेटले.''

''फुसावोचे आईबाप यामुळे फार नर्व्हस झाले, कारण इतर शेतकऱ्यांच्या दृष्टीनं मालकांच्या नजरेत न भरणंच चांगलं होतं. जो मालक क्रूर आणि कठोर होऊ शकतो, मनात आलं तर आपली जमीन काढून घेऊ शकतो अशा मालकापासून दूरच असणं त्यांना बरं वाटायचं; पण आणखी संकटं यायची होती ना! फुसावोच्या बापाच्या एक भयंकर गोष्ट लक्षात आली, की तरुण सामुराईला फुसावोमध्ये थोडा जास्तच रस आहे. सामुराईंच्या मुलाबद्दल गावकरी बरंच काही कुजबुजायचे. तो 'वेगळाच' होता म्हणायचे, कारण त्याला स्त्रियांपेक्षा पुरुषांत अधिक स्वारस्य होतं.''

मायुमी थांबली. तिला हारुमीच्या चेहऱ्यावर अविश्वास दिसला, पण टोयोकी लक्ष देऊन ऐकत होता. त्याच्या चेहऱ्यावर विलक्षण हकिकत ऐकण्याचं औत्सुक्य आणि विजय यांचं मिश्रण होतं.

"थांबू नका. सांगा. आम्हाला सगळं ऐकायचंय." हारुमी हलक्या आवाजात म्हणाली.

"बरं. जर लॉर्ड ओकिमोटोला फुसावो हवाच असेल, तर त्याचे आईबाप काहीच करू शकत नव्हते. म्हणून नाओकीनं म्हणजे त्याच्या वडिलांनी असं ठरवलं, की त्याच्या मुलाला वाचवायचा एकच उपाय – त्याचं त्याच्या चुलत बहिणीशी लग्न करून द्यायचं. तसं त्याच्या भावानंही त्याला वचन दिलं होतं."

त्या क्षणी मायुमीला थांबण्याचा इशारा करत हारुमी ओरडली, "तुम्ही माझ्या पूर्वजांवर हे सगळे कसले आरोप करताय? काय सुचवायचंय तुम्हाला?"

"तुम्ही असं तर नक्कीच म्हणत नाही ना की ते... अं अं.... समलिंगी आकर्षणाचे बळी होते? नाही. काहीतरी चुकतंय तुमचं. ही विकृती तेव्हा नव्हतीच." ती टोकदार आवाजात जवळजवळ किंचाळतच होती. "तुम्ही चुकताय, कारण माझे पूर्वज काही रस्त्यावरच्या उनाड लोकांपैकी नव्हते. खूप मानमान्यता असलेले सामुराई होते. साऱ्या टोहोकू प्रांतात दबदबा होता त्यांचा."

"तुमचं बरोबर असतं तर मला आवडलंच असतं, पण काही कागद हे अचूकपणे तेच सुचवताहेत. मला माफ करा, हारुमी सान. मला माहीत आहे, तुम्हाला असं काही ऐकायचं नाहीये, पण वास्तव काय आहे ते मला तुमच्यासमोर ठेवायलाच हवं. मला जे सापडलंय ते तरी हेच सांगतंय. मी सत्याच्या शक्य तितकं जवळ जावं हेच तुम्हाला हवं होतं ना?" मायुमी म्हणाली.

हारुमी अचानक उभी राहिली आणि हात पुढे करून म्हणाली,

"ज्या प्रकारे हे चाललंय ते मला आवडलं नाही. मला या केसमध्ये पुढं जायचं नाही." ती ठाम स्वरात म्हणाली. "ते कागद परत करा. मी तुमचं बिल देते. आपण हे सारं विसरून जाऊ."

मायुमीचं हृदय दुखावलं. ती केस संपवायला तयार होती, पण तिच्या वेळाप्रमाणे. तिला अपेक्षित नव्हतं, की हारुमी सान कागदच परत मागेल. तिला वाटलं, 'आपण या कागदांची फोटोकॉपी तरी काढायला हवी होती.'

ते कागद स्वत:कडे काही दिवस तरी ठेवण्यासाठी काय करता येईल ह्या विचारात मायुमी असताना टोयोकी आजीच्या खांद्यावर हात ठेवून म्हणाला, "नाही आजी, केवळ आपल्याला आवडण्यासारख्या गोष्टी नाहीत म्हणून आपण थांबू नये. कुटुंबातलं सत्य तर शोधायलाच हवं. कुटुंबाचा सांगाडा नीट कळला, तरच त्याच्या भुताला मुक्ती मिळेल ना? मला हे कागद मिळालेत आजी आणि मला

वाटतं, की पूर्ण सत्य कळल्याखेरीज आपण थांबू नये.''

हारुमी आपल्या नातवाचं म्हणणं सहसा डावलत नसे. आताची वेळही त्या गोष्टीला अपवाद नव्हती. ती हळूहळू बसली आणि मायुमीकडे पाहायला लागली.

''मला वाटतं, माझ्या नातवाचं बरोबर आहे; पण मला त्यांच्या वैषयिक भानगडींचा तपशील नको. माझ्या ऐकण्यालाही मर्यादा आहेत. तसं काही असेल ते मला सांगू नका.'' ती कडक स्वरात म्हणाली.

मायुमीला तिची दयाच आली. 'किती त्रासदायक असेल हे अचानक अठराव्या शतकात फेकलं जाणं, तेही आपल्या पूर्वजांच्या असल्या अमान्य रंगेल जगात; ज्यांचा आतापर्यंत अभिमान आणि आनंदानं ती उल्लेख करत होती. काळ कुठला का असेना, तिला हे सोसणं शक्यच नाही.'

काही वेळानं ती व तिचा नातू जायला उठले आणि टोयोकीनं मायुमीशी एकटीशी काही बोलण्याची आजीकडून परवानगी घेतली.

''त्यात आणखीही काही आहे, ते तुम्ही आम्हाला सांगितलं नाही. नक्की.'' तो तिच्या हातातल्या कागदांकडे पाहत म्हणाला.

''होय. काही शब्द तुमच्या आजीला लागतील असे आहेत.'' मायुमी म्हणाली. ''हे पाहा, 'त्याच्यासाठी मी आगीत जळतोय.' वगैरे. हे मी त्यांना कसं वाचून दाखवणार?''

''हं. म्हणजे लॉर्ड नोबुनागाचा मुलगा 'गे' होता तर!'' टोयोकी विचारपूर्वक म्हणाला. ''म्हणजे सगळं बरोब्बर बसतं आपापल्या जागी. जिगसॉ पझलचे सारे तुकडे.''

''काय म्हणायचंय तुम्हाला?'' मायुमीनं सहज विचारलं. तिनं पाहिलं, की टोयोकीचे डोळे मिटलेत. तो म्हणाला, ''ओह, काही नाही. एक कल्पना येऊन गेली मनात. खास काही नाही.''

❑ ❑ ❑

२३

मालक घरी आल्यानं घरात फार काही हालचाल झाली नाही; पण त्यांची पुढची ट्रीप ठरेपर्यंत तरी मधल्या काळातलं नोकरांचं आरामाचं वातावरण आणि सुखासीनपणाची लहर झटकली गेली.

लेडी मोमोंना गरम झऱ्यांच्या ट्रीपनं काहीही फायदा झाला नव्हता, हे दिसतच होतं. ती फारच वाईट मूडमध्ये होती. फुसावो आणि इतर नोकर तिला सायुरीच्या अंगावर ओरडताना ऐकत होते. त्या दिवशी लेडी मोमोनं दोन नोकरांना नोकरीवरून काढलं, पण असे नोकर नेहमी लेडी मिचिकोकडे जात. ती त्यांना ठेवून घेई, म्हणजे त्यांना किल्ला सोडावा लागत नसे. लेडी मोमो थोड्या वेळानं थंड झाली की, त्यांना परत बोलवी. ते नोकर या दोन स्त्रियांत इथून तिथे आणि तिथून इथे नाचत. अगदी चेंडूसारखेच.

त्या रात्री लॉर्ड ओकिमोटो म्हणाले, की त्यांचं अंग त्या लांबच्या ट्रीपमुळं

दुखतंय आणि फुसावोला त्यांनी विनंती केली, की त्यानं काही खास तेलांनी त्यांच्या खोलीत त्यांना मालीश करावं. रंगीबेरंगी तेलं सुरेख आकाराच्या बरण्यांतून काळ्या, लाखेच्या चमकदार कपाटात ठेवली होती. त्यातल्या एका तपकिरी बरणीकडे बोट दाखवून ते म्हणाले, "ते घे. त्यानं मला बरं वाटतं..."

त्यांनी अगदी सहज किमोनो काढून टाकला, जणू त्यांना त्याची सवय असावी. फुसावोलाही पुरुषांची नग्नता नवीन नव्हती. जपानमध्ये सार्वजनिक स्नानगृहात ते सर्वच जण नग्न स्नान करत. फुसावोही आजवर करत आला होता. सर्व वयाचे, आकाराचे पुरुष त्याने पाहिले होते; पण त्या पुरुषाच्या सौंदर्यानं त्याचा श्वासच थांबला. त्यांच्या रुंद खांद्यावरच्या, श्वासोच्छ्वासाबरोबर वरखाली होणाऱ्या स्नायूंपासून अरुंद घट्ट कंबरेपर्यंत आणि खाली लांब पायांपर्यंत लॉर्ड ओकिमोटो हे प्रत्येक 'गे' माणसाचं स्वप्न होते. आपले डोळे खालीच ठेवून फुसावो प्रार्थना करत होता, की त्याच्या भावना, इच्छा त्यांना सहज कळू नयेत. तो न बोलता ओकिमोटोच्या मानेला व खांद्यांना मालीश करायला लागला.

"खाली, आणखी खाली जा. फुसावो, घाबरू नकोस." लॉर्ड ओकिमोटो म्हणाले आणि फुसावोची कानशिलं लाल झाली. त्याच्या लक्षात आलं, तो देखणा सामुराई त्याला उत्तेजित करण्याची कला शिकवतोय. फुसावो दुसऱ्या कुठल्याही पुरुषाबरोबर कधीही गुंतला नव्हता हे वेदनादायक सत्य त्यातून स्पष्टच होत होतं. फुसावोचा लाजाळूपणा आणि निर्मळ निष्पापता लॉर्ड ओकिमोटोच्या मनाला भिडली होती आणि तेही फुसावोत गुंतत होते. लॉर्ड ओकिमोटो स्वत:ला हव्या असलेल्या तरुणाकडून शारीरिक सुख घेण्याबाबतीत नवखे नव्हते, पण हा तरुण मुलगा, खेड्यातला अनामिक शेतकरी, त्याची स्वत:ची अत्यंत खालच्या थरातील रयत, त्यानं त्याला आतआत हलवून सोडलं होतं आणि त्याला अचानक एक वेगळंच संरक्षण ओकिमोटोला द्यावंसं वाटलं. घाई तर नव्हतीच.

खरं सांगायचं तर फुसावो त्या असाधारण इच्छेनं, जास्तीत जास्त सुख देण्याच्या आणि घेण्याच्या इच्छेनं अचंबित झाला होता. लॉर्ड ओकिमोटो तोपर्यंत फार सुखासीन, आकर्षक, बरेच हक्क आणि अधिकार असलेलं जीवन जगत आला होता; खूप मोठी परंपरा असलेल्या थोर सामुराईंचं. एकटाच मुलगा आणि वारस असणाऱ्याचं आयुष्य होतं त्याचं. जन्माला आल्यापासून त्याला हवं असलेलं, त्याचा हक्क असलेलं काहीही मिळण्यापासून त्याला वंचित केलं गेलं नव्हतं. त्याला हव्या असणाऱ्या गोष्टीसाठी थांबायचं त्याला माहीत नव्हतं आणि तरी त्या निरागस हरणाच्या डोळ्यांच्या मुलासाठी सामुराई आपल्या कटिशुळाला योग्य क्षणासाठी, तो तयार होईपर्यंत रोखून धरत होता. सुखासाठीच, पण त्याच्याही. लॉर्ड ओकिमोटोला त्याच्यावर कुठल्याही प्रकारे कसलाच आघात होऊ द्यायचा

नव्हता त्याला. लॉर्ड ओकिमोटोला कळलं होतं, की ती निव्वळ वासना नव्हती. तो त्या मुलाच्या प्रेमात पडला होता. ते प्रेमच त्याला निव्वळ शारीरिक ओढीपेक्षा अधिक मृदूपणानं वागवत होतं. आजवर ज्यांना तो केवळ वापरून, काम झाल्यावर फेकून देत आला होता, त्या आपल्या लैंगिक साथीदारांबद्दल वाटणाऱ्या वासनेहून फुसावोबद्दल त्याला जाणवणारी वासना निराळी होती.

तो जेव्हा फक्त चार वर्षांचा होता, तेव्हाच त्याचं लग्न त्यांच्याच दर्जाच्या, बरोबरीच्या एका थोर सामुराई कुळातल्या दोन वर्षांच्या मुलीबरोबर ठरवलं होतं. ती दक्षिणेकडची होती. ती वधू तेरा वर्षांची झाली तेव्हा त्यांच्या लग्नासाठी तिच्या घराण्यातून वारंवार विनंतीपत्रकं यायला लागली आणि आता तर लेडी साचिको सतरा वर्षांची पूर्ण तरुणी झाली होती. आता थांबवून ठेवणं कठीण होतं. तो भीत होता, 'ती येणारच आणि तो दिवस येईलच जेव्हा....'

ओकिमोटोला, तो 'गे' आहे आणि स्त्रियांचं आकर्षण त्याला कधीच वाटणार नाही हे नेमक्या कोणत्या क्षणी कळलं ते आठवत नव्हतं. एकदा नग्नपणे स्नान करताना त्याचा एक दूरचा भाऊ त्याच्याबरोबर होता आणि त्याला हा साक्षात्कार झाला. हे चुकीचं होतं, वर्ज्य होतं, त्याची पत्नी होऊ इच्छिणारी वाट पाहत होती. कुटुंबासाठी वारस देणं त्याचं कर्तव्य होतं. त्यानं असं वाटण्याबद्दल शिक्षा म्हणून कडकडीत गरम पाण्यात स्वत:ला बुडवून घेतलं होतं.

पण त्या रात्री त्याचा तो भाऊ त्याच्या पांघरुणात शिरून अतिशय कौशल्यानं त्याला उत्तेजित करायला लागला, तेव्हा यानं प्रतिकार सोडून दिला. तो 'गे' होता, हे नक्की. त्याला तो काही करू शकत नव्हता. ते अपरिमित सुख फक्त पुरुषाकडूनच त्याला मिळू शकत होतं आणि मग रोज रात्री त्याचा तो भाऊ त्याच्या पांघरुणात यायला लागला. त्याला पटवायला लागला, की 'गे' असणं हेच त्याचं विधिलिखित आहे. भांडून काही उपयोग नव्हता. हा दूरचा भाऊ जेव्हा परत होक्काइडोला त्याच्या घरी गेला, तेव्हा ओकिमोटो 'गे' असल्याचं निश्चित झालं होतं. तिथून पुढे त्यानं मागं पाहिलंच नव्हतं.

नंतरच्या काळात ओकिमोटोला कळलं, की 'गे' असणं फार कठीण आहे. आपल्या कुटुंबाला आणि समाजाला हे कळू नये म्हणून त्याला सतत फार काळजी घ्यावी लागायची. त्यांनी कोणी हे कधी स्वीकारलंच नसतं. दोन पुरुषांतले शारीरिक संबंध, हे इतकं अस्वाभाविक कृत्य मानलं गेलं असतं, की समाजातल्या कितीही मोठ्या स्थानावर असो, त्याला ते माफ नव्हतं. त्याला कुणी एखादा आवडला तरी चारचौघांत तो ते बोलू शकत नव्हता. ती स्त्री असती तर गोष्ट निराळी. मग ते नैसर्गिकच होतं. आता समाजाची काही बंधनं तिथंही असती, पण ती सैल होऊ शकली असती. इथं ते मनातही आणायची चोरी होती.

अजूनपर्यंत तो कधी सापडला नव्हता. त्याचं मुलांत रमणं त्याच्या आईला थोडं त्रासदायक वाटत होतं. कधीकधी तो त्यांना थांबवूनही घ्यायचा; पण त्याला माहीत होतं, की त्याच्याशी कसं वागावं हे जोवर तिला कळत नाही, तोवर ती काही करणार नाही.

लॉर्ड ओकिमोटो आतापर्यंत त्याच्या प्रेमिकांत कधीही भावनात्मक दृष्टीनं गुंतला नव्हता आणि त्यानं नियमच केला होता, की एकाच मुलाला दोनपेक्षा जास्त वेळा बोलवायचं नाही. तो म्हणूनच फुसावोबद्दल वाटणाऱ्या नेहमीपेक्षा वेगळ्या जाणिवेबद्दल आणि स्वत:च्या कमकुवतपणाबद्दल काळजीत होता. त्याला जरी फुसावोच्या लैंगिक आकर्षणाची खात्री होती, तरी त्यानं मनाचा निश्चय केला होता, की 'आपण त्याच्यापासून मनानं दूर राहू शकू याची खात्री होईपर्यंत त्याच्याशी लैंगिक संबंध ठेवायचे नाहीत' पण हेच स्वत:वरचं नियंत्रण त्याला सोसवतही नव्हतं.

प्रथम हा शेतकरी मुलगा त्याच्या डोळ्यांत भरला, तो त्याला लिहिताना पाहायला तो आपल्या वडिलांबरोबर त्याच्या घरात गेला तेव्हा. ओकिमोटो तोवर कोणत्याही शेतकऱ्याच्या घरात गेला नव्हता. त्या मातीच्या जमिनी पातळ पण ओबडधोबड होत्या. लाकडी भिंती, वारा, पाऊस, थंडी कशापासूनच रक्षण करू शकणार नव्हत्या. त्या कुरूप तर होत्याच. मग ओकिमोटोचे वडील ज्याला बघायला आले होते तो मुलगा बाहेर आला. त्याला पाहिलं आणि ओकिमोटो बाकीचं सगळं विसरला. फुसावो धक्का बसावा इतका देखणा होता. नितळ, पिवळट, गोऱ्या, मृदू चेहऱ्याभोवती काळेभोर केस, त्वचा तर पारदर्शक वाटावी अशी आरसपानी, नजर खिळवणारी चमकदार कांती. त्याचे काळेभोर डोळे ओकिमोटोवर खिळले तेव्हा ओकिमोटो अंतर्बाह्य हलून गेलेलं त्याला जाणवलं होतं. त्याला कसंसंच झालं होतं. नुसत्या त्याच्या दर्शनानं ही काय जादू झाली होती?

ते आणखी एकदोनदा भेटले आणि मग या 'सुशिक्षित शेतकऱ्यातला' त्याच्या वडिलांचा रस घेणं संपलं. ओकिमोटोनंही थोडा वेळ फुसावोला मनातून काढलं, पण एका वादळी रात्री नशिबानं त्यांना एकत्र आणलंच. तो एका तलवारीच्या द्वंद्वाच्या स्पर्धेतून परत येत होता, तेव्हा त्याच्या गाडीशेजारून सावलीसारखी एक आकृती वेड्यासारखी जोराजोरानं हात हलवताना दिसली. तेवढ्यात वीज चमकली आणि ओकिमोटोनं पाहिलं, तो फुसावो होता. त्यानं ओरडून चालकाला गाडी थांबवायला सांगितली. पावसात निथळणाऱ्या आणि थंडीनं काकडणाऱ्या फुसावोला गाडीत घेतलं आणि किल्ल्यात आणलं.

आता फुसावोचे नरम हात त्याची पाठ चेपत त्यानंच सांगितल्याप्रमाणे खालपर्यंत जात होते. ओकिमोटोनं सुखानं डोळे मिटून घेतले होते. त्याच्या शरीर-

मनात वादळं उठत होती. मऊ ततामीवर तो पडून होता. स्वत:ला आवरत होता. आज या मुलाबरोबर कितपत पुढे जावं याचा त्याला अंदाज येत नव्हता. ओकिमोटोला फुसावोला एकदम घाबरवूनही टाकायचं नव्हतं. आयुष्यात प्रथमच थोर, सन्माननीय लॉर्ड ओकिमोटो, त्या भागातील अतिशय सामर्थ्यशाली सामुराईंचा वारस, एका शेतकऱ्याच्या पोराला आपल्या भावनांशी खेळू देत होते, स्वत:ला आवर घालत होते आणि प्रथमच दुसऱ्याच्या गरजा त्यांना स्वत:पेक्षा जास्त महत्त्वाच्या वाटत होत्या.

नाही. फुसावो अजून तयार नव्हता, म्हणून आज ते एकमेकांच्या मिठीत फक्त एकत्र झोपणार होते, पण ओकिमोटोला आपल्या तरुण मित्रातला अग्नी हळूहळूच चेतवायला हवा होता. त्यासाठी फुसावो तयार व्हायला हवा होता. मग त्यांचं मीलन देखणं आणि टिकाऊ झालं असतं.

त्यांनी एकत्र स्नान केलं, बागेतल्या टबात. समोर खडकांची बाग होती. छोटं स्नानगृह; स्वच्छ, गरम पाणी – टोपाझच्या रंगाचं, सुवासिक. गळ्यापर्यंत त्या पाण्याचंच पांघरूण. चारी बाजूला उंच खडक, खडकाचाच बेडूक एका टोकाला, त्याच्या तोंडातूनच एक छान, मजेदार आवाज करत पाणी येत होतं.

थंड हवेत, काळ्याभोर आकाशातल्या चांदण्यांखाली ते गप्पच होते आणि गरम पाणी त्यांच्या अंगावर पडत होतं. फुसावोला आजपर्यंतच्या आयुष्यात इतकं सुखी व समाधानी कधीच वाटलं नव्हतं.

जरी लॉर्ड ओकिमोटोंनी अजून काही हालचाली केल्या नव्हत्या, तरी त्यांच्यात एक अनोखी जवळीक निर्माण झाली होती. ते एकत्र असावेत हीच नियतीची इच्छा होती. ते आत्मिक बंधन शारीरिक मीलनापेक्षाही अधिक शक्तिशाली होतं. त्या रात्रीला ते पुरेसं होतं.

'जणू आमचे आत्मे एकमेकांना शोधत होते ते सापडले एकमेकांना या प्रेममीलनात. मला माहीत नाही आम्ही कुठे आणि कसे जातोय किंवा आमचा अंत कसा होणार आहे, पण या क्षणी ही जादू आहे घडलेली, हे खरं...'

'आणि आता लवकरच आमचं मीलन प्रत्यक्षरूप घेईल आणि त्यावर मोहर उठेल.'

❑ ❑ ❑

२४

थंडीचा कडाका पडायला लागला होता आणि सगळा किल्ला उदास होता; कारण मोठे सामुराई लॉर्ड नोबुनागा मरणपंथाला लागले होते. ते कसं सुरू झालं ते कुणालाच नीटसं कळलं नव्हतं. पावसात भिजल्यानं त्यांना थंडी भरून आली, पण ते काही काळजी करण्यासारखं नव्हतं. अशा बारीकसारीक दुखण्यातून ते चटकन बरे होत असत, पण या वेळी काहीतरी चुकलं होतं. थंडीतून न्युमोनिया झाला आणि मोठमोठ्या वैद्यांच्या झाडपाल्याच्या औषधांचा काही उपयोग झाला नाही. ते त्या आजारातून बाहेरच येईनात.

लेडी मोमो एका कोपऱ्यात रडत बसल्या होत्या आणि लॉर्ड ओकिमोटोंचे उमेदवारीचे दिवस संपून निष्काळजी उनाडक्यांचं आयुष्यही संपुष्टात आलं होतं. आता नोबुनागा घराण्याचे ते प्रमुख होते आणि तरीही लग्नाशिवायच होते, हे त्यांच्या आईनं त्यांना डोळ्यांत पाणी आणून सांगितलं.

नोकर जड अंत:करणानं आपापली कामं करत होते. ज्येष्ठ मालक गेल्यावर आपलं काय होईल ही काळजी त्यांना सतावत होती. लॉर्ड नोबुनागांची त्यांना इतकी वर्षं सवय झाली होती, की दुसरा कुणी मालक किंवा त्यांच्याशिवाय इतर आयुष्य याची त्यांना कल्पनाच करता येत नव्हती.

'लॉर्ड नोबुनागा मरणासन्न अवस्थेत आहेत आणि माझा प्रियकर सामुराईंचा

नवा कुटुंबप्रमुख होणार आहे. मग लग्न करावंच लागेल त्यांना. आता आम्हाला काय करावं लागेल?'

फुसावो खडकातल्या बागेत बसून लिहीत होता. लॉर्ड ओकिमोटो वडिलांच्या जवळ जाऊन या परिस्थितीत काय करावं ते पाहत होते. तसा दिवस छान होता. उबदार सूर्यप्रकाश पडला होता. पक्षी झाडांवर आनंदानं गात होते. तळ्यातल्या माशांचे भडक, चमकदार रंग किल्ल्यातल्या दुःख आणि निराशेची जणू चेष्टाच करत होते.

मिचिओ पुढच्या अंगणात पडलेली पानं रागारागानं झाडत होता. तो मोठ्या सामुराईंवर वैतागला होता. काय पण वेळ शोधली होती त्यांनी मरायला! त्यामुळे त्याच्या आणि युकीच्या शृंगारामध्ये जी अनिश्चितता आली होती तिची चिंता त्याला लागली होती. शिवाय मिचिओला वयस्क लॉर्ड नोबुनागांबद्दल आदर होता. ते नोकरांना चांगलं वागवत. त्यांची नावं त्यांना माहीत असत. लॉर्ड ओकिमोटोंना तर ते आहेत याचाही पत्ता नसे. तो थरथरला. शिवाय लॉर्ड ओकिमोटो 'वेगळे'च होते. काही विलक्षण गोष्टी त्यांच्या आयुष्यात घडत होत्या. त्यांनी आपला मालक आणि लॉर्ड होण्याची कल्पना त्याला मुळीच आवडली नव्हती.

त्यानं फुसावोला खडक बागेत बसलेला पाहिलं. मिचिओला आपल्या मनातलं त्याला सांगावंसं वाटलं, पण मग ते त्यानं झटकून टाकलं, कारण त्याचा मित्र जोरजोरानं काहीतरी लिहीत होता आणि त्याला कोणी मध्येच येऊन त्रास दिलेला आवडणार नाही असं मचिओला वाटत होतं. मिचिओच्या भुवया आकुंचित झाल्या. त्यानं एक त्रासदायक अफवा काही दिवसांपूर्वी ऐकली होती. 'ओकुना सान फुसावोबद्दल काय बरं म्हणाला होता? की तो लॉर्ड ओकिमोटोंच्याच खोलीत झोपला होता? म्हणजे तोही तरुण सामुराईंच्या 'छोकऱ्यां'पैकी एक बनलाय की काय?'

'अरे देवा! नाही. नाही.' मिचिओ स्वतःशीच म्हणाला. 'फुसावो नसेल. असलं काही करणार नाही तो. किती चांगला मुलगा आहे तो! पण असलंच तसं तर?' त्यानं फुसावोला लॉर्ड ओकिमोटोबद्दल असणाऱ्या तक्रारी, शंका सांगायच्या नाहीत असं ठरवलं. सत्ता हात बदलत होती, तसं वातावरण बदलत होतं. त्यामुळे कुठलाच धोका पत्करणं इष्ट नव्हतं.

किल्ल्यात लॉर्ड ओकिमोटो हळूच वडिलांच्या खोलीत गेला आणि त्याला आजाराचा आणि मृत्यूचा वास आला, जो अत्तरांचे बुधले उपडे करूनही लपत नव्हता.

त्यानं मान वळवली. वडिलांचं एरवीचं मजबूत, लांब-रुंद शरीर केवळ अस्थिपंजर झालं होतं. त्यांचा थबकत होणारा श्वासोच्छ्वास पाहून ओकिमोटोला

कळून चुकलं होतं, की त्याचे वडील आठ दिवसही काढणार नाहीत.

"इथं ये मुला!" वडील म्हणाले. त्यांचा आवाज स्पष्ट, खणखणीत होता. "मला तुला काही महत्त्वाचं विचारायचं आहे."

तरुण सामुराई वडिलांजवळ गेला आणि त्यांच्या हातावर हात ठेवून गुडघे टेकून त्यांच्या बिछान्याजवळ बसला.

"ठीक आहे. बाबा, हा मी इथं आहे." त्याचं हृदय आक्रसलं. वडिलांनी त्याच्या हाताभोवती मूठ आवळली. कमाल म्हणजे त्यांची पकड मजबूत होती.

मग ज्येष्ठ सामुराईंनी डोळे उघडले आणि ते लेकाकडे टक लावून बघत राहिले.

"ओकिमोटो, माझ्या मुला, मला तुझ्याबद्दल माहिती आहे. मला कळलंय, तुझ्या सुखाच्या गुप्त कल्पनांबद्दल; तुझ्या बिछान्यात येणाऱ्या मुलांबद्दल. सुरुवातीला मला त्याचं फार दुःख झालं. मी स्वतःलाच प्रश्न विचारायचो, का, का माझाच मुलगा, माझाच वारस का? ही काही काळापुरतीच बाब असावी असं समजून मी खूप सुंदर तरुण मुलीही आणवल्या तुझ्यासाठी, पण उपयोग झाला नाही; आणि मला कळलं की, तुझी परिस्थिती हाताबाहेर गेली आहे. ती बदलणार नाही."

ते क्षणभर थांबले आणि त्यांनी मोठा श्वास घेतला. मग म्हणाले, "हा तुझा दोष नाही. कदाचित देवानंच चूक केलीये. तुझ्या शरीरात स्त्रीचं मन घातलंय. मी तुला असंही खूप वर्षांपूर्वीच स्वीकारलंय; पण लक्षात ठेव, तू एका सामर्थ्यशाली, प्रतिष्ठित घराण्याचा वारस आहेस आणि तुला आवडो की न आवडो, तुझं कर्तव्य अटळ आहे, की तू लग्न केलं पाहिजेस. तुला मुलं झाली पाहिजेत."

"मी तुझ्याकडे एवढंच मागतोय. तू तुझ्या मरणाऱ्या पित्याला वचन दे, की तू तुझं कर्तव्य निभावशील. साचीशी लग्न करशील. ती तुझी वाग्दत्त वधू आहे. तुला मुलगा होऊन वंश चालू राहिला पाहिजे. ओकिमोटो, कृपा करून मला वचन दे, की तू तुझं कर्तव्य करशील."

तरुण सामुराईच्या डोळ्यांतून अश्रू वाहायला लागले. तो अस्पष्टपणे म्हणाला, "बाबा, तुम्हाला माहीत असून तुम्ही मला तिरस्कारानं दूर लोटलं नाहीत. तुम्ही मला आदर आणि प्रेम देतच राहिलात. मी पात्र नाही ह्याला. मी तुम्हाला शब्द देतो, की मी माझं कर्तव्य करीन. या घराण्याविषयीचं माझं कर्तव्य पूर्ण करीन. साचीशी लग्न करीन."

म्हाताऱ्या सामुराईंनी मान हलवली आणि ते म्हणाले, "आभारी आहे मी तुझा. हेच ऐकायचं होतं मला. तू नोबुनागा वंश पुढे चालू ठेवण्याचं कबूल केलंस... आता मी सुखानं मरेन."

त्या रात्री थोरले सामुराई बेशुद्ध झाले ते पुन्हा शुद्धीवर आलेच नाहीत. बोलले

नाहीत. दोन दिवसांनी ते गेलेच.

त्यांचे अंत्यसंस्कारही त्यांच्या आयुष्यासारखेच प्रेक्षणीय आणि शानदार होते. त्यांना समारंभाच्या मोठ्या दालनात चांदीच्या तारांनी विणलेल्या किमोनोत तिथं ठेवलं होतं. चार दिवस जवळचे आणि दूरचे शोगुन आणि सामुराई येऊन श्रद्धांजली वाहून गेले. फुसावो व इतर नोकर आतल्या खोलीतून भारावल्यासारख्या येणाऱ्या माननीय व्यक्तींची रीघ पाहत होते.

त्यांच्या किल्ल्याजवळच्या कौटुंबिक समाधिस्थळावर त्यांना चिरविश्रांती देण्यात आली. फुसावोनं पाहिलं, की लॉर्ड ओकिमोटो आपल्या खोलीत एकटेच बसायचे. एका मोठ्या बीन्सबॅगवर ठोसे मारत, मनातील शोक आणि क्षोभ यांना वाट करून द्यायचे. मोठे सामुराई आजारी पडल्यापासून ते कधीही एकत्र आले नव्हते. अखेर एकदाचे दोघे भेटले.

ओकिमोटोनं फुसावोला पाहिलं आणि गुद्दे मारायचं थांबवलं आणि अगदी सहजपणे फुसावोनं पुढे जाऊन त्यांना मिठीत घेतलं.

''मला जे केलं पाहिजे त्यानं माझं हृदय जड झालंय. वडिलांनी वचन घेतलंय तसं. मी लेडी साचीशी लग्न करीन. नोबुनागा वंश चालू ठेवण्यासाठी तिला पुत्र देईन.'' ते म्हणाले, ''फुसावो, मी काय करू?''

फुसावोच्या हृदयात जणू दुःखाचं प्राणघातक विषच पसरलं. सामुराईचं दुःख त्याला स्वतःचंच वाटलं. बोलण्यासारखं काही नव्हतंच. सोसायचं आणि रक्तबंबाळ व्हायचं होतं.

फुसावोला माहीत होतं काय करायचं ते. स्वतःला लॉर्ड ओकिमोटोच्या हवाली करायचं. आत्मा आणि शरीर यांच्या एकत्रीकरणानं जे प्रेम निर्माण झालं असतं ते इतकं घट्ट, चिरंजीव असणार होतं, की मग त्या दोघांना विलग करताच आलं नसतं, काळालाही नाही किंवा मृत्युशय्येवर दिलेल्या वचनालाही नाही. निसर्गाच्या साऱ्या क्रूर नियमांच्या, समाजाच्या रूढींच्या ते पलीकडे गेले असते; त्यांचं प्रेम आक्षेपार्ह ठरवणाऱ्या, बेकायदा मानणाऱ्या सर्वांच्या पलीकडे. जरी त्यांचा शेवटी पराभव झाला असता, तरी एकमेकांच्या सहवासात घालवलेला हा काळ त्यांच्याकडे कायम राहणार होता. त्यामुळे आता सामुराईंकडे थांबायला, पहिली पायरी ओलांडायला वेळ नव्हता.

❑ ❑ ❑

२५

अंत्यसंस्काराचा दिवस अगदी प्रकाशित, स्वच्छ होता, जणू पृथ्वी लॉर्ड नोबुनागांना छान निरोप देत होती. नवऱ्याच्या दर्जाला शोभेसं वातावरण असल्यानं आणि नवरा खरंच चांगल्या पद्धतीने गेल्यानं लेडी मोमोनं सर्व गोष्टींवर ताबा मिळवला होता. तशी ती मुलांवर अवलंबून नव्हतीच. तिचा मुलगा दुबळा, स्वत:तच गुंतलेला होता हे तिनं स्वीकारलं होतं. जरी तो त्यांच्याच रक्ताचा असला तरी तो काही बापासारखा थोर सामुराई झाला नसता, हेही तिला ठाऊक होतं.

लेडी मोमोनं ओळखलं होतं, आता हे तिच्यावर अवलंबून होतं, की नोबुनागा घराण्याला एकत्र आणि सर्वश्रेष्ठ जागेवर ठेवायचं तर ओकिमोटोला लग्न करायला भाग पाडणं आवश्यक होतं. त्याला निदान एकतरी मुलगा व्हायला हवा. त्यानं आजोबांचा सरळपणा आणि बुद्धी व सामर्थ्य घ्यायला हवं होतं. तोपर्यंत सारं तिचंच होतं, पण तिला काळजीपूर्वक वागणं भाग होतं आणि जे काही करायचं होतं ते मुलाला पुढे घालून, कारण जमीनदारांचं वर्चस्व असणारा जपान स्त्रियांचं वर्चस्व चालवून घ्यायला तयार नव्हता आणि जर बाहेर कधी कळलं असतं, की ओकिमोटो कमजोर आहे आणि नोबुनागा घराण्याचं प्रमुखपद सांभाळण्यात त्याला फारसा रस नाही, तर घराण्यातल्या त्याच्याहून कमी गुणवत्तेच्या चुलत भावांत त्या पदासाठी मारामाऱ्या झाल्या असत्या; आणि हे ती नुसतं बसून बघू शकत नव्हती.

लेडी मोमोला मुलाची आठवण आली आणि तिचे ओठ मुडपले. त्याला लग्नाला, तेही त्याचं जिच्याशी पूर्वीच लग्न ठरलं आहे, त्यासाठी तयार करणं सोपं नव्हतं, कारण त्याच्या लैंगिक आवडीबद्दल तिला काही संशय होते. उच्चारताही येणार नाही अशा त्या घृणास्पद विचाराचाही तिला तिटकारा होता. तीही उत्तरेच्या सन्माननीय कुळातली कन्या होती आणि तिचीही परंपरा उज्ज्वल होती. तिचा मुलगा असा निघावा हे तिला मनातून काढून टाकायचं होतं आणि याची तिनं मुलाशी कधी वाच्यताही केली नव्हता; पण आता सारं बदललं होतं. त्याला भेटून एकदा साऱ्याचा खुलासा करून घ्यायला हवा होता. त्याच्या लांबणीवर पडत असलेल्या लग्नाबद्दल तिला त्याच्याशी बोलायलाच लागणार होतं, पण लेडी मोमोला हेही माहीत होतं, की शेवटी तो आपलं कर्तव्य पार पाडेलच. त्यानं वडिलांना मरताना तसं वचन दिलं होतं आणि असं वचन कुठलाही मुलगा मोडू शकत नव्हता.

तिचंही लग्न काही प्रेमातून झालं नव्हतं. दोन जमीनदारांची महत्त्वाची कुटुंब एकत्र यावीत आणि मोठी संभाव्य भानगड टळावी म्हणून गुंतागुंतीच्या पद्धतीनं ते जमवलं होतं. तिचा चेहरा काळवंडला. तिच्या भावाचा शिक्षक असलेल्या देखण्या तरुणाच्या वेड्यासारखी प्रेमात पडली होती ती. त्यांनी पळून जायचंही ठरवलं होतं, पण एके दिवशी तिच्या आईनंच तिला नको त्या अवस्थेत पकडलं होतं आणि त्या शिक्षकाला व त्याच्या संपूर्ण कुटुंबाला, पुन्हा त्यांचं नावही ऐकू येणार नाही अशा जागी धाडलं गेलं होतं. तिचं ताबडतोब लग्न ठरवून एका प्रौढ, नाव असलेल्या, मध्यभागातल्या सामुराईशी करवून दिलं होतं. त्याच्या पहिल्या पत्नीला मूल होत नसल्यानं त्याला दुसरी हवी होती.

लेडी मोमोनं आई-वडिलांना खूप विनवलं, पण कोणी लक्षच दिलं नाही. अखेर आणखी दुःखापासून स्वतःला वाचवण्यासाठी, अपमान टाळण्यासाठी तिनं स्वतःभोवती एक कोशच करून घेतला आणि तीच तिची शक्ती बनली. लग्न झालं, मुलगा व्हावा म्हणून केलेल्या प्रयत्नात दोन मुली, दोन गर्भपात, यानंतर ओकिमोटो जन्मला आणि ती आनंदानं रडली. एकदाचा तिनं घराण्याला वारस दिला होता आणि आता यापुढे तिला मुलं नको होती.

पण एक आठवण तिच्याबरोबर तिच्या कबरीपर्यंत आली असती आणि ती कुणालाच काढून घेता आली नसती. आयुष्यातले ते तीन सुंदर महिने तिनं प्रेम केलं होतं. ते प्रेम, ती वासना, तो शरीरसंबंध. ते लग्न जमवणाऱ्यांना जमणारं काम नव्हतं.

ते सारं इतकं चुकीचं आणि अयोग्य होतं, की क्षणभर तिला वेड्यासारखं हसावंसं वाटलं, पण नवऱ्याच्या अंत्ययात्रेत, तिचा मुलगा त्यांच्या घराण्याची पट्टी घेऊन

चालत असताना लेडी मोमो तिच्या पूर्वीच्या प्रियकराच्या, टाकुयाच्या विचारात बुडली होती. ती रात्र ते वाहवत गेले होते आणि तिच्या भावाच्या खोलीतल्या ततामीवर त्यांनी प्रेम केलं होतं. त्यात खूपच धोका होता, कारण सरकत्या दारांना कड्या नव्हत्या आणि कुणीही आत येऊ शकत होतं; पण ती दोघं इतकी तरुण, प्रेमानं आंधळी झालेली, अधीर होती, की त्यांच्या नात्यानं सारीच सावधगिरी फेकून दिली होती.

नंतर एकमेकांच्या मिठीत त्यांनी जे केलं, त्यानं भ्यायलेली असताना तिची आई आत आली आणि तिनं टाकुयाला किल्ल्याबाहेर हाकललं. तो राग खूप दिवस टिकला. अखेर तिच्या आईला तिच्या लाज आणणाऱ्या मुलीसाठी लॉर्ड नोबुनागात योग्य नवरा सापडला. वयातला फरक, आधीच विवाहित असणं, आपली मुलगी त्याची दुसरी पत्नी होणं, हे सारं तिच्या आईनं डोळ्याआड केलं. तिचं सुरक्षितपणे, चांगल्या घरी लग्न तर होत होतं. नाहीतरी तिनं आपलं कौमार्य घालवलंच होतं. आता आणखी घालवायला तिच्याकडे काही नव्हतंच. इडो काळात वधूचं कौमार्य फारच महत्त्वाचं मानलं जायचं.

लेडी मोमोनं लग्नाच्या रात्री नर्व्हस असायला हवं होतं, पण प्रियकर गमावण्याच्या दुःखानं तिच्या साऱ्या भावना बधिर केल्या होत्या. वाइटातल्या वाइटाची तयारी ठेवून, फारशी पर्वा न करताच ती शय्येवर गेली. तिला लग्न मोडून परत पाठवलं असतं तरी तिची हरकत नव्हती. ते तिला नकोच होतं. ज्या क्षणी तिचा पती तिच्याशी प्रेम करायला आला; तेव्हा त्याला ती कुमारी नसल्याचं कळलंच. ती वाट पाहत राहिली; त्यासाठी तिला बाहेर फेकून देण्याची, पण आश्चर्य म्हणजे तसं काहीच झालं नाही. उलट नंतर त्यानं तिला मिठीत घेतलं, ती झोपेपर्यंत. नंतर काही दिवस ती वाट पाहत राहिली, त्यानं विचारण्याची, पण तो कधीच काही बोलला नाही. तिच्याकडे लक्ष पुरवत राहिला आणि तो याबाबत तिला कधीच विचारणार नाही हे मोमोला कळून चुकलं. ती होती तशी त्यानं स्वीकारली होती. त्या क्षणी तो किती चांगला आहे हे तिला कळलं आणि नंतरही तिनं टाकुयावर केलं होतं तसं त्याच्यावर मनापासून प्रेम केलं नसलं, तरी ती त्याचा आदर करत, त्याची काळजी घेत राहिली.

एका महिन्यानं तिला जाणवलं, ती आई होणार आहे. तिला हीही खात्री नव्हती, की ते नक्की कुणाचं मूल होतं? ते टाकुयाचं असावं अशी तिची इच्छा होती. त्यांना दोघांना एकत्र ठेवणारा आणि उद्या कधी त्याच्याकडे घेऊन जाणारा मधला दुवा. लॉर्ड नोबुनागा आनंदले होते. त्यांना कसलाच संशय नव्हता. लेडी मोमोंना अजिबात दुःख झालं नव्हतं. तिच्यावर या लग्नाची जबरदस्तीच झाली होती. या प्रेमहीन विवाहात चांगली आणि कर्तव्यतत्पर पत्नी म्हणून जन्मभर भूमिका करण्याच्या बदल्यात ती हे गुपित मनात सांभाळणार होती.

पण नशीब मध्ये पडलं आणि तिच्या तिसऱ्या महिन्यात एका रात्री खूप रक्तस्राव होऊन ते मूल गेलं. ती खूप रडली, कारण आता टाकुयाशी जोडणारा दुवा राहिला नव्हता. नर्सनं तिची खूप समजूत घातली होती, की पहिलं मूल गेलं तरी दुसरं होईल लवकर.

ती काहीच बोलली नव्हती. दुसरं मूल पहिल्यासारखं असणं शक्य नव्हतं. तिच्या तारुण्याशी तिला जोडणारं, प्रेम आणि वासनेचं प्रमाथी प्रतीक ते होऊ शकणार नव्हतं. तिथून पुढे ती भावनाहीन, काहीही न वाटणारी, न चुकता आपलं कर्तव्य करणारी लॉर्ड नोबुनागाची पत्नी होती. बस्स. एवढंच!

पण वर्षं उलटत राहिली, तसं तिला लक्षात आलं, की तिचा नवरा तिच्यावर जास्तजास्त अवलंबून राहायला लागला होता. तिच्यात एक शक्ती विकसित झाली. व्यापाराचा आवाका तिला कळला, इतकी शक्ती तिच्यात होती, याची तिला जाणीवही नव्हती; पण खरं म्हणजे काही वर्षांपासून लेडी मोमो हीच खरी जमीनदार, लॉर्ड आणि राज्यकर्ती होती, याबाबत कुणालाच संशय नव्हता. जमीनदारी वर्चस्व असलेल्या, जपानमध्ये विशेष संपत्ती किंवा सामाजिक स्थान नसलेल्या शिक्षकाशी जमवलेलं अशक्य प्रेमप्रकरण खरं करून दाखवणाऱ्या स्वप्नाळू मुलीपासून ती खूप लांब गेली होती.

हल्लीहल्ली जेव्हा तिच्या मुलाची लैंगिक बाबतीतली मतं, 'गे' स्वभाव तिला कळला तेव्हा तिनं स्वत:लाच प्रश्न विचारला होता, की त्याला वाढवताना तिचं काय आणि कुठं चुकलं होतं? लेडी मोमो आपल्या बेफाम भूतकाळाचा पुन:पुन्हा विचार करत होती. तिला वाटत होतं, कदाचित लॉर्ड ओकिमोटोला ही आवड त्याच्या आईच्या या वेड्यावाकड्या वागण्यामुळेही असेल. ती पूर्णपणे दाबून, काढून टाकण्यापूर्वीच त्याच्यात शिरली असेल.

लेडी मोमोला तिच्या भूतकाळानं, अशक्य आणि आक्षेपार्ह प्रेमानं दु:ख दिलं होतं आणि ती त्याची आई होती, त्याचं सुख इच्छित होती, दु:ख नव्हे की ज्यानं तिचं आयुष्य उद्ध्वस्त केलं होतं. त्याला हवी असणारी जर मुलगी असती तर त्या मुलीच्या सामाजिक स्थानाचा विचार न करता लेडी मोमोनं परवानगीही दिली असती; पण मुलगा? नाही. कुठल्याच आईने असले अनैसर्गिक संबंध मान्य केले नसते. दुसरा काही उपायच नव्हता. अंत्यक्रियेनंतर मुलाशी त्याच्या लग्नाबद्दल बोलायलाच पाहिजे होतं. तिच्या गालांवरून अश्रू ओघळायला लागले. तिचं स्वत:चं हरवलेलं तारुण्य तिच्यापुढे आलं. तिच्या मुलापुढे तेच नशीब वाढून ठेवलं होतं का? तिच्यानंतर पुन्हा किती वर्षांनी? लॉर्ड नोबुनागांना त्यांच्या चिरविश्रांतीसाठी पोहोचवल्यावर साऱ्यांना वाटत होतं, की लेडी मोमो पतीसाठी रडतेय.

तिच्या अगदी समोर, काही पावलांवर तिचा पुत्र उभा होता. मस्तक खाली झुकवून आणि तोही वडिलांना आपण दिलेल्या वचनाचाच विचार करत होता. त्याच्या मनावर ते वचन पाळण्याचंच दडपण खूप आलं होतं. त्यानं डोळ्यांतून अश्रू येऊ नयेत म्हणून डोळे घट्ट मिटून घेतले होते.

'आपण सामुराई योद्धे आहोत. आपण आपले अश्रू आणि उणिवा कुणाला दाखवत नाही.' लॉर्ड ओकिमोटोला आपल्या वडिलांचे हे शब्द सतत हिंमत, शक्ती आणि आधार देत आले होते. पुढच्या काळातही नोबुनागा घराण्याचं प्रमुखपद आणि जमीनदारी, एवढ्या साऱ्या पसाऱ्याची घाबरवणारी जबाबदारी पेलायलाही त्यांच्याच शब्दांनी त्याला बळ दिलं असतं.

'वरचा ओठ कडक ठेवून राहणं' – चारचौघांत त्याच्याकडून हीच अपेक्षा होती. सगळ्या भावभावनांना वाट करून द्यायची, ती खासगीत. आपल्या खोलीत गेल्यावर त्याच्या गालांवरून अश्रूंच्या धारा वाहत राहिल्या आणि तो पुटपुटला, "साऱ्या आयुष्यातले फक्त काही महिने, एवढेच हवेत आम्हाला. फक्त!"

❑ ❑ ❑

२६

शेवटचा पाहुणा किल्ल्यातून गेला आणि नोकरांनी मोठा, औपचारिक दिवाणखाना आवरायला सुरुवात केली. तेव्हा ओकिमोटो त्यांच्या शांत आणि निवांत खासगी खोल्यांत सटकले. ते रात्रभर आपल्या आईची आपल्यावर नजर आहे हे जाणवून सावध होते. तिच्या मनात काय होतं आहे ते त्यांना माहीत होतं.

'सुतक चालू आहे तोपर्यंत तरी थांबायचं तिनं!' त्यांनी मनाशीच कडवटपणानं म्हटलं. काही वेळा ते आईला समजू शकत नसत. ती त्यांच्याकडे ज्या पद्धतीनं पाहायची त्याचं ओकिमोटोंना नवल वाटायचं आणि शंका यायची की तिला त्यांच्यासंबंधीचं सत्य माहीत असावं. तिला त्यांची दया येते असाही त्यांना संशय होता. हेही विलक्षणच होतं. एरवी ती फार कडक शिस्तीची होती. कुटुंबाचा मान आणि सामाजिक रीतीभातींच्या दृष्टीनं योग्य वागणं याबद्दल ती जागरूक होती.

ओकिमोटो हसले. वडिलांचा मृत्यू आणि त्यांची लांबलेली उत्तरक्रिया यामुळे त्यांचे विचार थोडे नरम झाले असावेत. क्षणभर त्यांना म्हणूनच असं वाटून गेलं, की लेडी मोमो त्यांची हीही जीवनपद्धती चालवून घेतील; पण नाही. सामाजिक नीतिनियमांनुसार वागणं, वर्ण आणि वर्गव्यवस्था सांभाळणं, खानदानी परंपरा सांभाळणं याबाबतीत ती कडक होती आणि बदलणारी नव्हती.

त्या दिवशी त्यांच्या खोलीत रोजचे नोकर आणि मदतनीस नव्हते. ते सारे

मोठ्या दिवाणखान्यात आणि स्वयंपाकघरातल्या कामात होते. ओकिमोटो त्यामुळे खुश होते. त्यांनी सरकती दारं उघडून बाहेर बाल्कनीत पाय ठेवला. रात्रीचं आभाळ निरभ्र होतं. लक्षावधी चांदण्यांनी आकाश भरगच्च झालं होतं. डोक्यावर छत, त्यावरचा तारकांचा प्रकाश हे सगळं भान हरपवणारं होतं, पण ओकिमोटोंनी त्यातलं काही पाहिलं नाही. दुरून नव्यानं विधवा झालेल्या त्यांच्या सावत्र आईचा, लेडी मिचिकोचा दु:खी स्वर कानावर येत होता. ती काही उदास सुरांची विलापिका वाजवत होती. ओकिमोटो वैतागले. लेडी मिचिको खरंच वेडी झाली होती. एखाद्या यंत्रमानवासारखी ती सर्वत्र हिंडायची. काही दिवसांपूर्वी त्यांनी अगदी निश्चित केलं होतं, की तिला त्यांच्या दूर असलेल्या हिवाळी किल्ल्यात पोहोचवायचं, पण त्यांच्या आईला ते मुळीच पटलं नसतं.

ओकिमोटोला आपण नैराश्यात बुडतोय हे जाणवलं. तो आपल्या सर्वांत दुष्ट शत्रूसमोर, स्वत:समोर उभा होता. वडिलांच्या मृत्यूमुळे त्याला कबूल करावंच लागलं होतं, की मोठ्या सामुराईंनंतर त्यांचा वारस म्हणून सगळ्या जबाबदाऱ्या सांभाळायला तो अजून तयार नव्हता. त्याचे वडील त्या सर्व प्रांतात कुटुंबप्रमुख आणि मोठे जमीनदार होते. तिथल्या रयतेचे मालक होते. ते त्याला आज तर नाहीच, पण कधीतरी जमणार होतं का? त्याला माहीत होतं, की त्याची आई – लेडी मोमोच खरी उत्तम सामुराई झाली असती आणि आयुष्यात प्रथमच तो स्वत:कडे, आपल्या आईवडिलांवर केलेला एक मोठा, पण क्रूर विनोद म्हणून पाहायला लागला. वडिलांना पुत्र म्हणून तो शोभेसा नव्हता आणि एखाद्या सामान्य माणसानं जे केलं असतं, अगदी गरीब शेतकऱ्यानंही – लग्न करून घराला वारस देणं, लॉर्ड ओकिमोटो सामुराईंना तेही शक्य नव्हतं. त्याला जमत तरी काय होतं? आवरणाखालचं जीवन जगणं? येणाऱ्या काळात त्याचं वचन पूर्ण करण्याकरता त्याच्यावर लग्नाची सक्ती झाली असती आणि ते तो कसं पार पाडणार होता हेही त्याला कळत नव्हतं.

ओकिमोटो खोलीच्या भिंतीपर्यंत चालत गेला. त्या भिंतीवर अनेक तलवारी लटकवल्या होत्या. त्यातली एक तलवार त्यानं म्यानातून काढली. नोकरांनी त्यांना छान पॉलिश करून ठेवलं होतं आणि आता ती तळपत होती. तिची चमचम डोळे दिपवत होती. 'ही तलवार फक्त एकदाच जोरात पोटात खुपसून घ्यायची. मग आपलं दु:ख आणि वेदना कायमच्या नष्ट होतील' त्याच्या मनात विचार आला. त्यानं तलवारीचं टोक अंगाला लावून पाहिलं; आणि जेव्हा त्याच्या लक्षात आलं की, ती तलवार त्याच्या कातडीवर घासली जातीये तेव्हा तो घाबरला. तलवार फेकून तो खोलीच्या बाहेर धावला.

"मी भेकड आहे, भेकड!" जणू धुंदीत, गुंगीत असल्यागत तो पुन:पुन्हा तेच

म्हणत होता. "माझ्यात स्वत:लाही ठार करण्याचं बळ नाही."

त्याच्या लक्षात आलं, की आपण किल्ल्यातून खूप दूर, एका बिनगर्दीच्या जुनाट टी-हाऊसमध्ये येऊन पोहोचलो आहोत. तिथं तरुण मुलींना – त्याच्या बहिणीही जात होत्या तिथं – चहापान समारंभाविषयी शिकवलं जायचं. आता ते फारसं वापरात नव्हतं, पण जमिनीवर ततामी अंथरलेल्या होत्या. लाल रेशमी उशांची उंच चळत एका बाजूला होती, एके काळची शान सांगत. कितीतरी वर्षं ते टी-हाऊस नाव राखून होतं.

टणक गवताच्या उसासारख्या कांड्यांच्या घट्ट आणि गच्च टी-हाऊसच्या कुंपणाला टेकून ओकिमोटो जोरानं धापा टाकत मात्सू झाडांच्या सावल्या थंड वाऱ्याच्या झुळकांनी हलताना पाहत राहिला. तो त्या टी-हाऊसमध्ये हरवला होता. तिथं काळ जणू गोठला होता आणि अचानक त्याला रडू फुटलं. ते आवरेनाच. तो मोठमोठ्यानं हुंदके द्यायला लागला. त्याची लाजशरम पाहायला तिथं कोणी नव्हतं.

त्याच्या स्वत:च्या दु:खात आणि वेदनेत तो इतका चूर झाला होता, की कुणी खांद्यावर प्रेमळ हात ठेवून नंतर मिठीत घट्ट कवटाळून घेतलेलंही त्याला चटकन कळलं नाही. त्याच्यावर लक्ष ठेवून असलेल्या कुणा किल्ल्यातल्या भुताचा तर हा स्पर्श नव्हता! इतका मृदू? पण सामुराईंना त्याची पर्वा नव्हती.

पण ते भूत नव्हतं. तो फुसावो होता. त्यानं ओकिमोटोला घाईघाईनं किल्ल्याबाहेर जाताना पाहिलं होतं. त्याचा पाठलाग केला होता. त्याच्या अवस्थेकडे पाहून फुसावो भ्यायला होता. एक शब्दही न बोलता ते बाजूचं छोटं दार उघडून टी-हाऊसमध्ये शिरले आणि त्यांनी चुंबनं घ्यायला सुरुवात केली. खोल, लांबलचक चुंबनं. वासना आणि गरज यांच्या प्रस्फोटाची सहज परिणती.

खालच्या ततामी कितीतरी काळ वापरात नव्हत्या. धुळीच्या थरांनी मळल्या होत्या. उघड्या खिडक्यांतून आलेली वाळलेली पानं त्यांच्या अंगाखाली चुरडत होती; जणू त्यांच्या अवैध प्रेमाला हिणवत होती, पण त्यांना पर्वा नव्हती. स्त्री-पुरुषांच्या एकमेकांवरच्या प्रेमाइतकीच त्यांची वासना आणि प्रेम त्यांच्यासाठी खरं होतं; आणि नंतर, ती वासनेची लाट ओसरल्यावर ते दोघे त्या धुळीत पडून एकमेकांच्या मिठीत बोलत राहिले.

"तुला माहीतच आहे, लवकरच माझी नियोजित वधू – लहानपणापासूनची, आणि दूरची चुलत बहीण – तिच्याशी मला लग्न करावं लागेल आणि आता वडील गेल्यामुळे माझी आई त्यांची सारी कामं माझ्यावर टाकेल." ओकिमोटो सांगत होता. एकीकडे त्याचे ओठ फुसावोच्या मृदू गालांवरून हलकेच फिरत होते. "पण त्याहीपेक्षा महत्त्वाचं म्हणजे मृत्युशय्येवर असताना माझ्या वडिलांना मी

वचन दिलंय, की मी लग्न करीन आणि माझं दुःख कुणाच्याही शब्दांनी कमी होणार नसलं, तरी हे वचन मी पार पाडीनच.''

एक कटू स्मित करून तो पुढं म्हणाला, ''हे विलक्षण आहे. होय ना? मी सामुराई आहे. एक खूप महत्त्वाचा, मोठा माणूस आणि मला हवं ते काहीही मी करू, मिळवू शकतो; पण फक्त एक गोष्ट आणि एक माणूस मला खरंच हवंय. ते मला मिळवता येत नाही. म्हणजे शेवटी, विलक्षण वाटलं तरी खरं आहे, की माझं सामर्थ्य आणि दर्जा यांनीच माझा पराभव केलाय.''

क्षणभर फुसावोला काही उत्तर देता आलं नाही. त्याच्या घशात मोठा आवंढा दाटला होता. ओकिमोटोच्या त्याच्यावरच्या प्रेमानं तो हलून गेला होता; तर त्यांच्या नात्यातली अशक्यता जाणवून दुखावलाही होता. अखेर त्यांची कुटुंबं, समाज आणि लॉर्ड नोबुनागांचा शब्ददेखील त्यांच्यावर इतक्या जोरानं जबरदस्ती करणार होता, की त्यांचं प्रेम त्याखाली चुरगळून राख होऊन जाणार होतं. कितीही अस्सल असलं तरी नकाराचं इतकं मोठं ओझं त्यांना सोसता येणार नव्हतं. मग त्यापेक्षा त्यांनी वरवर नोकर-मालक राहून आपलं खासगी प्रेम लपवून बुरख्याआड करणंच अधिक चांगलं होतं.

पण फुसावो प्रत्यक्ष बोलताना म्हणाला, ''आपण नेमक्या अशाच अवस्थेत सापडलोय हेच गमतीचं आहे. माझ्या वडिलांनाही माझं लग्न एका दूरच्या चुलत बहिणीशी करायचं होतं. तेही जवळपास माझ्या जन्मापासून ठरलं होतं. मला ते शक्यच झालं नाही. तुम्हाला मी सापडलो त्या रात्री त्यांचं ऐकलं नाही म्हणून त्यांनी मला घराबाहेर काढलं होतं.''

''होय, असं दिसतंय, की आपली आयुष्यं एकाच वाटेनं जाताहेत त्या अर्थी तेच नशीब आहे.'' ओकिमोटोनं उत्तर दिलं. ''मी त्या दिवसाचं स्वप्न पाहतोय जेव्हा समाज आपल्यासारख्या लोकांना स्वीकारेल, जे इतरांसारखं प्रेम करत नाहीत. असा काळही येईल जेव्हा आपण उघडपणे रस्त्यातून जाऊ शकू आणि एकत्र राहू शकू. जेव्हा लोक भुवया उंचावून आपल्याकडे पाहत नसतील, पण मला माहीत आहे, ते आपल्या आयुष्यात होणार नाही आणि म्हणून मला काळजी पडलीय की आपण काय करायचं?''

त्यांची परिस्थिती इतकी नाजूक नसती, तर दोघेही अशा प्रसंगावर हसले असते. एका जमीनदार मालकानं शेतकऱ्याच्या पोराला सल्ला विचारावा? तो समाजाचा सर्वांत खालचा घटक, काय करावं असं त्याला विचारावं? जमीनदारानं फक्त आज्ञा द्यायची आणि समोरच्यानं ती पाळायची. प्रश्न विचारायला परवानगीच नव्हती.

शेकडो वर्षं चालत आलेले जमीनदारीचे कायदे-नियम इतके सहज बदलणं सोपं नव्हतं. एका ओळीपलीकडे वरच्या आणि खालच्या समाजात एवढी

जवळिकीची नाती ठेवणंही शक्य नव्हतं. फुसावो थोडा चाचरतच म्हणाला, "मला एक कल्पना सुचलीये. कदाचित आपलं नातं टिकवण्याचा तो एकच मार्ग असेल. समाजापासून आणि आपल्याला अलग करण्याच्या आपल्या कुटुंबाच्या प्रयत्नांपासून वाचण्याचा."

"मग सांग ना! मला असा दुःखात ठेवू नकोस." ओकिमोटो म्हणाला. त्याच्या आवाजात जमीनदाराच्या अधीरतेची झाक होती. जुन्या सवयी सहज कुठे जातात? आपल्याच आवाजात आलेली धार जाणवून त्यानं फुसावोला कुरवाळलं, ज्यामुळे फुसावोच्या कण्यातून विजेची एक लहर दौडत गेली.

'इतकं देखणं शरीर आणि उद्धट वागणं असणारा माणूस इतका मृदू आणि प्रेमळही असू शकतो? हे खरोखर विलक्षण आहे' फुसावोला वाटलं; पण तो प्रकटपणे म्हणाला, "मला वाटतं, आपण एक ठराव करू या. आपल्याला दोघांना माहीत आहे, की तुम्ही आपला शब्द पाळायला हवा. त्यासाठी लग्न करायला हवं आणि तुमच्या कुटुंबाला खुश ठेवायला हवं, पण म्हणून आपलं नातंही आपण ठेवू शकतोच."

ओकिमोटोनं फुसावोच्या ओठांचं भरीव, लांबलचक, त्याच्या भावनांची खोली दर्शवणारं चुंबन घेतलं.

मग त्याने फुसावोच्या डोळ्यांत खोलवर पाहिलं. "तुला कळतंय, माझं लग्न झालं – आणि ते होणारच – तर वारस देणं आवश्यक आहे. माझ्या बाबतीत तीच फार कठीण गोष्ट आहे, पण माझं कर्तव्यच आहे ते. नोबुनागा वंश चालू राहिला पाहिजे. मी स्त्रीबरोबर कधी राहिलो नाही आणि ते मला कसं जमणार आहे कुणास ठाऊक? पण करायला तर हवंच. कळतंय मी काय म्हणतोय ते?"

फुसावोनं आवंढा गिळला. समजणं कठीणच होतं, पण त्यानं प्रयत्नही करायला हवेच होते. मान हलवून तो म्हणाला, "होय. कळलं. मी कबूल करतो की ते कठीण आहे, पण मला ते स्वीकारायलाच हवं."

चंद्र खूप वर आला होता. टी-हाऊसमध्ये त्या प्रकाशाच्या लांबवर रेघा आल्या होत्या. लांडगे ओरडत होते. उशीर खूप झाला होता. नाइलाजानं दोघे उठले आणि किल्ल्याच्या दिशेनं चालायला लागले, किल्ला दिसायला लागेपर्यंत हातात हात घालून. सगळा प्रदेश दिव्यांच्या प्रकाशानं उजळला होता. रीतच होती, की सात रात्री सर्वत्र प्रकाश ठेवायचा. मृतात्म्याला परत येऊन आपल्या घराला भेट द्यायची असेल तर सोपं जावं म्हणून.

मुख्य दार जवळ आलं तसं घाईनं धावतं चुंबन घेऊन दोघे वेगवेगळ्या रस्त्यानं गेले. फुसावो घाईनं आपल्या खोलीपुढच्या अंधाऱ्या बोळात शिरला. त्याचं शरीर अजून प्रियकराच्या आलिंगनानं चमकत होतं. तोच त्याच्या खांद्यावर एक जड

हात पडला.

"तिथंच थांब." ओकुनोचा आवाज त्यानं लगेच ओळखला. "कुठं नाहीसा झाला होतास? लक्षात ठेव, लॉर्ड नोबुनागा वारले असले, तरी आपल्याला काही नियम, कायदे उरले नाहीत असं समजू नकोस. आपल्याला नवा मालक आहे आणि आपल्यावर लेडी मोमोची नजर आहे. कुणाला किल्ला सोडून जायचं असेल तर परवानगी घ्यावी लागते; पण अजून आपल्याला सुतक आहे म्हणून आत्ताची वेळ तुला सोडतो, पण हे पुन्हा घडता कामा नये."

फुसावो इथले कायदेकानून विसरलाच होता. त्यानं ओकिमोटोला किल्ल्यातून झपाट्यानं बाहेर जाताना पाहिलं आणि त्याचा पाठलाग करण्याच्या एकाच विचारानं त्याला घेरलं होतं. तो स्वत:ला काही इजा करून घेणार नाही ना, एवढीच काळजी त्याला होती; पण हे ओकुनोला सांगता आलं नसतं. त्यानं खाली मान घालून क्षमा मागितली. "माफ करा मला ओकुनो सान. मला काय झालं होतं कोण जाणे, पण मालकांना मृतावस्थेत पाहिल्यानं असं झालं असावं. मी वचन देतो, पुन्हा नाही असं होणार."

"ठीक आहे" ओकुनो म्हणाला. तो फसलाच फुसावोच्या निरागस चेहऱ्याला. "खोलीत जाऊन झोप. खूप उशीर झालाय आणि उद्या खूप कामं करायचीयेत. मोठ्या सामुराईंच्या खोल्यांतलं सामान हलवून लॉर्ड ओकिमोटोंच्या खोल्यांत काही महत्त्वाचं सामान न्यायचंय. आता ते मालक आहेत ना!"

आणखी कोणी न भेटता फुसावो आपल्या खोलीत पोहोचला. नंतर त्याची खात्री झाली, की कुणी त्याला पाहिलं नाही; तेव्हा तो ओकिमोटोच्या खोलीत डोकावला. ओकिमोटो थकून रजई घेऊन झोपला होता. त्याचा श्वासोच्छ्वास संथ चालला होता. रात्र थंड होती. फुसावोनं हळुवार होऊन सामुराईंना गरम ब्लँकेट घातलं. ते इतके शांत, सुखी दिसत होते, की त्यांच्या मनातलं वादळ कुणाला कळणं शक्यच नव्हतं; फुसावोसारखंच.

आपल्या खोलीत गेल्यावर आणि झोप येणार नाही हे लक्षात आल्यावर फुसावोनं कागद आणि ब्रश काढला आणि तिथल्या अस्पष्ट प्रकाशात तो लिहायला लागला. 'लॉर्ड नोबुनागा वारले आहेत आणि नवं युग सुरू झालंय. आज रात्री जुन्या टी-हाऊसमध्ये आम्ही प्रेम केलं. मी स्वर्गातच होतो; पण आता मी माझ्या खोलीत एकटा आहे आणि दुखावलेलाही, कारण ओकिमोटो सानचं लवकरच लग्न होणार आहे आणि जरी मी ते अटळ असल्यानं स्वीकारलंय तरी ते फारफार कठीण आहे.'

'माझ्या प्रियकराला एका स्त्रीसह – जी त्याची पत्नी असेल आणि भागीदारही, आणि मला केवळ सावली म्हणून राहावं लागेल हे मी सहन करू शकेन का? हे

हृदय अशा गुप्त, लपून-छपून जगण्याच्या या दुःखातून कधी मुक्त होईल का?'

'माझ्याकडे उत्तर नाही. आज तरी नाहीच.'

फुसावो डोळे दुखेपर्यंत लिहीत राहिला आणि मग ते सगळे कागद एका भरड लाकडी पेटीत ठेवून त्यानं टेबलाच्या खणात ठेवले. त्याचा सारा खजिना तेवढाच होता.

'माझं लेखन माझ्यानंतरही राहील, पृथ्वीच्या अंतापर्यंत आणि कधीतरी, कुणालातरी ते सापडेल. तोच माझी कहाणी, माझं दुःख जगाला सांगेल.' फुसावोचा हा शेवटचा विचार होता. अखेर त्यानंतर झोप कधी लागली ते त्याला कळलंच नाही.

❑ ❑ ❑

२७

नंतरचे काही दिवस किल्ल्यात आणखी एका मोठ्या प्रसंगासंबंधी गप्पा, बातम्या, चर्चा यांना ऊत आला. नव्या सामुराईंचा विवाह सुतकाचे एकूणपन्नास दिवस संपल्यावर लगेच होणार होता. दुःखाच्या प्रसंगानंतर या बातमीचं सर्वत्र स्वागत होत होतं. किल्ल्यातलं उदास, दुःखी वातावरणही एकदम बदलणार होतं.

"इतके दिवस लॉर्ड नोबुनागांचं आजारपण आणि मृत्यूनंतर काही सुखाचे दिवस येताहेत. तुला नाही वाटत असं?" मिचिओ फुसावोला स्वयंपाकघराजवळ भेटला तेव्हा म्हणाला. ओकुगो सानकडे त्या दिवशीच्या कामाच्या आज्ञा घेण्यासाठी ते दोघे गेले होते. "सामुराई लॉर्ड ओकिमोटोसारखा देखणा, रुबाबदार माणूस लग्नानंतर आणखी स्थिर आणि नव्या जबाबदाऱ्या स्वीकारायला उत्सुक असेल." मित्राच्या निरागस प्रतिक्रियेवर फुसावो काही बोलला नाही, पण त्यामुळे तो घायाळ झाला; जणू विषानं माखलेला बाणच त्याच्या हृदयात शिरला होता.

मित्राकडून काही प्रतिक्रिया न आल्यानं काळजी वाटून मिचिओ फुसावोजवळ जाऊन म्हणाला, "तू बरा आहेस ना? फिकट दिसतोस. गेल्या काही दिवसातलं जास्तीचं काम आणि उत्कंठा, वेगळं वातावरण यांचा तुला त्रास झालेला दिसतोय."

फुसावोला भीती वाटली की तो कदाचित नको ते बोलून जाईल. मोठ्या कष्टांनी तो हसला. म्हणाला, "छे! छे! मी खरंच छान आहे. बहुतेक, सकाळी मी

काय खाल्लं ते मला सोसलं नाही. काळजी नको करूस. ते होईल बरं. माझी आई नेहमी म्हणते, की माझं पोट निमित्ताला टेकलेलं असतं म्हणून.''

''मग ठीक आहे. तू इतका दमलेला दिसलास म्हणून काळजी वाटली.'' मिचिओ म्हणाला आणि तो अवघड क्षण पार पडला.

पण त्या वेळी फुसावो सुटला, तरी त्याचं मन काळोखलेलंच राहिलं, कारण त्यापुढे आता नेहमी असंच होणार होतं. किल्ल्यात राहायचं, सतत स्वत:च्या प्रियकराच्या आसपास राहून कामं करायची आणि फक्त त्याच्या नव्या विवाहित आयुष्याच्या गोष्टी ऐकायच्या, पाहायच्या, बस्स! त्याच्याबरोबर नेहमी त्याची बायको असणार होती. जरी ओकिमोटोंनी फुसावोला वचन दिलेलं होतं, तरी ओकिमोटोंच्या लग्नामुळे आणि प्राप्त परिस्थितीत इतर काही मार्गच शिल्लक नसल्याने फुसावोला फसवणूक झाल्यासारखं वाटत होतं.

फुसावोनं थकून सुस्कारा टाकला. माणसाचं हृदय मनाच्या आज्ञाही नाकारतं आणि मेंदूच्याही. त्याला माहीत होतं, की गप्प राहून सोसणं फार कठीण होतं, कधीकधी तर अशक्यच. यापुढचा रस्ता संपणारच नव्हता. तो लाटांचा, भोवऱ्यांचा काळोखी बोगदा होता. प्रेम, वासना, सुखं यातून निर्माण झालेला होता तो. किती काळ राहायला लागणार होतं असं? मरेपर्यंत शुद्ध हवेचा एकही श्वास त्याला मिळणारच नव्हता का?

मिचिओ पुन्हा आला आणि म्हणाला, ''फुसावो, तुझ्या मनात काहीतरी आहे. त्याचा तुला त्रास होतोय. तू अगदी मृत्यूचंच दुसरं रूप दिसतो आहेस. मी ओकुनो साना तुला थोडा वेळ सुट्टी द्यायला सांगू का?''

''नको मिचिओ'' फुसावो घाबरून ओरडला. ''असं नको करूस. मी आधीच त्याच्या काळ्या यादीत आहे. रात्री मी परवानगीशिवाय किल्ल्याबाहेर गेलो होतो. तू त्यांना काही सांगितलंस, तर ते मला घरीच पाठवतील.''

मिचिओ त्याच्याकडे तिरका कटाक्ष टाकून म्हणाला, थोडं घाईघाईनंच, ''नाही, तुला परत नाही पाठवणार. ते म्हणतात, लॉर्ड ओकिमोटोंचा तू एक खास लाडका नोकर आहेस.''

''ते असेल. मी चांगला नोकर आहेच मिचिओ! तू याचा कधी विचार केला आहेस?'' फुसावोनं विनोद केला. ''पण जेव्हा त्याचं खरंच लग्न हेईल, त्याची बायको मला हाकलून देईल. असं म्हणतात, की नव्या वधूला तिच्या नवऱ्यानं जुन्या सवयी आणि जुनी आवडती माणसं पुढेही जवळ ठेवलेली आवडत नाहीत''.

नशीब जोरावर होतं म्हणूनच मिचिओचं प्रेमपात्र – युकी – स्वयंपाकघरातली कर्मचारी तिथं आल्याने तो फुसावो आणि त्याच्या समस्या विसरलाच. तो युकीत गुंतला होता तेव्हा फुसावो घाईघाईनं तिथून निघून गेला. त्यानं दिवसभराची कामं

व्यवस्थित पार पाडली, पण त्याचं हृदय जड झालं होतं. आदल्या दिवशी रात्रीपासून त्याला ओकिमोटो दिसलाही नव्हता. ते त्याला फार लागलं होतं. 'तो कुठे असेल? टी-हाऊसमधली चंद्रप्रकाशातली जवळीक त्याला आता आठवत असेल का आणि आता अधिक मोठ्या, त्याच्या दर्जाला शोभेशा मोठ्या जागेत गेल्यावर जास्त नोकर आणि रक्षकांच्या गराड्यातून आपण एकमेकांना कसे भेटणार आहोत?'

दुपारभर तो ओकिमोटोच्या खोल्यांभोवती घुटमळत राहिला, तो दिसावा म्हणून, तर उलट ओकुनो हातात एक कागद घेऊन त्याच्याकडे येताना दिसला.

"सगळे खाली स्वयंपाकघरात जा." तो ओरडला आणि आपोआपच फुसावोही त्या दिशेला वळला. सगळे त्याच्याभोवती जमल्यावर ओकुनो म्हणाला, "आपल्या नव्या सामुराईंनी त्यांच्या स्वतःसाठी जे नोकर निवडले आहेत, त्यांची ही यादी." ओकुनो कागदात बघून नावं वाचायला लागला. "किकू, सावादा, मिचिओ, उनो...."

फुसावो अधीरतेनं वाट पाहत होता. 'मी आहे की नाही? की अवघ्या दोन रात्रींत लॉर्ड ओकिमोटोंनी कंटाळून मला काढून टाकलंय?'

आणखी काही नावं वाचल्यावर त्याचं नाव आलं. "फुसावो, युकी..." आणि फुसावोचं मन खुशीनं नाचलं. त्याची निराशा, उदास वृत्ती कुठल्या कुठे पळाली. तो लॉर्ड ओकिमोटोंसाठी काम करणार होता आणि त्यांच्याजवळच राहणार होता. बस्स! एवढंच खूप होतं.

दुपारी लॉर्ड ओकिमोटोंनी वस्तू नीट लावण्यासाठी नव्या खोलीत बोलावून घेतलं तेव्हा नव्या सामुराईंची जागा त्याने प्रथमच पाहिली. किल्ल्याची सारी पश्चिम बाजूच त्यांनी घेतली होती. जुन्या खोल्यांतली जुनी लढवय्यांची सजावट तिथं नव्हती. तिथं मोठमोठ्या, हवेशीर बऱ्याच खोल्या होत्या. सुंदर सारस पक्षी, पाईनची झाडं यांची रंगचित्र भिंतींना शोभा देत होती आणि फुसावोला कळलं, की लग्नानंतर वाढणाऱ्या कुटुंबासाठी ही सारी सजावट आहे; पण त्याला आता क्वचित मिळणारे एकांताचे क्षण फुकट घालवायचे नव्हते. तो उत्साहानं म्हणाला, "तुम्ही नव्हतात. मला चुकल्यासारखं झालं. आपल्याला यापुढे एकत्र येणं कठीण जाणार आहे!"

लॉर्ड ओकिमोटोंनी गंभीरपणे मान हलवली. फुसावोचा हात धरून त्याला आपल्याशेजारी बसवून म्हटलं, "माझ्या वडिलांच्या कामांपैकी फार काही मला शिकायचं नाही. माझी आई बरंचसं बघेलच. माझ्यापेक्षा तिला ते अधिक आवडतं, पण अत्यावश्यक बाबी मला बघाव्या लागतील, विशेषतः लोकांशी संबंध ठेवणं."

"किल्ल्यात भेटणं कठीण आहे, कारण इथं माझ्याभोवती सारखे लोक असणार. मी विचार करतोय फुसावो, आपण टी-हाऊस ही आपली भेटायची जागा बनवू. तिथं कोणी जात नाही. तेव्हा ती जागा फार खासगी राहील. प्रश्न आहे, तो

या शरीर-रक्षकांचा. आई मागे लागली आहे, की ते सारखे असावेतच. आता मी घराणेप्रमुख झाल्यावरच तर सतत हवेत ते.''

आता ते गंभीर होऊन म्हणाले, ''वडिलांच्या मृत्युपूर्वी फार बरं होतं. आईवडील सगळं बघत होते. मी फक्त मुलगा म्हणून छोट्या, वेगळ्या जागेत राहत होतो आणि काहीही करू शकत होतो. आपण खूप चांगले क्षण घालवलेत; एकत्र स्नानाचे, झोपण्याचे. माझं प्रेम आहे तुझ्यावर आणि येत्या काही आठवड्यांतल्या बदलांनी ते बदलणार नाही.''

''कधीकधी मला हे सारं सोडून आपण दोघांनी पळून जावं असं वाटतं. मला हे नकोच होतं मुळी. आमच्या शेतात शेतकरी होऊन राहावं, लोकांपासून लपण्याची गरज पडू नये. पण मी कुणाला फसवतोय? आपलं नातं मान्य करतील अशी कुठली जागा आहे? आपल्यासारख्यांना कुणी स्वीकारणार नाहीत फुसावो, माझ्या जगात आणि तुझ्याही. कुठे जायचं आपण, जिथं आपल्याला मान मिळेल, मोकळं जीवन जगता येईल आणि अभिमानानं आपलं नातं सांगता येईल.''

फुसावोनं उत्तर देण्यापूर्वीच रेशमी कपड्यांची सळसळ झाली, दार थोडं सरकवलं गेलं. ती लेडी मोमो होती. ती खोलीत शिरण्यापूर्वी ते दूरदूर सरकून बसले. ती बहुधा बाहेरून ऐकत होती आणि वेळ साधून आत आली होती; त्यांनी बोलण्याच्या ओघात वाहवत जाऊ नये म्हणून. किल्ल्यात किती सहजतेनं त्यांना पकडलं जाऊ शकतं आणि त्याचा गवगवाही होऊ शकतो याची त्यांना पुन्हा एकदा जाणीव झाली.

''आपल्याला काही गोष्टींची चर्चा करायला हवी.'' फुसावोकडे दुर्लक्ष करून ती थेट ओकिमोटोला म्हणाली. फुसावो ताडकन उठून उभा राहिला होता. जमीनदार जपानी लॉर्ड मंडळींत नोकर मालकाशेजारी बसून कधी गप्पा मारत नव्हते. त्यांच्याकडे दुर्लक्षच केलं जात होतं. किल्ल्यात त्यांना कोणी जमेला धरत नव्हतं.

लॉर्ड ओकिमोटोनं किंचित डोकं हलवलं आणि ती सूचना समजून फुसावो आवाज न करता खोलीबाहेर गेला. चोरून काढलेला वेळ संपला होता आणि जगाच्या दृष्टीने ते मालक आणि नोकर होते.

या घट्ट, कठोर व्यवहाराला, या वर्तनशैलीला, सामाजिक रूढी, नियम, परंपरा, कायदे यांना कुठलंही, कितीही प्रेम तोंड देऊ शकत नव्हतं. पराभव अटळ होता. 'यापूर्वी असे चोरून मिळवलेले कितीसे सुखाचे क्षण पुन्हा वाट्याला येणार आहेत?' फुसावोला प्रश्न पडला होता.

❑ ❑ ❑

२८

‘आज कितीतरी दिवसांनी ओकिमोटो सानच्या बरोबर मला एकटं राहता आलं, पण फारच थोडा वेळ. लेडी मोमो आल्या आणि आमचा एकांत हिरावून घेतला त्यांनी.’

‘एक स्पर्श, एक चोरटं चुंबन. मला आज एवढं पुरे आहे.’

मायुमी त्या फराटेदार अक्षरांकडे बघत राहिली. तो तरुण शेतकरी आणि सामुराई आणि त्यांच्यामधलं ते अशक्य, पण विलक्षण शक्तिमान प्रेम यातल्या भावनांनी ती आतपर्यंत हेलावली होती. आधीच्या पानांपेक्षा ते पान फार वाईट अक्षरांत लिहिलं होतं. खूप निराश अवस्थेत, दडपणाखाली, कमी प्रकाशात ते लिहिलं असावं असं तिला वाटलं.

त्या आधी टोयोकीनं तिला फोन करून बोलावलं होतं आणि दोघांनी मिळून लेखकाला जाणून घेण्याचा प्रयत्न करण्याचं ठरवलं होतं आणि सामुराईलाही.

“मला वाटतंय, की ते कसे दिसत असावेत? या लेखनातून आपण त्यांच्याशी खूप जोडले गेलो आहोत.” टोयोकी म्हणाला. “तुम्हाला काय वाटतं? त्यांच्याबद्दलची काही माहिती मिळू शकेल कुठे? अखेर नोबुनागा घराणं जपानच्या फार शक्तिमान जमीनदार लोकांपैकी होतं त्या काळी. त्यांची काही माहिती तरी असेलच कुठेतरी ठेवलेली. का कुणास ठाऊक, मला त्यांना आणखी समजावून घेणं अत्यावश्यक

वाटतंय; ते कसे दिसत होते हे शोधणंही.''

''आता तुम्ही विषयच काढलात म्हणून सांगते. काही दिवसांपूर्वी मी माझ्या मैत्रिणीबरोबर होते तेव्हा बोलताना ती म्हणाली होती; एका व्यसनी गे सामुराईबद्दल तिनं वाचलं होतं. ते वर्णन आपल्या नायकाला लागू पडतंय. तोच काळ आणि त्याचा तरुण वयातला गूढ अंत.'' मायुमी म्हणाली. ''मी तिला विचारते, तिला कुठून ती माहिती मिळाली ते. मला नक्की नाही सांगता यायचं, पण काही रेखाचित्रं असू शकतील. फोटोग्राफी तर नव्हतीच तेव्हा. पोर्टेट असू शकतं. सामुराईचं असू शकेल, पण फुसावोचं नक्कीच नाही. नोकराचं चित्र काढायची आज्ञा कोण देणार?''

''बरोबर आहे.'' टोयोकीला पटलंच. ''वाईट वाटतं, की जास्त रस फुसावोत आहे; तो लेखक आहे; पण त्या कुप्रसिद्ध सामुराई पूर्वजाचं चित्र मिळालं तरी चालेल.''

''तुला माहीत आहे; माझी आजी अजून नर्व्हस आहे या सगळ्या गोष्टींनी, पण आमची पूर्वपीठिका एरवी कळणार तरी कशी?'' टोयोकी हसून म्हणाला, ''पण तिला माहीत आहे, की ती मला थांबवू शकत नाही. म्हणून नाइलाजानं तीही आपल्याबरोबर आहेच. नशीब; कारण शेवटी तीच याचे पैसे देणार आहे.''

मायुमी हसून म्हणाली, ''मग तर मी फारसा कचरा खोदून काढू नयेच. मला पैसे हवेच आहेत; पण खरं सांगायचं तर मी माझ्या मैत्रिणीच्या मदतीनं काही माहिती मिळते का ते पाहते आणि आपल्याला संबंधित काही अधिक कळतं का तेही पाहते. नशीब असलं, तर एखाददुसरं चित्रही मिळेलही.''

त्यांनी पुढच्या आठवड्यात पुन्हा भेटून चर्चा करायचं ठरवलं आणि तिनं फोन ठेवला. मायुमी टोयोकीचा विचार करत होती. तिला पुन:पुन्हा ओकिमोटोची आठवण येत होती. 'दोघेही सारखेच. दुसऱ्याच्या बाबतीत मनापासून विचार करणारे; फुसावोनं डायरीत लिहिलंय तसे. अखेर तो त्याच सामुराईंचा वंशज आहे. त्याचंच रक्त याच्याही अंगात आहे. त्याचं थोडंफार रूपही याच्यात आलंच असेल. तर्कदृष्ट्या ते अशक्य नाही, पण मग सवयीही....'

तिनं घड्याळ पाहिलं. सायुरीला तिच्या संशोधनाबद्दल विचारायला बराच वेळ होता. ती तशी घुबडाच्या जातीची. रात्री दोन-तीनशिवाय झोपायची नाही. सकाळी तिला उठवणं म्हणजे मात्र संकट! म्हणूनच ती दुपारच्या वर्गांना शिकवायची. मायुमीला आठवणीनंच हसायला आलं. प्रसिद्ध हॉटेलच्या 'लेडीज स्पा पॅकेजिस'ला जाताना त्या दोघी बरोबर जायच्या, पण पहिल्या न्याहारीच्या फेरीसाठी तिला साडेसातला उठवणं हे क्रूर आणि निरर्थक होतं. किती वेळा सायुरीला उठवणं अशक्य झाल्यावर ती एकटीच जायची. 'आताही ताठ बसून ती वाचत असेल.

अगदी आजारी असली किंवा पार्टीला गेली असली तरच...'

'सायुरीनं पहिल्याच रिंगला फोन घेतला म्हणजे ती कॉम्प्युटरवरून कुणाशी तरी गप्पा मारत असणार.' मायुमीला सायुरीची एकविसाव्या शतकातली जीवनशैली ठाऊकच होती. ती कॉलेजची इतिहासाची शिक्षिका म्हणून मुळीच शोभत नव्हती, पण ती तर उत्तम इतिहासतज्ज्ञ होती.

"मग आज कोण? तानुकी, रॉबर्ट की....." मायुमीनं चिडवलं.

"मात्सुमोटो. तो नवा आहे आणि विलक्षण रुबाबदार!" सायुरी उत्तरली. न लाजता, नेमकं उत्तर देण्यासाठी. "पण मला नाही वाटत तो माझ्याबरोबर फार दिवस टिकेल. फारच स्वतंत्र वृत्तीचा आहे तो."

मग विषय बदलून म्हणाली, "तू कशासाठी फोन केला होतास?"

"थेट विचारू का? मी तुला माझ्या आताच्या केसबद्दल सांगितलं होतं; आठवतं? तो गे सामुराई आणि त्याचा प्रेमिक – तो शेतकरी मुलगा?"

"हो तर! असं काही विसरणं कठीणच, नाही का?"

"हो ना! पण तू त्या दिवशी रात्री म्हणालीस की, तू काही संशोधन करत असताना माझ्या आत्ताच्या केससारखंच उदाहरण तुझ्याही वाचण्यात आलं म्हणून? खरं म्हणजे, माझ्या अशिलाला त्यांचे चेहरे पाहायचे होते. ह्या इडो काळातल्या लोकांबद्दल मलाही उत्सुकता आहेच. तू ते संशोधन करताना तुला कुणा लॉर्ड ओकिमोटो नोबुनागाचं चित्र पाहायला मिळालं होतं का?"

"नाही. मला नाही वाटत. पाहिलं असतं, तर आठवलं असतं." सायुरी म्हणाली. "पण मी एकच पुस्तक पाहिलं होतं. तू बाकीची बघ. कदाचित इतर पुस्तकांतून काही धागेदोरे हाती लागू शकतील. थांब, मी त्यांचे संदर्भ ठेवलेत कॉम्प्युटरवर. मी बघते हं."

मायुमीनं टायपिंग किजचा आवाज ऐकला. सायुरीनं ती कागदपत्रं शोधली आणि ती विजयी स्वरात म्हणाली, "हे बघ, संदर्भाचे तीन-चार धागे आहेत. तू बघ. त्यातल्या एकात चित्र सापडण्याची शक्यता आहे."

"मायुमीनं तिनं दिलेले संदर्भ तिच्या इलेक्ट्रॉनिक ऑर्गनायझरमध्ये टिपून घेतले. सायुरी म्हणाली, "गुड लक, मायुमी! तू अर्धीअधिक त्या सामुराईच्या प्रेमातच पडली आहेस, पण तो 'गे' होता, तेव्हा..."

मायुमीनं उरलेली रात्र आणि सकाळही कॉम्प्युटरवरून ते संदर्भाचे धागे शोधण्यात घालवल्या. त्यात अखेर तिला 'इडो कालखंडातील जपानमधल्या सामुराईंबद्दलच्या अफवा' असं शीर्षक असलेली एक लिंक सापडली. त्यात असं वर्णन होतं, की लेडी मोमो नोबुनागा यांनी पतिनिधनानंतर उत्तम प्रकारे आणि समर्थपणे आपला कारभार सांभाळला, कारण तिचा मुलगा, खरा सामुराई ओकिमोटो नोबुनागा हा मृदू

स्वभावाचा होता. तो 'गे' होता आणि अठ्ठाविसाव्या वर्षी तलवारयुद्धात मारला गेला.

खाली एक टीप – इडो काळातील सामुराई; आणि मायुमीनं ते बटण उत्तेजित होऊन दाबलं. 'देवा! तो कुप्रसिद्ध सामुराई शेवटी दिसेल?'

चित्रांचं संपूर्ण पॅनेल सावकाश पडद्यावरून जायला लागलं. काळ्यापांढऱ्या रंगातले, किमोनो घातलेले, अभिमानी चेहऱ्याचे सामुराई. ती त्या सगळ्यांची नावं पाहायला लागली; एकेक, सावकाश, काळजीपूर्वक; एकही नजरेतून सुटू नये म्हणून. अर्धी यादी पार पडली असेल, तोच एक सामुराई दिसला; इतरांहून वेगळा, तरुण, उद्धट नसणारा, बहुतेक सामुराईंसारखा नव्हताच तो. तिचं हृदय धडधडायला लागलं. नाव वाचण्यापूर्वीच तिला कळलं, तिला लॉर्ड ओकिमोटो नोबुनागा सापडला होता.

उत्तेजित होऊन मायुमीनं ते चित्र मोठं केलं आणि ती खुर्चीत पडली. तिच्याकडे पाहणारा तो चेहरा म्हणजे टोयोकीचा म्हणजे हारुमीच्या नातवाचाच दुसरा चेहरा होता. टोयोकी जणू ओकिमोटोचा आताचा जन्म होता.

मायुमी प्रिंटरच्या बटणापर्यंत गेली आणि ओकिमोटोच्या वाढवून मोठ्या केलेल्या चित्राकडे बघत राहिली. तिचा विषय तिला मिळाला होता.

❑ ❑ ❑

२९

लॉर्ड नोबुनागांच्या सुतकाचे अधिकृत एकोणपन्नास दिवस पूर्ण होताच पंधरा दिवसांनी लेडी मोमोंनी तिच्या मुलासाठी लग्नाची तारीख पक्की केली. तो एक भव्य विवाहसोहळा होणार होता. जपानच्या दोन वेगवेगळ्या प्रांतातली दोन सामर्थ्यवान प्रतिष्ठित सामुराई घराणी या विवाहानं एकत्र येणार होती. सुतक संपल्यापासून दोन्हीकडून मोठाले आहेर, देणंघेणं सुरूच झालं होतं. ते लग्नाच्या नंतरही चालू राहिलं. लेडी मोमोला तिचा विक्षिप्त मुलगा दिलेलं वचन पाळतोय की नाही याचीच भीती वाटत होती. म्हणून ती लग्न पार पडेपर्यंत काळजीत होती.

सगळा किल्ला सजलेला, गजबजलेला होता. त्यातून हे शतकातलं दिमाखदार असं लग्न होतं. जगभर प्रसिद्ध असलेले व्यापारी रोज रीघ लावून किल्ल्यात येत होते. अन्नाचे प्रकार – मिठाया, पक्वान्नं, किमोनोवाले आणि इतर अनेक प्रकारचे व्यापारी लग्नविधींत आवश्यक असणाऱ्या वस्तू घेऊन लेडी मोमोंकडे येत होते. दागिन्याचे व्यापारी सोनं-चांदी, हिरे-मोती, जेड-प्रवाळ यांचे उत्तमोत्तम कलापूर्ण दागिने घेऊन आपली वर्णी लावत होते. लाखेची भांडी, काचेची भांडी येत होती. उत्तरेच्या शक्तिमान सामुराईच्या मुलीला परोपरीच्या देणग्या आणत होते.

मुख्य उत्सवमूर्ती लॉर्ड ओकिमोटोला मात्र लेडी मोमोनं घ्यायला सांगितला, तरी कशातही रस नव्हता. "तुझ्या स्वतःच्या लग्नात तुला स्वारस्य नाही? सगळं

एकटी मी ठरवतेय, करतेय, हुकूम देतेय. लोक विचारतात, वराचं मत काय? लक्षात ठेव, आता तू सामुराई आहेस. निदान लोकांसमोर तरी नीट वाग. खरंच, तुझं काय करावं तेच कळत नाही.''

तिच्या लेकानं फक्त खांदे उडवून म्हटलं, ''तुझं समाधान झालं पाहिजे आई! तुला हवं ते मिळालंय. असं लग्न जे फक्त स्वर्गातच होऊ शकतं, माझ्यासाठी मात्र ते फक्त कर्तव्य आहे. माझं मन, आत्मा त्यात नाही. तुला हे माहीत आहे. मला कशाहीबद्दल काही म्हणायचं नाही.''

''अशा सुरात माझ्याशी बोलू नकोस. तू आता कुटुंबप्रमुख आहेस ओकिमोटो; पण लक्षात ठेव, मी तुझी आई आहे आणि तू मला मान दिलाच पाहिजेस. शिवाय आपलं असं ठरलंय, तू लग्न करून घराण्याला वारस द्यायचास आणि मग तसंच काही कारण असेल तर तू तुझ्या आयुष्याचं काय करायचं ते विचारपूर्वक दृष्टिकोनातून कर.'' लेडी मोमोनं उत्तर दिलं. तिच्या मुलाच्या वागण्यानं ती वैतागली होती; नोबुनागा घराण्याच्या अस्तित्वासाठी आवश्यक आणि महत्त्वाच्या समारंभाबाबत त्याचं मत ऐकून तर फारच. 'याला एवढंही कळू नये?' तिला वाटलं.

सगळ्या परिसरात सर्वांत महत्त्वाचा आणि श्रेष्ठ माणूस असणाऱ्या लेकाला त्याच्या दर्जातही रस नसल्याचं जाणवून तिनं एक सुस्कारा टाकला. 'हा थोडा जबाबदार का होत नाही? आपल्या दर्जाला साजेशा मोठेपणानं वागेल तर... त्याऐवजी नोकरांच्या आसपास राहतो आणि अनैसर्गिक, लाजिरवाण्या सुखात बुडतो!' तिचे ओठ वाकडे झाले. 'त्याला वाटतं होतं, त्याचं त्या निर्लज्ज नोकराबरोबर काय चाललंय ते मला माहीत नाही म्हणून, पण मला सगळं माहीत आहे.' तिचेही हेर तिला साऱ्या बातम्या पुरवत होते. तो जर तिचा मुलगा आणि सामुराई नसता तर तिनं त्या दोघांना किल्ल्याबाहेर हाकलून भाताच्या शेतात पाठी मोडेस्तो काम करायला लावलं असतं.

तिच्या डोळ्यांतून अश्रू ओघळले, तिच्या नवऱ्याच्या मृत्यूनंतर प्रथमच. लेडी मोमोला सर्व जण पोलादी स्त्री म्हणायचे, पण आता आपल्या हातांनी कैक शतकांचं घराणं सांभाळताना आणि त्याच इतमामानं ते चालू ठेवताना तिला फार एकाकी वाटत होतं. ओकिमोटोला हे कळत नव्हतं, की ती कितीही टणक असली तरी अखेर स्त्री होती आणि ती इतकंच करू शकत होती.

''मला मदत कर. मला फक्त मदत कर.'' सामुराईची आई रडत म्हणाली.

असफल प्रेमाच्या यातना लेडी मोमाने तिच्या तारुण्यात अनुभवल्या होत्या आणि म्हणूनच त्याचं दुःख काय असतं हे ती जाणून होती. कदाचित तिनं मुलाला खालच्या जातीच्या मुलीच्या प्रेमात पडू दिलं असतं, अगदी नोकराची मुलगी

असती तरी, पण एक पुरुष? कसं सहन करणार ती? किंवा कोणतीही आई? अगदी शेतकऱ्याची बायकोसुद्धा? असलं अनैसर्गिक प्रेम त्यांनी कसं मान्य केलं असतं?

तिच्या हातातली रत्नांची पेटी हातातून निसटली आणि सारी रत्नं ओघळून आपल्यापासून सर्व दिशांनी दूर जाताना तिने पाहिलं. त्या क्षणी लेडी मोमोच्या लक्षात आलं, की तिनं काळजी घेतली नाही तर ती मोडूनच जाईल. सगळं बळ एकवटून तिनं दासीला हाक मारली आणि ट्रेमध्ये ती सर्व रत्नं गोळा करून ठेवायला सांगितलं. तिने स्वत:च्या चेहऱ्यावर पोलादी मुखवटा पुन्हा चढवला आणि लेडी मोमो टाचेवर वळून निश्चयी पावलं टाकत शेजारच्या छोट्या खोलीत गेली. तिथं किमोनोवर भरतकाम करणारे तिची वाट बघत बसले होते.

'काहीही होवो, अगदी मला लग्नाच्या ठिकाणी ओकिमोटोला खेचत न्यावं लागलं तरी चालेल, पण सगळा कार्यक्रम व्यवस्थित पार पडला पाहिजे.' तिनं अत्यंत निर्दय होऊन मनाशी ठरवलं.

त्या संध्याकाळी तिनं ओकिमोटोला प्रचंड बागेतून किल्ल्याच्या आसपास फिरताना पाहिलं. तो उत्तरेच्या दिशेनं जात होता. थोड्याच वेळात दुसरी एक व्यक्ती येऊन त्याला मिळाली. लेडी मोमोचे ओठ मुडपले. ते कुठे जाताहेत ते तिचे हेर तिला सांगून गेले होते.

आई म्हणून तिचं हृदय विदीर्ण झालं. पहिली सहजभावना होती ती त्याला मागे खेचून छातीशी धरण्याची, त्याच्यातल्या सर्व वाईट वासना काढून टाकण्याची; पण स्त्री म्हणून ती कितीही शक्तिशाली असली, तरी जपानच्या इडो कालखंडात ओकिमोटोच नोबुनागा घराण्याचा प्रमुख होता आणि म्हणूनच तिचाही लॉर्ड व मालक होताच. त्याच्यावर चारचौघांत ती हुकमत चालवू शकत नव्हती किंवा लोकांत त्याला शरमिंदं करू शकत नव्हती. त्याचा अपमान हा तिचाच अपमान होता, तिच्या साऱ्या घराण्याचा अपमान होता. ती फक्त प्रार्थना करू शकत होती, की लग्न झाल्यावर त्याला नैसर्गिक नात्यांचा उबदारपणा, पूर्णत: कळेल. स्त्री ही पुरुषासाठीच बनवली गेली आहे, हेही कळेल.

जेव्हा लेडी मोमोला आपल्या मुलाच्या लैंगिक गरजांच्या बाबतीत प्रथम शंका आली आणि नंतर खात्री पटली, तेव्हा तिनं आपल्या व नवऱ्याकडच्या घराण्यांची चौकशी करून असं का आणि कसं झालं असेल याचं उत्तर शोधण्याचा प्रयत्न केला होता. काही वाईट जीन्स त्यामागे होते का, की तिनं केलेलं एखादं कृत्य, की त्याच्यासाठी नेमलेल्या कुणा हलक्या दर्जाच्या पुरुष-शिक्षकाच्या शिकवणुकीचा परिणाम, जो परिणाम शापाप्रमाणे लेडी मोमोच्या एकुलत्या एक मुलाभोवती होता; पण सगळ्यांची उत्तरं नकारार्थी आली होती. दोन्ही घराण्यांची वंशावळ खानदानी,

शुद्ध होती. शिक्षक विवाहित होते आणि आदरणीय होते आणि त्यानं पुरुषांकडे वळावं असं तिनं काही केलेलं नव्हतं.

आपण आईला किती दु:खात टाकलंय याची कल्पना नसलेला ओकिमोटो टी-हाऊसकडे गेला. तिथं फुसावोबरोबर त्याची भेट ठरली होती. तो आठवडा त्याला फार निराशेचा व त्रासदायक गेला होता. त्याच्या लग्नाची अनेक बारीकसारीक कामं चालली होती आणि किल्ल्यात त्या निमित्तानं संबंधित अधिकारी, इतर जमीनदार, जवळचे-लांबचे नातेवाईक यांच्याकडून सतत भेटी आणि अभिनंदनाचे संदेश येतच होते. जहागीरदार शोगुननीही आपल्या प्रतिनिधीच्या हाती प्रचंड, भव्य, सुंदर, चमकदार, काळ्या कुळकुळीत रंगाचं लाक्षापात्र पाठवलं होतं. त्यावर खऱ्या सोन्याच्या प्लमच्या बहराचं चित्र होतं आणि त्यानं स्वहस्ताक्षरातला अभिनंदनाचा संदेश लिहून पाठवला होता.

मग एका संध्याकाळी, एका जमीनदाराकडून एक उत्तम अबलख अरबी घोड्यांची जोडी आली. जमीनदार युकू बेटांवरचे. या भेटीनं किल्ल्यात खळबळ उडवून दिली. ओकिमोटोनंही कबूल केलं, की ही भेट प्रत्यक्ष जपान सम्राटाच्याच दर्जाची होती आणि रात्री उशिरा त्यानं फुसावोला ती जोडी पाहायला बोलावलं. फुसावोनं इतके चांगले वाढवलेले, जातिवंत अरबी घोडे असे जवळून कधीच पाहिले नव्हते. ते चालवणं दूरच राहिलं. घोडे संतापी आणि उद्धट दिसत होते. त्यांच्या चमकदार डोळ्यांत एक खुनशी तेज होतं. ओकिमोटो त्यांना पाहून मोहून गेला होता. फुसावो गप्प राहिला. तोही गेला आठवडाभर दु:खी चेहऱ्यानं पाहुण्यांच्या दिवाणखान्याच्या आसपास वावरत होता. लग्नाच्या तयारीत लिहिता-वाचता येणारा तो एकटाच नोकर असल्यानं ओकुनो साननी आलेल्या आहेरांची व अभिनंदनाच्या संदेशांची नोंद करायचं काम त्यालाच दिलं होतं, हे आणखी वाईट होतं; आणि किल्ल्यात त्या वस्तू आणि संदेश पूर आल्यासारखे सतत येतच होते.

आहेर मांडायला केलेले उंचवट्यांचे मंच दोनाचे चार झाले. वस्तू त्यावर येऊन पडतच होत्या. फुसावो त्या लिहून ठेवत होता. भेटवस्तू वा त्यांची सेवा देऊ करणाऱ्या व्यापाऱ्यांच्या स्वागतासाठी लेडी मोमो एका टेबलाशी बसल्या होत्या. फुसावोला तिच्या इतक्या जवळ, तिच्या नज़रेखाली इतका वेळ राहणं अवघड झालं होतं. अनेकदा ती त्याच्याकडे टक लावून बघत असलेली त्याला दिसली होती.

'अरे देवा! मला वाटतं तिला कळलंय लॉर्ड ओकिमोटो आणि माझ्याबद्दल' त्याला वाटलं. मग तो स्वत:लाच याबद्दल टोचत राहिला. ते शक्य नव्हतं. ते प्रत्येक वेळी इतकी काळजी घेत होते आणि कधीही अवघड अवस्थेत सापडले नव्हते.

शक्य होईल तेव्हातेव्हा फुसावो खडकबागेत विचार करायला जात होता; पण

त्या शांत, सुंदर वातावरणातही त्याला लग्नापासून पळता येत नव्हतं, कारण लग्नाच्या धांदलीमुळे ती शांत जागा गडबड-गोंधळाचं परिराज्य झालं होतं. तिथं त्यानंच कित्येक रंगीबेरंगी, छोटे कंदील लावले होते. मिचिओला तो तिथं सापडला तेव्हा स्वयंपाकघर अन्नानं भरून तुडुंब वाहतंय अशी त्यानं तक्रार केली. उत्तम साकेचे बुधलेच्या बुधले तिथे रचले होते. शतकांतून एकदा होणाऱ्या या शानदार लग्नाबद्दल खालच्या खेड्यांतूनही उत्सुकता होती. सगळी उत्तम साके किल्ल्यात गेल्यानं बाहेर चांगली साके मिळतच नाही, अशी लोकांची तक्रार होती.

त्या सकाळी एक विलक्षण गोष्ट घडली. फुसावो अंगणात मिचिओला मदत करत होता. आणखीही दोघे जण होते. साकेचा एक प्रचंड कातडी बुधला दारूच्या भांडारात ते नेत होते. तेव्हा जिथे व्यापारी बसत त्या खोलीकडे जाताना त्याला एक ओळखीची व्यक्ती दिसली. ते त्याचे वडील होते. क्षणभर त्याला कळेना, की त्यांच्या स्वागताला धावत जावं की नाही. फुसावोला घर सोडून काही महिने झाले होते. त्याला वडिलांची अबोल शक्ती आठवत होती आणि आईचं हळुवार काळजी घेणं, त्यांच्या छोट्या झोपडीतलं साधं जीवन, झोपडीचं गवत आणि चिखलाचं छप्पर; सारंच आठवत होतं.

किल्ल्यातलं जीवन सुखाचं, मजेचं होतं, पण ते लॉर्ड ओकिमोटो त्याच्याजवळ असले तरच. त्याचं उर्वरित आयुष्य मात्र काळं, निराशेचं आणि संकटांचंही होतं. त्याच्या आयुष्याचा भावनात्मक लंबक किल्ल्यांत अचानक एका टोकाहून दुसऱ्या टोकाला जात होता. त्याचा परिणाम त्याच्यावर दिसत होता. लॉर्ड ओकिमोटो दिवसच्या दिवस दिसलेही नाहीत, की फुसावो किल्ला सोडून जाण्याच्या कल्पनेशी खेळत बसायचा. घरी जाण्याची स्वप्नं पाहायचा. वडिलांशी तडजोड करण्याचं ठरवायचा. तेवढ्यात सामुराई त्याला बोलावून घ्यायचे आणि त्याचा निश्चय उन्हात ठेवलेल्या बर्फासारखा कुठल्या कुठे वाहत जायचा. पुन्हा आनंदाच्या उकळ्या फुटायच्या.

एका आंतरिक ऊर्मीनं, नाकारलं जाण्याचा धोका पत्करून त्यानं साकेचा बुधला इतर तिघांवर सोडला आणि तो बापाकडे ओरडत धावला, ''बाबा, बाबा, थांबा, मी बोलू तुमच्याशी थोडं?''

त्या वयस्क माणसानं स्वतःच्या कानांवर विश्वास नसल्यागत वळून पाहिलं आणि क्षणभर फुसावोचं हृदय दुःखात बुडलं. त्याचे वडील त्याला ओळख देणार नव्हते. पुन्हा घरी जाणं त्याला शक्य नव्हतं.

मग नाओकीचा वाऱ्यापावसाचे चपेटे खाऊन सुरकुतलेला चेहरा हसला, त्यानं गाडी सोडून मुलाकडे पाऊल टाकलं.

''फुसावो!'' तो म्हणाला, ''मी हा नवा, उंची तांदूळ किल्ल्यासाठी आणलाय;

पण थोडा वेळ आहे बोलायला. मी आणि तुझी आई काळजीत होतो, कारण तुझी काहीच बातमी नव्हती. म्हणून मी जेव्हा ऐकलं, की नव्या सामुराईंना लग्नाच्या मेजवानीसाठी नवा तांदूळ हवा आहे, तेव्हा मी माझं पीक सरळ किल्ल्यात पोहोचवून तुझा शोध घ्यायचं ठरवलं.''

''आभारी आहे बाबा. खरंच.'' फुसावो म्हणाला आणि त्याच्या डोळ्यांत पाणी आलं. त्यानं वडिलांचा हात धरला. ''आईला सांगा काळजी करू नकोस. मी छान आहे आणि इथं कामाला लागलोय. सगळी कामं करतो मी.''

त्यानं जीभ चावली. 'सगळी कामं करतो मी' म्हणताच वडिलांचा चेहरा काळवंडलेला दिसला. ''म्हणजे मुख्य घराच्या व्यवस्थापिकेला मदत, ओकुनो साननां मदत. ते सुंदर कंदील बघितलेत बागेतले? मी ते काल लावले. रात्री तर सुंदरच दिसतात ते!''

नाओकीचा चेहरा उजळला. त्यानं कौतुकानं सर्वत्र पाहिलं. ''हे लग्न फारच थाटाचं होणार आहे. लॉर्ड नोबुनागांचं लेडी मोमोंशी झालं त्याहीपेक्षा. तेव्हा मी विशीतही नव्हतो, पण आम्हा खेडुतांसाठी ते स्वर्गातलंच लग्न होतं.''

फुसावोला समजत होतं, की त्याचे वडील खुश होते ते लॉर्ड ओकिमोटोचं लग्न झाल्यावर त्यांचं 'खास' नातं संपुष्टात येणार होतं म्हणून; पण त्यानं नाओकीला कधीच सांगितलं नसतं की ते संपणारं नव्हतं. त्यानं त्याला त्या भ्रमात राहू दिलं आणि शांती मिळू दिली, कारण आजवर त्यानं आपल्या कुटुंबाला खूप त्रास दिला होता .

सुरक्षारक्षकांपैकी कोणीतरी त्याच्या नावानं हाका मारल्या आणि नाओकी घाईघाईनं गाडी घेऊन निघाला. ''मला जायला हवं फुसावो, पण तू परत ये. लवकरच भेट आम्हाला. तू कधीही घरी येऊ शकतोस. तुझी आई रोज तुझी वाट पाहतेय.''

त्यानं सांगितलं नाही, पण फुसावोला कळलं होतं, की त्याचे वडील त्याला सांगायचा प्रयत्न करत होते, की लॉर्ड ओकिमोटोचं लग्न झालं म्हणजे आइकोशी लग्न करायला जे दडपण आडवं येत होतं ते राहणार नव्हतं. मग त्यालाही लग्न करता आलं असतं. तोपर्यंत थांबायला सारेच तयार होते.

कुणीतरी त्याच्या खांद्याला स्पर्श केला. फुसावोनं वळून पाहिलं, तर लॉर्ड ओकिमोटोच्या वैयक्तिक मदतनिसानं गुपचूप फुसावोच्या हातात एक चिठ्ठी ठेवली व तो आला तसा आवाज न करता परत गेला. थरथरत्या हातांनी फुसावोनं ती चिठ्ठी उघडली. त्याचा चेहरा लाल झाला. त्याचं हृदय नाचायला लागलं. लॉर्ड ओकिमोटोला आज रात्री तो टी-हाऊसमध्ये यायला हवा होता! तो खुश झाला की वडील गेले होते; हे चिठ्ठीप्रकरण बघायला ते नव्हते. नाओकीला कधीच कळायला नको होतं,

की लग्नानं त्याचं सामुराईंशी नातं संपणार नव्हतं.

क्षणभर फुसावो थिजल्यासारखा तिथंच उभा राहिला, फक्त हातातल्या चिठ्ठीकडे पाहत. मग तो घाईनं आपल्या खोलीत गेला. ती चिठ्ठी त्यानं खणात दडवली. तो तिथं जराजरी जास्त रेंगाळलो असता तरी ओकुनो सानच्या घारीच्या नजरेतून सुटला नसता हे त्याला तीव्रतेनं जाणवलं. मग फुसावोनं आपल्या लाकडी पेटीतून काही कागद काढले आणि लिहायला सुरुवात केली.

'आज मी किल्ला सोडून जाण्यासाठी मनाची अगदी तयारी केली आणि वडिलांकडे परत जायचं ठरवलं, पण लॉर्ड ओकिमोटोंनी मला टी-हाऊसमध्ये भेटायला येण्यासाठी चिठ्ठी पाठवली आणि मी पुन्हा हरवलो.'

'देवा रे! मला सांग, मी काय करू? माझं ओकिमोटो सानवर एखाद्या सामर्थ्यवान नशेच्या घोटासारखं प्रेम आहे. या एका आजारपणानंच मला ग्रासलंय आणि मी यातून सुटू शकत नाही. जाळ्यात मासा सापडावा तसं झालंय माझं. अशाच जाळ्यात सापडून मी मरणार का? असाच? असाच?'

❑ ❑ ❑

३०

उरलेला सबंध दिवस फुसावो कामावर लक्ष एकाग्र करू शकला नाही. रात्र पडली आणि त्याचा मित्र मिचिओही त्याच्याबाबतीत अधीर झाला.

"ज्या प्रकारे तू दिवास्वप्नं पाहतो आहेस फुसावो, मी खात्री देतो, तू प्रेमात पडला आहेस." फुसावोला त्यानं धारेवर धरलं आणि फुसावो मंद हसला. 'मिचिओला माहीत नाही तो किती योग्य बोलला ते; की माहीत आहे?' कधी त्याचे तिरकस कटाक्ष पाहून फुसावोला वाटायचं, 'तो दाखवतो त्याहून त्याला अधिक माहीत आहे' पण का कोण जाणे, मिचिओबद्दल त्याला एक विश्वास होता. मिचिओ दयाळू होता, ताडकन मत देत नसे आणि समजा त्याला काही माहीत असलं तरी फुसावोला स्वत:च्या भावनांबद्दल घाबरायचं किंवा शरम वाटण्याचं काही कारण नव्हतं.

युगं उलटली तेव्हा एकदाची रात्र पडली आणि फुसावोनं किल्ल्याच्या सार्वजनिक स्नानगृहात स्नान उरकलं, धुतलेला किमोनो घातला आणि ओकुनोसान स्वयंपाकघरात जाईपर्यंत वाट पाहिली आणि मग सर्वांची नजर चुकवून तो किल्ल्याबाहेर पडला.

त्या रात्री आकाशात चंद्र नव्हता. ढगांचं जाड आवरण आकाशात होतं. त्यानं तारे झाकले होते आणि किल्ल्याचा कंदिलांनी उजळलेला परिसर सोडल्यावर पुढे सगळा ठार काळोखच होता. लॉर्ड ओकिमोटोंना पुन्हा भेटण्याच्या उत्साहात

फुसावो स्वत:बरोबर एखादा छोटा कंदील आणायला विसरलाच होता, पण ही वाट अनेकदा जाऊन त्याला पाठ झाली होती. तो टी-हाऊसपर्यंत डोळे बांधूनही पोहोचलाच असता. तशी बाहेर पडायला ती चांगली रात्र नव्हती. काळोखी रात्र आणि जड वातावरण यांनी त्याला थोडं दडपणच आणलं आणि त्यानं चालण्याचा वेग वाढवला. कधी एकदा पोहोचून आपल्या प्रियकराच्या सुरक्षित मिठीत पडतो, असं त्याला झालं होतं.

नोकरांच्या खोल्यांतून किल्ल्याच्या मोकळ्या पटांगणातून फिरत असलेल्या अनेक भुतांच्या कथांना ऊत आला होता. त्यात एका प्रेमिकेच्या स्त्रीभुताचा समावेश होता. ती अमावास्येच्या रात्री व त्याच्या मागेपुढे तीन-तीन दिवस तरुण पुरुषाच्या शोधात हिंडायची आणि तसा पुरुष सापडला, की आपली वासना पुरवून घ्यायची. ती एका वृद्ध सामुराईची रखेली होती जिचं समाधान तो करू शकला नव्हता. ती मग सामुराईंचे मांडलिक असणाऱ्या अनेक छोट्या जमीनदारांच्या वासनेला बळी पडली. सामुराईला कळलं तेव्हा तो भयंकरच चिडला, कारण तिनं त्याच्या घराण्याच्या सन्मानाला डाग लावला होता. त्यानं मग तिला मारून तिचं प्रेत पटांगणातल्या एका तळ्यात फेकून दिलं होतं. कुणाला तिचं प्रेत सापडलं नव्हतं; पण कधीकधी रात्री ती तरुण पुरुष शोधत हिंडे. अनेक नोकरांनी त्या प्रेमिकेचं भूत पाहिल्याचं सांगितलं होतं आणि दोघे तरुण पटांगणात रात्री दिसल्यानंतर अदृश्य झाले होते; पण ती कितीतरी वर्षांपूर्वीची गोष्ट. त्या प्रेमिकेला मात्र इतर नोकरांनी पाहिलं होतं व अफवा होती, की ती त्यांना तिचे कायमचे नोकर म्हणून अडकवून ठेवते.

ती केवळ हलक्या मनाच्या लोकांनी पसरवलेली कथा नव्हती आणि अशा कुंद रात्री फुसावो स्वत:लाच कंदील न आणण्याबद्दल शिव्या घालत होता, कारण प्रेमिकेच्या भुताला जरासाही प्रकाश चालत नाही, असं म्हटलं जायचं. त्याच्या चेहऱ्यावर मऊ, केसाळ, पिसांसारखं असं काहीतरी आदळलं आणि छोटी झुळूक आली. फुसावो किंचाळला; पण एक छोटा पक्षी अंधारात घर शोधत होता. त्यानं धावायला सुरुवात केली आणि टी-हाऊसमधला फिकट प्रकाश दिसल्यावरच तो थांबला. भोवतालच्या झाडीतून तो प्रकाश अगदीच क्षीण दिसत होता, पण त्याला धीर आला.

प्रेमिकेच्या भुताची कदाचित गाठ पडेल या भीतीत तो स्वत:चा प्रेमविषय विसरला होता. आपल्याला हव्याहव्याशा वाटणाऱ्या लॉर्ड ओकिमोटोची आठवण आल्यावर फुसावो त्याच्या गवती सपातांचा मुळीच आवाज न करता शेवाळलेल्या वाटेवरून टी-हाऊसकडे धावला.

ओकिमोटो साननी टी-हाऊस थोडं नीटनेटकं केलं होतं. जमिनीवर ताज्या नव्या चटया होत्या आणि बसायच्या उशा झटकून स्वच्छ केल्या होत्या. ठेंगणी टेबलं

होती. त्यावर साकेची एक बाटली, दोन कप आणि जेवणाची लाखेची पेटी होती.

फुसावोच्या मनाला हे भिडलं. एका सामुराईनं, शेकडो नोकर हाताशी असताना स्वत: चहागृह साफ करण्याचा आणि किल्ल्यातून इथपर्यंत अन्नपाणी आणण्याचा त्रास घेतला होता, केवळ आपल्या प्रेमिकासाठी. विलक्षणच! प्रेम माणसाचं आयुष्य कसं ढवळून टाकतं! त्यांच्या भूमिका, अगदी सामाजिक दर्जाही बदलतं. ओकिमोटोंसारख्या थोर माणसानं आपल्या प्रेमिकासाठी शारीरिक कष्टांची कामं करावीत? तेही सर्वांत खालच्या दर्जाच्या नोकरासाठी? यातही रुबाब, थोरवी आणि अर्थ होताच!

"बरं का, ओकिमोटो सान, मी आलोय. उशीर झाला थोडा, माफ करा." फुसावो सहज बोलण्याचा प्रयत्न करत होता, पण त्याचं हृदय इतक्या जोरात धडधडत होतं की, फुसावोला वाटलं कुठल्याही क्षणी ते थांबेल. "मी जवळजवळ सगळा रस्ता धावत आलो. बाहेर इतका भयंकर काळोख आहे, रस्ता शोधायला हातात कंदीलही नाही आणि ती भूत-प्रेमिका हिंडतेय बाहेर."

ओकिमोटो हसून म्हणाला, "आज मीच तुझा भूत-प्रेमिक. इतका काही वाईट नाही. चालेल?"

मग गंभीरपणे आपल्या शेजारच्या बैठकीवर थाप मारून म्हणाला, "ये बस छोट्या, आधी काहीतरी खाऊ या."

साके उत्तमच होती आणि जेवणही त्याच्या आवडीचंच होतं. ताज्या मासळीची सुशी; पण तरी फुसावोचं खाण्याकडे लक्ष नव्हतं. लॉर्ड ओकिमोटो पुन्हा दु:खी आणि नकोशा भावनेनी पुढच्या आठवड्याचा विचार करत होता आणि पुढच्या आठवड्यापासून त्यांचं सारं आयुष्य बदलणार होतं, हे लक्षात घेऊन तोही हळवा झाला होता.

त्या रात्री त्यांच्या प्रेमात वासनेपेक्षा मृदुता अधिक होती. दोघेही पुढच्या आठवड्यातल्या नकोशा घटनांचाच विचार करत होते; एकीकडे हातातल्या मोजक्या, किमती क्षणांना फुकट जाऊ न देता. आपल्या उदासीनतेचा व विचारांचा दोघांनीही उल्लेख केला नाही.

नंतर त्यांच्या भावनांच्या दडपणानंच दमल्यानं व समाधानानं दोघंही तिथंच गाढ झोपले. ते सकाळच्या पहिल्या किरणांनी जागे झाले. फुसावोनं डोळे उघडले तेव्हा खिडकीवर बसून एक पक्षी त्यांच्याकडेच पाहत होता. त्याला क्षणभर आपण कुठे आहोत तेच कळेना. मग शेजारीच झोपलेल्या ओकिमोटोचा संथ श्वास त्यानं ऐकला आणि आपल्या अंगावरचा त्याचा संरक्षक बलिष्ठ हात त्याला जाणवला आणि लक्षात आलं, की ती रात्र त्यांनी टी-हाऊसमध्ये घालवली आहे.

क्षणभर तो एकदम वेडापिसा झाला. 'ओकुनो सानला मी किल्ल्यात नाही असं कळेल आणि तो मला किल्ल्यातल्या नोकरीतून काढून टाकेल आणि मग ओकिमोटो मला कधी दिसणार नाही.' मग त्याला हसूच आलं. हा कसला उपरोध? तो स्वत:

रात्रभर खुद्द मालकाबरोबर होता. जमीनदार, सर्वांचा मालक स्वत: त्याची काळजी घेत होता, पण त्या राईचा पर्वत करणाऱ्या ओकुनो सानला तो ते सांगू शकणार नव्हता.

फुसावो तसाच पडून राहिला. त्याला ओकिमोटोला उठवायचं नव्हतं. त्याच्या शक्तिमान, संरक्षक हातात झोपणं फुसावोसाठी अत्यंत सुखाचं होतं आणि पुन्हा तो गाढ झोपेत खेचला गेला; पण काहीतरी वेगळंच घडत होतं. किल्ला होता त्या जागी एका ओळीत छोटीछोटी घरं होती. मधला मोठा रस्ता धातूच्या खोक्यांनी भरला होता. त्यांना चाकं होती आणि ती त्या खोक्यांच्या आकाराच्या मानाने खूपच लहान होती. त्यामुळे ती खोकी जणू स्वत:च धावत आहेत, असं भासत होतं. त्यांना ओढायला घोडे नव्हते, माणसं नव्हती.

रस्त्याच्या शेवटच्या इमारतीतून एक माणूस बाहेर आला. तो एका खोक्यामध्ये बसला आणि ते खोकं चालायला लागलं. फुसावोला धक्का बसला, कारण तो तरुण ओकिमोटो होता, नक्की; पण तरी खूप वेगळा. त्याचे केस लहान कापले होते, कपडेही वेगळे होते. गडद रंगाचा किमोनो नव्हता. त्याने साधे, सरळ, गुंतागुंतीच्या रेषा, शिवणी नसलेले कपडे घातले होते. त्याचा चेहरा नरम आणि निष्काळजी होता. त्यावर कर्तव्याच्या ताणाचं, जबाबदाऱ्यांचं, छळणाऱ्या भावनांचं लक्षण कुठेही दिसत नव्हतं.

"फुसावो, ऊठ. आपल्याला परत जायला हवं." कुणीतरी त्याला हलवून उठवलं. त्यानं पुन्हा डोळे उघडले. या वेळी अंगावर जड, गडद किमोनो घातलेला लॉर्ड ओकिमोटोचा उत्सुक चेहरा समोर होता.

"मला स्वप्न पडलं होतं. त्यात मी तुम्हाला वेगळ्या पोशाखात, वेगळ्या जागी, वेगळं जीवन जगताना पाहिलं. तुम्ही फार शांत आणि सुखी दिसलात." तो बोलला.

"सुखी आणि शांत? मी?" ओकिमोटो कडवटपणे हसला. "ते नक्कीच वेगळं जग असेल. आत्ता मी सुखी असण्यापासून फार दूर आहे. खरं सांगायचं तर मला वाटतं, आता मी कधीच सुखी नसेन. कदाचित दुसऱ्या जगात सुखी असू आपण. पुन्हा दोघेही जन्माला येऊ, बरंचसं मान्य करणाऱ्या जगात आणि तुझ्या स्वप्नात. फुसावो, तू ते जग पाहिलंस. तू कदाचित भविष्यच पाहिलंस."

त्याने हात पसरले आणि फुसावोला पायांशी ओढलं. "ये, आपण किल्ल्यात परत जाण्यापूर्वी थोडं आसपास फिरू."

सकाळ नुकतीच उजाडली होती. ढगांतून बाहेर येणारे सोनेरी किरण आकाशात पसरले होते. चिमण्या गटागटांनी जमून बायकांसारख्या कलकलाट करत होत्या. झाडांच्या पानांवर दवबिंदू चमकत होते. ही झाडं टी-हाऊसला सावली देत होती.

त्यांच्या पायाशी मऊ गवत उगवलं होतं. वैभवशाली सकाळ होती ती. तिच्यात कितीतरी अभिवचनं भरली होती; पण फुसावो आणि तरुण सामुराईसाठी मात्र ती वास्तवातली अनेक भयव्याकुळ दु:ख घेऊन आली होती, जी दु:ख त्यांच्या आयुष्याला कायम व्यापून राहणार होती.

पण तिथं, किल्ल्याच्या मैदानातल्या एका दूरच्या कोपऱ्यात, त्या उजाड टी-हाऊसमध्ये, जिथं कोणी कधी जात नव्हतं, ते त्यांचं छोटं, वेगळं जग होतं. तिथं ते हातात हात घालून हिंडू शकत होते. झाडांच्या दाट सावलीत आणि पक्ष्यांच्या प्रेमकूजनात ते चुंबन घेऊ शकत होते. ते एकमेकांत इतके गढून, गुंतून गेले होते, की दोघांपैकी कोणालाही चिमण्यांमागच्या झुडपांतल्या हालचालींची चाहूल लागली नाही. चिमण्यांचा थवा उडून गेला. हिरव्या किमोनोतली एक आकृती झटकन आसपासच्या वातावरणातून आवाज न करता दूर निघून गेली.

❑ ❑ ❑

३१

मायुमीनं स्वत:साठी एका दिवसाची सुटी घेतली. या केसवर कितीतरी रात्री जागून तिनं काम केलं होतं त्याबदली. तो बुधवार होता. मायुमी सकाळी उठली ती सारी शक्ती नष्ट झाल्यासारखीच. चित्त कुठंही एकाग्र करणं तिला जमतच नव्हतं. असं झालं की सुटी घ्यायची, हे तिला आता कळलं होतं. आपलं आपण काम करताना हे एक बरं होतं, हवं तेव्हा सुटी घेता येत होती.

हवा छान होती; पण टोकियोच्या अफाट गर्दीत शिरायचा मायुमीला उत्साह नव्हता, तेव्हा तिनं घरीच राहून एक छानसं पुस्तक वाचायचं आणि मांजराकडे थोडंफार लक्ष द्यायचं ठरवलं. त्याच्याकडे गेले पंधरा दिवस तिचं दुर्लक्षच झालं होतं.

मन असं रिकामं करून राहणं, बुद्धीचं काहीही काम न करता फक्त घरात हिंडणंही तिला छान वाटत होतं. तिनं कुंड्यांत दोन शोभेची झाडंही लावली. माऊताई तिच्या आसपास घुटमळत होत्याच.

'मला हे असंच आयुष्य बरं वाटतं.' ती मनाशी म्हणत होती, तोच दारावरची घंटी वाजली. 'आई गं! आता कोण? एवढ्या मेहनतीनं एक दिवस काढलाय, त्याचा थोडाही वेळ कोणी घ्यायला नकोय मला.'

मायुमीनं त्या घंटीकडे दुर्लक्ष करायचं ठरवलं, पण पुन:पुन्हा ती वाजतच

राहिली. मग नाइलाज होऊन ती दाराशी गेला, खरंच काही महत्त्वाचं असलंच तर म्हणून. 'खरंच महत्त्वाचं असेल तर बरं.' कुरकुरत तिनं दाराच्या 'पीप होल' मधून डोकावलं. क्षणभर ती स्तंभितच झाली. पलीकडून टोयोकी तिच्याकडे पाहत होता. ह्याची तिनं स्वप्नातही अपेक्षा केली नव्हती. 'तो काय करतोय इथं?' तिनं आपल्या सर्व अशिलांना स्पष्ट सांगितलं होतं, की 'कामासाठी घरी यायचं नाही आणि दार ठोठावलेलं मला आवडत नाही.'

घरात कुणी नाहीच असं त्याला वाटावं आणि त्यानं जावं यासाठी मायुमीनं थोडी टाळाटाळ केली. खरं म्हणजे असं केव्हाही न सांगता, न ठरवता तिच्या दारात येणाऱ्या अशिलांना तिनं उत्तेजन देणं योग्य नव्हतं, पण दुसरीकडे ते तितकंच महत्त्वाचंही असू शकतं असंही तिला वाटत होतं, कारण टोयोकी काही असा माणूस नव्हता जो तशाच कारणाखेरीज एखाद्या स्त्रीच्या दारी गेला असता. पुन्हा तो बुधवार होता आणि ती कामावर असणं अपेक्षित होतं. तिला काय वाटलं कोण जाणे; पण तिनं कपाळावरचा केसांचा बँड काढून केस फुलवले आणि दार उघडलं. दारातून गार वाऱ्याचा झोत आला. मिकीमाऊ शहारली.

ती काही बोलायच्या आधी अपराधी स्वरात टोयोकी म्हणाला, "तुमच्या खासगी कामात अडथळा आणल्याबद्दल मला माफ करा, पण मी आलोय ते कामही तितकंच महत्त्वाचं आहे, नाहीतर मी असा जात नाही कुठे. तुम्हाला दाखवलंच पाहिजे असं काही मला सापडलंय. खरंतर मी तुमच्या ऑफिमध्ये गेलो होतो, पण तिथं कुलूप होतं, तेव्हा मला वाटलंच की तुम्ही सुटी घेतलीये. मी तुम्हाला फोन करायचा प्रयत्न केला, पण तोही बंद ठेवलाय तुम्ही. त्यामुळे तुम्हाला गाठण्याचा दुसरा उपाय नव्हता. म्हणून इथं यावं लागलं."

"अं.... ठीक आहे. मी सहसा माझ्या अशिलांना घरी येऊ देत नाही." मायुमी म्हणाली, पण त्याचा नर्व्हस चेहरा पाहून बोलण्याचा परिणाम थोडा हलका करण्यासाठी हसली. "पण तुम्ही यायला तसंच काही खास कारण झालं असणार. या नं. आत या आणि सांगा काय ते."

"थँक्यू." टोयोकी भडक रंगाच्या एका खुर्चीवर बसला. टांगलेली शोभेची झाडं, वेली यामुळे त्याला छान, घरगुती वाटलं. मग आपण कशासाठी आलोय ते एकदम त्याच्या लक्षात आलं आणि त्यानं एक तपकिरी लिफाफा काढून मायुमीसमोर धरला.

"हा मला आजीच्या 'कौटुंबिक इतिहासा'च्या खोल खणात सापडला. मला वाटतं बाकीचे कागद देताना हा राहिला असावा."

मायुमीनं तो घेतला आणि सुटीचा दिवस फुकट जातोय असं वाटून आलेली निराशा कुठल्या कुठे पळाली. ते पाच कागद म्हणजे त्या शेतकरी लेखकानं

उल्लेखलेल्या काही स्थळांची रेखाचित्रं होती.

"म्हणजे आपला शेतकरी लेखकाबरोबर चित्रकारही होता तर! चित्रं तर छान काढली आहेत."

"तशी ती नक्की कुणी काढली आहेत माहीत नाही. त्या सामुराईंनीही असू शकतील, पण ती कोणी काढली हे तितकंसं महत्त्वाचं नाही. ती जागा कशी होती हे त्यातून कळू शकतं."

त्यातलं शेवटचं चित्र दोन पुरुषांनी एकमेकांना मारलेल्या घट्ट मिठीचं होतं. टोयोकीनं एक हलकी शीळ घातली. त्यांचे किमोनोज दूर पडले होते. ते चित्र पूर्ण सुखाचं, अपरिमित प्रेमाचं होतं. त्यातला एक उंच आणि अधिक मजबूत होता. दुसरा शेलाटा, नाजूक व देखणा होता. हे अर्थातच फुसावो आणि ओकिमोटोचं भावना उत्तेजित करणारं चित्र होतं.

"हा मोठाच महत्त्वाचा मौल्यवान साठा हाती लागलाय. होय ना? या चित्रामुळे तर फुसावोच्या लेखनातली सगळी पात्रंच जणू जिवंत झाल्यासारखी भासतायंत.

"अगदी खरं." मायुमी म्हणाली. "तुला माहीत आहे टोयोकी, मला वाटतं आपण त्या किल्ल्याच्या ठिकाणी जावं. तिथल्या आसपासच्या लोकांशी बोलावं. त्यांना स्थानिक इतिहासातलं काही माहीत असेल. ज्यामुळे तुझ्या पूर्वजांत काय झालं त्यावर प्रकाश पडेल. तो किल्ला नेमका कुठे होता तुला माहीत आहे?"

"हो. मी थोडा अभ्यास केलाय. असं दिसतंय, की मिनामिमोटो हे खेडं इडो काळात त्याच नावाच्या आजच्या छोट्या गावापासून पन्नास किलोमीटरवर होतं आणि किल्ला त्याच्या उत्तरेला होता." टोयोकी म्हणाला. "माझ्या आजीकडे त्या खेड्याचा नकाशा आहे आणि मी त्याची प्रत आणलीय झेरॉक्स करून. बघ, ते टोकियोपासून तसं फार दूर नाही. उत्तरेला दीडशे किलोमीटरवर आहे."

मायुमीनं तो नकाशा घेतला आणि त्याचा अभ्यास करण्यासाठी टेबलावर पसरला. मग तिला एक कल्पना सुचली आणि ती बोलून गेली, "मी म्हणते, आपण आताच गेलो तर? तू म्हणतोयस की ते फार दूर नाही म्हणून आणि हा नकाशा तर उत्तम आहे. आपण किल्ला शोधू आणि रात्रीपर्यंत परत येऊ. तुला चालेल?"

टोयोकी या सूचनेनं एकदम मागे आला. तो केवळ मनात आलं म्हणून काही करणारा नव्हता. नीट, व्यवस्थित, विचारपूर्वक, बेत आखून काय करायचं ते करायचा. त्याच क्षणी ट्रीपवर जायच्या तयारीत तो नव्हताच, निदान ही असली.

"म्हणजे आता लगेच? थोडी घाई होतेय, नाही का? आजच जायचं?" तो म्हणाला.

"काय हरकत आहे? तुझी गाडी जर असेल तर थेट तिथपर्यंत जाऊ शकतो

आपण. नसेल तर दुसरा मार्ग शोधू.'' मायुमी म्हणाली. ''हे बघ, आज गेलो नाही तर दुसरा दिवस शोधणं कठीण जाईल. आपण दोघंही मोकळे असायला हवं. चल. मला फक्त पाच मिनिटं दे. मी कपडे बदलून येते आणि निघूच.''

तिच्या उत्साहाची लागण त्यालाही झाली. आधी नकार दिल्याची त्याला लाजच वाटली. तिचं बरोबर होतं. त्या महत्त्वाच्या कामाला जायला आणखी चांगली वेळ शोधून सापडली नसती. घरी परत जाऊन आळसातच वेळ काढायचा होता आणि पुढच्या आठवड्यात तो नवी नोकरी सुरू करणार होता. तेव्हा आधीच होत असेल, तर हे काम करून टाकणं सर्वार्थानं चांगलंच होतं.

शिवाय सकाळी तो मायुमीच्या घरी जायला निघाला तेव्हा ती रेखाचित्रं फक्त तिच्या हवाली करायची, एवढंच त्याच्या मनात होतं. त्याला दीडशे किलोमीटरवरच्या किल्ल्यात जाण्यासाठी ड्रायव्हिंग करावं लागेल ही कल्पना नव्हती. पण तरी, तिनं त्याला आव्हान दिलं होतं आणि तो ते नाकारू शकत नव्हता. काही असो, किल्ल्यात जाऊन येण्याची कल्पना सुचल्यावर त्याला आणखी काही सुचेना. त्या 'गे' जोडप्याला दुरान्वयानं का होईना, पण भेटण्याची कल्पना त्याला भावली होती. तो म्हणाला, ''बरोबर आहे तुझं. मी गाडी आणलीये. आपण जाऊ या. लोकांच्या गर्दीच्या प्रवाहाच्या उलट दिशेला जायचंय, तेव्हा फार अडथळेही नसतील.''

सांगितल्याप्रमाणे मायुमी दहा मिनिटांत तयार झाली; पण त्याहीपेक्षा जास्त वेळ तिनं मिकीची माफी मागण्यात काढला, याचंच त्याला आश्चर्य वाटलं. त्याची आई, आजी आरशासमोर खूप वेळ काढायच्या, त्याचं डोकं फिरेपर्यंत.

तिनं मिनरल वॉटरच्या दोन बाटल्या जाताजाता घेतल्या आणि दोघे निघाली.

''हे घे. खूप लांब जायचंय आणि वाटेत एखाद्या ड्रिंकसाठी थांबायलाही वेळ नसेल.'' ती म्हणाली. ''रस्त्यांचा नकाशा आहे गाडीत?''

टोयोकीनं मान हलवली. ''आहे. कमाल आहे आजीची! तिनं किल्ल्याकडे जायचा रस्त्यांचा नकाशा किल्ल्याच्या कागदांना जोडून ठेवलाय. नक्कीच तिलाही कधीतरी तिकडे जायचं असेल. आमचं गावही त्याच बाजूला येतं, पण खूप उत्तरेकडे. अंतर बरंच आहे तिथून.''

टोकियोच्या गच्च गर्दीतून जाताना दोघेही गप्पच होते. शहर सोडल्यावर ते उत्तरेकडे वळले. रहदारी विरळ झाली. रस्त्याचे कर भरत, सुंदर महामार्गानं जाऊन त्यांनी खूप वेळ वाचवला.

''माझा मित्र मायकेल, नेहमी जपानच्या या प्रवासकराबद्दल तक्रार करत असतो. ते खूपच जास्त आहेत म्हणून.'' टोयोकीनं टोलकार्ड घेतलं तेव्हा मायुमी म्हणाली.

''वा! तुला बॉयफ्रेंड आहे का? परदेशी असेल बहुतेक.''

"हो. अमेरिकेत लॉस एंजेलिसला शिकायला होते तेव्हा भेटला मला तो, पण आता तळ्यात-मळ्यात चाललंय आमचं. कठीणच आहे सगळं. इतक्या अंतरावरून नातं ठेवायचं, शिवाय सांस्कृतिक फरक. ह्याने मदत तर होत नाहीच. अर्थातच, माझे आईवडील काही सुखी नाहीत त्यामुळे. त्यांना मी चांगल्या, दणकट, जपानी माणसाशी लग्न करून जपानी समाजाचा एकजिनसीपणा टिकवावा असं वाटतंय."

"आणि माझी आई म्हणते, की तिला मृत ऐतिहासिक आकृतींपेक्षा जिवंत माणसं आवडतात. मागच्या व्हॅलेंटाईन डे ला आमच्या वियोगाचा शेवटचा दणका म्हणून ती म्हणाली, की फक्त जपानी पुरुष मृतांमध्ये इतकं स्वारस्य घेतात! तिला जर कळलं, की माझं आताचं आयुष्य पुन्हा शेकडो वर्षांपूर्वीच्या दोन माणसांत गुंतलंय – लॉर्ड ओकिमोटो आणि फुसावो – तर तिला फीटच येईल."

टोयोकीच्या चेहऱ्यावर हास्याच्या सुरकुत्या पडल्या. तो म्हणाला, "तुझी विनोदीवृत्ती मला आवडते. जपानमध्ये स्वत:लाही हसणारी स्त्री मिळणं दुरापास्तच. मीसुद्धा अमेरिकेत शिकलोय, मिशिगनमध्ये. तिथल्या आयुष्याची सवय झाली होती मला. म्हणून मी जेव्हा परत आलो तेव्हा इथल्या वातावरणाशी जुळवून घ्यायला मला प्रयास पडले. मी खूप स्पष्ट बोलायचो आणि ज्येष्ठांना पुरेसा आदर दाखवत नव्हतो. अमेरिकेत माझं खूप स्वैर जीवन होतं. चरस फुंकण वगैरे, पण येण्यापूर्वी मला ते सगळं सोडून स्वच्छ, सभ्य बनावं लागलं; एरवी आजीनं घरातच घेतलं नसतं. मी दोनदा नोकरी सोडून दुसरी धरली आणि माझी खात्री आहे, की जपानी कंपन्यांना माझी कामाची पद्धत आवडणार नाही. मी पुढच्या आठवड्यात अमेरिकन कंपनीत रुजू होतोय."

ते गप्प झाले आणि मायुमीला डुलकी लागली. टोयोकीनं तिच्या खांद्यावर टॅप करून तिला उठवून सांगितलं, की आपण त्या प्रदेशात आलोय आणि किल्ला शोधायला त्याला तिची मदत लागेल. दोघंही दिशांचं ज्ञान, नकाशे वाचणं, यांत बेताचंच ज्ञान बाळगून होती आणि किल्ल्याकडे जाणाऱ्या मुख्य रस्त्याबद्दल दोघांतही गोंधळ होता. हारुमी साननं काढलेला नकाशाही थोडा ओबडधोबड होता.

"काळजी नको करू. किल्ला सापडेलच. तो अखेर ऐतिहासिक वास्तू म्हणून प्रसिद्ध असणार आणि कुणालातरी माहीत असणारच." मायुमी म्हणाली. दोन्ही रस्ते 'डेड एन्ड'ला पोहोचत होते.

ते एका पंपावर पोहोचले, पेट्रोल भरायला आणि रस्ता विचारायलाही. मायुमीचं बरोबर होतं. तिथल्या नोकराला किल्ला माहीत होता. त्यानं रस्ता सांगितला.

"आता किल्ल्याचा रस्ता कळलाय तर जरा बाजूबाजूनं त्याचं वातावरण पाहू. काही शतकांपूर्वी कसा असेल याची कल्पना करू." मायुमी म्हणाली.

मिनामिमोटो आजच्या जागी गेल्यापासून माचिडो हे छोटं गाव किल्ल्याभोवती वसलं होतं, जपानमधल्या सगळ्या गावांसारखंच; अरुंद गल्ल्या पारंपरिक नूडल्स आणि सांबेईच्या दुकानांनी भरून गेल्या होत्या. सगळ्या दुकानांनी जुनं, पारंपरिक फर्निचर जपून ठेवलं होतं. जुने गोल आरसे, कधीही पडेल असं वाटणार बांधकाम, पण खरंतर आतून साऱ्या भूकंपांना तोंड देत टिकून राहण्याइतकं मजबूत होतं. घरांचे घोळके आणि लगतच्या अरुंद गल्ल्या यांच्यामध्ये भातशेतीचे बारके तुकडे होते. शेकडो वर्षांपूर्वी फुसावोचं कुटुंब आणि इतर खेडूत शेती कशी करत असतील, त्यांच्या मालकांसाठी तांदूळ कसा पिकवत असतील याची मायुमीला कल्पना आली.

सारं गाव शांत होतं. त्याला एक जुनी आकर्षकता होती, जणू तिथं काळ थांबला होता आणि एकविसावं शतक आल्याचा त्याला पत्ताच नव्हता. मायुमीला वाटलं, डोळे बंद केले तर रस्त्यातून घोड्यांच्या टापा आणि सामुराईंच्या रथाचा आवाज ऐकू येईल. दोन्ही बाजूंच्या भातशेतीत काम करणारे शेतकरी तो बघत असतील. फुसावो पायात ओबडधोबड पायताण घालून बापाशेजारी काम करत असेल आणि काम संपल्यावर रात्री तेलाच्या दिव्याच्या प्रकाशात इथे घडलेल्या अनेक गोष्टी जोराजोरात त्या कागदांवर लिहीत बसेल. वेगवेगळ्या स्तरांतल्या लोकांच्या आयुष्यांना व्यापणारे आनंदाचे आणि दु:खाचे जे प्रसंग त्याने शब्दबद्ध केले होते, ते कधी काळी त्या ठिकाणी प्रत्यक्ष घडलेले होते. त्यामुळे त्यांच्या अस्तित्वाच्या जाणिवेने मायुमीला भारल्यागत झालं होतं.

गावाच्या गूढ वातावरणानं टोयोकी आणि मायुमी भारून गेले होते. गाडीतून जाताना ते गप्पच होते. रस्ता दूर किल्ल्याकडे जात होता. आताही तिथं छोटीशी पार्किंगची जागा होती आणि किल्ल्याची जागा दाखवणारा बोर्ड होता; पण त्या जागेवर, उंच टेकडीवर गर्विष्ठ दिसणारा, ताठ मानेनं उभा असलेला, खालच्या शेतात गुलामी करणाऱ्या कष्टाळू शेतकरी मजुरांवर लक्ष ठेवणारा असा किल्ला पाहण्याची त्यांची इच्छा असती, तर मात्र निराशा झाली असती. जिथं किल्ला होता ती जागा आता एक सपाट जमिनीचा तुकडा होती. फक्त त्या बोर्डावर – ती सामर्थ्यवान नोबुनागा कुटुंबाच्या किल्ल्याची जागा असल्याचं लिहिलं होतं. तो किल्ला लढाईत जळून गेला होता, तरी त्यातली चारपाच बांधकामं शिल्लक होती; किल्ल्याच्या तटाची एक भिंत आणि मुख्य दरवाजाच्या जागी दगडांचे तीन उंचवटे.

वस्तूंना, दगडांना हात लावू नका – अशी सूचना देणाऱ्या फलकाकडे दुर्लक्ष करून मायुमीनं त्या कोसळलेल्या दगडांवरून हात फिरवला आणि लॉर्ड ओकिमोटो आणि त्याच्या कुटुंबाचा विचार करायला लागली. 'ते आणि त्यांचे थोर पाहुणे याच

दारातून आले गेले असतील. फुसावो नाही. त्याचा दर्जा खालचा; फार तर लाडक्या नोकराचा. छोटे अधिकारी, नोकर यांच्यासाठी बाजूला मागे एक दार होतंच.'

त्या अवशेषांखेरीज काहीही शिल्लक नव्हतं किल्ल्याचं. फक्त एका नोकराच्या डायरीतल्या आठवणी होत्या. रात्री त्यांची भुतं जागी होत असतील, मागचं वैभव आणि सत्ता भोगायला. आता त्या किल्ल्यात बघण्यासारखं काहीच राहिलं नव्हतं. मात्र मायुमी आणि टोयोकीला त्या किल्ल्याच्या इतिहासाबद्दल आणि त्यातील जीवनबद्दल काही अधिक माहिती असल्याने त्यांना तिथं समाधान वाटत होतं.

एक प्रचंड, वयानं काळवंडलेलं, एकच मात्सू झाड मध्येच उभं होतं, त्यावरून ती जागा म्हणजे किल्ल्यातलं अंगण असावं असं त्या दोघांना वाटलं. टोयोकी सहज हिंडत झाडाच्या समोरची माहिती वाचायला गेला.

"मायुमी, इकडे ये." त्यानं उत्तेजित होऊन हाक मारली. "बघ, इथं लिहिलंय, हे झाड लॉर्ड ओकिमोटो नोबुनागानं स्वत: त्याच्या लग्नाच्या वेळी लावलंय. म्हणजे हे जवळजवळ चारशे वर्षांचं आहे."

"हे झाड जर बोलायला लागलं तर किती आणि कुठल्या गोष्टी ते आपल्याला सांगेल?" मायुमी त्याच्या फांद्यांवरून हात फिरवत म्हणाली. त्या झाडाची काळजी घेणाऱ्यानं त्या फांद्या मोठ्या कौतुकानं वळवून त्यांना छान आकार दिला होता.

"म्हाताऱ्या माणसानं काठीवर विसंबावं तसं." टोयोकी मृदूपणे म्हणाला. "आणि तरी निश्चयानं जगणारं."

त्याच्या जादूनं मंतरलेल्या अवस्थेत ती दोघं लॉर्ड ओकिमोटोच्या त्या झाडाकडे पाहत राहिली. ते त्रयस्थपणे जगाकडे बघत होतं; वर्षानुवर्षं, तसंच, काळ आणि माणसं यांच्या प्रवाहांपासून अस्पर्श राहून.

मग टोयोकी अचानक ती जादू तोडून टाकायला म्हणाला, "आता आपण जाऊन ते टी-हाऊस पाहू या. या नकाशानुसार ते किल्ल्याच्या मैदानाच्या ईशान्य कोपऱ्यात, दूर टोकाला आहे."

"हे बघ." मायुमी दूरच्या काही खुणा अभ्यासायला गेली होती. ती तिथून ओरडून म्हणाली, "इथं पाटी आहे. 'वातारु टी-हाऊसकडे'. हीच ओकिमोटो आणि फुसावोची भेटण्याची जागा असणार. ईशान्येकडे... बरोबर... चल जाऊ."

नकाशात दाखवलेल्या ठिकाणी जायला तिथून एक रस्ता होता. जसजसं पुढे जावं तसतसा रस्ता अधिक रानटी आणि जुनाट होत गेला. त्यांना वाटलं, ती झाडी, तो रस्ता आणि तिथलं एकूण जुनाट वातावरण हे सारं तिथल्या विश्वस्तांनी मुद्दाम तसंच ठेवलं असावं, कारण किल्ला नामशेष होण्याच्या अवस्थेला आला होता. त्यामुळे तो उत्सुकतेने बघायला येणाऱ्यांची अगदीच निराशा झाली असती. हे टाळण्यसाठी विश्वस्तांनी वातावरणातला तो जुनाटपाणा राखला असावा. आजूबाजूचं

वातावरण गूढ, छायांकित होतं. या वातावरणामुळे मायुमीला फुसावोच्या आणि लॉर्ड आकिमोटोंच्या भेटींची फुसावोनं केलेली वर्णनं आठवायला लागली. अमावस्येच्या रात्री किल्ल्यापासून दूर टी-हाऊसपर्यंत कुजबुजत्या झाडापानांतून प्रियकराला भेटण्यासाठी जीव मुठीत धरून केलेला प्रवास फुसावोनं त्या वर्णनातून मांडला होता.

अर्धा तास चालूनही टी-हाऊसचा पत्ता लागला नाही, तेव्हा किल्ल्याचं मैदान केवढं मोठं होतं आणि ओकिमोटो व फुसावो घरापासून दूर, जिथं कोणी येणार नाही अशा या टी-हाऊसमध्ये, तिखट नजरांपासून आपलं प्रकरण कसं दडवून ठेवत असतील हे त्यांना समजलं.

'आपलं जगाला अमान्य असलेलं प्रेम साजरं करायला, त्या झाडी वाढलेल्या रस्त्यावरून ते दोघे प्रेमिक कसे गेले असतील? हृदयं वासनेनं धडधडत असतील आणि कठीण प्रसंगात आपण दोघं एकत्र आहोत, ही जाणीव असेल. त्यांच्यापैकी एकाने या डायरीच्या मदतीने त्यांचं प्रेम जिवंत ठेवलं आणि चारशे वर्षांनंतर ती डायरी वाचून, उत्साहित होऊन त्या डायरीतूनच मार्ग शोधत दुसरं कुणीतरी त्यांच्यासाठी त्याच रस्त्यानं जातंय.' त्या गूढ वातावरणातून जाताना त्या दोघांना अशा अनेक विचारांनी घरलं होतं.

एरवी लक्षातही न येणाऱ्या या अरुंद रस्त्यानं जाताना मायुमीचं हृदय थरथरल्यागत झालं. जे अस्वीकारार्ह जीवन जगत होते, काळाच्या पुढे गेले होते आणि त्यापायीच फार तरुण वयात शोककारक परिस्थितीत तरुणपणीच मेले होते त्या दोघा प्रेमिकांना तिथूनच स्वर्गाचा रस्ता मिळाला होत.

ते सारं मायुमीला आईनं सांगितलेल्या परीकथांना उजाळा देणारं वाटलं; जंगलात फिरणं, जादूई नगरीत जाणं, तिथली फुलांनी भरलेली कुरणं आणि बोलणारे रानातले प्राणी.

तो चाळीस मिनिटांचा रस्ता अशा ठिकाणी पोहोचला, की मायुमीला तिथं नीट निगा राखलेली सुंदर बाग, वेगवेगळे आकार दिलेली झुडपं, दगडी पूल असलेलं छोटं तळं आणि त्यात पोहणारे रंगीत मासे, सारंच दिसलं.

त्या सुंदर बागेपलीकडे पारंपरिक पद्धतीचं सुंदर टी-हाऊस होतं. काही क्षण मायुमी व टोयोकी बघत राहिले. त्यांची अपेक्षा मोडकं, छप्पर खाली आलेली एखादी शेड असेल, असं होत; पण तिथं उत्तम बांधलेलं नवं टी-हाऊस होतं. मात्र तिला दिलेल्या रेखाचित्रातल्या टी-हाऊसपेक्षा ते फारच वेगळं होतं. आणखी त्याहीपेक्षा अनपेक्षित म्हणजे तिथे चहापानाचा व्यवसायही सुरू होता, कारण बाहेर तशी पाटी होती आणि तिच्यावर टी-हाऊसची वेळ व मेनू होता. टी-हाऊसमागे कार पार्किंगची व्यवस्था होती आणि त्यामागे झुडपांच्या कुंपणापलीकडे गर्दीचा रस्ता होता.

''तुला खात्री आहे, हेच ते टी-हाऊस असेल?'' मायुमीनं विचारलं. टोयोकीनं मान हलवली.

''नक्की. नकाशावरच्या नेमक्या जागी ते आहे म्हणजे तेच. आताच्या मालकानं ते पुन्हा बनवलं असेल.''

टी-हाऊसचं सरकतं दार हळूच उघडलं आणि एक सुंदर, तरुण स्त्री सुरेख निळ्या किमोनोत वाकून प्रणाम करत डौलदारपणे म्हणाली, ''इराशाई मासाई, सुस्वागतम्!''

''आता काय?'' टोयोकीनं विचारलं.

मायुमीनं त्याला पुढे ढकललं आणि उत्तर दिलं, ''आत जाऊन कपभर चहा पिऊ या, म्हणजे आसपास बघता, काही विचारता येईल.''

आत पाऊल टाकताक्षणी मायुमीला कळलं की ती तीच जागा होती. चालकांनी पूर्वीचा काळ पकडून ठेवावा असंच ते सजवलं होत; पण तरी ते फुसावो आणि ओकिमोटोचं टी-हाऊस वाटत होतं खास.

जपानमधल्या बहुतेक टी-हाऊससारखी त्यात ठेंगणी टेबलं आणि पाहुण्यांसाठी किरमिजी उशा होत्या. फुसावोनं वर्णन केल्यासारखंच होतं ते तंतोतंत. अगदी खोलीमधलं वातावरण गरम ठेवणारी चूलही तशीच होती. मायुमीला वाटलं, 'त्याला हे वर्णन कुठून कळलं असेल? की तसाच सेटअप तिथं असेल आणि या लोकांनी तो फक्त आतून नवा करून मांडला असेल?'

''माय गॉड!'' ती टोयोकीच्या कानात कुजबुजली. ''हे बघ, गरम करणारी चूलही खिडकीकडे तोंड करून! फुसावो आणि ओकिमोटो तिथं लोळून खिडकीच्या झडपेवर बसणारे पक्षी गाताना पाहायचे. अगदी वर्णन केलंय तसंच. बाहेरचं नवं बांधकाम विसर, पण नवी ताजी ततामी आणि पॉलिश केलेली टेबलं बघ. चारशे वर्षं मागे जाणं इथं फार सोपं आहे आणि त्या दोघांची कल्पना कर. ते इथं कसे राहिले, त्यांनी प्रेम केलं आणि खूप सोसलंही.''

तेवढ्यात ती निळ्या किमोनोतली सुंदर मुलगी आली आणि टी-हाऊसमधला उत्तम हिरवा चहा आणि बरोबर गोड वड्यांची ऑर्डर घेऊन गेली. मग ती हिरवी चहापत्ती घेऊन आली. त्यांच्यासमोर ती पानं चुरडून तिनं त्यांच्यासमोरच चहा केला, अगदी पारंपरिक पद्धतीनं, धर्मकार्य असल्यागत.

मायुमी ते सारं शांतपणानं पाहत होती. त्या मुलीनं ते त्यांच्यापुढे मांडलं तेव्हा मायुमीनं विचारलं, ''हे टी-हाऊस कुणाचं आहे? तुला माहीत आहे?''

''ओह, माझे वडील नोबुरु मियामोटो मालक आहेत. तुम्हाला भेटायचंय त्यांना? ते मागे असतील कुठंतरी.''

''हो. त्यांना थोडा वेळ काढता आला तर मला आवडेल त्यांच्याशी बोलायला.''

मायुमी म्हणाली. तिचं हृदय धडधडायला लागलं. 'हा मालक फुसावोचा कुणी असेल? वंशज? नाही, नसेल, कारण फुसावो हा पूर्णपणे 'गे' होता. त्याला मुलं होणं शक्य नव्हतं.'

मुलगी दारापुढच्या लाल पडद्याआड अदृश्य झाली. तिने वडिलांना हाका मारताना त्यांनी ऐकलं. काही क्षणात एक माणूस येऊन वाकून अभिवादन करून उभा राहिला. तो दणकट होता आणि मुलीचं सौंदर्य आणि डौलदारपणा त्याच्यात मुळीच नव्हता, म्हणजे मुलगी आईवर गेली असावी असं मायुमीनं ताडलं आणि मायुमी थोडी निराश झाली. तो देखणा माणूस लॉर्ड ओकिमोटोचा नातलग असावा असा तिचा अंदाज होता, मात्र समोरचा माणूस त्या साच्यात बसत नव्हता. त्या टी-हाऊसच्या खानदानी स्वरूपाला तो शोभत नव्हता.

"मी नोबुरु मियामोटो. माझी मुलगी म्हणाली, तुम्हाला बोलायचंय माझ्याशी?" तो म्हणाला आणि नम्रतेनं थांबला.

मायुमी तसंच अभिवादन करून म्हणाली, "होय. आपण आमच्यासाठी वेळ काढलात याबद्दल आभारी आहे. आम्ही या विभागावर एक प्रकल्प करतोय. तुम्हाला थोडं विचारायचं होतं, की हे तेच टी-हाऊस आहे का जे एके काळी इथल्या किल्ल्याचं होतं?"

"होय. हा सगळा भाग किल्ल्याच्या मैदानाचा होता. हे टी-हाऊस माझ्या कुटुंबाकडे चालत आलंय. अशी अफवा आहे, की तेव्हाच्या सामुराईंकडे सेवेत असणाऱ्या कुणीतरी ते घेतलं."

"माझ्या आजोबांनी ते पुन्हा सुरू करायचं ठरवलं तेव्हा त्याची अवस्था फार वाईट होती. त्याला आजचं रूप आणायला फार कष्ट पडले." मियामोटोनं सहज म्हणून हात हलवला, पण त्यातूनही त्याचं त्या जागेवर फार प्रेम होतं, हे कळत होतं. "माझ्या कुटुंबातल्या कुणाला या टी-हाऊसचं कौतुक नव्हतं, कारण ही जागा बाधित, पछाडलेली होती असं सारे म्हणत, पण माझे आजोबा मात्र त्याला अपवाद होते. लोकांनी इथं खिडकीत एक माणूस आकाशाकडे बघत उभा राहिलेला पाहिलाय. कधी दुसरा एक जण यायचा, पण बहुधा तो पहिला एकटाच असायचा."

त्यानं खांदे उडवले आणि पुढे म्हणाला, "प्रत्येक जुन्या घराच्या भूतकथा असतातच. तेव्हा आम्हीही त्या भुतासह राहायचं ठरवलं, पण प्रामाणिकपणे सांगायचं झालं तर मला कधी असा अनुभव आला नाही. माझं कुटुंब इथं पिढ्यान् पिढ्या राहत आलंय आणि माझे काही पूर्वज थोर सामुराई नोबुनागा यांच्याही सेवेत होते."

"सामुराईंचं घराणं मोठं रस घेण्याजोगं होतं आणि त्यांच्या खानदानी भानगडीही. त्यातलं सर्वांत आक्षेपार्ह म्हणजे त्यातला एक तरुण सामुराई ओकिमोटो नोबुनागा.

निष्काळजीपणे खेळलेल्या एका तलवारयुद्धात तो तरुणपणीच मारला गेला. तो वेगळाच होता आणि त्याला पुरुषांमध्ये अधिक स्वारस्य होतं.''

''हे टी-हाऊस कधी सामुराई किंवा त्यांचं कुटुंब, पाहुणे यांच्यासाठी वापरलं जायचं?''

''नाही. माझ्या माहितीप्रमाणे ते सोळाशेपासून तसंच मोकळं होतं, कारण एका सामुराईच्या पाहुणीनं तक्रार केली, की तिला एका स्त्रीचं भूत धमकी देऊन गेलं, की इथं येऊन माझी शांती भंग करणाऱ्याचा मी नाश करीन. म्हणून मग त्यांनी दुसरं टी-हाऊस किल्ल्याच्या जवळ बांधलं आणि तेही असंच उजाड होत गेलं.''

''आता कुणाला ठाऊक ह्या भूतकथांतलं काय खरं, काय खोटं!'' मियामोटोनं खांदे उडवले. ''पण कुणाला धोका पत्करायचा नव्हता, म्हणून ते ह्याच्यापासून शंभरावर वर्षं दूरच राहिले.''

'हा सांगतोय ते चुकीचं आहे.' मायुमी मनात म्हणालासी. 'दोन माणसांनी हे उजाड टी-हाऊस शोधलं आणि आपल्या खासगी कामासाठी वापरलं ते; पण हेही खरंच, की इथल्या त्या स्त्रीच्या भुतानं त्यांचा नाश केलाच.' मायुमीनं मियामोटोला सांगताना अडवलं नाही, दुरुस्तही केलं नाही. फक्त आसपास फिरून बघण्याची परवानगी मागितली.

''हो. जरूर.'' नोबुरु मियामोटो म्हणाला. ''नाहीतरी आता बंद करायचीच वेळ झालीये आणि या वेळी आता कोणी येणार नाही.''

त्यानं पुन्हा वाकून अभिवादन केलं आणि तो पडद्यामागे अदृश्य झाला. त्याची मुलगीही गेली. मायुमीनं भराभर टी-हाऊसचे आतून फोटो काढले.

ती एक मोठी हवेशीर खोली होती. ओळीत ठेंगणी टेबलं मांडली होती. कोपऱ्यात किरमिजी उशांचा ढीग होता. मायुमी खिडकीत गेली. भातकागदाच्या पडद्याआडून बाहेर बघून तिनं आ वासला.

''टोयोकी, इथं येऊन बघ.'' ती किंचाळली. टोयोकी आला. तिनं त्याला बाहेरचं मात्सूचं झाड दाखवलं. त्याच्या फांद्या वर जाऊन पुन्हा खाली वळल्या होत्या आणि त्यांनी हृदयाचा आकार केला होता.

''टोयोकी, हे मात्सूचं झाड. फुसावोनं ह्याचा डायरीत उल्लेख केलाय की दोन फांद्यांनी अनोखी वळणं घेऊन जणू त्यांच्यासाठीच हृदयाचा आकार केलाय. चारशे वर्षांनी आपण तेच बघतोय. ओकिमोटो आणि फुसावो इथं होते. इथं त्यांनी प्रेम केलं, मधल्या चुलीजवळ. हे सारं त्याच्या डायरीत आहे.''

ती खिडकीत उभी राहिली आणि त्या क्षणी त्या दोन दुर्दैवी जीवांचं प्रेम तिला जास्तच उत्कटतेनं जाणवलं. त्या जाणिवेनं ती जणू भारून गेली आणि त्या दोन तरुण प्रेमिकांची भूतं व त्यांच्या कथा खऱ्याच आहेत, असं तिला वाटलं. ते

ओकिमोटो आणि फुसावोच पुन्हा त्या जागेला भेट देत होते, जिथे त्यांनी अत्युच्च प्रेम केलं होतं. त्यांची आत्मिक शक्ती वाढली आणि अचानक मायुमीला त्या टी-हाऊसच्या बाहेर पडावंसं वाटलं.

"चल जाऊ या. आज खूप पाहिलं आपण आणि खूप लांब परत जायचंय टोकियोला म्हणजे." ती म्हणाली. त्यांनी चहाचे पैसे ठेवले आणि परतीची वाट पकडली. एक शब्दही न बोलता किल्ल्याच्या कार पार्कमधली टोयोकीची कार बाहेर पडली. मायुमीला कळत होतं, की फुसावो आणि ओकिमोटोच्या टी-हाऊसमधल्या त्या जोरकस आत्मिक हजेरीनं टोयोकीसुद्धा भारला होता आणि त्यालाही तिथून लवकर बाहेर पडायचं होतं.

आकाश काळवंडलं होतं. होता तो प्रकाशही झाडांनी अडवला होता. मायुमी आणि टोयोकीनं जवळजवळ काळोखातच ती जागा सोडली. फक्त पक्षी आणि जंगली प्राण्यांचे आवाज सोबतीला होते. सारं थोडं वेगळंच भासत होतं. ते काहीसे धावतच कार पार्ककडे गेले.

"ओह! बाहेर आल्यावर थोडं बरं वाटलं."

ते उघड्यावर पोहोचले तेव्हा मायुमीला जरा मोकळं वाटलं. तोवर किल्ल्याचं आवारही मागे पडलं होतं. अगदी थोडे उरलेले प्रवासी आणि राष्ट्रीय वारशाची देखरेख करणारा नोकरवर्ग कुलपं घालायला वाटच पाहत होता. त्यांच्या आकृती दिसायला लागल्या.

"बरं वाटलं बाई." मायुमी म्हणाली. तिचे हात घामाने ओले झाले होते.

"ते थोडं मोकळं वाटावं असं टी-हाऊस नाहीच, पण लोकांना ते आवडलंय खूप. तेव्हाच ते उद्योगात टिकलंय ना!" टोयोकी म्हणाला. "आपण पुढच्या मुख्य रस्त्यानं येऊ आणि दुसऱ्या बाजूनं आत शिरू. अर्थात, पुन्हा यावं तर लागेलच आपल्याला."

"पण आज आलो हे बरं झालं." मायुमी म्हणाली. "फुसावोचं लेखन आणि भावना जिवंत झाल्या आणि तो आणखी नीट कळला. आपण पुन्हा इथं येऊ की नाही कोण जाणे, कारण मी माझ्या डिजिटल कॅमेऱ्यात सगळं घेतलंय उतरवून. पुन्हा एखाद्या रात्री आपण येऊ आणि पाहू, फुसावो आणि ओकिमोटो भेटतात का? त्या प्रसंगाची किंमतच व्हायची नाही."

टोकियोला जाणाऱ्या गर्दीनं रस्ते तुडुंब होते. मायुमीच्या घरी ते पोहोचले तेव्हा जवळजवळ मध्यरात्र झाली होती. तिला माहीत होतं, की त्याला अजून दोन तास गाडी चालवायची होती. 'रात्री इथंच राहा, कोचावर झोप आणि सकाळी जा' असं म्हणायचं तिच्या ओठांवर आलं होतं, पण अखेर तिनं तसं विचारणं मनातून काढून टाकलं. तिला अशिलाशी फार वैयक्तिक नातं प्रस्थापित करायचं नव्हतं. तिनं

आपली बॅग उघडली आणि एक लिफाफा काढून त्याच्या हाती दिला.

"तुझ्यासाठी एक सरप्राईज आहे टोयोकी!" ती म्हणाली, "हे बघ, काय आहे."

टोयोकीनं लिफाफा उघडून आतला एक कागद बाहेर काढला. ती कॉम्प्युटर प्रिंट होता. तो कागद पाहून तो थक्क झाला आणि जणू काही त्याचा श्वासच रोखला गेला, कारण तो त्याचाच काळापांढऱ्या सामुराई पोशाखातला फोटो होता. मायुमीनं विजयी मुद्रेनं त्याच्याकडे पाहिलं.

"कोण आहे हा? मी समजतो तोच आहे हा?"

मायुमीनं विजयानं मान हलवली. "होय. हा ओकिमोटो. लॉर्ड ओकिमोटो. जपानमधल्या सामुराईंच्या चित्रसंग्रहालयात मला हा फोटो मिळाला. आहे ना अमोल किमतीचा! तो तुझाच फोटो आहे किंवा तू त्याचा फोटो आहेस, असं म्हणायला हवं."

❑ ❑ ❑

३२

'आज माझ्या लॉर्ड ओकिमोटोचं लग्न आहे. प्रत्येक जण उत्कंठित आहे, तो समारंभ आणि त्यातल्या धर्मकृत्यांबद्दल, फक्त मी सोडून.' फुसावोनं हे इतक्या जोरात लिहिलं होतं की, समोरचा कागद थोडा फाटला होता, पण त्याचं लेखन चालू राहिलं. आपल्या छळणाऱ्या मनातल्या असहाय भावना तो त्यात रिकाम्या करत होता, पण त्याचा काही उपयोग होत नव्हता. दुःख त्याच्यावर थोड्याथोड्या वेळानं लाटांनी आक्रमण करतच होतं.

'रात्रभर मी या खोलीत नुसत्या फेऱ्या मारतोय, पिंजऱ्यात एखाद्या रानटी श्वापदानं माराव्या तशा. माझे हात हे रक्तबंबाळ हृदय काढून फेकून द्यायला शिवशिवताहेत, म्हणजे पुन्हा दुःख होणार नाही. कुणीतरी मला सुरा द्या म्हणजे मी हाराकिरीच करतो. फक्त पोटातली आतडी बाहेर काढल्यानं हृदयातलं हे दुःख तरी नाहीसं होईल. माझ्या मेंदूत, माझ्या साऱ्या शरीरात, आत्म्यात मी सहन करू शकत नाही हे सारं. आज माझा प्रियकर दुसरीचा होईल.'

त्या आधी रीतीप्रमाणे ओकिमोटोनं मात्सूचं झाड लावलेलं त्यानं पाहिलं होतं. नव्यानं सुरू होणाऱ्या आयुष्याचं प्रतीक म्हणून पूर्वेकडच्या बागेत ते लावलं होतं. फुसावो स्वत:लाच सारखी आठवण करून देत होता की, ते फक्त एक प्रतीकात्मक लग्न होतं. लॉर्ड ओकिमोटोला त्याच्या इच्छेविरुद्ध ते करावं लागत होतं, कारण

घराण्याचा मानपान ठेवण्यासाठी लग्न करण्याशिवाय त्याच्याजवळ दुसरा पर्याय नव्हता.

फुसावो स्वत:लाच समजावत होता, की त्याच्या प्रेमाशी या लग्नाचा काही संबंध नाही. ते दोघांच्याही हृदयाच्या कोपऱ्यात सुरक्षित आहे. कुणाला ते दिसणार नाही आणि त्याचा नाशही करता येणार नाही. पण तो मरूही शकत नव्हता. त्याला ते प्रेम सांभाळायला जगायचं होतं. त्यामुळे त्यानं स्वयंपाकघरातून चोरून आणलेला सुरा सावकाश काढला आणि खिडकीतून दूर फेकून दिला. त्याच्या पोलादी पात्यावर चमकणारा प्रकाश तो पाहत राहिला.

अखेर, दूर न राहवल्यानं तोही गर्दीत सामील झाला. लॉर्ड ओकिमोटो आणि लेडी मोमो देवळात निघाली होती. तिथंच लग्नविधी होणार होता. सामुराई विवाहाचे सारे पारंपरिक रीतिरिवाज, जुन्या रूढी तिथं पार पाडल्या जाणार होत्या. तिथं सजवलेली गाडी होती. तिची खिडकी थोडी उघडी होती. फुसावोला वराचा चेहरा दिसला. भावहीन आणि कठीण, नाटकातल्या पांढऱ्या मुखवट्याप्रमाणे. त्यावर आतली खळबळ दिसत नव्हती. लग्नविधीचा उत्साह, आनंद यांचा मागमूस तिथं नव्हता. लोक वाकून अभिवादन करत होते, पण वराचं लक्ष नव्हतं. ते पाहून फुसावोला थोडा धीर आला.

गाडी निघताना नोकरवर्ग बाहेर येऊन जयजयकार करत होता, पण गाडी तिथून गेली, की ताबडतोब काम सुरू करण्याच्या आज्ञा त्यांना दिल्या गेल्या होत्या; पण फुसावो आज्ञेप्रमाणे किल्ल्यात परतला नाही. गाड्यांचा सगळा लवाजमा दिसेनासा होईपर्यंत धुळीच्या लोटांत तो रस्त्यातच उभा राहिला, जणू त्याच्या पायांना स्वत:च्या इच्छेप्रमाणेच वागायचं होतं. तो त्याच्याही नकळत ओकिमोटोच्या गाडीमागे जो धावत सुटला होता, तो देवळात पोहोचेपर्यंत थांबला नाही.

ते सार्वजनिक देऊळ होतं. शेतकरीही तिथं जाऊ शकत होते, पण फुसावोला कुणाच्या दृष्टीस पडायचं नव्हतं म्हणून तो एका प्रचंड झाडामागे थांबला. झाड देवळाच्या जवळच होतं आणि तिथून लग्नाचं दृश्य नीट दिसत होतं. त्याला सर्वांपासून तुटल्यासारखंच वाटत होतं; जणू तो एखादं नाटकच पाहत होता. 'हे सारं थोड्या वेळासाठी आहे' तो स्वत:लाच सांगत होता; पण त्या क्षणी त्या पांढऱ्या, सोनेरी जरीकाम केलेल्या किमोनोंतल्या व्यक्ती त्याला अगदी परक्या वाटत होत्या. त्या देवळाच्या प्रमुख महंतांसमोर उभ्या राहून संसार, मुलं-बाळं, धनधान्य इ. साठी त्यांचे आशीर्वाद घेत होत्या. फुसावोच्या दु:खाला पारावार राहिला नाही.

लग्नाशी संबंधित मंडळी पुढच्या विधींसाठी देवळाच्या अंतर्भागात गेली. फुसावोला काही दिसत नव्हतं. तो झाडाखालून बाहेर आला आणि जड पावलांनी,

मान खाली घालून, खांदे पाडून किल्ल्याकडे चालायला लागला. जेव्हा तो ओकिमोटोचा जिवलग झाला होता तेव्हापासून आतापर्यंतच्या त्याच्या आयुष्यातला हा सगळ्यात जास्त कारुणिक क्षण होता. त्याला कळत नव्हतं, 'आपण हे दगडाचं हृदय घेऊन पुढे जगावं की संपवावं सारं इथंच!'

देवळातल्या लग्नाला समाजाची एवढी मान्यता आणि स्वीकार पाहून फुसावोला कळलं होतं, की लॉर्ड ओकिमोटो आणि त्याच्यातलं नातं हे नेहमी अनैसर्गिक आणि आक्षेपार्हच मानलं जाणार होतं. मानवी संबंधांनी दुरान्वयानं घेतलेलं आणि किळसवाणं रूप म्हणूनच त्याच्याकडे बघितलं जाणार होतं. सर्वांना ते कायम नकोसं आणि नष्ट करण्याजोगच वाटणार होतं. समाज त्यांना कायम डागाळलेलं मानणार होता. त्यांच्या प्रेमाच्या सौंदर्याला काळा, तुच्छ वासनेचा अवतार समजणार होता.

फुसावो आजवर समजत होता, की बाकीच्यांचं चुकतंय. त्यांचं हे स्वरूप काही त्यांनी निवडलं नव्हतं. देवानं त्यांना तसं बनवलं होतं. त्याला काही कारण असणार; आणि एकमेकांबद्दल त्यांना जे वाटत होतं ते इतकं खरं, इतकं सुंदर होतं, जितकं पतिपत्नीत असतं; पण आज, आयुष्यातल्या सर्वांत दु:खी दिवशी तो स्वत:लाच प्रश्न विचारत होता, की त्याचंच तर चुकत नव्हतं? समाजच बरोबर होता का? तो आणि ओकिमोटोसारखे लोक म्हणजे स्वार्थी, स्वत:तच रमलेली आणि नकोशी झालेली माणसं होती का? त्यांनी जर आपल्या स्वार्थी गरजा जिंकण्याचे अधिक प्रयत्न केले असते तर? त्यांनी प्रयत्नांची शर्थ करून स्वत:ला बदलवून इतर सामान्य माणसांसारखंच जगायला हवं होतं का? आज फुसावो आपलं दु:ख कमी करण्यासाठी कोणताही प्रश्न विचारायला तयार होता, कारण त्या भावनांच्या कल्लोळात त्याला बुडायचं नव्हतं.

तो किल्ल्यात परतल्यानंतर आपल्या खोलीत सटकला आणि त्यानं हे सारं डायरीत लिहिलं. मग काम आणि शिक्षा यासाठी ओकुनो सानकडे गेला.

'आणखी तीस-चाळीस वर्षांनी मी मरून जाईन. तेव्हा मला कसलीच पर्वा नसेल. माझं शरीर आणि मन थंडगार आणि मूक होईल; भावना आणि दु:ख यांपासून मुक्त होईल; पण आत्ता, मी जिवंत असताना, रक्त, मांस अंगात वागवत असताना, मन आणि आत्मा जागा असताना पुढचे काही दिवस मी कसे काढणार आहे ते माझं मलाच कळत नाहीये.'

पण त्या रात्रीनं फुसावोला फार छळलं. ती ओकिमोटोच्या लग्नाची पहिली रात्र होती. तो त्याच्या पत्नीबरोबर, सुंदर लेडी साचिकोबरोबर एकटाच असणार होता. 'त्यांचं लग्न फलद्रूप होईल?' त्या नुसत्या विचारानंच फुसावोला नकोसं होत होतं आणि तो विनाकारण वेडापिसा होत होता. किल्ल्याच्या उजव्या दालनात, जिथे नवं

जोडपं लग्नाची रात्र घालवणार होतं तिथे जाऊन त्याला लॉर्ड ओकिमोटोला म्हणावं वाटत होतं, की 'माझ्या प्रेमाशी प्रतारणा करू नकोस'; पण त्याला हेही माहीत होतं, की जर त्यानं तसं केलंच असतं तर त्याला अटक झाली असती, कारण त्यामुळे सामुराई व त्याच्या पत्नीसाठी त्याला धोकादायक आणि तापदायक ठरवलं गेलं असतं.

फुसावोनं स्वतःला खूप कष्टानं सावरलं. तो किल्ल्यात राहू शकला असता आणि लॉर्ड ओकिमोटोच्या आसपास राहू शकला असता. कधीमधी तरी ते त्या टी-हाऊसमध्ये भेटू शकले असते आणि काही चोरट्या क्षणांचं का होईना, सुख मिळवू शकले असते. 'वाट पाहणारा प्रेमिक' ही स्वतःची नवी भूमिका त्याला आता मान्य करायलाच लागणार होती आणि अशी वाट पाहण्याचं बक्षीस अखेर मिळेलच असं स्वतःला पटवून द्यायला लागणार होतं.

'माझ्या प्रेमाला लाज किंवा सन्मान माहीत नाही, कारण ओकिमोटो सान देतील त्या तुकड्यांवर मी राजी आहे.' त्या रात्री त्यानं डायरीत लिहिलं. मग तो वापरात नसलेल्या एका अडगळीच्या खोलीत लपून राहिला आणि एकापाठोपाठ एक साकेचे कप रिचवत राहिला. ती त्यानं स्वयंपाकघरातून चोरली होती. अखेर पिऊन-पिऊन तो तिथंच जमिनीवर पडला.

दुसऱ्या दिवशी सकाळी मिचिओनं त्या खोलीतून घोरण्याचा आवाज ऐकला आणि तो आत गेला तेव्हा त्याला त्याचा मित्र पिऊन, झिंगून पडलेला सापडला. सर्व शक्तीनं त्यानं फुसावोच्या खोलीत त्याला फरफटत आणलं. त्याला साफ केलं. उकळत्या पाण्यात बुडवलेल्या टॉवेलनं त्याला पुसून काढलं आणि ओकुनो सान नोकरांची पाहणी करायला फेरी मारण्यापूर्वीच त्यानं त्याला खोलीत लपवून ठेवलं.

जेव्हा फुसावोची दारू उतरली तेव्हा ओकुनोच्या घारीच्या नजरेत न येता फुसावोनं उरलेला दिवस व्यवस्थित पार पाडला. त्यामुळे मिचिओनं फुसावोला या घटनेचं स्पष्टीकरण मागितलं नाही आणि या घटनेबद्दल मिचिओला काय वाटलं ते फुसावोला कधी कळलं नाही. मिचिओचं हे काम फार कौतुकास्पद होतं. त्यानं स्वतः काही मत करून घेतलंही असेल, पण त्यानं मित्राला काही प्रश्न विचारले नाहीत, प्रत्यक्षात त्याला गरज पडली तर सावरण्यासाठी म्हणून स्वतः मात्र त्याच्या आसपास राहिला.

त्यानंतर आलेल्या दिवसांत मिचिओनंच फुसावोच्या अनेक चुका सावरून घेतल्या होत्या आणि त्याला रात्री दारू न पिऊ देता, त्रास करून न घेता राहायला मदत केली होती.

किल्ल्याच्या दुसऱ्या बाजूला ओकिमोटो नोबुनागा गाढ झोपेतून जागा झाला,

तेव्हा पातळ भातकागदाच्या भिंतीतून सूर्यकिरण गाळून आत येत होते. आपण कुठे आहोत ते क्षणभर त्याला आठवलंच नाही. शेजारी दुसरी रजई होती ती कोणासाठी? ते टी-हाऊसमध्ये होते का? फुसावोनं आणखी एक रात्र त्याच्याबरोबर काढली होती का? मग त्याला रात्रीच्या आठवणी आल्या. आदली रात्र त्याच्या अंगावर धावून आली आणि ओकिमोटोच्या चेहऱ्यावर रक्त चढलं, त्याची कानशिलं लालभडक झाली.

आदल्या रात्री त्याचं लेडी साचिकोशी लग्न झालं होतं आणि आदली रात्र त्याच्या मधुचंद्राची रात्र होती. आयुष्यात प्रथमच त्यानं रात्र एका स्त्रीबरोबर घालवली होती आणि तो वज्राघात होता. त्याची नवी पत्नी त्यानं पाहिलेल्या स्त्रियांत सर्वांत सुंदर स्त्री होती. पुरुषाला हवं असलेलं सारं तिच्यात होतं. तारुण्यात त्याची आई होती, त्याहूनही सुंदर आणि त्याहीपेक्षा ती स्वभावानं गोड होती; पण ती त्याची पत्नी होती आणि तिच्याप्रती त्याची काही कर्तव्यं होती, यापलीकडे त्याला तिच्याबद्दल विशेष काही वाटत नव्हतं. तो तिच्यावर प्रेम करू शकत नव्हता. त्यामुळे तो स्वत:चाच धिक्कार करत राहिला.

ते त्यांच्या खोलीत आले तेव्हा थोडंसं वाकून अभिवादन केल्यानंतर कोण जास्त नर्व्हस आहे हे त्याला कळत नव्हतं, कारण तसे ते एकमेकांना अजून परकेच होते. त्यानं तिला प्रथम बिछाना तयार करायला सांगितला आणि तो बाहेरच्या बाल्कनीत आला. ती पौर्णिमेची रात्र होती. बागेतले खडक, स्नानगृहं चांदण्यांत न्हात होती. थोड्याच अंतरावर त्यानं लग्नाच्या वेळी लावलेलं, आयुष्य आणि वंशवृद्धीचं प्रतीक असणारं मात्सूचं झाड होतं.

'अरे देवा!' त्याला वाटलं, 'या स्त्रीशी मी प्रेम करायचं. शक्य तितक्या लवकर तिला मूल द्यायचं. कसं शक्य आहे? मला स्त्रीला स्पर्श करायची कल्पनाही सोसत नाही.'

'प्रयत्न कर. ओकिमोटो, तुझं वडिलांना दिलेलं वचन आठव. डोळे मीट. तू फुसावोला स्पर्श करतो आहेस, असंच समज.'

त्यानं खोलवर श्वास घेतला आणि तो खोलीत आला. त्याच्या शेजारच्या रजईत त्याची पत्नी आधीच पहुडली होती. हनुवटीपर्यंत रजई पांघरून त्यानं अंगावरच्या कपड्यांचे एकेक थर कमी केले, पण तिच्यापुढे त्याला नग्न व्हायचं नव्हतं. त्यानं दिवा मालवला. तिथला मऊ रोमँटिक प्रकाश घालवला. आलेल्या काळोखात त्याला हायसं वाटलं.

त्याच्या एका शिक्षकानं एकदा सांगितलं होतं – 'काळोख भावना, उणीवा, कुरूपता, भीती, दडपण सगळ्यांना झाकतो.' ओकिमोटो काळोखाच्या बुरख्याआड आता तेच करत होता, कारण आपला आत्मा आणि आपला प्रेमिक यांना

फसवण्याचा आणि स्त्रीबरोबर प्रेम करण्याचा तोच एक मार्ग त्याच्याकडे होता.

ताबडतोब, विचाराला अवसर न देता ओकिमोटो साचिकोपर्यंत पोहोचला. पुरुषाच्या अनपेक्षित स्पर्शानं ती ताठ झाली होती. आपल्याला काही वाटतंय का, ह्याचा त्यानं शोध घेतला. तिच्या शरीरावरून हात फिरवतानाच त्याला जाणवलं की तिची त्वचा मृदू होती; तिच्या गोलाव्यावरूनही हात फिरवताना त्याला काहीच उत्तेजना आली नाही. त्याला पुरुषांचे ताठ स्नायू, सपाट छाती हवी होती. ओकिमोटोनं फुसावोबरोबरच्या रात्री आठवून स्वत:ला उत्तेजित करण्याचा प्रयत्न केला, पण त्या आठवणी आल्या तरी प्रत्यक्षातलं पत्नीचं नरम शरीर त्याच्या वाटेत येत होतं, वासना जिरत होत्या आणि त्याला काहीच वाटत नव्हतं.

फुसावोचं चुंबन त्याला वासनेनं वेडं करायचं; म्हणून त्यानं साचिकोचं चुंबन घेऊन स्वत:लाच प्रदीप्त करायला पाहिलं, पण स्त्रीचे ओठ त्याला वेगळेच वाटले. त्याला त्यांचं कौतुकच नव्हतं. ओकिमोटोला कळलं, तो जितका अधिक प्रयत्न करेल तितका तो फसेलच, म्हणून तिच्या कपाळाचं मृदू चुंबन घेऊन ओकिमोटो म्हणाला, "माफ कर! सगळ्या दडपणांनी आणि लग्नाच्या तयारीनं मी फार दमलोय आज."

साचिकोनं त्याचा हात हळूच धरला आणि म्हणाली, "असू दे. आपण थोडं झोपायचा प्रयत्न करू. पुन्हा प्रयत्न करायला सारं आयुष्य पडलंय."

"धन्यवाद साचिको. उद्याचा दिवस चांगला असेल. बघशील तू." ओकिमोटो कुजबुजला. ती इतकी चांगली वागली म्हणून आनंदला. हा तात्पुरता नाकर्तेपणा त्याला भयंकर वाटला, तरी तिच्यापासून दूर होऊन आपल्या रजईत शिरून त्याला सुटल्यासारखंच वाटलं.

पण पत्नी झोपल्यावर कितीतरी वेळ तरुण सामुराई विचार करत होता, की त्याला हे जमलं नाही तर लग्नाचा हेतू फलद्रूप कसा होणार? साचिको खरंच चांगली स्त्री होती. तिला असा पुरुषस्पर्शानं उत्तेजित होणारा नवरा मिळायला नको होता. पलंगावरच राहून तो तिच्यापासून शक्य तेवढा दूर गेला आणि त्याच्या डोळ्यांतून अश्रू ओघळले. 'आपल्या आयुष्याची ही काय अवस्था!' असं त्याच्या मनात आलं.

मग त्यानं जोरानं अश्रू पुसून टाकले. नोबुनागा घराण्याचा प्रसिद्ध, सामर्थ्यवान समजला जाणारा वारस सकाळी लाल झालेल्या डोळ्यांनी, सुजलेल्या पापण्यांनी नोकरांना दिसू नये. तिथला सर्वश्रेष्ठ माणूस तो! तसंच त्यानं वागायला हवं. फक्त लेडी मोमोलाच त्याची अंतर्गत गुपितं, भीती, कमजोरी माहीत होती.

सकाळी तो उठला, त्या आधीच साचिको कपडे करून निघून गेली होती. खोलीत ओकिमोटो एकटाच होता म्हणून त्याला बरं वाटलं. त्याच्या पराभवानंतर

तिला तोंड दाखवायला त्याला लाजच वाटत होती. थोडा वेळ तो न उठताच पडून राहिला. जगाला तोंड दाखवायला, आई आणि काही नोकरांच्या जाणत्या स्मितांना उत्तर द्यायला तो असमर्थ होता.

देवा! त्याला फुसावोची अनिवार आठवण येत होती. त्याची शिडशिडीत, सपाट काया त्याला चिकटून दबलेली आहे, असं त्याला वाटलं आणि नुसत्या त्या स्मरणानं तो पेटून उठला. ओकिमोटोला जाणवलं, धीर आला आणि समाधान वाटलं की, तो कापुरुष नव्हता; फक्त स्त्री त्याला पेटवू, सुखावू शकत नव्हती एवढंच!

❑ ❑ ❑

३३

फुसावोनं जवळजवळ तीन आठवडे त्याच्या सामुराई प्रेमिकाला पाहिलंही नव्हतं आणि तो करत असलेल्या कुठल्याही कामावर त्याचं लक्ष नव्हतं. लॉर्ड ओकिमोटो आपल्या नव्या, पतीच्या भूमिकेत रुळला होता आणि त्याला आता फुसावोची गरज नव्हती असं तर झालं नव्हतं? ते सुखी होते आणि लेडी साचिको लवकरच गर्भवती होऊन त्यांना हवा असलेला नोबुनागा घराण्याचा वारस देणार होती का? फुसावोच्या मनात असे शेकडो प्रश्न येत होते, रात्रंदिवस; पण तो आता ते कागदावरही उतरवत नव्हता, कारण तसं केल्यानंही निर्माण झालेलं दुःख, गत्सार – ज्यांनी आपल्या भयावहतेने त्याचा ताबा घेतला होता – ते कमी होणारे नव्हते.

मिचिओला लॉर्ड ओकिनोवाच्या शेजारच्या, पूर्वेकडच्या खोल्यांचा ताबा दिला होता, तर फुसावोला पश्चिमेकडच्या. कदाचित लेडी मोमोनंच हा सल्ला ओकुनोसानला दिला होता. तिसरा आठवडाही ओकिमोटोचं दर्शन न होताच संपत आला, तेव्हा फुसावोला राहवेना. तो आपल्या मित्राकडे गेला आणि त्याला एक काम करायला सांगितलं, ''काही दिवस पूर्वेकडच्या खोल्यांची व्यवस्था मी बघेन'' असं मिचिओला तो म्हणाला.

मिचिओ त्याच्याकडे बघून टोकदारपणे म्हणाला, ''खरंच तुला ती कल्पना पटतेय?''

"काही खास किंवा वेगळं नाही त्यात मिचिओ" आपला सूर फार जोरकस होऊ नये, याची काळजी घेत फुसावो म्हणाला. "मला जरा कामात बदल हवाय. इथं मुख्य स्वयंपाकघराजवळ कंटाळवाणं वाटतंय. रोज तेच ते करायचं."

"हे बघ, उगीच इकडचं-तिकडचं सांगू नकोस. मला काय म्हणायचंय ते तुला चांगलं कळतंय." मिचिओ म्हणाला आणि फुसावोकडे बघत राहिला. त्याच्याबद्दल आणि ओकिमोटोबद्दल मिचिओला सगळं माहीत आहे, हे त्या क्षणी फुसावोला कळलं.

"होय. ते शहाणपणाचं नसेल, पण आता माझं हृदय डोक्यावर ताबा ठेवतंय. मिचिओ, मी तुला शब्द देतो, मी काही मूर्खपणा करणार नाही. मला फक्त काही दिवस त्याला बघायचंय, एवढंच." फुसावो गयावया करत होता. "प्रेम कसं असतं ते तुला माहीत आहे. तू युकी चानसाठी कोणताही धोका पत्करायला तयार असतोस ना? कधीकधी डोक्याला हृदयावर ताबा ठेवता येत नाही रे!"

मिचिओनं त्यावर विचार केला आणि तो कबूल झाला तेव्हा आनंदानं फुसावोला रडूच आलं. मिचिओ म्हणाला, "मी करतोय ते चूक की बरोबर ते मलाच कळत नाही. पण ठीक आहे. थोडेच दिवस हं! आणि तुझा शब्द पाळ, म्हणजे काही अडचण नाही. लक्षात ठेव, या बदलीमुळे जर आपण कुणाचं लक्ष वेधून घेतलं तर दोघांचीही नोकरी जाईल."

"मी वचन देतो मिचिओ. अगदी नक्की!" फुसावो म्हणाला. त्याचे डोळे भरून आले. कितीतरी दिवस त्यानं ते आवरून धरले होते.

मिचिओला पूर्व दिशेच्या लेडी मिचिकोच्या खोल्यांची देखभाल सोपवली होती, हे नशीबच होतं, कारण फक्त तिलाच ही बदली आणि प्रश्न जाणवला नसता; पण लॉर्ड ओकिमोटोच्या खोल्यांच्या जवळची ही जागा होती. फुसावोचं समाधान झालं. कामं झाल्यावर संध्याकाळी मिचिओ फुसावोला पूर्वेच्या खोल्यांत काय कुठं आहे ते दाखवायला घेऊन जायचा आणि जरी ते लॉर्ड ओकिमोटोंसमोर गेले नाहीत, तरी ते तिथंच होते, काही अंतरावरच; एवढं फुसावोला पुरेसं होतं. त्यांच्या खोल्यांची व्यवस्था फुसावोकडे नव्हती, पण त्यांच्या खोल्यांजवळच्या कामानिमित्ताने कधीतरी तरी फुसावोचा त्यांच्याशी संबंध आला असता आणि ओकिमोटो आणि नवी पत्नी यांच्यातलं नातंही त्याला कळलं असतं.

त्याचं आणि ओकिमोटोचं आता काय नातं असणार आहे, हे न कळल्यानं फुसावो रडकुंडीला आला होता, कारण जर काही आशाच नसेल तर फुसावो किल्ला सोडून आपल्या घरी जाणार होता. असं नाकारल्यामुळे सोडून जाण्यातलं दु:ख त्याला दिवसेंदिवस अधिकाधिक असह्य होत होतं. येतच नसलेल्या ओकमोटोच्या बोलावण्याची वाट पाहत राहणं फुसावोला फारच कठीण झालं होतं. त्यानं स्वत:लाच समजावलं, 'लॉर्ड ओकिमोटोलाही आपलं नातं पुन्हा सुरू करण्यापूर्वी

किंवा नुसता संबंध जोडण्यापूर्वीही थोडा वेळ हवाय बस्तान बसायला.' पण दिवस उलटायला लागले तसा फुसावो वेडापिसा व्हायला लागला. त्यांच्या नात्याची नेमकी परिस्थिती कळण्यासाठी त्याला कुठलीतरी खूण हवी होती.

दुसऱ्या दिवशी सकाळी त्यानं तिथल्या – पूर्वेकडच्या खोल्यांचं काम ओकुनोसान आणि लेडी मोमोंना कळणार नाही अशा बेतानं फार लवकर सुरू केलं, कारण लॉर्ड ओकिमोटोंना बघायला जाताना मोडता घालणारे त्याचे हेच दोन शत्रू होते. मिचिओनं नवविवाहितांच्या खोल्या त्याला दाखवल्या होत्या. फुसावो तिथं गेला, पण दाराशी सैनिक बघून थांबला. तो सैनिक सामुराईंचा अंगरक्षकही होता. पुढच्याच खोलीच्या पहिल्या सरकत्या दाराशी तो उभा होता. उगीच गोंधळ उडवणार नाही, हे मिचिओला दिलेलं वचन फुसावोला आठवलं आणि इतक्या लवकर सामुराईंच्या खोलीशी रेंगाळणारा नोकर अंगरक्षकाचं लक्ष वेधून घेईलच, हे त्याला तीव्रतेनं जाणवलं.

हे सिद्ध करण्यासाठीच जणू पावलांचा आवाज ऐकल्यावर सैनिक इकडेतिकडे हलला. फुसावोनं घाईनं पाय मागे घेतला. तो घाईनं लेडी मिचिकोच्या खोल्यांकडे गेला. बरीच माणसं असतील आणि तो कुणाच्या डोळ्यात येणार नाही, अशा चांगल्या वेळी त्याने ओकिमोटोला पाहायला यायचं ठरवलं.

पूर्वेकडच्या स्वयंपाकघरात सामुराई आणि त्यांच्या कुटुंबासाठी न्याहारी बनवण्याचं काम सुरूही झालं होतं. हे काही छोटं काम नव्हतं, कारण प्रत्येकाची आवडनिवड वेगवेगळी होती. त्यामुळे मेनू रोज बदलावा लागायचा. रोज नवे पदार्थ म्हणजे स्वयंपाक्यांनाही आव्हानच होतं किंवा एकच पदार्थ वेगवेगळ्या आकारांत, चवीत बदलून द्यावा लागायचा.

साटो हा मुख्य स्वयंपाकी खरा 'परफेक्शनिस्ट' होता. प्रत्येक पदार्थ त्याला रंग, चव, मांडणी यात परिपूर्ण असावा लागायचा. बाकीचे स्वयंपाकी त्याला घाबरून असायचे. तो स्वभावानं चिडका आणि काहीही चालवून न घेणारा होता. असं बोललं जायचं, की घरात त्याच्या जहांबाज पत्नीच्या ताटाखालचं मांजर होता तो. घरातला सारा राग तो किल्ल्यातल्या स्वयंपाकी आणि नोकरांवर काढायचा. चांगला मूड असेल तेव्हा साधा बिचारा म्हातारा वाटायचा; पण दिवस वाईट असला तर खरा छळवादी होता! त्याचा एक चांगला गुण म्हणजे त्याला कधी चेहरे धड आठवत नसत की नावं! त्यामुळे जोवर फुसावो गप्प होता तोवर त्याने मिचिओची जागा घेतलेली साटोला कळलीच नसती.

फुसावोचं मुख्य काम लेडी मिचिकोच्या खोल्यांची काळजी घेण्याचं होतं आणि स्वयंपाकघरातल्या साटोसानबद्दल मिचिओनं त्याला सगळं सांगितलं होतं. त्या दिवशी सकाळी फुसावोनं पाहिलं होतं, की साटोचा चांगला मूड होता, कारण तो सावकाश,

आवाज न करता, कुणाच्या अंगावर न ओरडता एकेक काम करत होता.

लॉर्ड ओकिमाटोंनी मन व्यापलं असलं तरी फुसावोनं आपली नवी, तात्पुरती कामाची जागा मन लावून पाहिली होती. विशेषत: तिथले नोकरही त्याला इतर नोकरांपेक्षा वेगळे वाटले. हे नोकर थेट सामुराई आणि त्यांच्या कुटुंबीयांच्या सेवेत असल्यानं बरे दिसणारे, बरे राहणारे आणि व्यवस्थित रीतीभातीनं वागणारे होते. नोकरांत जर दर्जा ठरवला असता, तर ते वरच्या दर्जाचे होते. त्याला अचानक त्यांच्यात आपण गावंढळ आणि खडबडीत आहोत, असं वाटायला लागलं आणि वाटलं, 'त्यांना जर कळलं की, आपण सामुराईंबरोबर झोपतो आणि तो मालक आपल्याला अधिक जवळून माहीत आहे, अगदी त्यांच्या वैयक्तिक नोकरापेक्षाही अधिक, तर काय वाटेल त्यांना?'

झाडण्या-पुसण्याच्या बिनडोक कामापेक्षा स्वयंपाकघरात काम करणं फार चांगलं होतं. फुसावोच्या लक्षात आलं, की जेवण कलात्मक रीतीनं मांडणं, सजवणं त्याला आवडतं. 'आपण किल्ला सोडला तर काय करू' याचा प्रथमच त्यानं विचार केला. 'कदाचित खानावळ काढू आणि सगळं आयुष्य उत्तम अन्न बनवण्यात काढू!'

पहिला दिवस काहीही न घडता पार पडला आणि लॉर्ड ओकिमोटोच्या खोल्यांभोवती रेंगाळण्यासारखी कारणं मिळाली तरी तो किंवा लेडी साचिको दिसली नाही; आणि फुसावोचं पित्त खवळायला लागलं. 'एवढे प्रेमात पडले की काय एकमेकांच्या? खोलीतच राहतात चोवीस तास ते?'

पण स्वयंपाकघरात जी अर्धवट बोलणी आणि अफवा त्याच्या हाती लागल्या त्यांनी त्याला थोडं बरं वाटलं. विशेषत: त्या जोडप्याच्या मधुचंद्राच्या रात्रीबद्दलचं नोकरांचं बोलणं!

"तुला माहीत आहे सेईको, लेडी साचिकोच्या वैयक्तिक दासीनं तिचे रात्रीचे कपडे गोळा केले तेव्हा तिला रक्ताचे डाग दिसले नाहीत. लेडी साचिको ही मूल्यं जपणारी बाई आहे. म्हणजे 'त्या' अर्थानं ती दोघं जवळ आली नाहीत."

"आणि दुसऱ्या दिवशी लेडी साचिको पहाटेच उठल्या. कुठल्या नव्या नवरीला तिच्या मधुचंद्राच्या दुसऱ्या दिवशी असं उठायला आवडेल?"

फुसावोचं मन भराऱ्या मारायला लागलं होतं, कारण कदाचित, कदाचितच तो चुकत होता आणि लॉर्ड ओकिमोटो आपल्या पत्नीवर प्रेम करत नव्हता. त्यांचं अजून मीलन झालं नव्हतं आणि त्यानं आशा केली की, ते कधीच होऊ नये. असं वाटल्याबद्दल 'आपण फार दुष्ट आणि स्वार्थी आहोत' असंही त्याला वाटलं; पण लॉर्ड ओकिमोटो त्याचा होता आणि दुसऱ्या कुणी त्याला स्पर्श करण्याची कल्पनाही त्याला सहन होत नव्हती.

या दरम्यानच एक चांगली गोष्ट घडली. लॉर्ड ओकिमोटो आणि त्यांची पत्नी ह्यांचं जेवण त्यांच्या छोट्या, खासगी जेवणघरात नेण्याचं काम फुसावोला देण्यात आलं. हे झालं, कारण एकदा साटो सान त्या जोडप्यासाठी जेवण न्यायला नोकर शोधत असताना सुदैवाने फुसावो तिथं होता. त्याला साटोनं त्याच्या रूपामुळं आणि सुंदर हसण्यामुळं निवडलं. या दोन गोष्टींमुळेच तो इतरांहून वेगळा, वरचा वाटत होता. साटोलाही सौंदर्याचं आकर्षण होतंच. या कामाने फुसावो आनंदानं नाचायच्याच बेतात आला होता, कारण आता त्याला ओकिमोटो दिसला असता आणि बदली करून पुन्हा आपल्या जुन्या कामावर जाईपर्यंत त्याला हे काम करता आलं असतं.

पहिल्यांदाच तो पहिली सरकती दारं ओलांडून सामुराईच्या खासगी खोल्यांत त्यांचं जेवण घेऊन गेला. आश्चर्य वाटावं अशी साधी खोली होती ती. फक्त एक ठेंगणं टेबल आणि बरंच भरतकाम केलेल्या दोनदोन सोनेरी उशा. एकच खूप सुंदर वस्तू म्हणजे खोलीच्या मधोमध असणारा, खऱ्या सोन्याची नक्षी काढलेला, पांढरे स्वच्छ क्रेन पक्षी काढलेला सुंदर घडीचा पडदा.

फुसावोला आपले गुडघे नि:शक्त झाल्यासारखे वाटले. तो खोलीत गेला आणि त्यानं लॉर्ड ओकिमोटोला उशांच्या चळतीवर बसलेला पाहिला. त्याची पाठ दाराकडे होती. फुसावोनं पायात शक्ती राहावी म्हणून मनात प्रार्थना केली. त्याला त्याच्या हातातल्या अन्नाच्या ट्रेची काळजी होती. लेडी साचिको नवऱ्यासमोर बसली होती. ती दोघंही अर्थात काहीतरी बोलत होती; पण एखाद्या विवाहित जोडप्यापेक्षा ते नुकतीच ओळख झाल्याप्रमाणे ते एकमेकांशी बोलत होते. फुसावोनं हे ताबडतोब हेरलं आणि त्याची खात्रीच पटली की, त्या दोघांत असावी ती जवळीक नव्हती. लॉर्ड ओकिमोटो हा फार वासनापूर्ण आणि वासना प्रदर्शित करणारा प्रेमिक होता. त्याची पत्नीशी हवी तशी जवळीक असती, तर तो असा ताठ आणि पत्नीपासून इतका दूरही बसला नसता.

"आपलं जेवण स्वामी." फुसावो म्हणाला आणि त्याच्या प्रियकरानं वळून बघताच जवळजवळ हातातला ट्रे खाली टाकलाच. ओकिमोटोचे डोळे आधी धक्क्याने मोठे झाले आणि मग लपवता न आलेल्या आनंदानं आणि प्रेमानं भरून आले. मग त्यानं पाहिलं, लेडी साचिको त्याच्याचकडे पाहत होती. तो पुरेसा ताळ्यावर आला आणि सहज म्हणाला, "हा फुसावो, माझा जुना वैयक्तिक मदतनीस. मी पश्चिमेकडच्या खोल्यांत होतो तेव्हाचा. त्याचं आत्ता इथं येणं मला अनपेक्षित होतं म्हणून थोडं आश्चर्य वाटलं. फुसावो, ते ट्रेज इथं टेबलावर ठेव."

लेडी साचिकोलाही तिच्या नवऱ्यानं नोकराची ओळख करून दिल्याचं आणि त्याच्या येण्याचं स्पष्टीकरण दिल्याचं आश्चर्य वाटलं, पण ती काही बोलली नाही.

‘कदाचित या किल्ल्यात काही रीती वेगळ्या दिसतात. लोक नोकरांना माणसं म्हणून वागवतात आणि त्यांची नावंही लक्षात ठेवतात.’ असं तिला वाटलं.

फुसावोनं कष्टानं थरथरणारे हात थांबवले. साटोनं केलेली आश्चर्यजनक पक्वान्नं त्यानं छोट्या बशांतून वाढली. साटोनं ही जादू स्वयंपाकघरात केली होती, पण त्यांच्यावरचा तणाव इतका होता, की ती जादू त्यांनाच सुरीप्रमाणे कापत होती. फुसावोला बरं वाटलं की, साचिकोच्या ते लक्षात आलं नाही. ती साटो सानच्या पदार्थांची स्तुती करण्यात दंग होती.

“मला माहीतच नव्हतं, अन्न इतकं सुंदर दिसू शकतं; चवदार असू शकतं. तुमच्या या किल्ल्यात फारच चांगला, कुशल स्वयंपाकी आहे.” ती मनापासून म्हणाली.

तिचा नवरा मान हलवून एका भ्रांत अवस्थेत म्हणाला, “इथलं वैशिष्ट्य आहे ते.”

पण लॉर्ड ओकिमोटोची नजर फुसावोच्या हालचालींबरोबर हलत होती आणि नशीब म्हणजे त्याच्या बायकोचं तिकडं लक्ष नव्हतं. ती अन्नाची तारीफ करण्यात आणि चवीनं ते खाण्यात गुंतली होती.

पण तसं समजण्यात दोघंही चूक करत होते. लेडी साचिकोनं बरोबर पाहिलं होतं, तिचा नवरा जेवण आणणाऱ्या नोकराच्या येण्यानं किती सुखावला होता ते, पण तिला त्याचं कारण कळू शकलं नव्हतं. ‘या दोघांत काय आहे असं? आणि एखाद्या सामुराईनं नोकराकडे इतकं लक्ष पुरवणं बरोबर आहे का?’ तिला वाटलं.

ती रोजच बघत होती, की किती विलक्षण माणसाशी तिनं लग्न केलंय. लग्नाला एक आठवडा उलटला, तरी ती अजून कुमारी होती. पहिल्या समागमाचा खूप त्रास होतो, असं सांगणाऱ्या अनेक कथा तिनं ऐकल्या होत्या. त्यामुळे स्वत:ला शांतपणे झोपू देण्याबद्दल तिला बरंच वाटलं होतं; पण त्याबरोबर तिला हेही कळत होतं, की हे नैसर्गिक नव्हतं. नवऱ्याला ती नको असणं, ही भावनाही काही तिच्यासाठी आनंदाची नव्हती आणि असंच चालत राहिलं असतं तर त्यांना मुलंदेखील होणं शक्य नव्हतं.

तिच्या आईनं तिला दोन दिवसांपूर्वी बोलवलं होतं आणि थोडक्यात, चटकन तिच्या मधुचंद्राबद्दल विचारलं होतं; जणू तो एखादा व्यवहाराचा भाग असावा. लेडी साचिकोला तिला खरं सांगायची विलक्षण लाज वाटली, की ती अजून कुमारी होती. तिनं तिच्या विवाहित बहिणीकडून ऐकलेल्या कपोलकल्पित कथा सांगितल्या आणि त्या आईला पटल्या, तेव्हा तिला सुटल्यासारखं वाटलं.

“ठीक आहे. तू नोबुनागांच्या घराण्यासाठी लवकर वारस पैदा कर. नाहीतर आपल्या कुटुंबाला ते कमीपणाचं ठरेल. आपलंही घराणं मोठं आणि रक्तनिर्दोष

आहे.'' तिला काळजीत टाकत तिची आई म्हणाली. त्या रात्रीही तिच्या कपाळाचं चुंबन घेऊन तिचा नवरा तिच्याकडे पाठ करून झोपला.

प्रत्येक रात्री तिला दु:ख होत होतं. 'आपल्या शारीरिक जवळीकतेतल्या कमतरतेबद्दल त्याच्याशी बोलावं का? की आपणंच पुढाकार घ्यावा?' त्या विचारानंच लेडी साचिको घाबरली, कारण तिला आजपर्यंत शिकवलं गेलं होतं की, चांगल्या घरच्या, उत्तम बीजाच्या मुली अशा बाबतीत स्वत: पुढाकार घेत नाहीत. त्यांच्याकडे सहनशीलता हवी आणि पुरुषांकडे नाजूकपणानं या विषयाकडे जाण्याचं कौशल्य हवं; पण ती ते एकदा उरकून टाकायला अधीर झाली होती. तिला वाटलं, 'लग्नाचा हेतू शेवटी आणखी काय? आपलं कर्तव्य. एक-दोन वारस देऊन मग आपल्या हौशी सांभाळायला आपण मोकळ्या. नवऱ्याकडे एक डोळा असला तरी दुसरा मिटून घ्यायचा, म्हणजे तोही इतर मुलींशी मजा करायला मोकळा.' सामुराई घराण्यांनी आत्तापर्यंत लग्नाचा हाच आणि एवढाच उपयोग मानला होता, पण तिच्या लग्नानं अजून सुरुवातही केली नव्हती.

लेडी साचिकोनं यासाठी आणखी दोन आठवडे द्यायचं ठरवलं होतं. तेवढ्यात काहीच झालं नसतं, तर नवऱ्याला कसं सांगायचं, वळवायचं याचा विचार करता आला असता. तिचं याआधी लग्न झालं नव्हतं किंवा नवऱ्याला बायकोत रस नसणे किंवा त्याच्यात काही शारीरिक कमतरता असणे, याचा तिला अनुभवही नव्हता. तसंच यावर सल्ला घेण्याची तिला फार शरम वाटत होती. अचानक तिला फार एकटं आणि असहाय वाटायला लागलं. तिला वाटलं की, पुन्हा सात वर्षांचं व्हावं. मग तिला आपल्या कुटुंबाची मर्जी संपादन करण्यासाठी फक्त चांगलं गाता, नाचता, कोटो वाजवता आलं असतं, तरी पुरे! ते तर तिला आवडतंच होतं आणि या तणावापेक्षा ते अधिक सुखकारक आणि सोपंही होतं.

तिचे डोळे पाण्याने डबडबले. स्वत:वरचा ताबा सुटून काही अपमानास्पद घडेल या भीतीनं आणि एक प्रकारे तिच्या दु:खाचं कारण असलेल्या नोकराच्या घुटमळण्यानं वैतागून त्याला तिथून घालवत धारदार आवाजात ती म्हणाली, ''मला वाटतं, एवढंच पुरे. तू जा. आम्हाला जेवू दे.''

फुसावोला अचानक आपला दर्जा आठवला. आपण तो विसरलो, याची त्याला लाज वाटली. नोकरांनी थांबावं त्याहून जास्त काळ तो रेंगाळलो हे त्याला कळलं. त्यानं वाकून वंदन केलं आणि तो बाहेर गेला. 'पुढच्या वेळी काळजी घेतली पाहिजे. लेडी साचिको वाटली तेवढी निरागस नाही' त्यानं हेरलं. तिच्या मृदू आणि सभ्य वागण्याखाली ती चांगलीच तल्लख आणि धारदार होती आणि ती चिडल्याचं दिसत होतं.

फुसावो घाईनं स्वयंपाकघरात आला. 'पुढच्या वेळी सांभाळून वागलं पाहिजे.

तुझं लॉर्ड ओकिमोटोशी असलेलं नातं तुला जर कुणाला कळू द्यायचं नसेल, तर तुला जपून वावरलं पाहिजे.' त्यानं स्वत:ला बजावलं.

'आज मी लॉर्ड ओकिमोटोंना पाहिलं आणि जशी आमची नजरानजर झाली तसा मला अत्यानंद झाला, कारण त्यांच्यात काहीही बदल झाला नव्हता. तीच विद्युतभारित वासना आणि प्रेम आमच्यात वाहतंय. फक्त आता एक स्त्री, त्यांची पत्नी आम्हाला दूर ठेवतेय.' फुसावोनं आपल्या डायरीत त्या रात्री लिहिलं.

त्याचा पुढचा दिवस हा सामुराई व त्यांची पत्नी यांच्या सेवेचा शेवटचा दिवस होता, कारण त्याला मिचिओला त्याचं काम आणि पश्चिमेच्या खोल्या परत द्यायच्या होत्या. त्याचं स्वयंपाकघरातलं कामही थांबणार होतं. तिथं काहीही करताना 'आपण हे ओकिमोटोसाठी करतोय' असं वाटून त्याचं ते काम चांगलंच व्हायचं. पुन्हा त्या रात्री त्याला पाहून त्याचे डोळे आपला पाठलाग करताहेत असं फुसावोला वाटलं आणि ओकिमोटोच्या स्पर्शासाठी तो अधीर झाला. तीच प्राचीन वासना त्याच्या शरीरात उसळली आणि त्यानं लिहिलं, 'माझ्यासारखीच त्यालाही ही गरज वाटतेय का? मला जगाच्या या क्रूरपणाचा अर्थच कळत नाही, जे आम्हाला सर्व शक्तिनिशी दूर ठेवतंय आणि मला भीती वाटतेय की, आम्ही पुन्हा एकत्र येणार नाही.'

दुसऱ्या दिवशी सकाळी साटोनं त्याला बाजूला बोलावून सांगितलं, ''तू लॉर्ड ओकिमोटोवर चांगलाच प्रभाव पाडलेला दिसतोस, कारण काल त्यांनी मला आज्ञा दिली की, ते आणि त्यांची पत्नी यांना जेवण देण्याचं काम तुला कायम द्यावं, अगदी किल्ल्यातल्या खास समारंभाच्या वेळीही. त्यांना तुझं वाढणं, रीतभात आवडली आहे, कारण माझ्या मते तू मंदबुद्धीचा आहेस आणि कुठेही लक्ष एकाग्र करणं तुला जड जातं.''

साटो सानचा तो दिवस बरा नसावा; पण फुसावोला हर्षवायू व्हायची वेळ आली होती. त्याला पूर्व बाजू सोडायला लागणार नव्हती. तो सामुराईंना रोज बघणार होता. साटो सानच्या काटेरी जिभेनंही त्याचा आनंद कमी झाला नाही. फक्त त्याला मिचिओचं काम काढून घेतल्याचं वाईट वाटलं, पण त्याच्या मित्राला त्याचं काही विशेष वाटलं नाही, कारण त्याचा मुख्य हेतू फुसावोला बरं वाटावं एवढाच होता.

''काळजी घे.'' मिचिओ म्हणाला. ''तू विस्तवाशी खेळतो आहेस आणि जेव्हा तो विस्तव पेट घेतो किंवा मुद्दाम विझवला जातो तेव्हा पहिल्यांदा कुणाच्या मानेवर सुरी फिरते, हे तुला चांगलंच ठाऊक आहे. नेहमी शेतकरीच चूक मानला जातो आणि शिक्षा भोगतो. सामुराई आणि इतर बडे नेहमीच बरोबर असतात. काही झालं तरी ते सुखरूप सुटतात. मी तुझा मित्र आहे म्हणून आठवण करून देतोय इतकंच!''

त्याच्या शब्दांनी फुसावो अस्वस्थ झाला, कारण ते खरं होतं; पण तो स्वत:ला थांबवू शकत नव्हता. सामुराईवरच्या प्रेमाखातर त्याला जळत्या आगीत उडी टाकण्याशिवाय गत्यंतर नव्हतं. त्याला विषयच बदलायचा होता. बदलायला अर्थात एकच विषय होता.

''युकी चानबरोबर कसं चाललंय तुझं?''

या प्रश्नाने मिचिओचा चेहरा लाल झाला. तो म्हणाला, ''ओह, फार छान. मी तिच्या आई–वडिलांना भेटलो. त्यांनी मला पसंत केलंय. आता फक्त लग्न कधी करायचं एवढंच ठरायचंय.''

फुसावोनं मान हलवली. मित्राला आनंदी पाहून त्यालाही आनंद झाला, पण त्याच वेळी त्याच्या घशात आवंढा आला. त्याला बोलवेना. 'मिचिओ आणि युकीसारखं असणं किती सुखाचं!' त्याला वाटलं. त्यांचा सामाजिक दर्जा, आर्थिक पातळी सारखी होती. शिवाय त्यांचं नातं समाजमान्य होतं. त्यामुळे त्यांना लोकांचे आशीर्वादही मिळणार होते. त्यामुळे त्या नात्यात मिचिओ सुखी होता; पण फुसावोला असं समाधान आणि बिनगुंतागुंतीचा तो आनंद कधीही मिळणार नव्हता.

''होय.'' मिचिओ म्हणाला. ''तिलाही माझ्यासारखंच वाटतंय हे कळेपर्यंत माझं काय झालं होतं, ते माझं मलाच ठाऊक! ''

ह्या छान विषयावर बोलत ते दूर झाले. फुसावो पूर्वेकडच्या खोल्यांत जाण्यासाठी खोलीत जाऊन आपल्या वस्तू बांधायला लागला. त्याला मिचिओची त्याच्याबद्दलची काळजी कळली. हा मित्र आपल्याकडे तिरस्कारानं बघणार नाही, पाठ फिरवणार नाही अशी त्याची खात्री झाली. मिचिओलाही त्याचं मन कळलं, कारण प्रेमाच्या जाळ्यात तोही अडकलाच होता. कसलीही अट नसणाऱ्या, मोजमाप न करणाऱ्या त्या प्रेमासाठी, त्या मैत्रीसाठी फुसावो कृतज्ञ होता.

पण मनाच्या अगदी आतल्या कप्प्यात फुसावोला शांती नव्हती. त्यानं रात्री डायरीत मदतीसाठी तळमळून आर्त धावा केला होता.

'मी आनंद आणि भीती यात चिरडला जातोय. किल्ल्याच्या पूर्व भागात माझ्या प्रिय ओकिमोटो सानजवळ मी जातोय म्हणून मी एकीकडे खूष आहे, तर पुढं काय वाढून ठेवलंय आणि माझा अंत कसा होणार आहे, याची दुसरीकडे मला भीती वाटतेय! जर कोणी मला मदत करून ह्या भावना माझ्यातून काढून टाकल्या, तर किती बरं होईल! या भावनांपायीच मी या किल्ल्याचा कैदी बनलो आहे!'

❑ ❑ ❑

३४

फुसावोच्या अपेक्षेप्रमाणेच पूर्वेच्या खोल्यांत जाणं फारसं चांगलं ठरलं नाही. नवा मुख्य नोकर जो त्यांच्यावर लक्ष ठेवत असे तो फारच जुलमी निघाला. शिस्तीच्या, पण मृदू हृदयाच्या ओकुनोहून तो फारच वेगळा होता आणि फुसावोच्या खोलीत राहणारे आणखी दोन नोकरही मिचिओसारखे दयाळू नव्हते. बाकीचे नोकरही पश्चिम बाजूच्या नोकरांसारखे प्रेमळ, दुसऱ्याला जाणून घेणारे नव्हते आणि अर्थात, साटो सान स्वत:चेच कायदे इथं वापरत होता. स्वयंपाकघरात आणि इतरत्रही त्याच वजन निर्लज्जपणे वापरत होता. तिथं टिकणं कठीण होतं, हे फुसावोच्या लक्षात आलं, पण तो ते सारं सोसायला तयार होता, कारण त्यामुळेच त्याला लॉर्ड ओकिमोटोच्या जवळ राहता येणार होतं. त्यांनी स्वत:हून फुसावोला पूर्वेकडच्या नोकरांत समाविष्ट करून घ्यायला सांगितलं होतं आणि फुसावोला तेवढंच पुरेसं होतं.

रात्रीमागून रात्री तो ओकिमोटो व त्याची पत्नी यांच्यासाठी जेवण आणत होता आणि स्वत:कडे लक्ष खेचून न घेता जास्तीत जास्त वेळ त्याच्या आसपास काढत होता. सामुराई त्याच्याकडे ज्या प्रकारे बघत त्यावरून ती इच्छा दोघांच्याही मनात कायम होती, हे त्याच्या लक्षात आलं होतं. एकदा चुकून त्यांचे हात एकमेकांना लागले आणि त्याला कळलं की, अजून ते एकमेकांना फार हवे होते. जबरदस्तीनं

दूर राहिल्यामुळे त्यांची ती इच्छा अधिक वाढलीच होती. तिला लवकरच वाट मिळणं आवश्यक होतं.

मग एक दिवस फुसावो लॉर्ड ओकिमोटोच्या जेवणघरात गेला आणि त्यानं पाहिलं, तर ते एकटे होते.

त्याच्या मूक प्रश्नाला उत्तर म्हणून ते कुजबुजले, ''लेडी साचिको त्यांच्या माहेरी गेल्या आहेत, त्यांच्या वडिलांना बरं नाही म्हणून.''

''मग त्या येईपर्यंत तुम्ही इथं एकटेच जेवणार?'' फुसावो चाचरला. त्यांना मिळू शकणाऱ्या जवळिकीच्या संधीच्या अपेक्षेनं थरथरला.

''होय.'' सामुराई हळुवारपणे म्हणाले. साऱ्या भावना आणि निराशा एकदम स्फोट होऊन बाहेर आल्या आणि त्यांनी पुढे होऊन फुसावोचं गाढ चुंबन घेतलं.

क्षणभर फुसावो स्तंभित झाला. मग सर्व वासनेनिशी त्यानं त्यांना प्रतिसाद दिला. त्या आधी टी-हाऊसमध्ये झालेल्या भेटीपासून त्या वासना कुलूपबंद कराव्यात तशा त्याच्यामध्ये कोंडल्या गेल्या होत्या. मग ते जमिनीवर आले. त्यानं उत्सुकतेनं विचारलं, ''पण इथं असं जवळ येणं आपल्यासाठी धोक्याचं आहे. बाहेर सगळे नोकर आणि अंगरक्षक आहेत. कुणीही कधीही आत येईल.''

''मी सांगतो त्याला, कोणत्याही कारणासाठी मला त्रास द्यायचा नाही म्हणून.'' ओकिमोटो म्हणाले.

''आज सामुराई फार सावकाश जेवतील आणि जेवणाबरोबर आणखीही काही असेल म्हणून मी खुश आहे.''

कितीतरी दिवसांचा उपास घडल्यानं त्यांनी एकमेकांचे कपडे काढले आणि स्वत:ला एकमेकांत गुरफटून घेऊन ते मऊ उशांवर पहुडले; पण आपल्या कण्हण्याचे अंगरक्षकाच्या कानावर जाऊ नयेत म्हणून ते दक्षता घेत होते. तो काही मीटर्सच्याच अंतरावर होता. धोका आणि धाडस या दोन्हीमुळे त्यांचं सुख वाढलंच होतं. फुसावोला नंतर स्वत:च्या हातावर ओकिमोटोच्या दंतव्रणाच्या खुणा सापडल्या. परमोच्च लैंगिक सुखानंतर फुसावोच्या तोंडून बाहेर पडणारे हुंकार थांबवण्यासाठी ओकिमोटोंनी केलेला तो उपाय होता.

त्या रात्री त्यानं डायरीत लिहिलं, 'लेडी साचिको दूर गेल्या आहेत आणि आज कितीतरी दिवसांनी लॉर्ड ओकिमोटो आणि मी त्यांच्या जेवणघरात प्रेम केलं. बाहेरच दोन अंगरक्षक होते. आमचा हा वेडेपणा होता खराच. पण आहा! हा वेडेपणा कायम राहू दे. मी इतका आनंदात आहे, समाधानी आहे की, मला झोप येणारच नाही.'

नंतरच्या तीन रात्री ते रोज भेटत राहिले. पुरेसं समाधान झाल्यावरच ते बाजूला होत, पण पाचव्या रात्री फुसावो खोलीत आला तेव्हा त्याला दिसलं की, लेडी

मोमोंनी मुलाबरोबर जेवण घ्यायचं ठरवून त्यांच्या बेताची वाट लावली होती. फुसावो झोपायला गेला, तो मोठं नुकसान झाल्यासारखा. त्या रात्रीची त्याची डायरी म्हणजे विलापिकाच होती.

'मी माझ्या स्वत:च्याच प्रेमाचा आणि वासनेचा बळी झालोय आणि मला कळत नाहीये की, लेडी साचिको परत आल्यावर काय होणार आहे!'

जेवणाचे ट्रेज ओकिमोटोच्या खोलीत नेण्यासाठी नेमलेल्या एखाद्या यंत्रमानवागत फक्त साडेसहा वाजण्याची वाट पाहत दुसऱ्या दिवशी फुसावो आपल्या कामाला गेला. त्याला स्वयंपाकघरातल्या लोकांकडून कळलं की, लेडी साचिको दुसऱ्या दिवशी परत येणार आहेत. म्हणजे एकमेकांसोबतची त्या दिवशीची त्यांची शेवटची रात्र होती. त्यानं प्रार्थना केली की, त्या रात्री लेडी मोमांनी मुलाबरोबर जेवण घ्यायचं न ठरवू दे; आणि रात्री जेव्हा लॉर्ड ओकिमोटो त्याला खोलीत एकटेच भेटले तेव्हा तो हर्षभरितच झाला.

दोघेही लगेचच वासनेच्या पुरात वाहवत गेले. ती कदाचित त्यांची शेवटची रात्र असेल हे जाणून त्यांची एकमेकांची गरज वाढलीच. बाहेर हळू चाललेली कुजबुज त्यांना जाणवली नाही. सरकदार हळूहळू उघडलं आणि त्या शांत वातावरणात एक किंकाळी उठली. त्यांचा जड श्वासोच्छ्‌वास त्यामुळे थांबला.

फुसावोनं प्रथम डोकं वर केलं आणि जे पाहिलं त्यानं तो थक्क झाला, जणू त्याच्यावर वीज कोसळली होती. आपण पूर्ण नग्न आहोत याचीही शुद्ध त्याला राहिली नाही. ओकिमोटोमागे स्वत:ला झाकताना फुसावो जणू थिजल्यसारखा झाला होता. काहीतरी, कुठेतरी चुकलं होतं. लेडी साचिकोनं तेव्हा तिथं असायला नको होतं, पण ती खोलीच्या कोपऱ्यात उभी होती आणि तिनं जे पाहिलं होतं त्याच्या भीतीनं आणि झालेल्या अपमानानं ती रडत होती.

फुसावो थरथरायला लागला. त्याच्या नियंत्रणाबाहेर गेलेल्या डोक्यात एकच प्रश्न भोवऱ्यासारखा फिरत होता, 'लेडी साचिको इथं काय करतेय? ती आजच कशी आली?'

त्यानं चोरून ओकिमोटोकडे पाहिलं. ओकिमोटोनं एक युकाता कसाबसा घातला होता. त्याचा चेहरा निर्विकार आणि कागदासारखा पांढरा पडला होता. कुणीतरी लेडी मोमोला बोलावून आणलं होतं. ती काही मिनिटांतच आली. ओकिमोटोचे वडील पंधरा वर्षांचे असल्यापासून त्यांच्या सेवेत असणारा शुहेई हा विश्वसनीय नोकर तिच्यामागे आला. ओकिमोटोला तर त्यानं जन्मापासून पाहिलं होतं. लेडी मोमोनं अंगरक्षकांना तिथून घालवलं आणि दार लावलं. काही मिनिटं गप्प राहून तिनं त्या सर्वांवर नजर फिरवली. तिलाही बोलणं सुधरत नव्हतं.

किती निर्लज्ज होता तिचा मुलगा! तो त्याच्या वडिलांसारखा दिसत नसता,

तर तीही म्हणाली असती की, तो कुणा गटारातल्या, तळागाळातल्या माणसाची पैदास आहे. त्याला इतकीही जाण नव्हती की खानदानी नव्हती. आपल्या घराण्याच्या आणि कुटुंबाच्या सन्मानासाठी तरी त्यानं कपड्यांत आपलं संपूर्ण शरीर झाकून घ्यावं, असं संतापानं तिला वाटलं. तो नोबुनागा सामुराई होण्याच्या लायकीचाच नव्हता. तो तिचा मुलगा नसता, तर त्याला काबूत ठेवायला तिनं दूरच्या नात्यातल्या होक्काइडो बेटावरच्या लोकांत पाठवून पुन्हा त्याचं तोंड बघितलं नसतं. मग तिला दिसलंस की, फुसावो अजून नग्नच असून हातांनी स्वत:चा गुप्त भाग झाकून उभा आहे. तिनं किळस येऊन त्याच्याकडे एक युकाता फेकला.

"हे घाल. मला किळस वाटतेय." ती थुंकल्यासारखं म्हणाली. "आणि बाहेरच्या खोलीत जाऊन थांब."

बाहेर जायला सांगितल्यानं फुसावोला बरं वाटलं. मान खाली घालून तो गेला. वर पाहायची त्याची हिंमतच नव्हती.

लेडी साचिको आता मुख्य भूमिकेत होती आणि ती काय ठरवते यावर पुढचं सारं अवलंबून असाणार होतं, हे लक्षात आल्यावर लेडी मोमो घाईघाईनं तिच्याकडे गेली आणि लेडी साचिकोला तिनं शेजारच्या छोट्या खोलीत नेलं. तिच्या सुनेनं दार बंद करून कडी लावून घेऊ नये म्हणून लेडी मोमोनं मधलं सरकदार उघडं ठेवलं. 'आता फक्त एकाच गोष्टीवर लक्ष एकाग्र करायचं', तिनं स्वत:लाच चिडून बजावलं, 'नुकसान कमीत कमी होईल हे पाहायचं.'

"इथे थांब, साचिको सान. बाकी सगळं माझ्यावर आणि शुहेईवर सोड." तिच्या भांबावलेल्या सुनेला बरं वाटावं म्हणून तिनं कुजबुजून सांगितलं.

लेडी साचिको व्यवस्थित आहे असं बघून तिनं पुन्हा घाईनं शेजारच्या खोलीत जाऊन सगळा राग त्या दोघांवर काढला. फुसावो त्या सगळ्या हल्ल्यात उभा राहून अधिकाधिक वाईट गोष्टीसाठी तयार होत होता. लॉर्ड ओकिमोटो तिचा मुलगा आणि सामुराई होता. त्याची तिने फारतर खरडपट्टी काढली असती, पण फुसावो हा एक फालतू नोकर होता. त्याला तिने सामुराईला बहकावल्याबद्दल, त्याच्या 'गुन्ह्या'बद्दल बडवून, फोडून काढलं असतं किंवा ठारही केलं असतं. प्रेमानं त्यांना निष्काळजी केलं होतं. ते जुगार खेळले आणि हरले होते. फुसावो शिक्षेसाठी तयार झाला होता. ती त्याला होणारच होती. तो लेडी मोमोचं सारं विष अंगावर घेत होता.

अखेरीस शुहेई, तो वृद्ध नोकर काही शांततेचे शब्द बोलत उपाय शोधायला लागला. तो नोकरच होता; पण त्याचं बरंच मोठं वय, नोबुनागा घराण्याची त्यानं समर्पणाच्या वृत्तीनं केलेली सेवा, यांमुळे त्याला त्या घराण्यासंबंधी अधिकारवाणीने बोलण्याचा हक्क मिळाला होता. तोच एकटा कुटुंबाबाहेरचा होता, जो सामुराईला 'ओकिमोटो कुन' म्हणून हाक मारू शकत होता.

"तुम्ही दोघंही करू नये ते करत होतात. त्यामुळे आज व्हायचं ते नुकसान करून झालंय. बिचाऱ्या लेडी साचिकोला चिडण्याचा हक्क आहे. तिचं अस्वस्थ होणं आणि ती दुखावली जाणंही साहजिक आहे. तिच्यासारख्या कुठल्याही तरुण मुलीला असं अनैतिक कृत्य पाहून, विशेषत: अशा अनैतिक कृत्यात आपला नवरा सामील आहे हे पाहून धक्का बसणं स्वाभाविक आहे. या प्रकारामुळे तिच्या मनावर काही वाईट परिणाम झाला नाही म्हणजे मिळवलं." शुहेई म्हणाला, "काही असो, यातला एक शब्दही बाहेर जाता कामा नये."

"माझ्याकडे एक प्लॅन आहे, पण त्यापूर्वी मला ओकिमोटो कुनला काही प्रश्न विचारायचे आहेत; पण तो त्यांची स्पष्ट, खरी, प्रामाणिक उत्तरं देणार असेल तर."

लॉर्ड ओकिमोटोनं समोर बघत मान हलवली आणि शुहेईनं पुढे सुरू केलं.

"मला तुझी ही अवस्था खूप दिवसांपासून माहीत आहे. खरंतर तू वाढताना तीही वाढलेली मी पाहिली आहे. मला आशा वाटली की, ती एक चार दिवसांची लहर असेल, पण वर्षं उलटली तरी मी तुला तरुण मुलांबरोबर पाहतच होतो आणि मला कळलं की, हा आजार खोलवर गेलाय. तो तिथंच राहणार आहे. मी फक्त एवढंच करू शकत होतो की, त्यावर पांघरूण घालायचं आणि तुझं नाव सांभाळायचं, म्हणजे लोकांना तुझी ही बाजू कळायला नको. मी तुझ्या वडिलांना शब्द दिलाय की, नोबुनागांच्या नावाला लोकांत मी लाज येऊ देणार नाही. लोकांना हे गुपित कळू देणार नाही, पण आज मी माझ्या कर्तव्यात चुकलो, शपथेत कमी पडलो. तरीही मी आधी म्हटल्याप्रमाणे ही बातमी फक्त या चार भिंतींतच राहील, त्याबाहेर जाणार नाही."

"स्वामी ओकिमोटो, तुम्ही अत्यंत प्रामाणिकपणे सांगा की, स्त्रियांचा तिरस्कार तुमच्या बाबतीत इतका मोठा आहे का की, घराण्याला आवश्यक असणारा वारस देण्याकरतादेखील तुम्ही तुमच्या पत्नीशी शारीरिक नातं ठेवूच शकणार नाही?"

"होय. मला तशी भीती वाटते. अजून आमच्यात तसा संबंध झालाच नाही. अनेकदा प्रयत्न केला मी. मी तेवढ्यापुरता हतबल, कापुरुष बनतो. त्यावर मला मात करता आलेली नाही."

"अरे देवा, आम्ही काय करायचं? का? का असं ओकिमोटो?" लेडी मोमो हताश झालेली दिसत होती. ती खोलीत फेऱ्या घालत होती. हात चोळत होती.

"शांत व्हा, लेडी मोमो." शुहेई तिला शांत करत म्हणाला, "माझा प्लॅन ऐका. तो आधी भयंकर वाटेल, पण मला दुसरा उपाय दिसत नाही. तुमचं घराणं चालवायला तुम्हाला वारस तर हवाच आणि ओकिमोटोला ते शक्य नाही. मी विचार करतोय की, आपण लेडी साचिकोंना हे पटवून देऊन तुमच्या निवडीनं दुसऱ्या पुरुषापासून तिला मूल होऊ द्यायचं आणि मग ते वारस म्हणून आणि

सामुराई म्हणून वाढवायचं.''

शुहेईची सूचना इतकी अवघड होती की, यामुळे एक थंड शांतता तिथं पसरली. मग लेडी मोमो वेड लागल्यासारखी किंचाळली, ''अशी मूर्खासारखी सूचना करण्याची हिंमत तरी कशी झाली तुझी? असं साचिकोला कुणापासून मूल होईल? ओकिमोटोला भाऊही नाही.''

''मी म्हटलंच होतं की, माझा प्लॅन फार दूरवर जाणारा आहे, पण तुम्हाला विचार करायला वेळ आहे. मग तुम्हाला कळेल की, हाच एक पर्याय आहे या परिस्थितीत.'' शुहेईनं शांतपणे उत्तर दिलं. तो शांतपणा लेडी मोमोंना भिडला. ती पुष्कळच शांत झाली. ''मी एखादा सुरक्षारक्षक शोधतो. त्यानंतर त्याला चांगलं मानधन देऊन त्याला जपानच्या दुसऱ्या, लांबच्या प्रांतात त्याच्या साऱ्या कुटुंबासह पाठवून देऊ.''

''अंगरक्षकाचं मूल नोबुनागाच्या सामुराईच्या गादीवर?'' लेडी मोमो म्हणाली. ''नाही, ते बरोबर नाही होणार. जो सामुराई होईल त्याच्या अंगात याच कुटुंबाचं रक्त असायला हवं. पुढचा सामुराई नोबुनागाच्या रक्ताचाच हवा.''

''होय, मला माहीत आहे.'' शुहेई हळूच म्हणाला, ''पण शेवटचा शुद्ध नोबुनागा जर मूल द्यायला असमर्थ असेल तर कुठला पर्याय राहतो?''

''ठीक आहे, पण मग त्यांच्यात थोडं तरी नोबुनागांचं रक्त असायला हवं.'' लेडी मोमो सावकाश म्हणाली. ''मी विचार करतेय की, कुटुंबाच्या दुसऱ्या शाखेचा जो कुणी नोबुनागा असेल आणि मध्यंतरी बाजूला झाला असेल असा कोणीतरी शोधावा लागेल. मला वाटतंय, माझ्या नवऱ्याचा एक चुलत भाऊ आहे, जो उत्तरेकडे दुसऱ्या शाखेचा प्रमुख म्हणून पाठवला होता. त्यांचे आजोबा एकच. ते इथं लग्नाला आले होते. त्यांचा मुलगा काझुओबद्दल ते बोलत होते. तो सतरा वर्षांचा आहे आणि अजून अविवाहित आहे. त्याच्या आईवडिलांचं मन आपण वळवू शकलो आणि तो जर नोबुनागांचं नाव राखायला आपल्याला मदत करायला तयार असेल, तर कदाचित त्याला चांगला पैसा देऊन व मोठी जमीन देऊन आपला प्रश्न सुटेल.''

''लेडी मोमो, म्हणजे बघा, तुम्हाला आधी वाटलं तेवढा काही हा प्रश्न दूरवर खेचला गेला नाहीये. फक्त एक प्रश्न आहे, याला लेडी साचिकोची परवानगी हवी. विवाहित असणाऱ्या आणि नैतिक मूल्य मानणाऱ्या स्त्रीला दुसऱ्या पुरुषाबरोबर झोपायला सांगणं आणि त्याचं मूल जन्माला घालायला सांगणं सोपं नाही. आपल्याला तिला अशा दिव्यातून, अशा अवैध प्रसंगातून घालवणं भाग पडतंय, याबद्दल मला खरोखर वाईट वाटतं.''

क्षणभर लेडी मोमोचा चेहरा पडला. ती खरंच दुःखानं रडली. ''मी असं कसं

विचारू? तेही माझ्याच सुनेला? मला सांग शुहेई, या सगळ्यात न्याय कुठे आहे? माझा स्वत:चा एकुलता एक मुलगा आणि वारस 'गे' ठरतो आणि मूल द्यायला असमर्थ होतो आणि माझ्यावर हे असं काम येतं? सुनेला दुसऱ्या माणसाकडून मूल होऊ देण्यासाठी राजी करण्याचं?''

शुहेईनं तिला थोडा वेळ रडू दिलं. मग तो हळूच म्हणाला, ''जपानच्या एका उत्तम कुटुंबातल्या तुम्ही एक थोर स्त्री आहात. तुम्हाला माहीतच आहे की, मानासाठी मोठाले त्याग केले जातात. कैक शतकं असं चालत आलंय. तुम्ही स्वत:सुद्धा असे त्याग केले असतील. थोर कुळाचा सन्मान आणि रक्षण करणं, हे कोणताही त्याग करण्याच्या योग्यतेचं असतं. लेडी साचिकोही आता नोबुनागा आहेत. या कुटुंबासाठी त्यांचंही कर्तव्य आहेच. थोडा वेळ द्या विचार करायला. हा त्याग करणं त्या नाकारणार नाहीत. मला खात्री आहे.''

''हे कठोर वाटतंय; पण आज रात्री त्यांच्याशी बोलायला हवं. आजच सारं नक्की करायला हवं. सगळं नक्की होईपर्यंत कोणीही खोली सोडायची नाही आणि आपली खात्री व्हायला हवी की, कोणी हे रहस्य बाहेर फोडणार नाही. जमीनदार घराण्याला वारस नाही म्हणून लोकांना असुरक्षित वाटायला नको असेल, तर त्यांना हे कळून चालणार नाही की, त्यांच्या सामुराईला मुलं होऊ शकत नाहीत.'' शुहेई म्हणाला, ''ही फार नाजूक समस्या आहे. एका स्त्रीला दुसऱ्या स्त्रीकडूनच हे कळलं पाहिजे. म्हणून लेडी मोमो, तुम्हीच लेडी साचिकोशी बोललं पाहिजे.''

''बरं झालं की, तुम्ही फुसावोला बाहेर जायला सांगितलंत आठवणीनं, म्हणजे आपल्याशिवाय कुणाला हा प्लॅन कळणार नाही. या चार भिंतींबाहेर हे जाता कामा नये. नाहीतर त्याचे परिणाम फार भयंकर होतील. सामुराईंचा वंशच त्यामुळे धोक्यात येऊ शकतो.''

लेडी मोमोंनी मान हलवली. एरवीचा मृदू, सुंदर चेहरा दु:ख आणि संतापानं कसनुसा झाला होता. सुनेसमोर जाऊन हे सांगणं तिला मरणप्राय वेदना देत होतं आणि ती स्वत:लाच पुन्हापुन्हा सांगत होती की, निदान या बेताचा विचार करण्यासाठी तरी तीच एकटी लेडी साचिकोला यासाठी प्रवृत्त करू शकत होती. ही तिची चूक होती की, नोबुनागा कुटुंबात तिनं कमजोर आणि सदोष मुलगा जन्माला घातला होता आणि या कुटुंबाला संकटांतून बाहेर काढू शकणारी, कणखर अशी तीच एकटी होती.

एक मोठा सुस्कारा टाकून ती उभी राहिली. ती परत येईपर्यंत खोली सोडून जायचं नाही, अशी स्वत:च्या लेकाला कडक ताकीद देऊन ती शेजारच्या खोलीत गेली. तिथं लेडी साचिको शक्तिपात झाल्यासारखी खिडकीबाहेर बघत बसली होती. तिचे अश्रू थांबले होते.

लेडी मोमोनं मुद्दाम उघड्या टाकलेल्या दारातून दिसत होतं, तिनं लेडी साचिकोचे हात आपल्या हातात घेतले होते आणि हळुवार आवाजात बोलायला सुरुवात केली होती. तो भावनांनी परिपूर्ण असा संवाद होता. लेडी साचिको पुन्हा रडताना दिसत होती, तर तिची सासू असहायपणे तिचे हुंदके कमी होण्याची वाट पाहत होती. मात्र तिचे डोळे भीतीनं आणि धक्क्यानं मोठे झाले होते. बाहेरून बघणाऱ्यांना वाटत होतं की, नोबुनागा घराण्याकरता काय करावं लागेल ते लेडी मोमोंनी तिला सांगितलं आणि तिचे हुंदके पुन्हा सुरू झाले. हृदय विदीर्ण करणारं तिचं रडणं ऐकणंही कठीण होतं.

दुसऱ्या खोलीत लॉर्ड ओकिमोटो त्याच्या पत्नीचं रडणं ऐकून अस्वस्थ होत होता आणि स्वत:लाच शिव्याशाप देत होता. त्याच्या आई व पत्नीवर हे दु:ख त्यानंच आणलं होतं. तो तुच्छ अशा समलिंगी आकर्षणात बुडला असला, तरी त्याला हृदय आणि सदसद्विवेकबुद्धी होती. कातडीच्या सुखासाठी त्यानं त्याच्या पाशवी वासना मोकाट जाऊ दिल्या होत्या. त्या त्याच्या कर्तव्यभावनेला झाकून टाकत होत्या आणि त्याच्या प्रसिद्ध, थोर कुटुंबाला कमीपणा आणत होत्या. त्यानं मनोमन प्रार्थना केली की, जर त्याच्या पत्नीनं त्याच्या आईचं सांगणं मान्य केलं, तर तो सर्व शारीरिक सुखं सोडून देईल; फुसावोचं पुन्हा तोंडही बघणार नाही.

म्हातारा शुहेई त्यागाबद्दल बोलला होता. ओकिमोटोनं ठरवलं की, त्याच्यासाठी सर्वांत मोठा त्याग फुसावोचा असेल. त्या एकाच माणसावर त्यानं खरं प्रेम केलं होतं, म्हणून त्याचा त्याग करून होणारं दु:ख, वेदना त्यानं नोबुनागा घराण्याला लावलेला डाग धुवायला पुरेशा होत्या.

मागच्या दुसऱ्या खोलीत लेडी मोमो असं काही करत होती, जे तिनं यापूर्वी कधी केलं नव्हतं. तिनं आपलं हृदय उघडून साचिकोला स्वत:ची कथा ऐकवली. ताकाशी या गरीब मास्तराबरोबरच्या तिच्या आक्षेपार्ह प्रेमाबद्दल सांगितलं. त्याच्याशी लग्न करणं तिच्या घराण्याला कमीपणा आणणारं होतं म्हणून तिला तिच्याहून कितीतरी मोठ्या असलेल्या, तेव्हाचे प्रमुख सामुराई असलेल्या, ज्यांना ती ओळखत तर नव्हतीच आणि प्रेम तर त्याहून करत नव्हती अशा लॉर्ड नोबुनागांशी लग्न करणं कसं भाग पडलं होतं, हे तिनं हृदय पिळवटून लेडी साचिकोला सांगितलं.

"मला वाटलं नव्हतं मी हे कधी सांगेन; पण आमच्या काळात बाईचं नशीबच असं होतं की, आधी घराण्यासाठी, कुटुंबासाठी त्याग करायचा. मग मान नवऱ्याचा, मुलांचा. का? तर आपण पुरेशा कणखर असतो असले त्याग करायला, नोबुनागांसारख्या थोर घराण्यांनी टिकावं म्हणून." लेडी मोमो सांगत होती.

आज लेडी साचिकोनं आपल्या रुबाबदार, दराऱ्याच्या, आत्मविश्वासपूर्ण सासूकडे वेगळ्याच दृष्टीनं पाहिलं आणि तिला एकदम हलकं वाटलं. तिला वाटलं, 'अशा

बाईच्याही आयुष्यात चुका, उणीवा, कमजोरी असतेच तर! हिला हे कबूल करणं किती त्रासाचं गेलं असेल; तेही सुनेकडे! एकदा तिच्या आदर्श, परिपूर्ण जीवनात तीही रानवट झाली होती तर! नियम सोडून वागली होती. हृदयाला डोक्यावर स्वार होऊ दिलं होतं.' लेडी मोमोसारख्या स्थिर डोक्याच्या मजबूत स्त्रीची ही कथा ऐकून अचानक साचिकोला वाटलं की, तिच्या आयुष्यातल्या ह्या प्रचंड आघातालाही माफ करता येईल.

जो मूल देऊ शकत नाही, अशा माणसाशी लग्न केल्यानंतर आपल्या कुटुंबात 'कुमारी' म्हणून परत जाणं, हे अधिक अपमानाचं, शरमेचं होतं. त्यापेक्षा दुसऱ्या माणसाकडून मूल होऊ दिल्याने निदान तिचं माहेर, सासर, समाज यांना तिनं नोबुनागा घराण्याला वारस देऊन तिचं कर्तव्य पुरं केलं आहे, असं वाटलं असतं आणि हे जास्त सोपं आणि चांगलंही होतं. त्या क्षणी लेडी साचिकोसाठी ती घर सोडून माहेरी का आली ह्याचं स्पष्टीकरण देणं, हीच फार भयानक बाब होती. तिनं हळूच आपला हात सासूच्या हाती देऊन म्हटलं, ''मी करीन ते, पण माझी एक अट आहे.''

लेडी मोमोच्या हृदयाला मिळालेली शांती एवढी मोठी होती की क्षणभर ती बोलूच शकली नाही आणि जेव्हा तिला बोलता आलं तेव्हाही तिचा आवाज कुजबुजण्याहून मोठा नव्हता. ''ओह, साचिको धन्यवाद! आभारी आहे मी तुझी. तू मला जपानमधली सर्वांत सुखी स्त्री बनवलंस. तुझी कुठलीही अट मला सांग. ती होईलच पुरी.''

लेडी साचिको क्षणभर चाचरली. मग घट्टपणे म्हणाली, ''तो नोकर फुसावो, तो किल्ल्याच्या आणि माझ्या नवऱ्याच्या आयुष्यातून बाहेर जायला हवा. मला खात्री पटण्याचा एकच मार्ग म्हणजे तो दूर राहायला हवा. तोही विवाहित असेल तरच ते शक्य आहे. ही माझी अट आहे. त्या नोकरानं माझ्या नवऱ्याच्या आयुष्यात येऊन त्याला लाज आणली. त्यानंही त्याग केला पाहिजे, आपण सर्वांनी केला तसा. त्यानं लग्न केलंच पाहिजे. मगच मी ह्या त्यागातला माझा वाटा उचलीन.''

❑ ❑ ❑

३५

फुसावोला माहीत होतं की, तो सहज सुटणार नाही. खरंतर त्यानं हीही तयारी ठेवली होती की, त्याला तुरुंगात टाकलं जाईल किंवा ठारही केलं जाईल, कारण त्यानं सामुराईला बिघडवलं होतं आणि नोबुनागा घराण्याला लाज आणली होती. तरीही सर्वांसाठीच सुदैवी ठरेल असा आदेश लेडी मोमोंनी दिला होता. लेडी मोमोंच्या अशा आदेशाची फुसावोला अपेक्षा नव्हती. 'फुसावोने लग्न करावंच आणि किल्ला ताबडतोब सोडावा' या अटींवर लेडी साचिको किल्ल्यात राहायला तयार झाली होती; आणि घडल्या प्रसंगावर पडदा पडला होता.

तिनं एकदाही फुसावोकडे पाहिलं नाही. ती तुच्छतेने फुसावोला म्हणाली, ''तू नशीबवान आहेस. लेडी साचिकोंनी तुला चाबकानं फोडून काढावं किंवा हळूहळू मरण्यासाठी तुरुंगात टाकावं, अशी शिक्षा दिली नाही. उद्या दोन सैनिक तुला तुझ्या आईबापांच्या घरी पोहोचवतील आणि तुझं लग्न झालेलं पाहीपर्यंत तिथंच राहतील. तू पुन्हा लॉर्ड ओकिमोटोंसाठी किल्ल्यात यायचं नाहीस. तू तसं केलंस किंवा आज जे काही झालं त्यातला एखादा शब्द जरी बाहेर फुटला तर फक्त तूच नव्हेस, तर तुझं सारं कुटुंब – सगळ्यांना कठोर शिक्षा होईल. त्यांची जमीन ताबडतोब जप्त होईल. ऐकतोयस ना?''

फुसावोनं मान हलवली. मनातलं शरमेचं वादळ चेहऱ्यावर दिसणार नाही,

याची त्याने खबरदारी घेतली. अपमान, शरम, अपराधीपणा साऱ्यांनी थैमान घातलं होतं मनात त्याच्या. त्याला वाटलं, खरोखर लेडी मोमोंच्या पायावर पडावं आणि एकच संधी मागावी, पण त्यानं तसं केलं नाही. 'तिच्याकडे काय मागायचं? आणखी एक संधी कशासाठी? तिच्या मुलाशी असलेले समलिंगी संबंध कायम राहावेत म्हणून?' त्याला वाटलं.

तिचं सांगून झाल्यावर जणू झाडाची एक फांदी सडतेय, ती कापायला सांगून नोकराला घालवावं आणि अधिक महत्त्वाच्या गोष्टींकडे वळावं, तसं लेडी मोमोनं फुसावोला घालवलं. तिच्या मतानं त्या नोकराला तिनं अगदीच काही शिक्षा न करता घालवलं होतं. लेडी साचिकोमुळेच फुसावोला विशेष शिक्षा झाली नव्हती; पण शिक्षा न केल्याबद्दल थोड्या नाराजीहून अधिक लक्ष घालण्याइतकं महत्त्वाचं असं त्यात लेडी मोमोला काहीच वाटलं नाही.

प्रेतासारखा शुहेईकडून सोबत घेत फुसावो आपल्या खोलीपर्यंत पोहोचला. उद्या सकाळपर्यंत तो तिथं राहू शकत होता. त्याच्या लक्षातही आलं नाही की, त्याचे खोलीतले दोन्ही साथीदार कुठेही दिसत नव्हते. त्याच्या दुःखात सहभागी होऊन घडलेल्या घटनेचे तेही साक्षीदार होऊ नयेत आणि संशयाच्या जाळ्यात अडकू नयेत म्हणून कदाचित त्यांना दुसरीकडे हलवलं गेलं होतं. तसंच फुसावोने रात्रीतून पळून जाऊ नये म्हणून दोन रक्षकांना दाराबाहेर उभं केलं गेलं होतं.

खूप उशिरापर्यंत काळोखात पडून झाडांची सळसळ ऐकत असताना ती रात्र त्याच्यावर चालून आली आणि त्याचं सारं शरीर हुंदक्यांनी गदगदून गेलं.

त्या रात्री फुसावोला कळलं की, लॉर्ड ओकिमोटो आणि त्याच्यामधलं नातं आता कायमचं संपलं होतं आणि त्यांचं दुःखद, निषेधार्ह प्रेम, जे नेहमी सुख आणि दुःख यांत झोके घेत होतं, निखारे आणि बर्फ यांत राहत होतं, जगण्या-मरण्याच्या सीमेवर होतं, ते यापुढे असणार नव्हतं. त्यानंतरचं जगणं म्हणजे फक्त जिवंत असणं होतं. निष्प्रेम आणि जबरदस्तीच्या लग्नाच्या सापळ्यात अडकणं आणि आयुष्य संपेपर्यंत ते सारं चालूच राहील, याची खात्री बाळगणं इतकचं त्याच्या आयुष्यात राहिलं होतं.

त्यांना काही करता आलं नव्हतं, कारण लेडी मोमोनं आपल्या लेकावर संपूर्ण कब्जा मिळवला होता. फुसावोचं कुटुंब नष्ट करण्याची आणि त्यांची जमीन जप्त करण्याची धमकी देऊन तिनं ओकिमोटोच्या भावनेला हात घातला होता आणि त्याला ताब्यात ठेवलं होतं. तो स्वत: त्याच्या पूर्वजांसारखा निर्दय सामुराई नव्हताच. ते हवं ते करायचे आणि लोकांकडून करवून घ्यायचे; पण तो तसा नव्हता म्हणूनच समाजाच्या चुकीच्या बाजूला उभ्या असलेल्या आणि पुरुष असणाऱ्या आपल्या प्रेमिकाला वाचवण्यासाठी आईसमोर उभा राहिला नाही; पण पुन्हा मुळात तेच

कारण होतं फुसावोनं त्याच्या प्रेमात पडण्याचं. भावनाशील आणि मृदू सामुराईच्या प्रेमात पडण्याची हिंमत एरवी एखाद्या शेतकऱ्याच्या पोरानं कशी केली असती?

सकाळ होताच दोघांपैकी एका सैनिकानं त्याला हलवून उठवलं आणि कपडे करायला सांगितलं. त्याचं सगळं सामान घेऊन त्यांच्याबरोबर किल्ला सोडायला सांगितलं. जायची वेळ झाली होती. फुसावोला शक्य तितक्या लवकर जायचं होतं. कारण आता त्याच्या तिथं राहण्याला काहीच प्रयोजन नव्हतं. रात्रभर तो एखाद्या चमत्काराची वाट बघत होत की, लॉर्ड ओकिमोटो धाडकन आत येऊन त्याला सोडवतील आणि त्याचा स्वीकार करून आईला दाराबाहेर जायला सांगतील, कारण ते सामुराई होते. तिथल्या सर्व वस्तू आणि माणसं यांच्यावर शेवटी त्यांची मालकी होती. त्यांना कुणाशीही, काहाही करण्याचा हक्क होता; पण तसलं काही झालं नाही आणि त्यानं खोली सोडली तेव्हा लॉर्ड ओकिमोटोंनी त्याच्याकडे पाहण्याचीही हिंमत केली नाही; पण तरीही फुसावोला सामुराईंचा तिरस्कार करवत नव्हता. कारण फुसावोच्या मनात तोच भरून राहिला होता.

तो घरी पोहोचला तेव्हा फुसावोचे वडील नुकतेच भातशेतीवर गेले होते. फुसावोच्या आईचा आनंद बघण्यासारखा होता. किती दिवसांनी तो घरी येत होता! मात्र बरोबर दोन सैनिक बघून त्या आनंदाला थोडं ग्रहण लागलं.

"काही बिघडलंय का फुसावो?" तिनं विचारलं. हातांनी ती किमोनो चुरगळत होती. "हे सैनिक का तुझ्याबरोबर?"

"नाही. नाही आई. मी किल्ल्यातलं काम सोडलंय. ते मला सोडायला आलेत आणि चार दिवस राहणार आहेत. हे बघ, मी चांगला मुलगा बनून, आइको चॅनशी लग्न करून वडिलांच्या इच्छा पूर्ण करत इथंच राहायचं ठरवलंय."

"खरंच फुसावो? खरंच हे? तुला हे शहाणपण सुचलं ते फार बरं झालं. तू योग्यच ठरवलंस." आई म्हणाली; पण ती त्या सैनिकांचं निरीक्षण करत राहिली. ते लवकर तिथून जातील असं त्यांच्या वागण्यातून तिला दिसत नव्हतं, पण ती त्यांना तसं विचारूही शकत नव्हती. कधी जाणार किंवा का आलात किंवा जाच यापैकी काहीही म्हणण्याचा तिला अधिकार नव्हता, कारण ते सामुराईचे सैनिक होते आणि ती साधी शेतकरीण होती. सामुराई त्या सर्वांचेच मालक होते आणि त्यांच्याकडे जे काय होतं त्यांचेही. तेव्हा सैनिक कितीही राहू शकत होते आणि त्याबद्दल ती काही करू शकत नव्हती. तेव्हा भीती गिळून तिनं त्यांना घरात बोलावलं. ते घरात त्यांचे जड बूट न काढताच आले आणि घरातल्या जुन्या ततामीवर चिखलमाती लागली. आधीच जुनेपणानं त्या स्वच्छ ठेवणं कठीण होतं; पण सामुराईंच्या सैनिकांचा अपमान करायला ती धजावली नाही आणि त्यांना बूट काढायला सांगू शकली नाही.

फुसावो आपल्या वस्तू आपल्या जुन्या खोलीत ठेवायला गेला आणि आईमागे स्वयंपाकघरातही गेला. तिथं आई सैनिकांसाठी हिरवा चहा करत होती.

"तू कुठल्या संकटात आहेस का फुसावो?" सैनिकांना ऐकू येणार नाही इतक्या अंतरावर आल्यावर तिनं विचारलं. "मला सांग काय झालंय ते. मला इतकी काळजी वाटतेय. काहीही असू दे. मी ते तुझ्या वडिलांना न सांगण्याचं वचन देते, कारण ते लगेच चिडतात."

"सगळं ठीक आहे गं आई. होता थोडा त्रास , पण ते मिटलंय सगळं. तुला कसं सांगायचं ते मला कळत नाही. पण मी सामुराई लॉर्ड ओकिमोटोच्या प्रेमात आहे आणि जेव्हा त्यांना हे कळलं तेव्हा त्यांनी मला किल्ला सोडायला लावला आणि घरी पाठवलं."

युकोचे डोळे भीतीनं विस्फारले आणि अविश्वासानंही. तिच्या हातातून चहाचं भांडं खालीच पडत होतं.

"काय म्हणालास आता?" ती कुजबुजली आणि फुसावोला काही कळायच्या आत तिनं सर्व शक्तिनिशी फाडकन त्याच्या एक मुस्कटात ठेवून दिली. "तुझी हिंमत कशी झाली आपल्या सामुराईंबद्दल असले घाणेरडे शब्द बोलण्याची? आपलं जे काही आहे; घर, शेती, अगदी आपण खातो ते अन्न ते सगळं त्यांनी पुरवलंय आपल्याला."

"माफ कर आई, मी खरं सांगतोय. तू मला कितीही मारलंस तरी तेच खरं आहे." फुसावो डोळ्यांतले अश्रू थोपवण्याचा प्रयत्न करत हळूच म्हणाला. "पण ते संपलंय. मी परत आलोय. तुम्ही निवडाल त्या मुलीशी मी लग्न करीन. आजपासून तुमचा चांगला मुलगा बनेन. आजवर मी कुटुंबाला जो त्रास दिला, संकटं आणली त्याबद्दल मी माफी मागतो."

युको रडायला लागली. हुंदके देत म्हणाली, "मला कळत नाही, दोन पुरुष, त्यातला एक सामुराई आणि एक शेतकरी, आकाशपाताळाइतकं अंतर असलेले कसे आणि का म्हणू शकतात, की त्यांचं एकमेकांवर प्रेम आहे? पण तू माझा मुलगा आहेस आणि माझा विश्वास आहे तू काय बोलतोस त्यावर. ते जे काही असेल ते आता संपलंय."

रडल्यावर युकोनं किमानोच्या बाहीनं डोळे पुसले, खांदे ताठ केले आणि जन्मभराच्या सोशीकतेनं म्हणाली, "आता यापुढे त्याचा उच्चारही करायचा नाही. काही असलं तरी तू सुखरूप घरी आला आहेस याचाच मला आनंद आहे. तुझे वडील आज घरी आले की तुझ्या लग्नाबद्दल त्यांच्याशी बोलू."

रात्र पडल्यावर दोघे सैनिक दुसऱ्या दिवशी परत येण्याच्या बोलीवर किल्ल्यात परत गेले. फुसावो आणि त्याची आई नाओकी परत येण्याची वाट पाहत होते.

युकोनं त्याच्या आवडीचं जेवण बनवलं होतं. इथली त्याची सुरुवात चांगली व्हावी आणि रात्री त्याला सार्वजनिक स्नानगृहात जावं लागू नये म्हणून तिने त्याच्यासाठी स्नानाला सुगंधी, गरम पाणी भरून ठेवलं होतं. तो गरम पाण्याचा टब गार होऊ नये म्हणून तिने तो जाड चटईनं झाकून ठेवला होता.

नाओकीला त्या रात्री उशीर झाला, कारण येताना त्याला एक मित्र भेटला आणि दोघे साके प्यायला गेले. हे त्याच्या कुटुंबाच्या भल्याचंच ठरलं. तो घरी गेला तेव्हा फार छान मूडमध्ये होता आणि जेवायला फुसावो घरी आहे, हे पाहून खुश झाला. इतर वेळी असंच झालं असतं, असं नाही.

त्यानं दारूला इतकं महत्त्व दिलेलं युकोला आवडत नसे, पण या वेळी तो येताना बारमध्ये गेला यानंच तिला सुटल्यासारखं वाटलं. तो थोडा झिंगूनच आला होता.

"तू नुसता भेटायला आला आहेस की राहायला?" नाओकीनं विचारलं. आवडत्या पदार्थांच्या बशा समोर पाहून तो खुश होता.

"त्यानं किल्ला सोडलाय आणि तो घरी परत आलाय." फुसावो बोलण्यापूर्वीच युकोनं सांगून टाकलं. "नाओकी, आपल्या मुलानं कर्तव्य पुरं करायचं ठरवलंय आपलं आणि आपल्या आवडीच्या मुलीशी लग्न करायला तो तयार आहे."

नाओकीच्या थोड्या झिंगलेल्या मेंदूतही या सांगण्याचा अर्थ नीट शिरला आणि त्याच्या चेहऱ्यावर क्वचित येणारं हास्य फुललं. तो उठला आणि त्यानं मुलाला मिठी मारली. प्रेमाचं असं प्रदर्शन हा पोटात गेलेल्या साकेचाच परिणाम होता.

"छान! माझ्या मुला! माझा भटक्या मुलगा आता घरी येऊन स्थिर होतोय, याचा मला आनंद आहे" तो म्हणाला. "चल, आज आपण आपल्या उत्तम भविष्यासाठी खाऊ, पिऊ आणि उद्या मी आइको चानच्या वडिलांना निरोप पाठवतो की, फुसावो त्याच्या वडिलांनी दिलेलं वचन पाळायला तयार झालाय."

कितीतरी दिवसांनी त्या कुटुंबाचं आनंदात जेवण झालं. रात्री उशिरापर्यंत हसतखेळत ते जेवत होते. नाओकीनंही दोन गाणी म्हणून त्यांना रिझवलं. त्याचा आवाज छान होता. फुसावोनंही कधी नव्हे तो आनंदाचा सोहळा जरी साजरा केला तरी त्याचं मन त्या सोहळ्यात नव्हतं, कारण त्याला माहीत होतं की, ते गाणं, हसणं खोटं होतं. प्रत्यक्षात, कुठल्याही कुटुंबानं पाहिला नसेल असा चिंतेचा काळाकुट्ट ढग त्यांच्या डोक्यावर तरंगत होता.

नंतर जेव्हा तो आपल्या खोलीत पडला होता तेव्हा त्या दोन सैनिकांच्या अस्तित्वाचं काय स्पष्टीकरण द्यायचं याची त्याला काळजी वाटायला लागली आणि किल्ल्यातल्या शेवटच्या दिवसाचं दुःख दगडासारखं घट्ट होऊन हृदयात स्थिरावलेलं जाणवताच त्याची झोप उडाली.

शेजारच्या खोलीतल्या आई-वडिलांची हालचाल आणि कुजबुज यांनी त्याचा एकटेपणा व नुकसान अधिकच जाणवून उशीत तोंड खुपसून फुसावो रडला. त्याचे वयस्क होणारे आईबापसुद्धा शेतीतले कष्ट आणि मालकांची जबरदस्ती असूनही जीवनात प्रेम, ऊब मिळवू शकत होते, कारण ते समाजाचे नियम पाळत होते. योग्य सामाजिक व नैतिक पद्धतीनं वागत होते.

हे सहन होईना तेव्हा फुसावोनं कायमच त्याचं दु:ख कमी करणारी गोष्ट केली. आपली लाकडी पेटी काढून त्यातल्या कागदांवर लिहायला सुरुवात केली.

❑ ❑ ❑

३६

फुसावोला काळजी करण्याचं कारण नव्हतं, कारण रात्री त्याच्या आईनं त्याच्या वडिलांना स्पष्ट करून सांगितलं होतं की, सामुराईंनी फुसावोच्या संरक्षणासाठी ते दोन सैनिक पाठवले होते. त्याचं लग्न होईपर्यंत सामुराईंना ते आवश्यक वाटत होतं. ते स्वत:च तिथला कायदा होते आणि त्यांच्या वागण्याबद्दल त्यांना कोणी प्रश्न विचारू शकत नव्हतं. त्याबद्दल प्रश्न विचारणं शहाणपणाचं नव्हतं, कारण त्यामुळे कदाचित सामुराईंचा रोष ओढवला असता.

नशिबानं नाओकीला बायकोचा सल्ला शहाणपणाचा वाटला आणि सकाळी दोन्ही सैनिक परतले तेव्हा तो गप्पच राहिला. लेडी मोमोंचा निरोप आला. 'लग्नाची तयारी कितपत झाली?' नाओकीला आश्चर्यच वाटलं की, सामुराईंच्या आईला अचानक एका नोकराच्या लग्नाची एवढी काळजी का वाटावी? पण त्यानं ते स्वत:जवळच ठेवलं.

नाओकीनं निरोप पाठवला की, तो मात्सुमोटोला आइको आणि फुसावोच्या लग्नाचे बेत ठरवायला जाईल, पण ते अंतर बरंच असल्यानं त्यात काही दिवस मोडतील. एक सैनिक धावत जाऊन लेडी मोमोला ही बातमी सांगून आला आणि तासाभरात नोबुनागांचं नाव असलेली एक गाडी त्यांच्या घरासमोर येऊन थांबली. त्याच्याबरोबर थोडं अंतर ठेवून गावातली कितीतरी पोरंही थांबली.

"लेडी मोमोंनी सांगितलंय की, तुम्ही या मिनिटालाच मात्सुमोटोला याच गाडीनं जायला निघा. रात्र पडेपर्यंत परत या. सगळं सुरळीत व्हावं म्हणून मी तुमच्याबरोबर येतोय." लेडी मोमोंचा निरोप एका सैनिकानं नाओकीला दिला. "सामुराईंची आज्ञा आहे की, या आठवड्याअखेर हे लग्न व्हायला हवं. आपण घाईनं निघायला हवं."

सामुराई आणि त्याची आई यांनी या लग्नात एवढा रस का घ्यावा, हा प्रश्न नाओकीला अधिकाधिक त्रास देत होता, पण नाओकीनं प्रश्न विचारले नाहीत. सामुराई सगळ्यांचेच मालक होते. ते काहीही करू शकत होते. अक्षरही न बोलता नाओकी त्या सैनिकांबरोबर गाडीत चढला. मात्सुमोटोला जाऊन येईपर्यंत तीन दिवस चालायला नको म्हणून मनातून तो खूश होता. 'एवढं चालायला नको. तगड्या घोड्यांच्या गाडीनं किती फरक पडतो!' नाओकीला वाटलं.

फुसावोला त्याच्या आयुष्यातला तो सर्वांत मोठा दिवस वाटला. त्याची आई त्याला टाळत होती. त्या दोघांतही कितीतरी प्रश्न होते ज्यांची उत्तरं तिला मिळत नव्हती. आपलं मन त्या तणावपूर्ण वातावरणापासून आणि ओकिमोटोच्या आक्षेपार्ह विचारांपासून दूर करण्यासाठी फुसावो एक कुदळ घेऊन घरामागच्या भाजीच्या वाफ्यात गेला. त्याचे हात किल्ल्यातल्या सुखासीन जीवनामुळे नरम झाले होते. खडकाळ जमिनीत घाव घालायला ते तयार नव्हते; पण तो त्रास फुसावोनं आनंदानं स्वीकारला. उठणारा प्रत्येक ओरखडा, प्रत्येक वेदना तो आनंदानं स्वीकारत होता. त्याच्या हातांची सालं निघाली आणि ते रक्ताळले तरी तो थांबला नाही. त्याला स्वतःला आणखीआणखी जखमी करून घ्यायचं होतं. त्यानं ऐकलं होतं ते खरं होतं का? सामुराईंनी त्याला त्या आठवड्याअखेरपर्यंत लग्न करण्याची आज्ञा दिली होती? नाही. ते सामुराईंच्या नावावर खपवलेले लेडी मोमोंचे शब्द होते. लॉर्ड ओकिमोटोंना त्यांचं लग्न नकोच असणार. त्यांच्या हाताबाहेरच्या परिस्थितीनं त्यांना वेगवेगळ्या पद्धतींनी पण दुःखपूर्ण रस्त्यांनी जायला भाग पाडलं होतं.

आणि तरी लॉर्ड ओकिमोटोंनी त्याच्या संरक्षणासाठी तोंडातून एक शब्दही काढला नव्हता. फुसावोनं खोली सोडली तेव्हा त्यांनी त्याच्याकडे पाहिलंही नव्हतं. त्यांनी आपल्या आईला आपल्या आयुष्याचा ताबा घेऊ दिला होता. हे सामुराईसारखं वागणं नव्हतं, तर एखाद्या छोट्या मुलानं सामर्थ्यवान आईच्या किमोनोमागे दडावं तसं होतं. त्यानं एका तारुण्यात पदार्पण करू इच्छिणाऱ्या, चटकन प्रभावित होणाऱ्या शेतकरी मुलाला अतिशय तीव्र अशा आक्षेपार्ह सुखाची चटक लावली होती आणि मग शांतपणे त्याला शिक्षा करायला दुसऱ्यांच्या हवाली केलं होतं.

तो घाव घालत असलेल्या जमिनीत आणखी अश्रू मिसळले. फुसावोला कळत होतं की, त्यानं खरंतर ओकिमोटोचा तिरस्कार करायला हवा होता, त्याला विसरून जायला हवं होतं, पण ते अशक्य होतं. प्रेम असं बोटाच्या इशाऱ्यावर किंवा आज्ञेनं आणता-घालवता येत नाही. ते रेंगाळतच राहतं; करणाऱ्याचा नाश होईपर्यंत किंवा त्याची पर्वाही नसण्याइतकं म्हातारं होईपर्यंत.

दुपारी त्याच्या आईनं त्याला घरात बोलावलं. जेवण साधंच होतं. भात, लोणची आणि समुद्र-शेवाळाचं सूप होतं आणि ते दोघं जेवताना गप्पच होते. आदल्या रात्रीच्या उबदार, हसत्याखेळत्या वातावरणातल्या समारंभासारख्या जेवणाहून हे जेवण खूप निराळं.

''मात्सुमोटोत सगळं नीट पार पडलं म्हणजे मिळवलं. मला तीच आशा आहे.'' युको म्हणत होती. फुसावो मान हलवत होता. आणखी काय बोलायचं ते त्याला कळत नव्हतं. त्याला माहीत होतं की, तिचा नवरा राजेशाही गाडीत बसून गेलेला पाहताना ती भारावून गेली होती. असं विशेष महत्त्व सामुराई त्या घराला का देत होते, हे तिला कळत नव्हतं, पण ते सारं त्यांना कुठे नेणार आहे या काळजीनंही ती चिंतित होती.

उन्हं उतरणीला लागली. घरातला तणाव वाढला. युकोला स्वयंपाकघरात जाण्याचाही मूड राहिला नाही. एरवी ती सूर्यास्ताला रात्रीचा स्वयंपाक तयार ठेवायची. 'नाओकीला इतका उशीर का लागतोय? सामुराईच्या सैनिकांनी त्याला दुसरीकडे कुठं नेलं तर नसेल ना? तो परत येईल ना? नाओकी चिडखोर आहे. त्यानं जर वाद घालून भांडण काढलं असेल आणि सामुराईंचा अपमान केला असेल तर?' अशा अनंत विचारांनी युको चिंताग्रस्त झालेली असतानाच बाहेर गाडीचा आवाज आला आणि फुसावो आणि युको दार उघडायला धावले.

सामुराईंची गाडी नाओकीला उतरवून आणि दोघा सैनिकांना घेऊन किल्ल्याकडे गेली आणि त्यांना दिसलं की, त्यानं खांदे पाडले होते. त्याची पावलं ओढल्यासारखी पडत होती. त्याचा दिवस फारसा चांगला गेलेला दिसत नव्हता.

एकही शब्द न बोलता त्यानं कपडे बदलले. सैलसर युकाता घातला आणि बायकोनं वाढलेलं तो जेवायला लागला. मग त्यानं दिवसभराची हकिकत सांगायला सुरुवात केली.

''मात्सुमोटोला गेल्यावर मला कळलं की, आईकोचं लग्न दुसऱ्या एका घरात लावून दिलंय. फुसावो, तू ज्या प्रकारे लग्नाला नकार दिलास त्यामुळे जोजीकाका फारसे खुश नव्हते; पण तरी तेही आपल्याच कुटुंबाचे सदस्य आहेत. त्यामुळे तुझा आताचा ऐकून त्यांनी टोमोकोशी, दुसऱ्या एका चांगल्या कुटुंबातल्या मुलीशी तुझं लग्न जुळवून दिलंय. मी तिच्या कुटुंबाला भेटून आलो आणि मी

तुझ्यासाठी घातलेल्या मागणीला तिच्या वडिलांनी होकार दिलाय. ती पंधरा वर्षांची आहे आणि ती आठवड्याअखेर लग्नासाठी येईल. हे सारं अचानक झालं म्हणून तेवढं रीतसर नाही होऊ शकल; पण आपण सामुराईंचं कुठलंही म्हणणं टाळू शकत नाही, हे तुला माहीत आहेच, ते अचानक किंवा आपल्याला न पटणारं असलं तरी.''

''मी हेही विचारणार नाही की, असं का होतंय. मी फक्त आशा करतोय की, तुझं सुरक्षितपणे लग्न झालं की आपण सुखानं, शांतपणे दिवस घालवायला मोकळे.''

फुसावो बापाजवळ जाऊन गुडघे टेकून बसला. त्यानं माफी मागितली. ''मी खरंच अपराधी आहे बाबा. माझ्यामुळे आपल्या कुटुंबाला जो काही त्रास झालाय त्याबद्दल. मी प्रथमच आईकोबरोबर लग्नाला होकार दिला असता तर हे घडलंच नसतं. मला माफ करा.''

नाओकीनं खोल श्वास घेतला आणि उत्तरला, ''मला माहीत नाही किल्ल्यात नक्की काय झालं ते. मला थोडी फार कल्पना आहे, पण ती मला बोलून दाखवायची नाही; पण मी इच्छा करतोय की, तुझ्या आयुष्यातलं ते प्रकरण कायमचं संपलंय आता फुसावो; आणि खरंच कायमचं. एकदा तुझं टोमोकोशी लग्न झालं की, मी अपेक्षा करतो त्याप्रमाणे तू खरंच एखाद्या विवाहित माणसासारखा जबाबदारीनं वागशील आणि शक्य तितक्या लवकर तुझं कुटुंब बनवशील.''

फुसावोनं मान हलवली. वडिलांशी संबंध सुधारावेत म्हणून त्या क्षणी त्यानं कशालाही कबुली दिली असती; आणि खरंतर तो कुणाशी लग्न करतोय हे त्याच्यासाठी महत्त्वाचं नव्हतंच. आइको किंवा टोमोको, काय फरक होता खरोखर! त्याला सगळ्या सारख्याच होत्या; परक्या, ज्यांच्यावर तो कधीही प्रेम करू शकत नव्हता.

त्याचे आई-वडील लग्नाचे बेत करायला लागले. विषय त्याच्याबद्दलच होता, तरी तो त्यापासून अलिप्त होता. फक्त मधूनमधून होकार देत होता, जणू ते कुणा तिसऱ्याबद्दलच सांगत होते.

त्या रात्री शरीरानं आणि मनानं रिकामा होऊन तो झोपायला गेला. अगदी त्याची लाकडी पेटी आणि त्यातले कागद पाहूनही त्याला रस वाटला नाही. त्याला असह्य दुखत होतं. त्याला लॉर्ड ओकिमोटोला पाहायचं होतं; ते अशक्य होतं हे कळूनही. ती वेदना जेव्हा असह्य व्हायची तेव्हा काय करायचं ते त्याला माहीत होतं. तो आई-वडिलांचा आवाज थांबेपर्यंत थांबला आणि ते झोपल्याची खात्री झाल्यावर उठला आणि घराबाहेर पडला.

आपल्या पातळ युकातावर त्यानं आणखी काही घातलं नव्हतं. थंडीतल्या

रात्रीनं त्याच्या अंगावर काटा आला. त्याचे पाय त्याला किल्ल्याकडे नेत होते, जणू तंद्रीत असल्याप्रमाणे काही न बघता तो चालला होता. किल्ल्याबाहेरच्या रक्षकांच्या पहिल्या खांबाशी फिकट प्रकाश बघितल्यावर त्याला भान आलं. त्याचा वेग कमी झाला. कधीही, दिवसाच्या कुठल्याही वेळी त्या ठिकाणी सशस्त्र असे सहा रक्षक असतात, हे त्याला माहीत होतं. बाहेरून आत शिरण्याचा प्रयत्न करणाऱ्याला ते मारूनही टाकू शकत होते. तो आणखी जवळ गेला असता तर त्यालाही आव्हान दिलं गेलं असतं आणि मग जो गोंधळ उडाला असता त्यामुळे तो चांगलाच अडचणीत आला असता आणि मग लेडी मोमोच्या रोषाचे परिणाम त्याच्या कुटुंबालाही नक्कीच भोगावे लागले असते.

त्याचं डोकं ताळ्यावर आलं आणि बराच वेळ फुसावो रस्त्याच्या कडेच्या एका झाडाला टेकून किल्ल्याकडे बघत उभा राहिला. तिथले दिवे बारीक दिसत होते. त्याचा प्रेमिक तिथंच होता, कधीकाळी घट्ट मिठीत घेणारा आणि आता त्याच्या आटोक्यातच नसणारा; एखाद्या दूरच्या ताऱ्यासारखा, जन्मभर हात पुढे करून उभं राहिलं तरी हाती न येणारा. जड अंत:करणानं तो मागे फिरला आणि हळूहळू परत घरी आला; पण का कोण जाणे, किल्ल्याचं दृश्य, छोट्या, उबदार, पिवळ्या दिव्यांचा प्रकाश पाहून त्याचं थोडं समाधान झालं, कारण त्यामुळे त्याला लॉर्ड ओकिमोटोबरोबर काढलेल्या किल्ल्यातल्या दिवसांची आठवण झाला. ते दिवस खरे होते; स्वप्न नव्हतं, या जाणिवेने आणि येणाऱ्या दिवसांत तेवढ्याच आठवणी त्याची सोबत करणार होत्या, या भावनेने तो सुखावला.

पतंग दिव्याकडे यावेत आणि त्यागाचं फळ मिळण्यापूर्वी त्या ज्योतीत सापडून जळून जावेत तसे ते प्रकाशाचे पिवळे कण त्याला आकर्षित करत होते. एक खोल सुस्कारा टाकून फुसावो घरात गेला आणि एक कागद शोधून त्यावर त्यानं लिहिलं, 'ओकिमोटो सानवरचं माझं प्रेम संपलेलं नाही.'

दुसरा दिवस बुधवार होता. त्याचं लग्न तीन दिवसांवर आलं होतं. त्यांच्या एकुलत्या एक मुलाचं लग्न, ज्याचं स्वप्न त्यांनी वर्षानुवर्षं मनातच जपलं होतं, ते दोन सैनिकांच्या तिखट नजरेखाली अवघ्या तीन दिवसांत त्यांना उरकायचं होतं. त्यांनी पुष्कळ गोष्टी थोडक्यात आटोपल्या होत्या. फुसावो स्वत:च्याच लग्नाकडे अलिप्तपणे पाहत होता, जणू कुणा दुसऱ्याच कुणाचं लग्न होत होतं आणि तो फक्त पाहुणा होता. अगदी त्याचा लग्नाचा खास किमोनो, डोक्याचा मंदील आणि इतर गोष्टी घालून पाहतानाही आपण या लग्नाचा भाग आहोत असं शनिवारपर्यंत त्याला वाटतच नव्हतं. सजवलेली घोडागाडी त्याच्या पत्नीला शनिवारी घेऊन आली आणि फुसावो त्या दु:खी चेहऱ्याच्या तरुण मुलीला भेटला, जी तिच्या नवरदेवाप्रमाणेच लग्नाला मनापासून राजी नव्हती.

जेव्हा फुसावोनं त्या कधी न पाहिलेल्या निरागस आणि विश्वास ठेवणाऱ्या डोळ्यांकडे पाहिलं तेव्हा त्याच्या मनात एक अपराधीपणाची कळ आली. सारं चुकलं होतं. प्रत्येक जण जो त्या सुंदर, तरुण आणि अनाघ्रात मुलीला लग्नात ढकलत होता, त्या प्रत्येकाला फुसावोच्या कृत्याची माहिती झाल्यावर धक्का बसला असता, अगदी मियोशी सानलाही. ते तर साऱ्या गावात सर्वांत चंचल, उनाड म्हणून माहीत होते. पण फुसावोच्या प्रेमिकाप्रमाणे त्याचंही जीवन अधिक शक्तिशाली स्रोतांनी हातात घेतलं होतं आणि तो आणि बिचारी टोमोको यांची अवस्था केवळ बाहुल्यांप्रमाणे झाली होती.

तिथल्या स्थानिक देवळात पारंपरिक पद्धतीनं विवाहविधी पार पडला. शेतकऱ्यांची लग्नं तिथंच होत. पाठोपाठ लग्नाचं गावजेवण होतं. गावातला प्रत्येक जण हजर होता. शेतकऱ्याच्या आयुष्यात दोनच विधी लक्षणीय आणि स्मरणीय मानले जात होते. पहिला त्याच्या लग्नाचा आणि दुसरा मरणाचा. म्हणून लग्न आणि अंत्यसंस्कार यांना अतिशय महत्त्व होतं, मग किती का खर्च होईना!

लग्न कोणी साजरं केलं नसेल, तर ते वधूनं. ती रडून, डोळे लाल करून घेऊन आईजवळ बसली होती आणि नवरदेव रात्र पडण्यालाच भीत होता, कारण तो त्याच्या पत्नीबरोबर एकटा मधुचंद्र साजरा करणार होता.

लॉर्ड ओकिमोटो स्वत:च्या लग्नात ज्या दिव्यातून गेला असेल तसंच आपणही आपल्या लग्नसमारंभातून जाऊन एका परीने सुटलो आहोत, असं फुसावोला वाटलं. त्याला सुख होतं ते टोमोको फक्त पंधरा वर्षांची होती याचंच. लग्नाच्या रात्री तिला नवऱ्याशिवाय एकटं झोपू दिलं असतं तर ती आनंदलीच असती.

जरी तो नुकताच तिचा नवरा झाला असला तरी अशा एका पुरुषाबरोबर एकटं झोपायचं, जो धड माहितीचाही नाही, ही पत्नीची भीती जाणून तिच्या कपाळाचं एक चुंबन घेऊन फुसावो तिला एकटीला झोपू द्यायला तयारच होता. सतत येणाऱ्या आठवणी, भावना यांनी थकलेला आणि गेल्या काही दिवसांतल्या मनातल्या वादळांनी दमलेला फुसावो त्या रात्री लगेच झोपला. झोपतना त्याच्या मनात विचार आला, 'लेडी मोमोंच्या मुलाला मी अपवित्र वासनांच्या जाळ्यात ओढल्याबद्दल त्यांना मला शिक्षा करायची होती. त्यासाठी म्हणून त्यांनी माझं लग्न लावून देण्याची आज्ञा केली; पण तरीही त्यांच्या या हेतूत त्या सफल होणार नाहीत, कारण टोमोकोचा शारीरिक जवळीकतेबद्दलचा उबग पाहता, मला माझ्या वैवाहिक जबाबदाऱ्यांपासून अलिप्त राहणं तितकसं कठीण नक्कीच जाणार नाही.'

दोन्ही सैनिक लग्न लागताक्षणीच निघाले. अर्थात, लेडी मोमोला अहवाल देण्यासाठीच की, फुसावो सुरक्षितपणे विवाहबद्ध झाला. ते गेले आणि आपल्यावर

सतत लक्ष असण्याचं इतरांवरच दडपण त्यांच्या जाण्यानं निघून गेलं; पण फुसावोला तो किल्ल्याशी असणारा शेवटचा दुवा वाटत होता. त्याला एकदम नैराश्य आलं. ह्या लग्नाचा साद्यन्त अहवाल ते ओकिमोटोलाही देतील का आणि त्यामुळे त्याला काय वाटेल याचाच विचार त्याला छळत राहिला.

❑ ❑ ❑

३७

उत्तरेकडे सेंदाई ते किल्ला हा खूपच लांबचा प्रवास होता, जिथं सत्तेतून बाहेर पडलेला चुलता, तिसरा नोबुनागा याचं निवास स्थान होतं आणि शुहेईच्या धाडसी कारस्थानाची जागाही तीच होती. लेडी मोमो आता तो खेळ खेळणार होती. लॉर्ड ओकिमोटोला जायचं नव्हतं, पण त्याच्या आईनं आग्रह धरला होता की, त्यानं पत्नीबरोबर असणं आवश्यक आहे. एरवी हे काम सर्वांसाठीच फार अवघड होतं.

ते सहा गाड्या घेऊन गेले होते. एक लेडी मोमोसाठी; तिच्याबरोबर लेडी साचिको आणि तिच्या दोघी वैयक्तिक दासी. दुसरी लॉर्ड ओकिमोटोसाठी आणि त्यांचा वैयक्तिक मदतनीस. एक शुहेई आणि चार इतर नोकरांसाठी, जे सबंध प्रवासात बाकीच्यांकडे लक्ष पुरवणार होते, त्यांची कामं करणार होते. बाकीच्या तीन गाड्यांत तो तरुण चुलतभाऊ ताकुशी आणि त्याच्या कुटुंबासाठी उपहार आणि जाणाऱ्या लोकांचं सामान, लागणारं अन्नधान्य व इतर गोष्टी होत्या.

प्रवासाला चार दिवस लागले. प्रत्येक रात्री सामुराई वाटेवरच्या अतिथिगृहात थांबले. हिकायू किंवा पायी जाणारे निरोपे आधीच अतिथिगृहाच्या व्यवस्थापकांकडे आणि रक्षकांकडे मोठ्या सामुराईंच्या कुटुंबाची सोय व्हावी म्हणून पाठवले होते. त्यांना काही कमी पडू नये यासाठी शक्य ते-ते सारं केलं गेलं होतं.

तरुण सामुराईसाठी हा प्रवास म्हणजे नाचक्की होती. एका माणसानं आपल्या

पत्नीला मूल व्हावं म्हणून दुसऱ्याच्या हवाली करणं हेच आधी कमीपणाचं होतं; पण तो जर सामुराई असेल, पारंपरिकदृष्ट्या शक्ती आणि अधिकारांची मूर्ती असेल तर ते हजारपटींनी अधिक लाजिरवाणं होतं. खरंतर लॉर्ड ओकिमोटोला आपण सामुराई आहोत असं वाटतच नव्हतं. त्याचं आयुष्य, त्याचा प्रेमिक, त्याची पत्नी या साऱ्यांचा त्याच्या आईनं ताबा घेतल्याने या सर्व गोष्टी म्हणजे त्याला त्याच्या अस्वाभाविक जीवनाचं प्रदर्शन वाटत होतं आणि तरी तो त्याविरुद्ध लढायला फार कमजोर होता; परिस्थिती स्वत:च्या नियंत्रणाखाली आणू शकत नव्हता.

कदाचित त्याचे वडील, पूर्वज यांच्यासारखा सामर्थ्यशाली, निर्भय सामुराई व्हायला जे लागतं ते त्याच्यात मुळातच नव्हतं. त्यांनी जे हवं ते बिनदिक्कत घेतलं होतं. काही कारणं न देता, न मोजता, पण ओकिमोटो नोबुनागा तसं करू शकतच नव्हता. खूप वेळा त्याची झोप दु:स्वप्नांनी भरलेली असे. तो म्हणजे नोबुनागांचं खानदानी अस्सल रक्त, लांबलचक वंशरज्जू होता. तो म्हणजे एक सुरा होता; नोबुनागांच्या खानदानी, अस्सल रक्ताचा लांबलचक वंशरज्जू कापून टाकेल असा. इतिहासात तो अशक्त, निष्प्रभ सामुराईच ठरणार होता. फक्त त्याचा त्या नावावर हक्क असलाच तर तो 'गे' समलिंगी आचारांचा म्हणूनच, ज्याला तरुण शेतकरी मुलांची आवड होती.

त्याला माहीत होतं की, त्यानं फुसावोला फसवलं होतं. त्याला संरक्षण दिलं नव्हतं आणि लॉर्ड ओकिमोटो फुसावोच्या चेहऱ्यावरचा अविश्वास आणि निराशा यांनी पछाडला गेला होता. त्या रात्री ते पकडले गेले होते आणि त्यानं त्याची आई व शुहेई यांना आपल्या प्रेमिकाची फजिती करू दिली होती. किल्ला सोडायला लावला होता आणि लग्नही करायला लावलं होतं. तो फुसावोला तोंड दाखवू शकत नव्हता. फुसावोनं ती खोली सोडली तेव्हा ओकिमोटोनं त्याची नजरही टाळली होती. नंतर त्या रात्री लॉर्ड ओकिमोटोनं आपल्या वर्तनाचं समर्थन करताना स्वत:ला सांगितलं होतं की, फुसावो हा साधा शेतकरी होता आणि त्यानं खुद्द सामुराईनं आपल्यामागे उभं राहावं अशी अपेक्षाही करू नये. केवळ ते शारीरिक जवळीक करत होते याचा अर्थ असा नव्हता की, त्यानं जीवनातला आपला दर्जा विसरावा आणि सामुराईकडून काही अपेक्षा ठेवाव्यात. त्याचा जमीनदार स्वामी, मालक हा त्याचा आणि त्याच्या कुटुंबाचाही मालकच होता.

नोबुनागासारख्या महान घराण्याची कर्तव्यं आणि जबाबदाऱ्या कुणा गरीब शेतकऱ्याला समजू शकतील, अशी ओकिमोटोची अपेक्षाच नव्हती. स्वत:चं सुख किंवा स्वत:च्या उत्कट प्रेमापेक्षाही घराण्याची इभ्रत आणि रीतींना असणारं महत्त्व सामान्य शेतकऱ्याच्या आकलना पलीकडचं होतं, हे ओकिमोटोला माहीत होतं. लॉर्ड ओकिमोटो हा मोठ्या, नामवंत घराण्यातला सामुराई होता आणि त्याच्या

आईनं कुटुंबाची त्याच्यावरची पकड कधी कमी होऊ दिली नसती. सामर्थ्य त्यांच्याकडे होतंच. ते तिनं कमी होऊ दिलं नसतं. जमीनदारांचं खानदानी, उच्च स्थान घालवू दिलं नसतं, तेही शेतकरी म्हणजे सामाजिक दृष्ट्या सर्वांत खालच्या थरातल्या मुलावर तर नाहीच नाही.

पण त्याला माहीत होतं की, त्यानं काहीही प्रतिकार करता, जणू त्याच्या देखण्या प्रेमिकाच्या हृदयात खोल सुरा खुपसून त्यासह त्याला जन्मभर जगायला लावलं होतं. पण हे असं जन्मभर असायलाच हवं होतं का? कदाचित, कदाचितच त्यांना पुन्हा एखादी संधी मिळू शकली असती. पण हे तरी शक्य होतं का? दिवसाची रात्र आणि रात्रीचा दिवस होत राहिला. त्यांच्या गाड्यांचा काफिला उत्तरेकडे चालत राहिला. लॉर्ड ओकिमोटो त्या गचके खाणाऱ्या गाडीत ताज्या चेहऱ्याच्या एका शेतकरी मुलाची चित्रं डोळ्यांपुढून जाताना पाहत होता, ज्याला ओकिमोटोनं स्वसुखासाठी वासना आणि प्रेमाचं जनावर बनवून टाकलं होतं आणि मग कर्तव्य आणि दर्जाचं नाव घेऊन त्याला फेकून दिलं.

लेडी साचिकोनी त्याच्याबरोबर 'त्या' रात्रीपासून झोपायचं सोडून दिलं होतं आणि त्यामुळे लॉर्ड ओकिमोटो खुश होते. तिच्याबरोबर एकटं असायचं दुःख टळलं होतं. एकच अट त्यांनी आपल्या आईच्या हिमतीच्या बेतात नोबुनागा कुटुंबाचा वंशच्छेद होऊ नये म्हणून घातली होती. ती म्हणजे त्याला पुन्हा पत्नीबरोबर एकच खोली वाटून घ्यावी लागू नये आणि तिनं ते ताबडतोब ऐकलं होतं.

ताकुशीच्या कुटुंबानं काही दिवसांनी बेतशीर उत्साहानं त्यांच्या नोबुनागा चुलत भावाचं व इतरांचं स्वागत केलं, कारण त्यांच्या येण्याचं कारण भयंकरच होतं; पण लॉर्ड ओकिमोटो सामुराई होते आणि संपूर्ण घराण्याचे प्रमुख होते, तेव्हा त्यांची विनंती सहज म्हणून सोडून देता येण्यासारखी नव्हती.

मुलाच्या आईनं आधी ही कल्पना नाकारली होती, पण त्यांची मुख्य कुटुंबाशी असलेली एकनिष्ठता आणि कुटुंबप्रमुखाचं दडपण या दोन कारणांच्या बळावर तिच्या नवऱ्यानं तिचा विरोध मोडून काढला होता आणि अखेर तिला त्याचं म्हणणं मान्य करावं लागलं होतं. ओकिमोटोशी संबंध दृढ करण्याची एक चांगली संधी म्हणून त्याने या गोष्टीकडे पाहिलं होतं. त्यांचा नातू निश्चित हा पुढचा सामुराई बनणार होता. त्यामुळे ही संधी सहज दवडण्यासारखी नव्हती.

पण मियुकी चांगली पत्नी होती. स्वतःचा मान राखून घेणारी आणि उदार यजमानीणही होती. तिला जे आवडलं नव्हतं ते तिनं दिसू दिलं नव्हतं. तिनं पाहुण्यांना प्रेमानं व आदरानं वागवलं होतं. तिनं लाजऱ्या ताकुशीची लेडी साचिकोशी सहज ओळख करून दिली होती आणि सर्वांना सारं नैसर्गिक वाटावं अशाच पद्धतीचं तिचं वर्तन होतं.

त्या रात्री मोठं शाही जेवण ठेवलं होतं. साके वाहत होती. या गंभीर प्रसंगी वातावरण मात्र समारंभाचं होतं. प्रत्येकानं जणू झिंगायचं असंच ठरवलं होतं. त्यांनी ठरवलंच होतं की, आपला बेत तडीस न्यायचा तर ताकुशीला झिंगायला लावायचं आणि मग त्याला त्याला सुंदर स्त्रीसाठी राजी करायचं. उच्च कुटुंबात हे चालवून घेतलं जायचं किंवा त्याला उत्तेजनही दिलं जायचं. लग्नायोग्य झालेल्या मुलाच्या लैंगिक शिक्षणासाठी, त्याचा स्त्रियांतला रस कायम राहावा म्हणून त्याला उद्दीपित केलं जायचं. फक्त ताकुशीच्या बाबतीत जी स्त्री त्याला लैंगिक शिक्षण देणार होती ती कोणी नोकराणी किंवा दासी नव्हती, तर ती खुद्द लेडी साचिको, सामुराईची पत्नी आणि स्वत: अजून कुमारी होती.

लेडी मोमोला अनेक वर्षांपूर्वीचा एक प्रसंग आठवला, तिनं एक दासी 'लॉर्ड ओकिमोटोला' स्त्रीचा परिचय करून देण्यासाठी आणली होती आणि तिला त्याच्या खोलीत सोडून स्वत: दाराबाहेर ऐकत उभी राहिली होती, पण तिला काहीही ऐकू आलं नव्हतं. कसलाच आवाज आला नव्हता. दुसऱ्या दिवशी सकाळी ती मुलगी त्याच्या खोलीबाहेर आली आणि तिनं लेडी मोमोला सांगितलं की, लॉर्ड ओकिमोटो हा खास, वेगळाच आहे. ह्या शेऱ्यामागचं कारण विचारायला लेडी मोमोने जंगजंग पछाडलं, पण तिनं उत्तर दिलं नाही.

बऱ्याच काळानंतर जेव्हा लेडी मोमोला आपल्या मुलाच्या लैंगिक ताकदीविषयी संशय यायला लागला तेव्हा तिला तो दासीचा शेरा आठवला. ती तेव्हाच्या आणि चालू प्रसंगाची तुलना का करत होती, ते तिलाच कळत नव्हतं; पण घडणाऱ्या त्या अप्रिय कृत्याबद्दल आणि त्या कृत्याला उत्तेजन किंबहुना ते घडावं म्हणून आज्ञा दिल्याबद्दल ती स्वत:लाच दोषी मानत होती; म्हणूनच 'ओकिमोटोप्रमाणेच ताकुशीही स्त्रीच्या बाबतीत अकार्यक्षम ठरला तर...' ह्या विचित्र भावनेने ग्रासली होती

लेडी मोमोनं सुस्कारा सोडला आणि स्वत:लाच विचारलं, 'काय होतंय हे? तरुण पुरुषांवरही आता विश्वास टाकता येत नाही की, त्यांना यापुढे स्त्रिया आवडतीलच!' तिनं शुहेईला आज्ञा केली – लेडी साचिकोने ताकुशीच्या खोलीत रात्र काढावी म्हणून त्यानं व्यवस्था करावी. तिथल्या वातावरणाला शोभेल अशी वेळ साधून ती स्वत:ही लवकरच झोपायला गेली. तिला जे हवं होतं ते ताकुशीच्या खोलीत घडत होतं, पण अचानक ते तिला इतकं घृणास्पद आणि नकोसं वाटलं, जणू जनावरांच्या, गुराच्यां पैदाशीच्या फार्मवरच आपण आहोत. ती बाथरूमकडे धावली. स्वत:ला तिनं बाथमध्ये झोकून दिलं आणि स्वत:ची किळस धुतली गेलीसं वाटेतो ती पाण्यात डुंबत राहिली.

मग तिथंच जमिनीवर तिची पोलादी प्रतिमा भंगली आणि ती फुटून रडायला लागली. वर्षानुवर्षं कणखरपणाचा घातलेला मुखवटा गळून हुंदके द्यायला लागली.

तिनं नवऱ्याला एका मागून एक नवी स्त्री जवळ करताना पाहिलं होतं, मुलगा घराण्याला कलंक लागेल अशा मुलांबरोबरच्या खासगी वागणुकीत रमला होता आणि आता नोबुनागा घराण्याचं अस्तित्व तिच्या खांद्यांवर होतं आणि तिच्याहून कणखर असं दुसरं कुणी ते ओझं वाटून घ्यायला येईल असं नव्हतंच. फक्त एक व्यक्ती, जिची तिला स्वत:हूनही अधिक दया येत होती, ती म्हणजे लेडी साचिको. तिनं हा घाणेरडा बेत थांबवायला हवा होता का? आणि लॉर्ड ओकिमोटोला आपल्या साऱ्या मूर्खपणाची जबाबदारी घेऊ द्यायला हवी होती का?

मग तिनं बाथहाऊसच्या बाहेर आवाज ऐकले आणि दारावर हळूच टकटक झाली. मियुकीचा काळजीचा स्वर आला, "मोमो सान, तुम्ही बऱ्या आहात ना? एक दासी म्हणाली की तुम्हाला बरं नाही?"

"लेडी मोमोनं खांदे ताठ केले आणि आवाज संथ ठेवून ती म्हणाली, "छान आहे. फक्त गेल्या काही दिवसांच्या प्रवासाचा थकवा आणि रात्रीचं साकेचं प्रमाण थोडं जास्त झालंय इतकंच. मी आलेच बाहेर एका मिनिटात."

"बरं. काही हवं असलं तर बेल वाजवा." मियुकी म्हणाली आणि तिच्या पावलांचा आवाज दूर जाईपर्यंत लेडी मोमो थांबली. मग बाहेर येऊन तडक आपल्या खोलीत गेली; पण या अडथळ्यानं तिच्यातल्या कमजोरीचा क्षण संपला. आपण पस्तावलो याचाच तिला पस्तावा झाला. तिनं जे सुरू केलं होतं ते तिला संपवायलाच हवं होतं. त्या रात्री खिडकीत उभी राहून, वरचं ताऱ्यांनी गच्च भरलेलं आकाश पाहत लेडी मोमोनं प्रार्थना केली की, लेडी साचिको गर्भवती होऊ दे. कारण तोच एक मार्ग होता; तिचा मुलगा आणि संपूर्ण घराण्याची आणखी मानहानी होऊ न देण्याचा.

दुसऱ्या दिवशी सकाळी दासीनं बातमी आणली की, ताकुशीच्या अंथरुणावर कौमार्य-कलंक होते आणि लेडी मोमोला हायसं वाटलं. कार्य तितकंसं चांगलं नसलं तरी फुकट तरी गेलं नव्हतं. पहिलं यश तर मिळालं होतं. सुरुवात चांगली झाली होती आणि का कोण जाणे, आतआत, हाडात तिला वाटलं की, लेडी साचिको गर्भवती होईल. नाहीतरी ती निरोगी स्त्री होती, तिच्या जननक्षम अवस्थेत होती आणि किल्ल्याच्या वैद्यांनी साऱ्या तपासण्या केल्या होत्या. तिचा महिन्यातला जननक्षम काळ काढून दिला होता. तिनं उद्दीपित व्हावं म्हणून मुळ्या दिल्या होत्या, तेव्हा सर्व ठीकच होतं.

"होय, सगळं ठीकच असायला हवं. मला फार थांबणं शक्य नाही." ती किंचाळली.

त्या दोघांनी आपली न्याहरी वेगवेगळी घेतली. रात्रीची भेट सोडता ते एकत्र आले नाहीत, बोलण्यापुरतेही. पुढचे तीन दिवस असे गेले. ही जवळीक निव्वळ

निर्मितिप्रक्रियेसाठी होती. भावनिक गुंत्याला इथं थारा नव्हता. विशेषत: ताकुशी प्रत्येक सकाळी त्याच्या आगळ्यावेगळ्या शिक्षणामुळे अधिकाधिक आनंदी दिसला.

''मला बिचाऱ्या ताकुशी कुनसाठी खरंच वाईट वाटतं आणि यामुळे त्याच्या मनात बराच काळ टिकणारा व्रण राहू नये.'' लेडी मोमो शुहेईकडे एकदा बोलली. तिनं प्रेमानं भारलेला तो तरुण गेस्टरूम्सजवळ लेडी साचिको दिसेल या आशेनं घुटमळताना पाहिला होता.

''नाही. काळजी करू नका बाईसाहेब.'' शुहेईनं उत्तर दिलं. ''थोडा वेळ घुटमळतात, पण ते लवकर यातून बाहेर येतात. दुसरी सुंदर मुलगी भेटली की, ते पहिली विसरतात. ताकुशीही तसाच होईल.'' नशिबानं लेडी साचिको रोज रात्री तिच्या शरीरावरची आक्रमणं तिनं दिलेल्या शब्दाखातर सहन करत होती आणि तीन दिवस संपल्यावर तिला हुश्श वाटलेलं दिसलंच. तिनं किल्ल्यात परत जाण्याची तयारी केली.

ते तिन्ही दिवस लॉर्ड ओकिमोटोनं स्वत:ला खोलीत कोंडून घेऊन घालवले. तो क्वचितच खोलीबाहेर आला. त्याच्या आईनं शहाणपणानं त्याला एकटं सोडलं, कारण त्याला काय वाटत असेल ते ती जाणत होती आणि त्याला तिनं इथंही यायला भाग पाडलं, हे बरोबर केलं की चूक, हा प्रश्न ती स्वत:लाच विचारत होती; पण ती त्याच्यावर चिडलीही होती. जे ओझं त्यानं तिच्यावर टाकलं होतं आणि जो त्रास त्यानं दिला होता त्याची शिक्षा त्याला द्यायलाच हवी होती, पण अखेरीस अपमानाच्या जाणिवेचं दु:ख करून घेऊन तिनं स्वत:लाच शिक्षा करून घेतली होती. आईचा शाप असा असतो, ती आपल्या मुलावर प्रेमच करते, मग तो कसाही असो आणि काहीही करो.

एक खूप मोठा जमिनीचा तुकडा ताकुशीच्या कुटुंबाला देण्यात आला. सामुराई नोबुनागा यांच्यावर त्यांनी केलेला उपकार तसाच मोठा होता आणि हे सत्य त्यांना मरेपर्यंत गुप्त ठेवायचं होतं. लेडी साचिकोनं ताकुशीकडे किंवा कोणाकडेच पाहिलं नाही आणि ती सरळ चालत गाडीत जाऊन बसली आणि तरी कोणीही तिला रीतभात नसल्याबद्दल हटकलं नाही. गेल्या तीन दिवसांत तिनं आपलं बरंच काही हरवलं होतं त्यामुळे तिला फक्त एकटं राहायचं होतं.

गाडीत लेडी मोमोंनी तिला झटकन आलिंगन दिलं, पण ती बोलली नाही. दगडी चेहऱ्यानं बसून राहिली आणि संपूर्ण प्रवासभर सतत डोळे पुसत राहिली. ह्या प्रसंगाबद्दल कोणी पुन्हा कधी बोलणार नव्हतं. अगदी एक महिन्यात जेव्हा लेडी साचिको गर्भवती असल्याचं जाहीर करण्यात आलं आणि जमीनदार घराण्याकडून लॉर्ड ओकिमोटो व लेडी साचिकोवर साऱ्या देशातून अभिनंदनाचा वर्षाव झाला तेव्हाही कोणी काही बोललं नाही.

पुढचे नऊ महिने जवळजवळ रोजच लेडी मोमो मोठ्या देवळात, जे जमीनदारांच्या व त्यांच्या कुटुंबीयांसाठीच खास बांधलं होतं तिथे जाऊन निरोगी, गुटगुटीत मुलासाठी व लेडी साचिको नैराश्यातून बाहेर यावी म्हणून प्रार्थना करत राहिली, कारण त्यामुळे तिचा सारा आनंद झाकोळून गेला होता. लेडी मोमोंनी करवून घेतलेल्या अपवित्र कृत्यामुळे त्यांच्या सुनेचं मानसिक स्वास्थ ढळलं होतं. ती पुन्हा कधीही हसली नाही. तीही किल्ल्यातल्या छोट्या देवळात जाऊन कधी दिवसा, तर कधी रात्री प्रार्थना करत राहिली.

'आणखी एक आयुष्य फुकट गेलं' लेडी मोमोनं दुःखानं स्वतःशी म्हटलं आणि त्या दिवशी उशिराने जो निरोप तिला मिळाला त्यानंही ती खुलली नाही. लेडी मियुकीनी सामुराईंना कळवायला एक अश्रुपूर्ण निरोप पाठवला होता की, तिचा मुलगा ताकुशी लेडी साचिकोच्या प्रेमातून बाहेरच आला नव्हता आणि मोनेस्टरीत जाऊन भिक्षू होणार होता, पण तो फक्त सतरा वर्षांचाच होता त्यामुळे तेव्हा त्याचं कुटुंब आशा करतं होतं की, त्याचं हृदय बदलेल आणि पहिल्याच असफल प्रेमामुळे त्याच्या मनाची झालेली ही अवस्था काही काळापुरतीच टिकेल.

शुहेईचं ताकुशीबद्दलचं भाकीत चुकलं होतं आणि लेडी मोमो ह्या बातमीनं इतकी निराश झाली होती की, ती सबंध दिवस बिछान्यात पडून राहिली.

"आणखी एका आयुष्यावर परिणाम झालाय आणि कदाचित तेही फुकट जाईल." ती पांघरुणात स्वतःशीच कुजबुजली, "देवा रे! आणखी किती? माझ्या मुलावरचा शाप किती बळी घेणार आहे?"

❑ ❑ ❑

३८

"सारं गाव ज्याच्याबद्दल बोलतंय ती ताजी बातमी कळली का?" नाओकी घरी येऊन म्हणाला. "बारमध्ये, बाथहाऊसमध्ये, सगळीकडे."

"नाही. का? काय झालं? सांगा लवकर." त्याची बायको म्हणाली.

"सामुराईची बायको, लेडी साचिको गर्भवती आहे. मूल हिवाळ्याच्या सुरुवातीला जन्माला येईल. त्यांनी खाली देवळात ताईत मंत्रून विकायला सुरुवात केली आहे. सामुराईला मुलगाच व्हावा म्हणून प्रार्थना करायला."

फुसावो हे संभाषण अर्धवट ऐकत होता. तो उठून बसला. एक थंडगार लाट त्याच्यावरून गेली असं त्याला वाटलं. त्याच्या मुठी इतक्या घट्ट वळल्या गेल्या की नखं तळहातात रुतून रक्त आलं, पण त्याला ते कळलं नाही की दुखलं नाही. कारण त्याच्या हृदयातलं दुःख खूपच मोठं होतं. त्यात सगळं वाहूनच गेलं. 'लॉर्ड ओकिमोटोची पत्नी गर्भवती? कशी? कधी?'

'ह्याचा अर्थ त्यांचं आयुष्य सर्वसाधारण व्यक्तीसारखं होतं नेहमी? लैंगिकही?'

'नाही.' त्याचं हृदय म्हणालं हळूच. 'लॉर्ड ओकिमोटो स्त्रीशी शृंगार करू शकत नाही. त्यानं ते मला कबूल केलंय. तो म्हणाला होता की, स्त्रीबरोबर झोपल्यावर तो नपुंसक बनतो.'

'म्हणजे तो खोटं बोलला. सपशेल खोटं.' घराच्या फटींतून भणभणणारा वारा

जणू त्याला चिडवत होता. 'नाहीतर या मुलाचं काय स्पष्टीकरण देणार मूर्खा?'

फुसावोला खोली गोल फिरतेय असं वाटलं. तो उठला आणि घराबाहेर पडला. त्याला खात्री होती की, त्याच्या वडिलांनी ती नाटकी घोषणा त्याला ओकिमोटोबद्दल काय वाटतंय ते पाहायलाच केली असणार; आणि त्यानं काय केलं? तो त्या परीक्षेत उतरला नाही. भावनाशील होऊन त्यानं हा खेळच सोडला! पण एखाद्याला काय वाटत असेल, जेव्हा तो रात्रीमागून रात्री हरवलेल्या वासनेच्या आठवणी आणि ती परत मिळावी म्हणून धडपड यांनी तो भरून जात असेल; ज्या आठवणी कितीही घालवण्याचा प्रयत्न केला तरी जातच नाहीत, तेव्हा त्यानं काय करावं?

अशा एकटेपणाची आणि आठवणींनी व्याकूळ करणारी एक रात्र इतकी मोठी होती की, फुसावोनं आपल्या पत्नीशी प्रेमव्यवहार करण्याचा प्रयत्न केला.

'प्रयत्न कर, फुसावो' तो स्वत:लाच म्हणाला. 'कदाचित आज तू सारे अडथळे पार करू शकशील आणि पुन्हा सर्वसाधारण बनशील.'

तो त्या रात्रीचा विचार करत होता. तो त्या परीक्षेत अनुत्तीर्ण झाला होता, कारण जेव्हा त्यानं टोमोकोला स्पर्श करण्याचा प्रयत्न केला, लॉर्ड ओकिमोटोचीच प्रतिमा तिथं अवतरली, त्यानं केलेल्या फसवणुकीनं चिडलेली. त्याला आपलं सारं शरीर दुबळं झालंसं वाटलं. तो तोंडात मूठ कोंबून बाजूला झाला. निराशेचे हुंदके दाबत, आणखी अपमानित होऊ नये म्हणून. 'कदाचित ती अवस्था पार करण्यासाठी लॉर्ड ओकिमोटोनंही हेच केलंय, पण त्याच्या बाबतीत तो यशस्वी झालाय आणि आता लेडी साचिको गर्भवती आहे.' फुसावोला वाटलं.

फुसावोला कळत होतं, की त्याचं ओकिमोटोशी नातं संपलं होतं. स्वत: सामुराईंनीच ते स्पष्ट सांगितलं नव्हतं का? पण त्याच्यातलं काहीतरी ते मानायला तयार नव्हतं. त्या रात्री त्यानं एकच गोष्ट केली. तीच त्याला शांत करू शकत होती. त्यानं आपली लाकडी फाइल काढली आणि तो लिहायला लागला.

'आज बाबा म्हणाले की, लेडी साचिको गर्भवती आहे आणि मी विचार करतोय, लॉर्ड ओकिमोटोंनी, माझा प्रेमिक आणि माझ्या वासनेचा भागीदार – त्यानंच मला फसवलं कसं? का? माझा विश्वास नाही बसत की त्याचं प्रेम इतकं उथळ होतं की, तो आता दुसऱ्या कुणाबरोबर – एका स्त्रीबरोबर झोपतोय, पण ती गर्भवतीही बनलीये. मी मला आणखी मूर्ख बनवू शकत नाही आणि यानंतर सत्य नाकारूही शकत नाही.'

'माझ्यात एक राक्षस आहे. किल्ल्यात जाईपर्यंत मला शांती मिळणार नाही. तिथं जाऊन मी या राक्षसाला शांत करीन. उद्या मी किल्ल्यात जाईन. जरी माझ्या साऱ्या कुटुंबालाच शिक्षा होण्याचा धोका असला तरीपण मला लॉर्ड ओकिमोटोला

पुन्हा भेटलंच पाहिजे.'

'मला माहीत आहे, मला त्याच्या डोळ्यांत प्रेमच दिसेल. मला कळतंय की, सामुराईला वारस हवा आहे. तेव्हा माझ्या प्रेमिकानं करायला हवं तेच केलंय, पण मला त्याच्या डोळ्यांत ते प्रेम चमकताना पुन्हा पाहायचंय. ते प्रेम, ज्यानं एका शेतकरी मुलाचं आयुष्य कायमचं बदलून टाकलं.'

दुसरा दिवस फारच गार होता. गार वारे वाहत होते. आकाश कुंद आणि जड होतं. हवा इतकी गार होती, की मुख्य खोलीत शेकोटी धडधडत असूनही घरात थंडी भरली होती. टोमोकोलाही थंडी भरली होती आणि ती स्वयंपाकघरात होती. ती माहेरी जायला व्याकूळ झाली होती. तशी तिनं नाओकीची परवानगी काढली होती. ती मात्सुमोटोला जाणार होती. नाओकीनं परवानगी दिली होती, पण फार दिवस राहायचं नाही या अटीवर, नाहीतर लोकांना वाटलं असतं की, टोमोकोनं नवऱ्याला सोडलंय. तसंच जर ती तिथं जास्त राहिली असती तर नाओकीच्या घरातल्या अधिकाराला कमीपणा आला असता.

फुसावोला टोमोको माहेरी जात असल्यानं बरंच वाटलं होतं. काही दिवस सुटका मिळाल्यासारखं वाटत होतं, कारण त्या रात्री त्यानं प्रयत्न केल्यापासून त्यांच्यातली सरळसाधी मैत्रीही तुटली होती, जी आधी दोघांना लैंगिक व्यवहार नको असल्यानं निर्माण झाली होती. आजवर ते मित्र होते आणि दोघांचं नीट चाललं होतं टोमोको महिन्यांमागून महिने गर्भवती झाली नाही. तिचे सासू-सासऱ्यांना वाटलं की, तिला जास्त वेळ लागेल, कारण पंधरा वर्षांची म्हणजे ती लहानच होती. तिच्याजवळ निर्मितीक्षम काळही पुष्कळ असल्याने त्यांना काळजी नव्हती.

पण त्या रात्रीपासून गोष्टी बदलल्या होत्या. टोमोको फुसावोपासून दूर राहायला लागली होती. तो खोलीत आला की ती झोप लागल्याचं सोंग करायचा, जणू तिला त्याची भीती वाटत होती आणि नक्कीच त्याच्याबद्दलचा तिचा आदर थोडा कमी झाला होता आणि फुसावोही त्या अपमानित करणाऱ्या रात्रीनंतर ती मैत्री गमावून बसला होता; हाही सामुराईंचा विनाशक शापच. पुन्हा फुसावोनं सामुराईचा तिरस्कार करण्याचा प्रयत्न केला, पण ते त्याला जमलं नाही.

"कुठे निघालास फुसावो?" त्याच्या आईनं स्वयंपाकघरातून विचारलं. तिनं त्याला वरचे गरम, जाड कपडे घालताना पाहिलं. "फारच गार सकाळ आहे आजची. घरातच राहिलास तर बरं. बघ. बर्फही पडायला सुरुवात झालीय."

"मला माहीत आहे आई. मी फार वेळ बाहेर राहणार नाही. मिचिओ, माझा तिथला चांगला मित्र, त्यानं मला तिथं रक्षकगृहात भेटायला बोलावलंय." फुसावोनं खोटंच सांगितलं. "त्याचं लवकरच लग्न आहे आणि माझ्याकडून त्याला काही सल्ला हवाय. बहुतेक माझं लग्न झालंय म्हणून असं वाटत असेल त्याला."

"किल्ल्याकडे जाऊ नको फुसावो." त्याची आई कळवळून सांगत होती. "आपली आयुष्यं आता सुखाची, शांतीची आहेत आणि तू त्या जागेपासून दूरच राहावंस, हे बरं. शिवाय तुझ्या वडिलांना आवडायचं नाही तू पुन्हा तिथं गेलेलं."

"ते ठीक आहे आई. मी किल्ल्यात नाही जाणार. ते मला जाऊही देणार नाहीत, कारण आता मी तिथं कामाला नाही." फुसावो म्हणाला. "मी मिचिओला किल्ल्याबाहेरच भेटणार. बाहेरच्या एका रक्षकगृहामध्ये. तिथं नोकरांचे नातेवाईक येऊन भेटू शकतात. मी फार वेळ घेणार नाही आणि कृपा करून बाबांना सांगू नकोस. तू म्हणालीस तेच खरं. त्यांना आवडत नाही मी किल्ल्याच्या जवळही गेलेलं."

"मला माहीत नाही. प्रत्येक वेळी तू त्या लोकांच्या जवळ जातोस, मला इतकी काळजी वाटते, कारण काहीही चांगलं निघत नाही त्यातून. ते आपल्या बरोबरीचे किंवा आपल्या प्रकारचे लोक नाहीत, तेव्हा लांब राहिलेलं बरं. मला माहीत आहे, तूही दुखावला गेला होतास कशामुळे तरी तिथं. आता पुन्हा तिथं जाऊन आणखी दु:ख, त्रास मागून घ्यायचाय का? कृपा कर फुसावो, पुन्हा जाऊ नको तिथं."

"खरंच सगळं ठीक आहे गं आई. मी वचन देतो." फुसावोनं उत्तर दिलं. "मी फक्त मिचिओला भेटायला जातोय आणि तो नोकर आहे, आमच्याचसारखा."

"मग मिचिओलाच इकडे का नाही बोलावत?" युकोनं आग्रह धरला. "मी त्याच्यासाठी छान जेवण बनवते. इथं मजा करू आपण."

"नाही आई. ही त्यांची फार कामाची वेळ असते आणि मिचिओला बाहेर पडू देणार नाहीत." फुसावो पुन्हा खोटं बोलला. "म्हणून तर त्याने मला तिकडे बोलावलंय."

शेवटी एका तासात येण्याचं वचन देऊन तो घरातून निसटला. आतून जाड लोकरीचा तळ लावलेले त्याचे गवती बूट नुकत्याच पडलेल्या बर्फात बुडत होते. त्याला माहीत होतं, एका प्रकारे त्याच्या आईचं बरोबर होतं. त्यानं किल्ल्याच्या जवळही जाणं इष्ट नव्हतं. त्यानं जाऊ नये इतकी हवाही बिघडली होती, पण आतून त्याहूनही मोठी अशी एक शक्ती त्याला पुढे लोटत होती. आता त्याला जायचं नसलं तरीही थांबता आलं नसतं.

त्यानं खरंच सांगितलं होतं. जेव्हा तो म्हणाला की, तो बाहेरच्या रक्षकगृहात वाट पाहत थांबणार आहे, पण ती वाट मिचिओची नव्हती. तो रिकाम्या रक्षकगृहात वाट पाहणार होता ती लॉर्ड ओकिमोटोची. रोज गाडीत बसून तो व्यवस्थापनाच्या कचेरीत काही मैलांवर जाई. मग पाऊस, बर्फ, आग काहीही येऊ दे. फुसावोनं किल्ल्यात खूप दिवस काम केल्यानं सामुराईचं वेळापत्रक आणि त्याला धरूनच असणारं त्याचं वागणं आणि त्यात हवेतल्या फरकानं फेरफार न करणं त्याला माहीत होतं.

फुसावोला अचानक हलकं वाटलं. किल्ल्याकडे जाणारा रस्ता तुडवताना त्याच्या तोंडावरही बर्फाचा बारीक चुरा पडत होता, जणू तो ओकिमोटोचे बारीक डोळे पाहत होता. जेव्हा तो बाहेरच्या रक्षकगृहात पोहोचला तेव्हा त्याचे गुडघे थरथरत होते, थंडीने नव्हेत तर या वास्तवानं की, प्रत्येक पावलासरशी तो तिथेच येत होता जिथं हे सुरू झालं होतं.

हे पाहून तो सुखावला की, बाहेरचं रक्षकगृह रिकामं होतं, कारण त्याला कोणी ओळखायला नको होतं. त्या दिवशी हवा इतकी वाईट होती की, कोणत्याही नोकराला तिथं कुणी कुणासाठी वाट पाहायला नकोच होतं. शेजारच्या रक्षकगृहातून नोकरांचं बोलणं, ये-जा ऐकून तो चटकन त्या रक्षकगृहाच्या सावलीत गेला. त्याला कुठेकुठे भेगा गेल्या होत्या, पण तो बर्फापासून आणि वाऱ्यापासून सुरक्षित होता. फुसावोला नेमकी कोणती वेळ होती ते सांगता आलं नसतं, कारण त्या दिवशी आकाश काळोखलेलं, ढगाळ होतं. लॉर्ड ओकिमोटोनं अजून किल्ला सोडला नव्हता, कारण त्याची गाडी जायची वाट पाहत पुढचं मोठं, जड दार अजून उघडं होत.

तो एकटा तिथल्या बाकावर बसलेला असताना आदल्या दिवशीच्या रात्रीच्या झोपेचा अभाव त्या दिवशी फुसावोवर आपला अंमल चालवत होता. तो जागं राहायला धडपडत होता, कान ताठ करून गाडीच्या आवाजाची चाहूल घेत होता. चाकं लाकडी पुलावरून जाताना आवाज करायची. किल्ल्याभोवतालची सारी जागा तिथून नजरेखाली यायची, पण त्या दिवशी बर्फाच्या जाड थरामुळे तो आवाज आला नाही आणि फुसावोनं ती गाडी जवळजवळ चुकवलीच. फक्त थंडीमध्ये घोड्यांच्या होणाऱ्या श्वासोच्छ्श्वासाच्या आवाजानं त्याला जागं केलं. तो ताडकन उभा राहिला आणि गाडी त्याच्या दिशेने यायला लागली तसा गाडीला हातवारे करून थांबवायला लागला. त्यानं पाहिलं की, गाडीचे पडदे हलले आणि त्याला ओकिमोटोचा चेहरा क्षणभर दिसला. नंतर पडदे पडले आणि गाडी त्याच वेगानं पुढे गेली, फुसावोची एकाकी आकृती तशीच रस्त्यात, बर्फात उभी ठेवून. तो आंधळेपणाने ओरडला, ‘‘त्यांनी पाहिलं मला, पण न ओळखल्यासारखं करून ते पुढे गेले. माझं हृदय त्यांच्यासाठी रात्रंदिवस आक्रंदत असताना ते इतके कसे थंड राहू शकतात?’’

दूरवर गाडी हळूहळू थांबली. मग पुन्हा वेग घेऊन पुढे गेली. आत सुरक्षित अंतर्भागात तरुण सामुराईनं डोळे मिटून अश्रू रोखून धरले. त्यानं पुन्हा एकदा आपल्या प्रेमिकाला नाकारलं, ठोकरलं होतं, फसवलं होतं. शेवटी तो गाडीवानाला किंचाळून म्हणाला, ‘‘थांबा.’’ गाडी वेग कमी करून थांबत आली तेव्हा भानावर येऊन त्यानं पुन्हा वेग वाढवायची सूचना केली.

नाही, तो फुसावोला भेटू शकत नव्हता. त्यानं तसं केलं असतं तर तो पुन्हा स्वत:ला हरवून बसला असता. आधी तो एक सामुराई होता आणि नंतर एक नोबुनागा. तो स्वत:ला पुन्हापुन्हा विचारत राहिला, 'मला अशा दोन नतद्रष्ट ठिकाणी प्रेम सापडलंच कसं? एका पुरुषात आणि एका शेतकऱ्यात?' पण लॉर्ड ओकिमोटो सामान्य माणूस नव्हता. तो सामुराई होता आणि सामुराईंचं नाव उंच ठेवण्यासाठी वचनबद्ध होता. सामान्यांच्या ह्या साऱ्या क्षुद्र भावना आणि इच्छा-आकांक्षा यांच्यापेक्षा त्याचं कर्तव्य अधिक महत्त्वाचं होतं. तेव्हा त्यानं केलं तेच योग्य होतं. त्याने फुसावोकडे पाठ फिरवली होती आणि तो पुढे गेला; पण त्याचं हृदय विदीर्ण झालं होतं आणि ते तसंच राहणार होतं; ताज्या, मलमपट्टी न केलेल्या जखमेसारखं; उघडं, भळभळणारं. तो कितीही मोठा झाला असता, तरी ते तसंच राहणार होतं; कायम.

❑ ❑ ❑

३९

हवा अगदी स्तब्ध होती. ओकिमोटोची गाडी गर्जत दूर दिसेनाशी झाली. फक्त घोड्यांचे खूर आणि चाकांची ओळ मागे रस्त्यात बर्फावर उठले होते; फुसावोला ओकिमोटोचं शेवटचं नाकारणं दाखवून द्यायला. खूप वेळ तो तिथं बर्फात उभा राहिला, या आशेनं की दुसरी गाडी येईल आणि त्याच्या अंगावरून जाईल, म्हणजे त्याचं आयुष्य तरी संपेल, पण तसं काहीच झालं नाही. फक्त बहिरं करणारी शांतता तेवढी होती. बर्फ आवाज न करता त्याच्यावर सांडत होतं. फुसावो किल्ल्याकडे पाठ करून उलट फिरला आणि घराच्या दिशेनं धावला. एकच गोष्ट त्याचं दुःख हलकं करू शकत होती. म्हाताऱ्या सामुराईंनी दिलेली कागदांची चळत. त्याला लिहून त्या दुःखाचं शब्दांत रूपांतर करायचं होतं.

फुसावो घरी पोहोचला तेव्हा स्वत:ला थाऱ्यावर आणत कितीतरी वेळ तो घराबाहेरच उभा राहिला. त्यानं आईला शब्द दिला होता की, आज तो काही त्रास देणार नाही. तो आईला आपल्या डोळ्यांतले अश्रू दाखवणार नव्हता. नशिबानं त्याच्या चेहऱ्यावरचा ओलेपणा त्याला वितळत्या बर्फाखाली झाकता आला असता. रडण्यानं लाल झालेले डोळेही थंडी आणि गोठवणाऱ्या गार वाऱ्याखाली दडवता आले असते. त्याच्या आईला काही वेगळं जाणवलं नाही. ती त्याच्या बाहेरच्या कपड्यांवरचं बर्फ झाडायला मदतीला आली.

"मग? भेटलास मिचिओला? सगळं ठीक आहे?" तिनं त्याला न्याहाळत म्हटलं.

"हो. मी भेटलो त्याला. काही खास नव्हतं. लग्न होणार म्हणून घाबरला बिचारा." आणि आपल्या आवाजातला थंडपणा पाहून स्वत:च थक्क झाला.

आईकडून सुटल्यावर फुसावो आपल्या खोलीत जाऊन लिहायला लागला, 'आज लॉर्ड ओकिमोटो गाडी घेऊन शेजारून गेले, जणू त्यांनी मला ओळखलंच नाही. त्यांनी माझं हृदय तोडलंय. मी त्यांचा तिरस्कार करायला हवा, पण मी करू शकत नाही. देवा रे, मी अजून त्यांच्यावर प्रेम करतोय, प्राणाच्या पलीकडे; आणि मी निश्चय केलाय, मला जर ते मिळणार नसतील तर मी कोणालाच ते मिळू देणार नाही.'

तो टोमोकोच्या शिवणाच्या डब्याकडे गेला. सुईनं त्यानं बोटाला टोचलं. एक रक्ताचा थेंब तिथं तयार झाला. तो थेंब त्या कागदावर पडला आणि त्यानं लिहिलं, 'त्यांचं रक्त हे माझं रक्त होईल आणि आज रात्री किल्ल्यावर जाऊन मी सर्व संपवीन.' सरकदार थोडंसं उघडलं आणि फुसावोनं घाईघाईनं कागद लाकडी पेटीत ठेवले. टोमोको कितीतरी दिवसांनी आत आली होती आणि ती हसत होती.

"बाबांनी मला माहेरी जायची परवानगी दिलीये." ती आनंदानं म्हणाली. "मी आजच जाणार होते, पण हवा इतकी वाईट आहे आज. ते म्हणाले, बर्फ थांबून आकाश स्वच्छ झालं की मग जा. तेव्हा तीन दिवसांनंतर जाईन मी. तुझी हरकत नाही ना?"

"नाही. माझी हरकत का असेल?" फुसावो म्हणाला. "मला माहीत आहे, तुला इथं राहणं सोपं नव्हतं. तुमच्या कुटुंबात थोडा वेळ घालवल्यानं तुला पुन्हा छान वाटेल. तू परत येशील तेव्हा आपण मित्र म्हणून पुन्हा नव्यानं सारं सुरू करू."

टोमोकोचा चेहरा स्वच्छ झाला आणि तिनं हलकेच नवऱ्याच्या अस्तनीवर हात ठेवला. तो अजून बाहेरच्या बर्फामुळे गार होता.

"धन्यवाद फुसावो" ती म्हणाली. "मला माहीत आहे. सगळं नीट नाही अजून आपल्यात; तेव्हापासून... पण तू म्हटल्याप्रमाणे मी परत येईन तेव्हा आपण सगळं विसरून पहिल्यापासून नव्यानं सुरू करू सारं." आतूनच भरून येऊन फुसावोनं पत्नीला गाढ आलिंगन दिलं आणि या वेळी ती मागे झाली नाही की तिनं प्रतिकार केला नाही. टोमोकोला खूप दिवसांनंतर पुन्हा एकदा फुसावोच्या चांगुलपणानं आणि निरागसतेनं भारल्यागत झालं आणि ती एकदम प्रफुल्लित झाली; आणि फुसावोनं मनात शपथ घेतली, तो तिचं रक्षण करेल. त्याच्याप्रमाणे तिच्यातल्या गोड निरागसतेला धक्का लागू देणार नाही.

युको त्यांना गरम चहासाठी बोलवायला आली. तिनं त्यांच्यासाठी नुकतेच लाल दाण्यांचे केक केले होते. त्यांना तिनं एकमेकांच्या मिठीत पाहिलं आणि ती हसली.

'ते किती गोड आणि सुखी दिसताहेत आता!' तिला वाटलं. 'आज किल्ल्यात काही वावगं झालं नाही, हे खरंच सांगत होता फुसावो. मी अगदी वाईट आई आहे. माझ्या स्वत:च्या मुलावरच माझा विश्वास नाही.'

ती रोज अर्ध्या मैलावरच्या देवळात जाऊन काही अगरबत्त्या लावायची. फुसावोचं त्या सामुराईचं आकर्षण कमी व्हावं – नाहीसंच व्हावं म्हणून आणि टोमोकोचं आणि त्याचं नीट जमावं म्हणूनही. दोन दिवसांपूर्वीच मुलांसाठी ती दुसऱ्या एका देवळात गेली होती. तिथं अकाली गेलेल्या मुलांसाठी त्यांच्या पालकांनी लाल टोप्या वाहिल्या होत्या. त्यांना तिने स्पर्श केला आणि तिलाही मनातून या गोष्टीची काळजी वाटली की, कदाचित फुसावोला कधीच मुलं होऊ शकणार नाहीत. त्यामुळे आताचं त्यांच्यातलं प्रेम, जवळीक पाहून युकोला फार वाटलं की, तिचं वाटणं खोटं ठरू दे.

नंतर तिनं फुसावो आणि टोमोकोला ताज्या केलेल्या बीन वेस्ट केक खाताना पाहिलं तेव्हा युकोला माहीत नव्हतं की, तो त्या कुटुंबाचा शेवटचा शांतीचा आणि सुखाचा दिवस होता. ज्या छळणाऱ्या भावना दडपून ठेवल्या होत्या त्या बाहेर पडून त्यानंतर प्रचंड शोकांतिका घडवून आणणार होत्या.

रात्री बर्फ थांबलं आणि थरथरता चंद्र आकाशात आला. रुपेरी प्रकाशाच्या धारांनी रस्ता आणि शेतं व्यापली. फुसावोनं अशी सुंदर रात्र पाहिलीच नव्हती. तो रात्रीसाठी जो बेत करत होता त्याच्या अगदी विरुद्ध होती ती रात्र.

ती प्रेमिकांची रात्र होती. फुसावोला अशीच सुंदर चंद्रप्रकाशातली रात्र आठवली, जेव्हा तो किल्ल्याच्या मैदानातून टी-हाऊसकडे लॉर्ड ओकिमोटोला भेटायला पायांना पंख फुटल्याप्रमाणे धावला होता; आणि हे सारं संपवायला त्यानं काय करायला हवं याबद्दल विचार करताना त्याचे डोळे भरून आले.

एक छोटी चिमणी मधूनच उडाली आणि त्याच्या खिडकीसमोरच्या फांदीवर बसली. एका बाजूला मान झुकवून ती वेड्यासारखी त्याच्याकडे बघत होती, जणू त्याला विचारत होती, 'तू बरोबर करतोयस ना?'

"जा बाई." फुसावो तिला उडवायला हात करत म्हणाला, पण ते पाखरू विलक्षणपणे जमिनीवर बसून त्याच्याकडे पाहत राहिलं. तिच्या नजरेनं अस्वस्थ होऊन फुसावोनं कागदी पडदा बंद केला आणि तो आत गेला. टोमोको सर्दीचं औषध घेऊन तिथं गाढ झोपली होती.

तो आपल्या पांघरुणाकडे गेला नाही, कारण झोपी जाण्याचा धोका त्याला पत्करायचा नव्हता. नशिबाने त्याचे वडील शेजारच्या गावात शेतकीविषयक बैठकीसाठी दूर गेले होते. त्यांची झोप इतकी हलकी होती, की एवढ्याशा आवाजानंही ते उठायचे.

आपल्या खोलीच्या कागदी पडद्याच्या दारातून फुसावोनं त्याच्या आईला तेलाचा दिवा घेऊन आपल्या खोलीत जाताना पाहिलं आणि त्याचं हृदय जोरात धडधडायला लागलं. त्याला माहीत होतं की, ती लगेच झोपायची आणि तिची झोप गाढ होती. झोपल्यावर ती हलायचीही नाही आणि थेट सकाळी सहा वाजता कोंबड्यासारखी बरोबर उठायची; अगदी आजारी असतानाही. लगेच पाच-दहा मिनिटांत त्यानं आईच्या घोरण्याचा ओळखीचा आवाज ऐकला आणि फुसावोला कळलं, 'हीच वेळ आहे.' फारशी वाट न बघता त्याला घराबाहेर सहज सटकता आलं आणि शेवटचंच तो किल्ल्याकडे जायला निघाला.

आपल्या झोपलेल्या पत्नीकडे एक शेवटची नजर टाकून फुसावो खोलीबाहेर पडला. स्वयंपाकघराकडे वळून त्यानं तिनं ठेवलेल्या सगळ्या सुऱ्या पाहिल्या. त्याची आई आठवड्यातून एक दिवस त्यांना धार करायची. आज तिनं हे काम जेवणाचे मासे कापून झाल्यावर केलं होतं. त्या सगळ्या सुऱ्या साध्या, सोप्या घरगुती कामांसाठी होत्या, पण आता चंद्रप्रकाशात चमकत होत्या. त्यांची चमकती पाती धमकावणारी आणि भयंकर दिसत होती.

त्यातली एक अतिशय पातळ, धारदार सुरी फुसावोनं युकाताखाली लपवली आणि हलक्या पावलानं त्यानं घर सोडलं. त्यावर सकाळचाच गरम अंगरखा घातला.

एव्हाना मध्यरात्र उलटली होती. रिकाम्या रस्त्यात कोणी नव्हतं. चंद्र आकाशात चमकत होता. त्याला प्रकाश देऊन किल्ल्याचा रस्ता दाखवत होता. चावरी थंडी झोंबत होती आणि तो बर्फावरून कितीदातरी घसरत होता. तरी फुसावो जात राहिला. युकाताच्या आत ठेवलेल्या सुरीचं टोक त्याच्या पोटाला टोचत होतं. आज तो सारं संपवणार होता. त्या छळापासून स्वत:ला सोडवणार होता. यापुढे काहीही सहन करणं त्याला शक्य नव्हतं.

लॉर्ड ओकिमोटोनं त्याला थोडीतरी अनुकंपा दाखवली असती, त्या सकाळी ओळख आणि प्रेम दाखवलं असतं तर त्या तेवढ्या शिदोरीवर तो आणखीही सोसायला तयार होता, पण त्यानं फुसावोला नाकारलं होतं. त्याला असं झाडून टाकलं होतं, जणू तो पावसात दिव्याभोवती येणारा एक कीटक होता. त्यावर ही बातमी की, लेडी साचिको गर्भवती आहे.... या बातमीवरून तर हे स्पष्ट होतं की, लॉर्ड ओकिमोटोनं फुसावोला नाकारलं होतं, तोडून टाकलं होतं. फुसावो जेवढा त्याचा विचार करत होता तेवढा त्याच्या मनात संताप वाढत होता. त्यानं निश्चय केला होता की, आधी आपल्या प्रियकराला ठार करायचं आणि मग स्वत:ला.

फुसावोला वाटलं होतं की, त्याला किल्ल्यात सरळ रस्त्यानं जाताच येणार

नाही, कारण त्याला किल्ल्यातून काढून टाकलं होतं, हे बहुतेक सुरक्षारक्षकांना माहीत होतं. तो जर आत जाऊ शकला नसता तर लॉर्ड ओकिमोटोनं दाखवलेला एक गुप्त मार्ग होताच. त्याला जर हाकलून दिलं असतं, तर ते रक्षक बदलून दुसरे येईपर्यंत तो थांबणार होता. त्यांच्या वेळा आठ तासांनी बदलायच्या. कडेच्या दरवाजानं आत घुसून तो त्या गुप्त मार्गानं जाणार होता.

फुसावोच्या हृदयातून कळ आली. हा गुप्त मार्ग रक्षकांनाही माहीत नव्हता. किती विश्वासानं ओकिमोटोनं त्याला तो दाखवला होता आणि आता त्या विश्वासाचा भंग करून ओकिमोटोविरुद्धच फुसावो हा मार्ग वापरणार होता.

'पण आता मी थांबू शकत नाही.' त्यानं स्वत:लाच सांगितलं. 'जर तो मला मिळणार नसेल तर इतरही कुणाला मी तो मिळू देणार नाही. लॉर्ड ओकिमोटो माझा, फक्त माझा आहे!'

हवा त्याच्या बाजूनं होती; इतकी थंड की, रक्षकगृहातल्या शेगडीभोवती सारे रक्षक कोंडाळं करून बसले होते. फारसा पहारा नव्हता आणि फुसावो फारसं काही न होता मुख्य दरवाजापर्यंत जाऊ शकला.

तिथले दोन रक्षक त्याला ओळखीचे दिसले. ते आपल्याला ओळखून आत सोडतील अशी त्याला आशा वाटली.

त्याला घाईची पावलं ऐकू आली. प्रमुख रक्षक आला आणि त्यानं इतर रक्षकांना खूण करून फुसावोला आत सोडायला सांगितलं, कारण त्याला फुसावो सामुराईंचा वैयक्तिक नोकर असल्याचं ठाऊक होतं.

एक क्षणभर फुसावो काळजीत पडला, कारण एक रक्षक सांगत होता की, फुसावोला किल्ल्यातून काढून टाकलंय आणि त्याला आत सोडण्यापूर्वी आपण सामुराई किंवा त्यांच्या सुरक्षा समितीला विचारायला हवं.

पण ती भयंकरच थंड रात्र होती. प्रमुख रक्षकाचा मूड चांगला नव्हता. एका फालतू, हाताखालच्या शिपायानं असं उलटून विचारलेलं त्याला आवडलं नाही. तो गुरगुरला, "मी म्हटलं ना त्याला जाऊ दे म्हणून! आपण लॉर्ड ओकिमोटोच्या मर्जीतल्या खास माणसाला अडवलं तर आपल्याला फार महाग पडेल ते."

"होय साहेब." शिपाई म्हणाला व अनिच्छेनं त्यानं फुसावोला आत जाऊ दिलं.

फुसावोचं हृदय जोरानं धडधडत होतं. तो काळोखात मोठं अंगण ओलांडून आला. सपाट नसलेल्या जागेवर धडपडला आणि पूर्व दिशेच्या खोल्यांकडे लॉर्ड ओकिमोटोच्या दालनाकडे जायला लागला. मधल्या पायवाटा सहज ओलांडून तो ओकिमोटोच्या शयनगृहाकडे निघाला. तिथं पोहोचायला त्याला दोन अंगरक्षकांना आत्मविश्वासानं पार करायचं होतं, पण ते फारसं कठीण नव्हतं. त्याला आठवलं

की, ते किल्ल्याच्या आत होते आणि फारसे धोकादायक नव्हते. वेगवेगळ्या प्रकारे ते झोपलेलेच असायचे. त्याचं बरोबर होतं. त्यांना टाळून, फारसा त्रास न होता तो ओकिमोटोच्या खोलीत पोहोचला.

काळोख होता, पण कोपऱ्यातल्या खिडकीतून येणाऱ्या चंद्रप्रकाशातून त्याला दिसलं की, ओकिमोटो शांतपणे झोपला होता. फुसावोच्या आत एक संताप जागा झाला. 'इतक्या शांतपणे झोपण्याची हिंमत तरी कशी होते याची?' त्याला वाटलं. फुसावो रात्रीमागून रात्र त्यांच्या असह्य दुराव्याचा छळ सोसत होता. लॉर्ड ओकिमोटोनं बहुधा पत्नीसाठी हालचाल केली आणि हात पसरला, असं फुसावोला वाटलं आणि त्यानं सुरा उंच उगारून झोपलेल्या सामुराईच्या छातीत जोरानं खुपसला. बाहेर काढून आणखी एकदा खुपसला. तेव्हा त्याला जाणवलं की, खोलीत आणखी कोणीच नव्हतं. लॉर्ड ओकिमोटो एकटाच झोपला होता आणि त्याच्या ओठांवर शब्द होते, "फुसावो, फुसावो, तू आलास?"

विलक्षण दुःखानं फुसावोनं सुरा फेकला आणि तो तोंडातल्या तोंडात म्हणाला, "हे मी काय केलं? काय केलं मी?" लॉर्ड ओकिमोटो वेदनांनी रक्ताच्या थारोळ्यात पडला होता आणि ते रक्त ततामीखाली पसरत होतं.

किंकाळ्या आणि कण्हण्यानं अंगरक्षक जागे झाले. तलवारी काढून ते आत शिरले. सामुराईंची अवस्था पाहून भीतीनं तेही ओरडले. ज्या सामुराईंचं रक्षण करणं त्यांचं काम होतं तो रक्तानं माखला होता आणि जो माणूस कालपर्यंत त्यांचा वैयक्तिक नोकर होता तो त्यांचं डोकं मांडीवर घेऊन अर्धवट, वेड लागल्याप्रमाणे एखाद्या जनावरासारखा कण्हत होता.

"बाजूला हो लॉर्ड ओकिमोटोंपासून, घाणेरड्या जनावरा!" फुसावोला लाथेनं सामुराईंपासून बाजूला करत एक रक्षक ओरडला, "वैद्यांना ताबडतोब बोलवा, त्यांचं खूप रक्त जातंय."

"या माणसाला बाजूला घ्या आणि शेजारच्या खोलीत बंद करून ठेवा. आपण लेडी मोमोंना सांगू काय झालंय ते आणि मग बघू त्याचं काय करायचं ते." प्रमुख अंगरक्षकानं सांगितलं आणि फुसावोला दोन मजबूत रक्षकांनी खेचून फरफटत तिथून नेलं.

तो लॉर्ड ओकिमोटोचा पांढरा पडलेला चेहरा त्यानं शेवटचा पाहिला आणि त्याच्या तोंडून सारखं "नको, नको" येत राहिलं.

❑ ❑ ❑

४०

लेडी मोमो तिच्या खोलीत जवळजवळ कोसळलीच होती. तिच्या मुलाला त्याच्या पूर्वीच्या व्यक्तिगत नोकरानं भोसकलं आहे आणि तो गंभीर परिस्थितीत आहे, हे कळल्याने तिला धाप लागली होती. तिच्या मनात पहिला विचार आला तो साचिकोचा आणि तिच्या बाळाचा. तिचं गरोदरपण आणि होणारं बाळंतपण दोन्ही कठीण असणार होतं. त्यात ही धक्कादायक बातमी तिला कळली असती तर? लॉर्ड ओकिमोटोला काही झालं तर बाळ जगण्याची शक्यता आणखी कमी होती. विशेषत: तो जर मुलगा असता तर! सगळी शक्ती एकवटून लेडी मोमोनं प्रमुख रक्षकाला बोलावलं आणि ही बातमी लेडी साचिकोपर्यंत जाता कामा नये असं बजावलं आणि सामुराईला भोसकल्याची बातमी जर बाहेर कळली, तर ती सांगणाऱ्याला कठीण व भयंकर शिक्षा होईल, रक्षकही जबाबदार ठरला जाईल, हेही सांगितलं.

गंभीर जखमी झालेल्या ओकिमोटोवर वैद्य उपचार करत होते आणि वाट पाहण्याशिवाय ती अधिक काही करू शकत नव्हती. त्या आधी रक्षक तिच्याकडे परवानगी मागायला आले होते, ज्यानं लॉर्ड ओकिमोटोंना भोसकण्याची हिंमत दाखवली होती, त्या शेतकऱ्याच्या पोराला ठार करण्याची; पण लेडी मोमोनं त्यांना थांबवलं होतं. तिच्या मते मृत्यू ही फुसावोला पुरेशी शिक्षा नव्हती, कारण त्याला

तेच हवं होतं. ती त्याच्या लायकीची, त्याचं उरलेलं सारं आयुष्य तो भोगत राहील अशी शिक्षा शोधत होती. मृत्यू तर सोपा मार्ग होता त्याच्यासाठी याबाबत तिला शंका नव्हती, कारण त्या शेतकऱ्यानं लॉर्ड ओकिमोटोंना मारल्यावर स्वत:ही मरण्याचीच तयारी ठेवली असणार याची तिला कल्पना होती.

तास उलटत होते. लॉर्ड ओकिमोटो मृत्यूशी झगडत होते. एक खोलवरचा संताप लेडी मोमोच्या हृदयात उठत होता. त्या शेतकऱ्याबद्दलचा संताप, ज्यानं तिच्या मुलाच्या आयुष्याचा सत्यानाश केला होता. तो ह्या सगळ्याच गोष्टींना कारण होता. आत्ता तिच्यापुढे ठाकलेल्या साऱ्या प्रश्नांनाही तोच कारण होता. तो सर्वस्वाचा घास घेणारा संताप होता. तिची सभ्यता आणि सदसद्विवेक यांवर तिच्या संतापाने मात केली आणि एक राक्षसी बेत तिच्या मनात तयार होऊ लागला. असा बेत, इतका धक्कादायक की, मग त्या शेतकऱ्याचा अपमान करायला ती स्वत:ही थोडी मागे आली. ते नोबुनागा, त्यांचा लॉर्ड आणि मालक यांचा जो अपमान झाला होता त्यानं तो संताप पुन्हा उफाळला आणि तिनं प्रमुख रक्षकाला – जिरोला बोलावलं.

''काय बाईसाहेब? त्या शेतकऱ्याच्या पोराला ठार करू? आपल्या लॉर्ड ओकिमोटोंविरुद्ध फार मोठा गुन्हा केलाय त्यानं!'' जिरोनं विचारलं. त्याचं मस्तक पार झुकलं होतं. तरुण सामुराईचं रक्षण करू न शकल्याचा त्याचा गुन्हा अक्षम्य होता.

''नको. त्याला ठार नाही करायचं. त्यानं सामुराईंना जी इजा केली त्याबद्दल त्यानं जगून भोगलं पाहिजे.'' लेडी मोमो म्हणाल्या.

''माझं मत देतो म्हणून क्षमा करा; पण फुसावोचा गुन्हाच इतका गंभीर आहे, सामुराईंचा खून करण्याच्या इराद्यानं त्यांना इजा करणं! तेव्हा त्यानं मेलंच पाहिजे.'' जिरो म्हणाला. आपल्या मुलाला जीवे मारणाऱ्याला त्या वाचवू इच्छित होत्या, यामुळेच तो आश्चर्यचकित झाला होता.

''होय, मी त्याच्यासाठी शिक्षा तयार ठेवलीये.'' लेडी मोमो म्हणाली आणि तिनं ओठ घट्ट मिटून घेतले. ती ओष्ठरेषा, डोळ्यांतला तो क्रूर भाव ज्यांनी पाहिला असेल त्यांना भीती वाटल्याखेरीज राहिली नसेल. ''जिरो, इथं ये. तुला सांगते ती.''

जिरो पुढे येऊन लेडी मोमोपुढे गुडघे टेकून थांबला. त्यानं तिचा बेत ऐकला. त्याचे डोळे अविश्वासानं विस्फारले. ती जे काही सांगत होती त्याबद्दल ती खरंच गंभीर होती का?

त्यानं वाकून अभिवादन केलं. मस्तक वाकवलेलंच ठेवलं. तेच बरोबर होतं. त्याला सावधपणे तिच्या सूचनेची योग्यता पुन्हा विचारायची होती.

"हा आपला अंतिम निर्णय आहे का फुसावोच्या शिक्षेबद्दल?" त्यानं खालच्या आवाजात विचारलं.

"होय. होय." लेडी मोमो अधीरतेनं म्हणाली. "तू मला विचारतो आहेस? ही आज्ञा आहे; सूचना नव्हे. अजून मी सामुराईची आई आहे आणि ह्या घराण्याची प्रमुख, लॉर्ड ओकिमोटो आजारी असेपर्यंत तरी."

"होय, अर्थातच." जिरो म्हणाला. तो अभिवादनासाठी इतका वाकला की, त्याचं डोकं जवळजवळ टेकलंच जमिनीला. माफी मागण्याच्या सुरात त्यानं विचारलं, "कधी, तुम्हाला हे... हे कधी व्हायला हवंय?"

"उद्या; आणि त्यासाठी धष्टपुष्ट, मजबूत रक्षक निवड आणि हे होईपर्यंत पुन्हा माझ्याकडे येऊ नकोस." लेडी मोमो ठाम स्वरात म्हणाली आणि हातानंच तिनं त्याला जाण्याची खूण केली.

फुसावोला फरफटत आणून किल्ल्याच्या मागच्या बाजूला एका एकाकी खोलीत आणलं गेलं. त्या जागेत नोकरांना बंद करून ठेवलं जायचं. अपराध किंवा गैर वर्तनाबद्दल शिक्षा केली जायची. त्यानं त्या काळ्या कोठड्यांबद्दल ऐकलं होतं, कारण स्वयंपाकघरात काम करणारा एक नोकराला कितीतरी आठवडे तिथं बंद करून ठेवलं होतं आणि चोरी केल्याबद्दल त्याला बेदम मारलं होतं. जेव्हा त्याला सोडलं तेव्हा त्याचा पांढरफटक चेहरा पाहूनच त्यानं काय व किती भोगलं असेल याची लोकांना कल्पना आली. आयुष्यात पुन्हा तो चोरी करणार नाही, याची जणू सर्वांना खात्री पटली.

पण फुसावोला काय होईल याची पर्वा नव्हती. त्यानं जे केलं होतं त्याची आर्वतनं सतत त्याच्या मनात उमटत होती आणि त्याच्याकडून सुरा खुपसला जात असताना ओकिमोटोच्या चेहऱ्यावर उमटलेले अविश्वासाचे भाव त्याला पुन्हापुन्हा आठवत होते. आपल्या प्रियकराच्या शरीरातून वाहणाऱ्या रक्ताच्या नद्याच जणू त्याच्या डोळ्यांसमोर नाचत होत्या. त्या गार अंधारखोलीत त्याला लाथेनं फेकलं गेलं आणि दार अडसरांनी बंद केलं गेलं. फुसावो तिथं पडून ते पुन्हा त्याला ठार करायला येतील याची वाट पाहत राहिला. त्याला मरायचं होतं. त्यानं जे केलं होतं त्यासाठी त्याला मृत्यूहून कमी शिक्षा नव्हती. त्यांनी त्याला मारलं नसतं तर त्यानंच स्वत:ला मारून घेतलं असतं. तोच सुरा वापरून, ज्यावर अजून ओकिमोटोचं रक्त होतं किंवा मग त्याने हाराकिरी केली असती, ज्यात जास्तीत जास्त वेदना आणि सोसणं खात्रीनं होतं.

फुसावोनं युकाताच्या आत हात घातला आणि तो रडायला लागला. तिथं सुरा नव्हता, कारण तो त्यांनी काढून घेतला होता.

स्वत:वरचा ताबा सुटून तो दारावर थापा मारायला आणि डोकं आपटायला

लागला. तो ओरडत होता, ''माझा सुरा मला परत द्या. मला हाराकिरी करायचीये. मला लॉर्ड ओकिमोटोंबरोबर मरायचंय... माझा सुरा द्या... कृपा करून... कृपा करा, कृपा करा.''

त्याला उत्तर मिळालं नाही. फक्त त्याच्याच आवाजाचा प्रतिध्वनी पुढच्या बंद, रिकाम्या जागेतून आला. तो दारावर हात, पाय, डोकं आपटत राहिला, पण कोणी ऐकलं नाही आणि अखेर बेशुद्ध होऊन एखाद्या पोत्यासारखा फुसावो दाराशी कोसळला.

जेव्हा तो शुद्धीवर आला तेव्हा सकाळ झाली होती, कारण उंचावरून, छताच्या सूक्ष्म भोकांतून प्रकाशाचे कण चमकत होते. त्याचं तोंड सुकून तडकलं होतं, कोरडं पडलं होतं. त्याच्या पातळ कपड्यांतून थंडी आत घुसून शरीरही बर्फाचा ओंडका बनलं होतं, जे इथून तिथं हललं; पण त्याला काहीच जाणवलं नाही.

फुसावो अजून जिवंत असल्याबद्दलच निराश होता. त्याला स्वप्न पडलं होतं की, रात्री ते दोघंही, ओकिमोटो सान आणि तो, जिथं त्यांचं प्रेम मान्य झालं होतं आणि त्यांना कोणापासून लपावं लागत नव्हतं किंवा केवळ लोकांना खूश करायला कुणाशीतरी लग्न करावं लागत नव्हतं, त्या दुसऱ्या जगात पोहोचले होते. त्या स्वप्नात ते उघडपणे एकत्र राहत होते. हातात हात घालून हिंडत होते, उघडपणे मिठ्या मारत होते आणि कोणी त्यापायी त्यांना कमी मान देत नव्हता; पण आता त्या गार, अलिप्त भिंतींत फुसावोला जाणवलं की, ते फक्त स्वप्न होतं, बस्स! ते खरं होणार नव्हतं; आत्ताच नव्हे, संपूर्ण आयुष्यभर; आणि फुसावोला तो सुरा अधिकच हवासा वाटला. जे त्याचं आयुष्य संपवेल असं काहीही त्याला त्या क्षणी हवंसं वाटलं, पण तिथं काहीच नव्हतं. कितीतरी तास गेले; जणू सगळे त्याला विसरून गेले होते. फुसावोला मधूनमधून झोप लागत होती. त्याची जीभ सुकली होती. सारं तोंडच सुकून कडू झालं होतं. त्याचं पोट भुकेनं व्याकूळ होऊन आवाज करत होतं. त्याला वाटलं, कदाचित हीच शिक्षा असेल लेडी मोमोंनी दिलेली – उपासमारीनं मरण, पण त्याचं त्याला काही वाटलं नाही. त्याच्या मेंदूला मृत्यू हेच ध्येय होतं. तो कसा येईल हे महत्त्वाचं नव्हतं. 'जितकं सोसावं लागेल तेवढं बरंच!' त्याला वाटलं.

जेव्हाजेव्हा तो लॉर्ड ओकिमोटोचा विचार करायचा, त्याला एक भयंकर झटका यायचा. कुणीतरी येऊन त्याला सोडवावं म्हणून तो किंचाळायचा. सामुराई अजून जिवंत होते का, हे त्याला कळायला हवं होतं. तो चुकला होता, कारण सामुराई त्याच्यावर अजून प्रेम करत होते. रक्ताच्या थारोळ्यात पडल्यावरही त्यांनी त्या भोसकणाऱ्या शेतकऱ्याला लाथा मारणाऱ्या रक्षकांना थांबवलं होतं.

ते दुःख स्वतःला व्हावं म्हणून फुसावो जमिनीवर डोकं आपटून घ्यायला लागला. अखेर त्याच्या डोक्याला खोक पडून डोक्यातून रक्त वाहायला लागलं, तेव्हा तो थांबला.

साधारणपणे दुपारच्या वेळी त्यानं दाराबाहेर बोलण्याचे आवाज आणि पावलं ऐकली आणि त्याचा थरकाप झाला. कुणीतरी त्याला घ्यायला आलं होतं. त्याच्या नशिबात काय लिहिलं होतं ते लवकरच त्याला कळणार होतं. तो जड अडसर काढला गेला. रक्षक आत आले.

"ऊठ, शेतकऱ्या, तुला घरी नेतोय." त्यातला एक जण म्हणाला.

"घरी?" फुसावो किंचाळला. "मला घरी पाठवताय?"

"बघशीलच." दुसरा म्हणाला. त्यानं आपलं नाक वाकडं करत आडदांडपणे फुसावोला आपल्या पायाशी खेचलं.

कुणीही त्याला पाणी दिलं नाही की वरून काही गरम घालायला दिलं नाही. फुसावो आपल्या घरी चालत गेला; वाकल्या पाठीनं, दोघां रक्षकांमधून आणि थंडीनं थरकापत. तिथं काम करत असताना त्याला भेटलेला एक रक्षक त्यानं त्या रक्षकांमध्ये पाहिला. संपूर्ण रस्त्यात तो कोरड्या ओठांवरून जीभ फिरवत होता.

लॉर्ड ओकिमोटोबद्दल कळण्यासाठी फुसावोनं त्या रक्षकाला थोडं दाबलं. त्याचं कसं आहे ते विचारलं. त्याला राहवलंच नाही.

"ते अजून गंभीर परिस्थितीत आहेत, पण वैद्य सांगतात की, ते जगतील." तरुण रक्षक समोरच पाहत म्हणाला. ताब्यातल्या माणसाशी बोलताना तो अस्वस्थ होता, हे उघडच होतं.

"त्याच्याशी बोलायची जरूर नाही." दुसऱ्या रक्षकानं फुसावोला ढकलून म्हटलं.

"तो गुन्हेगार आहे. त्यानं आपल्या सामुराईंना जवळजवळ मारलंच होतं. त्याची हिंमत तरी कशी होते त्यांच्याबद्दलच विचारायची?"

ढकलल्यामुळे फुसावो बर्फाच्या रस्त्यावर गेला होता. तो रस्त्याकडेच्या झाडावर आदळला, पण त्याला ते जाणवलंही नाही. जनावरासारखं वागवल्याबद्दल अपमानही वाटला नाही. लॉर्ड ओकिमोटो मरणार नाही, या माहितीची त्याला फक्त पर्वा होती. त्याला कल्पना नव्हती की, त्याला घरी का नेलं जात होतं; कुठलीही गंभीर वाटेल अशी शिक्षा त्याला का केली गेली नव्हती. त्याचा गुन्हा अक्षम्य होता आणि लेडी मोमो अशा गंभीर गुन्ह्याबद्दल सोडतील अशा नव्हत्या. काहीतरी घोटाळा होता हे फुसावोला जाणवत होतं, पण फुसावो काळजीच्या पलीकडे गेला होता.

घर जवळ यायला लागलं तशी फुसवोला आपल्या आईबापांची काळजी

वाटायला लागली. त्यानं जे काय केलं होतं ते त्यांनी कसं स्वीकारलं असतं? गावातल्या इतर कोणाहीसारखं त्यांनीही त्यांना कधी मिळणार नाहीत त्या वस्तूंचा, अधिकारांचा, अफाट सामर्थ्यांचा, अफाट जमिनीचा, संपत्तीचा मालक म्हणून सामुराई आणि त्याचं कुटुंब देव्हाऱ्यात ठेवून त्यांची पूजा चालवली होती. नाओकी आणि युको यांना ही गोष्ट सोसणारच नव्हती की, त्यांच्या मुलानं तरुण सामुराईच्या खुनाचा प्रयत्न केला होता. गावात हे कळलं असतं तर?

त्यांनी घरात पाऊल टाकण्यापूर्वीच त्याची आई पुढचं दार उघडून रडत फुसावोकडे धावली. त्याचे मळके कपडे आणि रक्ताळलेला चेहरा पाहून ती किंचाळली, "काय झालं तुला? अपघात झाला? आम्ही काळजीनं आजारी पडायची वेळ आली. तू रात्री गेलास आणि आलाच नाहीस? फुसावो, अरे तू तुझं काय करून घेणार आहेस? आम्हाला असं काळजी करायला लावायचं कधी थांबवणार आहेस? नशीब, तुझे वडील अजून बाहेरच गेलेले आहेत ते."

मोठ्या रक्षकानं तिला मागे ढकलून विचारलं, "शेतकऱ्या, तुझी बायको कुठंय? आम्हाला आमच्या आज्ञा पुऱ्या करायच्या आहेत. तेवढं करून शक्य तितक्या लवकर परत जायचंय आम्हाला."

"माझी बायको? तुम्हाला टोमोको म्हणायचंय?"

"होय. तुझी बायको. काय तिचं नाव असेल ते. किती बायका आहेत तुला?"

रक्षकानं उपरोधानं म्हटलं, पण त्याचा सूर फुसावोला काही भयंकर सांगून गेला. 'त्याला टोमोको कशासाठी हवी आहे?' फुसावोचा थरकाप झाला.

"ती कशाला हवी आहे तुम्हाला? कृपा करून तिला इजा करू नका. मी गुन्हा केलाय आणि काय ती शिक्षा मला करा. माझा जीव घ्या, पण टोमोकोला राहू दे." फुसावो ओरडला, "तिचा काही संबंध नाही यात."

टोमोकोनं तिचं नाव घेतलेलं ऐकलं आणि ती खोलीत आली. फुसावोनं पाहिलं, गार्ड तिच्याकडे खालून वर पाहत होता. त्याच्या डोळ्यांत वेगळीच चमक होती.

शब्दही न बोलता त्यानं तिचा दंड धरला आणि तिला एका खोलीत नेलं. मागचं सरकदार जोरानं सरकवलं.

तो तिला काय करणार आहे ते लक्षात येताच फुसावो आणि त्याची आई एकदम स्प्रिंगसारखे उठून धावले, पण दुसऱ्या तरुण रक्षकानं त्यांचा रस्ता तलवारीनं अडवला.

त्या खोलीतून त्यांनी आधी टोमोकोच्या विनवण्या आणि नंतर किंकाळ्या ऐकल्या. टोमोकोच्या मदतीला जाण्यासाठी फुसावो आणि त्याची आई त्या रक्षकावर नखांनी तुटून पडली, पण रक्षक खूप मजबूत होता. त्याच्याकडे तलवार होती. तो त्या दोघांनाही सहज अडवू शकला.

''कृपा करून त्याला थांबव. हा गुन्हा आहे. ती प्रतिकारहीन आहे. त्याला थांबव.'' फुसावो किंचाळत होता. ''मी चूक केलीये, मला शिक्षा करा, माझे हातपाय तोडा, हवं तर माझे डोळे उपसून काढा. काही करा, पण माझ्या गरीब, निष्पाप बायकोला सोडा. कृपा करा, मला आत जाऊ द्या. मला तिचं रक्षण केलं पाहिजे. अहो, तिला यातलं काही माहीतही नाही. तिला जाऊ दे.''

''नाही. मागे राहा फुसावो, लेडी मोमोंच्या आज्ञा आम्हाला पाळायला हव्यात.'' रक्षक त्याच्या तलवारीच्या टोकानं फुसावोला मागे नेत म्हणाला. ''तुला हीच शिक्षा सांगितलीये तिनं.''

किंकाळ्या आणि हुंदके अधिक मोठ्यानं आणि वेड्यासारखे वाढत गेले. रक्षक आत टोमोकोवर बलात्कार करत होता, हे कळतच होतं.

''लेडी मोमोनं आज्ञा दिलीये?'' फुसावो किंचाळला. ''नाही. मला आत जाऊ दे. आत जाऊ दे मला.'' तो पुढे धावला, पण रक्षकानं त्याच्या दंडावर तलवारीचा वार केला. वेदनेनं कळवळून तो खाली पडला.

''शाप! मी शाप आहे सर्वांसाठी. टोमोकोसाठीही.'' तो किंचाळला आणि किंचाळत तेचतेच शब्द उच्चारत राहिला. दार उघडलं आणि आतला रक्षक कपडे सावरत बाहेर आला.

फुसावोकडे बघत तो थुंकला आणि म्हणाला, ''शेतकऱ्या, तुझी बायको म्हणजे छोटी वाघीण आहे बघ!''

हसत, आपल्या गुप्तेंद्रियावरून हात फिरवत, दुसऱ्या रक्षकाला खूण करून तो घराबाहेर पडला.

ते गेल्यावर युको धावत फुसावोकडे गेली. त्याचं रक्त पुसलं आणि हलक्या आवाजात म्हणाली, ''तू हे काय केलंस आमचं? हे तुझं सामुराईचं आकर्षण! त्यानं आणला हा प्रसंग आमच्यावर! का गेलास तू किल्ल्यात? का ऐकलं नाहीस आमचं?''

ती उठली आणि धडपडत शेजारच्या खोलीत गेली. टोमोको अश्रु ढाळत ततामीवर पडली होती. खाली टाकलेल्या फाटक्या रजईवर रक्ताचे डाग होते आणि टोमोको लग्नानंतरचे पाच महिने कुमारी होती हे लक्षात आलं तेव्हा युकोला धक्का बसला. 'बिचारी पोर! काय वेदना झाल्या असतील तिला, असं रानटीपणानं एका आडदांड माणसाकडून चुरगळून घेताना! आणि लेडी मोमोनं हे पाशवी वर्तन तिच्याशी करण्याची शिक्षा दिली होती? अशी शिक्षा कोणती स्त्री दुसऱ्या निष्पाप, वयानं लहान मुलीला देईल? तीही तिच्या नवऱ्याला शिक्षा म्हणून? ती स्वत: निष्पाप असून?' तीव्र दु:खानं युकोला वाटलं. जे झालं त्याचंच दु:ख इतकं भयंकर होतं की, टोमोको कुमारी असल्याची कारणं त्या क्षणी तिच्या मनातही आली

नाहीत. युकोनं गुंगीत असलेल्या आपल्या सुनेला मिठीत घेतलं आणि दोघीही आवाज न करता खूप रडल्या. आयुष्यात कधी युकोनं फुसावोचा तिरस्कार करण्याची वेळ आली असेल, तर ती हीच वेळ होती. सारी त्याची चूक होती. त्याला असलेलं सामुराईचं आकर्षण आणि तो किल्ला यांनी ही वेळ आणली होती. किती वेळा त्यांनी त्याला सांगितलं होतं की, शेतकऱ्यांनी सामुराईंची फक्त लांबून पूजा करायची असते. किती वेळा सांगितलं होतं की, किल्ल्यापासून त्यानं दूर राहावं आणि 'बाकीचं' जाऊ द्यावं.

'किती वेळा?' असं वाटून युको रडत राहिली.

मग ती थोडी मऊ झाली. 'खरं म्हणजे मोठ्या सामुराईंनी सुरुवात केली. ते पाहायला आले, शेतकरी असून कोणता मुलगा लिहू शकतोय ते. त्यांच्या मुलानं नंतर हे नातं जोडलं त्याच्याशी. ते अधिक घट्ट केलं. म्हणजे सगळीच काही फुसावोची चूक नाही. तो नाही तोडू शकला किल्ल्याचं वैभव, सौंदर्य, आपला सन्मान यांचं आकर्षण. लॉर्ड ओकिमोटोंना आपलं आकर्षण वाटावं हे त्याच्यासारख्याला काही विशेषच होतं; पण मग कुठल्या गरिबाच्या घरात जन्माला आलेल्या, कष्टात राबत आयुष्य घालवणाऱ्या मुलाला हे होणार नाही?' युकोला वाटलं.

रक्षक गेल्यानंतरही खूप वेळ त्याची आई आणि टोमोको बंद खोलीत तशाच पडून होत्या आणि फुसावो किती वेळ तसाच, तिथंच होता; न हालचाल करता. लेडी मोमोंना त्याचा अपमान करायचा होता, त्याला खाली बघायला लावायचं होतं, निष्प्रभ करायचं होतं; तर ती जिंकली होती. स्वत:च्या आईला तोंड कसं दाखवायचं ते फुसावोला कळत नव्हतं आणि त्याची बायको? त्याच्यापायी तिच्यावर सूड उगवला गेला होता. त्यांनी त्याला कधी माफ केलं असतं?

आणि अचानकपणे फुसावोला जाणवलं, आता मात्र तो आणि सामुराई यांच्यातलं खास नातं नक्की संपलं होतं. ही त्याच्या शिक्षेची समाप्ती होती की आणखी काही शिल्लक होतं ते त्याला माहीत नव्हतं; पण आता तो लॉर्ड ओकिमोटोला पाहायला किल्ल्याकडे जाणार नव्हता हे मात्र नक्की झालं होतं. सामुराई आणि शेतकरी यांचं एक सुंदर स्वप्न होतं, पण ते संपलं होतं आणि ते अखेरीस हरले होते. त्यांना माहीत होतं की, हे असंच होणार होतं. फुसावोनं ठरवलं की, समाज सोडून डोंगरातल्या मठात जाऊन भिक्षू व्हायचं. मरण हा भेकडांचा पर्याय आहे.

❑ ❑ ❑

४१

मायुमीला त्या कागदावरची अक्षरं ओळखून वाचणं अधिक कठीण जात होतं. इडो काळातल्या त्या कागदांना ती फक्त 'डायरी' म्हणत होती, कारण आता ते कसेही लिहिलेले होते. मध्येमध्ये अक्षरांवर पाण्याचे थेंब सांडल्यासारखे दिसत होते किंवा कदाचित ते अश्रू होते. तिला खात्री नव्हती, पण त्यामुळेच अक्षरं लागत नव्हती. त्यापायी लेखनाचा अर्थ लावणं कठीण झालं होतं.

पण हे नीटनेटकं नसलेलं, अर्धवट वाक्यांचं लेखन लेखकाच्या त्रासलेल्या मनावर, त्यातल्या खळबळीवर चांगला प्रकाश टाकत होतं. इतकं की, लेखकाची निराशा, तडफड मधली इतकी वर्षं ओलांडून मायुमीला भिडली.

'बिचारा!' ती आपल्या मांजरीला म्हणाली. 'प्रेमाच्या नावावर कायकाय सोसावं लागतं.' तिला वाटलं. तिनं जे आजच्या भाषेत रूपांतरित केलं होतं त्यात जुन्या इडो काळातली एक फार मोठी शोकांतिका दिसत होती. अमान्य केलेल्या समलिंगी नात्याचा, उच्चनीच वर्णांच्या आक्षेपार्ह मानलेल्या संबंधांचा झगडा त्यात होता. सामाजिक आणि वर्णव्यवस्थेतली रेषा ओलांडायला बंदी असणाऱ्या समाजात ती ओलांडणाऱ्यांना त्याची काय आणि किती शिक्षा मिळते याचं दर्शन त्यातून होत होतं. तो कागदांचा सगळा गठ्ठा अजून वाचून पुरा झाला नव्हता तरी तिला कळत होतं की, याचा शेवट निर्दय आणि क्रूर असणार आणि हे ओळखणं काही कठीण

नव्हतं की, त्या क्रूर शेवटाचा रोख कुणाकडे असेल. तिचे विचार टी-हाऊसच्या मालकाकडे वळले जिथे पंधरा दिवसांपूर्वी ते भेट देऊन आले होते. हे इडो कालखंडातलं नाटक आणि तो यांच्यात काही संबंध होता का? मायुमीला आठवलं, त्यानं काहीतरी सांगितलं होतं की, ते टी-हाऊस त्याच्या एका पूर्वजानं मिळवलं होतं. तेव्हाच तिनं त्या पूर्वजांबद्दल नीट विचारून का घेतलं नाही याबद्दल तिनं स्वत:लाच दोष दिला; पण जिथं फुसावो आणि त्याचा सामुराई प्रेमिक यांनी त्यांच्या खासगी, गुप्त भेटी घेतल्या होत्या त्याच टी-हाऊसमध्ये ती असल्याने उत्कंठित होऊन काही माहिती काढायची तिच्याकडून राहिली होती. डायरीत त्याहून अधिक काही माहिती मिळाली नसती तर शक्यतेचा एखादा दुवा मिळण्यासाठी तिला त्या टी-हाऊसमध्ये पुन्हा जाणं क्रमप्राप्त होतं.

मायुमी सहज पुढची पानं उलटत होती तेव्हा तिची नजर एका पानावरच्या तपकिरी ठिपक्यांवर पडली. नीट, जवळून पाहिल्यावर तिला धक्काच बसला. ते रक्ताचे डाग होते! ती शेकडो वर्षांपूर्वीचे रक्ताचे डाग पाहत होती, हे शक्य होतं का?

गजराच्या आवाजानं तिला आठवण झाली की, तिला तयार होऊन सायुरीबरोबर जेवणासाठी जायचं होतं, पण आता तिच्या सतत बडबडण्यानंही मायुमी अस्वस्थ झाली असती.

'मी असं करते' ती म्हणाली. 'मी हे सायुरीला दाखवते. बघू या, ती माझ्याशी सहमत होते का आणि जर हे सुकलेलं रक्तच असेल तर या पानांत खरंच काही स्फोटक माहिती आहे!'

पहिल्यांदाच मायुमी आपल्या लाडक्या मैत्रिणीसाठीही घर सोडायला नाखूश होती, कारण त्या वेळी तिला त्या पानाचा अर्थ लावायचा होता. मायुमी बाहेर जाण्याचे कपडे करायला लागताच मिकीनेसुद्धा नाखूश असल्याचं दाखवलं. ती कोपऱ्यात जाऊन शेपूट गुंडाळून बसली. बिचारी मिकी! तिच्याकडे हल्ली मायुमीचं सारखं दुर्लक्ष होत होतं. आताच्यासारखी केस मायुमीच्या हाती आली की, हे असंच व्हायचं.

"मिकी चान, हे मी भरून काढीन हं!" मायुमी म्हणाली, पण मांजरीनं दुर्लक्ष केलं, जणू तिला म्हणायचं होतं, 'वचनं! नुसती वचनंच देत राहा.' मायुमी हसली. 'मिकीसुद्धा किती माणसासारखी वागते एकेकदा!' तिला वाटलं.

आतल्याच ओढीने तिनं मिकीला उचलून घेतलं, तिचं पोट चोळलं आणि पापे घेऊन तिला नकोसं केलं. "तू मला हवी असतेस माझ्यावर प्रेम करायला शोने!" ती म्हणाली. तिनं मिकीला खाली ठेवलं. तिच्या आवडत्या खाऊचा मोठा तुकडा दिला आणि काही तुकडे तिनं नंतर शोधून खावेत म्हणून इकडे-तिकडे

लपवून ठेवले. मायुमीला बाहेर जायचं असायचं तेव्हा हा खेळ त्या दोघी पुष्कळदा खेळायच्या आणि मिकी तिला पूर्ण साथ द्यायची. मायुमी गेल्यावर खजिना शोधायची.

पण ज्या क्षणी तिनं आपलं घर सोडलं, त्या क्षणी मायुमीला बरं वाटलं. जुन्या डायरीपासून दूर आणि कालचक्रापासूनही दूर, जे तिच्या कल्पनाशक्तीशी खेळत होतं. वसंताच्या काळात हे छान होतं. संध्याकाळचे सहा वाजले होते तरी बाहेर उजेड होता. आसपासच्या सुपरमार्केटमधून शॉपिंग कार्ट घेऊन गृहिणी घरी जायची घाई करत होत्या. ते बघून मायुमीला सुखी आणि घरगुती वाटत होतं.

या वेळी त्यांनी उपनगरात जायचं ठरवलं होतं आणि जवळच्या साध्याशा रेस्टॉरंटमध्ये भेटायचं ठरवलं होतं. सायुरीनं वातावरणाला शोभेसा ड्रेस केला होता. डेनिम जीन्स, एक फिका स्वेटर आणि केसांची पोनी टेल, डोक्यावर हेअरबँड आणि कमीत कमी मेकअप.

मायुमीच्या उंचावलेल्या भुवया बघून ती म्हणाली, "माझा आताचा बॉयफ्रेंड स्पॅनिश आहे. तो म्हणतो, जपानी मुली फारच मेकअप करतात, अगदी शेजारच्या दुकानात जायचं असलं तरी. पाश्चिमात्य लोक त्यामुळे अस्वस्थ होतात. म्हणून मी कमी केलंय हे सगळं. त्याला बरं वाटावं म्हणून."

"बघ तरी!" तिनं डोळे फिरवले. "मला भुतासारखं आणि एका परीनं नग्न असल्यासारखं वाटतं, मेकअप नसला तर. मला वाटतं, रोमान्स संपला की मेकअप येईल पुन्हा."

"पण खरंतर मेकअपशिवायच तू गोड दिसतेस, ताजी आणि लहान." मायुमी म्हणाली. तिला खरंच तसं वाटत होतं. सायुरी टवटवीत आणि देखणी दिसतच होती.

खाण्याची ऑर्डर दिल्यावर आणि नव्या बातम्या एकमेकींना पुरवल्यावर मायुमीनं महत्त्वाचा कागद काढून सायुरीला दाखवला.

"हे बघ. हे रक्ताचे डाग आहेत असं तुला वाटतं का?" तिनं विचारलं.

तिची मैत्रीण लगेच गंभीर झाली. मायुमीकडून तो कागद घेऊन भक्तिपूर्वक, काळजीनं आणि आश्चर्यानं तिनं मायुमीकडे पाहिलं. तिच्या हाती इतका जुना ऐतिहासिक कागद असल्याचंच तिला नवल वाटलं होतं.

"वाव! हे खरोखर काही खास आहे." ती हळूच म्हणाली आणि नीट पाहायला लागली. तिनं तो कागद नाकालाही लावून पाहिला, जणू शेकडो वर्षांमागचा वास तिला येणार होता.

"मग, काय वाटतं तुला?" मायुमीनं पुन्हा विचारलं. "मी अजून संदर्भ पाहिले नाहीत, पण मला वाटतंय की, लेखकानं ते फार दु:खानं, एका भयंकर

प्रसंगात लिहिलेत आणि त्याच्या दुःख आणि वेदनांचं प्रकटीकरण म्हणून स्वतःला इजा करून घेतलीये.''

सायुरीनं ते डाग नीट निरखून पाहिले आणि ती मान हलवून म्हणाली, ''तुझं बरोबर असावं. मला खात्री आहे, ते रक्तच आहे. परीक्षणानं ते नक्की होईलच. मला वाटतं, जर ही आनंदाची खूण आहे, असं जरी घटकाभर धरलं तरी लेखक आनंद दाखवायला काही स्वतःला कापून घेणार नाहा. तेव्हा कबूल, की तीव्र दुःखानंच त्यानं स्वतःला इजा करून घेतलीये.''

''हे विलक्षणच आहे, होय की नाही? म्हणजे शेकडो वर्षांपूर्वीच्या एका माणसाच्या रक्ताला आपण स्पर्श करतोय!'' मायुमी म्हणाली. ''इतिहास आणि इतिहासतज्ज्ञ असण्यातली ही एक विलक्षण बाब आहे.''

''हे अजून तपासायचंच आहे की, त्यानं स्वतःला किती कापून घेतलंय. म्हणजे लोक जर हाराकिरीच्या धर्मकृत्यात स्वतःला कापून घेतात, तर हात कापून घेण्यात काय? लेखकानं काही या वेळी हाराकिरी केली नाहीये, कारण पुढे त्यानं बरीच पानं लिहिली आहेत.''

मायुमीनं सायुरीला त्या चहागृहाबद्दल सांगितलं आणि त्याचा मालक या डायरीच्या लेखकाशी, फुसावोशी संबंधित असावा हेही सांगितलं.

''मला विचारू नकोस का आणि कसं; पण मला काही वेळा काही लोकांबद्दल आतूनच वाटतं. पाहिजे तर याला तू सहावं इंद्रिय समज.'' ती म्हणाली.

''पण तो थेट वंशज असावा, हे तर अशक्य दिसतंय. कारण फुसावो 'गे' होता. त्यामुळे त्याला मूल होण्याची शक्यता नव्हती'' सायुरी म्हणाली.

दोघीही त्या कागदांत इतक्या अडकल्या होत्या की, त्यांनी जवळजवळ सारी रात्र त्या कागदाचं पृथक्करण करण्यात घालवली. रात्री अकरा वाजता त्यांनी रेस्टॉरंट सोडलं. त्या रक्ताशी संबंधित माहिती मिळवल्यावर साऱ्या गोष्टी कळवायचं वचन मायुमीनं सायुरीला दिलं आणि दोघींनी एकमेकींचा निरोप घेतला.

❑ ❑ ❑

४२

"माझी परवानगी नाही तुला मठात जाऊन भिक्षू व्हायला."

आपली मूठ जोरानं टेबलावर आपटून नाओकी म्हणाला.

"तू तुझ्या बायकोबद्दलच्या जबाबदाऱ्या टाळू शकत नाहीस की तू विसरलास तुला एक बायको आहे हेही? तिला मूल होणार आहे. तुझं मूल तिच्या पोटात आहे आणि तू तिला सोडून मठात जाण्याचा विचार तरी कसा करू शकतोस?"

त्याची पत्नी टेबलापलीकडे बसली होती. तिचा चेहरा पांढरा पडला होता. ती प्रार्थना करत होती की, त्याला टोमोकोच्या गर्भ राहण्यामागचं सत्य कळू नये आणि तो नसताना त्या दिवशी कोणता प्रसंग घडला होता, तेही कळू नये. तो दिवस नुसता आठवूनही तिच्या अंगावर शहारे आले. काही काळ टोमोको त्या प्रसंगानं खूप झाकोळून गेली होती आणि तिनं स्वत:ला स्वत:तच कोंडून घेतलं होतं. आपल्या खोलीत ती मूकपणे रडायची. मग हवा बदलली; स्वच्छ झाली. ती मात्सुमोटोला आपल्या माहेरी जाऊन सर्वांना भेटून आली.

फुसावो ती गेली त्या दिवशी रडला. टोमोको ठरल्या दिवशीच गेली असती आणि बर्फामुळे तिला तिथं राहावं लागलं नसतं तर त्यातलं काही घडलं नसतं, कारण त्याला जेव्हा रक्षक घरी घेऊन आले असते तेव्हा त्यांना ती घरी सापडलीच नसती. त्यानंतर मध्ये काही काळ गेल्यानं लेडी मोमोही थंड झाली असती. तिच्या

बेतातला पाशवीपणा तिला जाणवला असता आणि कदाचित अशा प्रकारे फुसावोला दुखवून त्याचा सूड घेण्याऐवजी तिनं त्याचाच जीव घेतला असता.

टोमोको परत घरी आल्यावर फुसावो, ती आणि युकोनं तो दिवस विस्मरणातच मागे टाकला होता; पण पहिल्यासारखं पुन्हा काहीच झालं नव्हतं. फुसावो वडिलांबरोबर शेतावर जात होता, पण कामावर मन एकाग्र करू शकत नव्हता. त्याला एक वेगळीच जाणीव होत राहायची की, ही घटना म्हणजे त्याच्या दुःखाचा शेवट नव्हता आणि कोणत्यातरी प्रकारे त्याला या पापाची किंमत मोजावी लागणार होती.

आणि एवढं सगळं होऊनही तो लॉर्ड ओकिमोटोबद्दल विचार करणं थांबवू शकला नव्हता. रोज रात्री तो आपलं दुःख कागदावर उतरवून काढत होता.

'मी त्याच्यावर प्रेम करत असेन तर त्याला विसरायला हवं आणि त्या रात्री किल्ल्यात मी त्याला ठार केलं असंच मानलं पाहिजे, पण ते फार कठीण आहे, कारण मनात त्याच्याबद्दल आशा आहेच.'

'मी असा का? मला ज्यानं इतकं दुःख दिलंय त्याला मी विसरू का शकत नाही?'

'निगाटाच्या मठात जायचं मी ठरवलंय. तिथल्या धार्मिक, एकाकी वातावरणात मला राहायचंय, माझी पापं धुऊन काढायला. तो एकच मार्ग आहे, माझ्यातून लॉर्ड ओकिमोटोला बाहेर काढून टाकायचा आणि बाबांकडे याबद्दल मला लवकरच बोललं पाहिजे.'

पण दिवसांचे आठवडे झाले तरी आणि भातशेतीत दोघंही अगदी शेजारी-शेजारी असताना आणि इतर कोणी ऐकायला नसतानाही फुसावोला वडिलांना ही गोष्ट सांगण्याइतकी हिंमत गोळा करता आली नाही. मग एका रविवारी सकाळी नाओकीनं विषय काढला की, फुसावोनं मात्सुमोटोला जाऊन पत्नीला घेऊन यावं, कारण तिला जाऊन बरेच दिवस झाले होते आणि अशानं तिच्या लांबलेल्या अनुपस्थितीबद्दल लोक बोलायला लागले असते.

फुसावोचं हृदय जड झालं. टोमोकोची अनुपस्थिती होती म्हणूनच तो आणि युको इतके दिवस कसेबसे काढू शकले होते. एरवी आदल्या महिन्यातली ती घटना दोघांच्या मनात सलतच होती. त्याला जाणवलं की, भिक्षू होण्याची त्याची इच्छा आताच वडिलांना बोलून दाखवायला हवी होती नाहीतर त्याला ती इच्छा सोडून द्यावी लागली असती.

तो विषय काढणार एवढ्यात दारावर मोठ्यानं थापा पडल्या. नाओकीनं दार उघडलं. मात्सुमोटोहून निरोप घेऊन माणूस आला होता. तो आणि नाओकी बोलत असताना नाओकीचे डोळे अविश्वासानं विस्फारले आणि मग त्याच्या चेहऱ्यावर एक

सुंदर हास्य चमकलं. फुसावोचे वडील क्वचित हसायचे, पण जेव्हा हसायचे तेव्हा काळोख्या खोलीतही प्रकाश पसरायचा. निरोप्या गेल्यावर ते अक्षरश: नाचले. अगदी क्वचितच ते असं काही करायचे. मग अतिशय आनंदून त्यांनी ती बातमी त्यांच्या पत्नीला आणि मुलाला दिली.

"निरोप्या टोमोकोच्या कुटुंबाकडून आपल्यासाठी एक छान बातमी घेऊन आला होता. टोमोको गर्भवती आहे."

नंतर जी शांतता पसरली त्यात फुसावोनं घेतलेला दीर्घ श्वास सगळ्यांना स्पष्ट ऐकू आला आणि त्याच्या आईच्या हातातल्या चॉपस्टिक्स खाली गळून पडल्या.

ती त्या धक्क्यातून प्रथम सावरली आणि दु:खानं रडत ती नवऱ्याला विचारायला लागली, "ओह! नाओकी, खरंच? टोमोको गर्भवती आहे? ही गोष्ट खरी आहे?"

नाओकीला तो तिचा आविर्भाव अत्यानंद सहन न झाल्यामुळेच वाटला.

"अर्थातच! मला तेच म्हणायचंय. असल्या निरोपांच्या बाबतीत चुका नाही होत."

नाओकी आनंदानं म्हणाला आणि त्यानं फुसावोकडे पाहिलं.

"खूप वर्षांनी तू हे चांगलं कृत्य केलं आहेस आपल्या कुटुंबासाठी."

फुसावो काही म्हणाला नाही आणि आपल्याला बोलता येईल असंही त्याला वाटेना. त्याच्या शिक्षेनं घेतलेलं हे रूप बघून तो स्तंभित झाला होता. लेडी मोमो जिंकली होती तर! त्याच्या मानगुटीवर जन्मभर बसण्यासाठी तिनं त्याच्या कृत्याचं एक भूत तयार केलं होतं. त्या रात्रीच्या व्रणापासून त्याची सुटका नव्हती. आता त्या शरमेच्या, लाजिरवाण्या घटनेची स्मृती कायम राहणार होती. बधिर करणाऱ्या एका वेगळ्याच जाणिवेने त्याला व्यापलं आणि दु:खातिरेकानं तो हसायला लागला. ते थांबवायचा प्रयत्न करताना उलट अधिकाधिक अनावर होऊन हिस्टेरिक झाल्यासारखा तो हसतच राहिला.

घाबरलेली आई त्याच्याजवळ जाऊन त्याला हलवून हळूच हलक्या आवाजात म्हणाली, "स्वत:वर ताबा ठेव, नाहीतर तुझ्या वडिलांना संशय येईल."

तिचे सावध शब्द त्याच्या कानात तीरासारखे घुसले. त्या कडवट गोंधळातून फुसावो सावध झाला.

स्वत:वर प्रयासानं ताबा मिळवत तो म्हणाला, "मला हर्षवायू झालाय बातमी कळून. पाहिलंत? माझं हसूही थांबत नाहीये."

युकोनं नवऱ्याच्या हसऱ्या चेहऱ्याकडे पाहून सुटकेचा नि:श्वास टाकला. फुसावोचा प्रतिसाद विलक्षण होता. तिचा मुलगा किती हरवलेला आणि गोंधळलेला होता, हे तिला माहीत होतं. तिला स्वत:लाही चक्कर आल्यासारखं झालं होतं. त्यांच्या कमनशिबानं घेतलेली ही नवी कलाटणी होती. भविष्यातही युको स्वत:ला हा प्रश्न पुन:पुन्हा विचारत राहणार होता की, हे मूल ती कधी 'नातवंडं' म्हणून

स्वीकारेल? त्याच्यावर प्रेम करेल? तिच्या मुलाच्या रक्ताचा जे वारस नव्हतं, उलट टोमोकोवर झालेल्या पाशवी बलात्काराचं जे प्रतीक होतं; चेहरा, नाव नसलेल्या एका रक्षकाचं मूल! त्याला ती नातवंड म्हणून कसं स्वीकारू शकणार होती?

"टोमोकोनं विचारलंय, आणखी एक महिना राहू का इथंच म्हणून; आणि ही नवी प्रगती पाहून मी परवानगी दिलीये. गर्भ पोटात थोडा स्थिर होईतो तिनं प्रवास न करणंच उत्तम!"

स्वत:चा मुलगा आणि पत्नी यांच्यात वाहणाऱ्या अंत:प्रवाहांची जाणीव नसल्यानं नाओकी म्हणाला. फुसावोला त्याचा आवाज खूप अंतरावरून येत असल्यासारखा वाटत होता.

आणि अचानक, स्वत:ला थांबवण्यापूर्वीच फुसावो बोलून चुकलाच, "बाबा, मला तुमची परवानगी हवीये 'निगाटा'च्या मठात जायला."

स्तंभित करणारी शांतता पसरली आणि मग त्याचा बाप गरजला, "काय म्हणालास आता? डोकं फिरलंय की काय तुझं? मी आत्ता काय म्हटलं ऐकलं नाहीस? तू बाप होणार आहेस. त्यावर हा प्रतिसाद? तुला बाप म्हणून येणाऱ्या साऱ्या जबाबदाऱ्या नाकारून मठात पळायचंय? का फुसावो? तुझ्या कुटुंबाच्या आनंदाचा हाही क्षण तुला नासून टाकायचाय?"

"नाओकी, इतका कठोर होऊ नकोस रे त्याच्यावर! नाओकी!" युको मध्ये पडली. "मला वाटतं ही बातमी म्हणजे मोठा धक्का आहे आपल्याला. म्हणून काहीही बोलला तो."

"काहीतरी मूर्खासारखं बोलू नकोस तू." नाओकी खेकसला.

"मला खरंच कळत नाही, एवढं धक्कादायक काय आहे या बातमीत? एक तरुण पुरुष लग्न करतो आणि फार दिवस न घालवता त्याची पत्नी गर्भवती बनते, हे अगदी नैसर्गिक आणि अपेक्षित चक्र आहे जीवनाचं. मी तुला मनाई करतोय मठात जायला फुसावो. तू इथंच राहायचंस आणि गंभीरपणे, खऱ्या पुरुषासारख्या तुझ्या जबाबदाऱ्या सांभाळायच्यास. तू माझ्या इच्छेविरुद्ध गेलास तर माझा मुलगाच नव्हेस."

"आणि कसं पळून जायचं याचा विचार करण्यापेक्षा एक जास्तीची खोली कशी बांधता येईल हे बघ. आता घरच्या माणसांत भर पडेल तेव्हा तिची गरज आहे." तो म्हणाला.

खूप वेळ फुसावो गप्प होता. त्याच्या आईनं श्वास रोखून धरला होता. 'हा बंड करेल का? सारं सांगून टाकेल? नाओकीचा आत्मा आणि स्वत:च्या कुटुंबावरचा त्याचा विश्वास कुस्करून टाकेल?'

यकोच्या मनात प्रश्नांचे मोहोळ उठत होते.

मुलाचा समलिंगी व्यवहाराकडे असलेला कल – या विषयावर युको आणि नाओकीनं कधी प्रकट चर्चा केली नव्हती, कारण तो विषय त्यांच्या शरमेचाच होता; पण युकोला माहीत होतं की, तरीही त्या विषयाचं सावट नकळतपणे त्या सर्वांवर राहिलं होतंच.

टोमोकोचं गरोदरपण म्हणजे नातवंडं, म्हणजे आशा होती की, फुसावो त्याचा अनैसर्गिक, सामाजिकदृष्ट्या बहिष्कृत पिंड सोडून नैसर्गिक बनतोय.

तिनं फुसावोकडे पाहिलं. तिचे डोळे त्याला सांगत होते, 'वडिलांना विरोध करू नकोस. निदान आत्ता नको. त्यांना सर्व परिस्थिती माहीत नाही. टोमोकोचं गरोदरपण कसं आलं किंवा तिच्यावर बलात्कार होईपर्यंत ती कुमारी होती हेही त्यांना ठाऊक नाही.'

फुसावोच्या जिभेवर विरोध करण्याचं आणि आपल्या इच्छेचा आग्रह धरण्याचं आलं होतं, पण आईच्या घाबरलेल्या चेहऱ्यावरच्या विनवण्या त्यानं वाचल्या आणि तो पस्तावला. त्याला आपला हट्ट पुढे दामटता येईना. आधीच त्यानं युकोला खूप त्रास दिला होता, दुःख दिलं होतं आणि आता तिला तसंच वडिलांच्या रोषाला तोंड द्यायला सोडणं शहाणपणाचं ठरलं नसतं आणि जर तो निघून गेला असता आणि त्याला हवं ते त्यानं केलं असतं तर त्या भयंकर गुपितासह तिला एकटीला राहावं लागलं असतं.

त्यानं आवंढा गिळला आणि उत्तर दिलं, ''माफ करा बाबा, मला काय झालं कोण जाणे? तुमचं बरोबर आहे. मी इथे राहून टोमोको आणि बाळाकडे पाहायला हवं. मठाची कल्पना माझ्या डोक्यात घोळत होती, पण आता सर्व बदलायला हवं, माझ्या कर्तव्याची प्राथमिकताही.''

नाओकीचा चेहरा स्वच्छ झाला आणि तो हसला.

''छान! मला तुझ्याकडून हेच ऐकायचं होतं. उद्यापासून मागे आणखी एक खोली बांधायचा विचार करू. नुसती कल्पना कर, नातवंडं ह्या घरात येतंय शेवटी!''

फुसावोनं घर वाढवण्याच्या बेतावर बापाला बोलत ठेवलं. पण तो त्यातलं काहीच ऐकत नव्हता आणि त्याची आई नकोनको ती कामं काढून त्यांत स्वतःला गुंतवत होती.

मुख्य प्रश्न बाजूला पडल्यानं तिला हायसं वाटलं होतं. शिवाय, आणखी कशावर विचार करणं त्यांना त्या क्षणी नकोच होतं.

खूप वेळाने जेव्हा फुसावोचे आईबाप त्यांच्या खोलीत गेले तेव्हा रोखलेले सारे संतप्त विचार त्याच्या मनात गर्दी करायला लागले. लेडी मोमो त्याला सापळ्यात

पकडण्यात यशस्वी झाली होती, जो जन्मभरासाठी त्याला अपराधी आणि अस्वस्थ करत ठेवणार होता. हे तर मरणाहूनही भयंकर होतं. यातून त्याची सुटका नव्हती. त्यानं मरू नये असंच तिला वाटत होतं आणि त्या वेळी लेडी मोमोनं त्याला ठार न मारण्यामागचं कारण त्याच्या लक्षात आलं. तिनं त्याच्यासाठी फारच दुःखद आयुष्याचा बेत केला होता आणि मठात जाऊन मनाची शांती मिळवण्याचा मार्गही बंद केला होता. आता त्याला ती संधीच नव्हती.

फुसावोला वाटत असलेलं लॉर्ड ओकिमोटोचं प्रेम आणि त्याच्या पापांसाठी त्याच्या पत्नीवर केलेल्या बलात्कारापासून झालेलं मूल स्वीकारून त्याने ह्या दुःखासह कसं जगावं हे त्याला कळत नव्हतं.

❑ ❑ ❑

४३

किल्ला पुन्हा उत्साहानं जिवंत झाला होता. लॉर्ड ओकिमोटोच्या लग्नापेक्षाही मोठं असंच कारण होतं. काही दिवसांतच त्याचं पहिलं मूल जन्माला येणार होतं. देवळात नेहमीपेक्षा जास्त भक्त येत होते. सामुराईच्या वंशाला वारस म्हणून सगळे मुलगा मागत होते. लेडी मोमोनं तर मोठाच जुगार खेळला होता. तिच्या प्रार्थना सर्वांत जास्त होत्या.

काही महिने तरुण सामुराई सार्वजनिक कार्यक्रमात आले नव्हते. ते घोडा चालवताना मोठ्या अपघातात सापडल्याच्या अफवा होत्या. ते बरे होत होते. जेव्हा ते प्रथमच किल्ल्याबाहेर आले तेव्हा त्यांचं वजन खूपच कमी झालं होतं, पण ते बाकी शारीरिकदृष्ट्या फारसे वाईट नव्हते. मात्र त्यांच्या जवळच्या नोकरांना त्यांच्यात खूपच फरक पडलेला जाणवत होता. तरुण, हिंडणारा, फिरणारा, आत्मविश्वासपूर्ण सामुराई शांत व स्वत:तच मग्न होता. त्यांना आसपासच्या कशातही रस उरला नव्हता; अगदी होणाऱ्या पुत्रजन्मातही. उलट तलवारबाजीत त्यांना भलताच रस निर्माण झाला होता आणि ते उत्तरेकडे जाऊन एका प्रसिद्ध शाळेत नाव घालणार होते.

"बाळ जन्माला आल्यावर मग जा." लेडी मोमो त्यांना विनवत होती. त्यानं नाइलाजानं ते कबूल केलं होतं खरं, पण तो सुखी नव्हता. लेडी मोमोच्या

नोकराण्या स्वयंपाकघरात कुजबुजत होत्या की, तरुण जोडपं एकाच खोलीत झोपत नाही; पण ते समजण्यासारखं होतं, कारण लेडी साचिकोचे दिवस भरले होते आणि तिला मिळेल तेवढी विश्रांती हवी होती. तिचं गर्भारपणही सोपं नव्हतं. ती सदैव खिन्न, निराश, अश्रुपात करत असायची. का, ते मात्र कुणाला कळायचं नाही.

लॉर्ड ओकिमोटोंनी त्यांच्या स्वत:साठी एक खासगी बाथरूम बांधण्याची आज्ञा दिली होती, कारण त्या रात्री फुसावोनं त्यांच्यावर सुरा चालवून त्यांच्या पोटावर आणि छातीवर केलेले ते खोल व्रण त्यांना कुणालाही दाखवायचे नव्हते. सुरुवातीला त्यांना फुसावोचा फार संताप आला होता. त्यानं केलेल्या ह्या विश्वासघाताचा धक्का बसला होता. त्या जखमांनी कितीतरी दिवस पिळवटत, तळमळत, खूप तापात असताना, अनेकदा शुद्धी आणि बेशुद्धीमध्ये झुलत असताना, त्यांच्या प्रेमिकाचा चेहरा त्यांना सतत दिसायचा; त्यांना माफ करायला सांगायचा आणि वेड लावणाऱ्या वेदना, दु:ख ज्यामुळे तो हे कृत्य करायला तयार झाला ते समजून घेण्याची विनंती करायचा. पण खूप नंतर त्यांनी निरोप्याला पाठवून त्याची माहिती काढली तेव्हा त्यांना कळलं की, त्याचीही पत्नी गर्भवती होती. तेव्हा ओकिमोटोंना त्याचं दु:ख कळलं, ज्यानं अतिशय प्रेमात असणारी व्यक्तीही माथेफिरू बनते.

ते जेव्हा जीवन आणि मृत्यू यामध्ये हेलकावे खात होते, वैद्य रात्रंदिवस सुऱ्याच्या जखमा ताब्यात राहाव्यात, वेदना कमी व्हाव्यात म्हणून गुंगीची औषधं देत होते, वेदना कमी करणाऱ्या मुळ्या, रस त्याच्या घशातून खाली उतरवत होते तेव्हा लॉर्ड ओकिमोटो आपल्या आयुष्याची चित्रफीत मिटल्या डोळ्यांसमोरून जाताना बघत होता. एक अशक्त, परिणाम न करू शकणारा सामुराई त्याचे संपूर्ण अधिकार चालवू शकत नव्हता, हवं ते घेऊ शकत नव्हता आणि स्वत:च्या आयुष्याचा ताबा आईकडून स्वत:कडे घेऊ शकत नव्हता.

अचानक लॉर्ड ओकिमोटोंना जाणवलं की, त्यांना ग्रँड सामुराई व्हायचंच नव्हतं. ओकिमोटोंमध्ये त्यांच्या आईसारखे मोठाले त्याग करण्याची ताकद नव्हती. तो 'वेगळाच', बरा न होणारा समलिंगी होता, ज्याची त्याच्या कुटुंबाला लाज वाटावी. यानंतर जिथे त्याच्याकडून कुठल्याही उल्लेखनीय कामगिरीची अपेक्षा केली जाणार नाही, अशा एखाद्या अज्ञात स्थळीच त्यानं जाणं इष्ट होतं किंवा स्वत:ची दया करत रडत राहण्यापेक्षा उरलेल्या ऊर्जेच्या बळावर नोबुनागा कुटुंब आणि सामुराईंचा हुद्दा आणखी उच्च दर्जाला नेऊन नंतर लेडी साचिकोला होणाऱ्या मुलाच्या हाती त्यानं ती मशाल देणं अपेक्षित होतं. काहीही झालं तरी तो आता फुसावोला पुन्हा बघू शकणार नव्हता. त्या प्रेमाला बंदी होती; सामुराईलाही; ते फक्त त्यांच्या मनात आणि आठवणीत राहणार होतं. तरी एक गोष्ट त्याला करता

येणार होती. तो त्यांचं टी-हाऊस पुन्हा उघडू शकणार होता. 'त्याच्या फुसावोविषयीच्या प्रेमासारखं त्या जागेचं पछाडणारं सौंदर्य लपवून ठेवायचं नाही. अभिमानानं, खानदानीपणानं उभं करायचं, त्यांच्या आक्षेपार्ह प्रेमाचं प्रतीक...' असं त्यानं ठरवलं.

सातव्या दिवशी वैद्यांनी त्यांच्या शरीरातून सारी विषं काढून टाकली. त्यांचा ताप गेला, ते बरे झाल्याचं वैद्यांनी जाहीर केलं; पण त्या सर्वशक्तिमान, सर्वाधिकारप्राप्त माणसाचा आत्मा कायम जखमीच राहणार होता, कारण ज्याला त्यांनी सर्वाधिक प्रेम दिलं होतं त्यानेच त्यांना भोसकून मरणांतिक जखम केली होती.

अर्धवट बेशुद्धीत तापानं जळत असताना लॉर्ड ओकिमोटोंनी टी-हाऊस पुन्हा उघडण्याची आज्ञा दिली. तिथं फुसावोच्या आणि त्यांच्या कितीतरी भेटी झाल्या होत्या. बरं झाल्यावर आईला आश्चर्यचकित करून ओकिमोटोनं बांधकाम तंत्रज्ञांची फौज घेऊन आणि सुतार घेऊन, त्या निर्जन, पडलेल्या इमारतीकडे जाऊन संपूर्ण टी-हाऊसची पाहणी केली. काही आठवड्यांत भेगा-भगदाडं बुजवली गेली, सुकलेली तळी पाण्यानं भरली, रंगीत मासे पुन्हा त्यात खेळायला लागले. माजलेलं गवत व तण काढून तिथं अझालियाची झाडं लावली, जेणे करून उन्हाळ्यात लालभडक फुलांनी ती बहरून जातील.

ते टी-हाऊस कधीकधी लेडी मोमो व तिच्या पाहुण्यांच्या छोट्या चहापार्टीकरता वापरलं जायला लागलं, पण लॉर्ड ओकिमोटो त्यात कधी नसायचे. रात्री ते तिथे जायचे, हिंडायचे, एखाद्या तळ्याकाठी बसायचे; मासे बघायचे, त्यांचे खेळ बघायचे.

थंडीतल्या दुपारी लेडी साचिकोला कळा सुरू झाल्या. सारा किल्ला वाट बघत होता. कितीतरी पैजा लागल्या. कितीतरी पैसा त्यावर लावला होता. तो थोड्याच वेळात जिंकला किंवा हरला जाणार होता.

तिच्या गर्भारपणाइतकंच तिचं बाळंतपणही अवघड होतं. लेडी मोमो सारा वेळ किल्ल्यातल्या देवळातच काढत होती. मुलगा व्हावा म्हणून प्रार्थना करत होती. मुलगी झाली असती तर पुन्हा मुलासाठी काय करावं, हे तिला सुचत नव्हतं.

लेडी मोमोसाठी ती खूप तणावाची वेळ होती. तिनं जे काही त्या शेतकरी पोराला आणि त्याच्या कुटुंबाला केलं होतं त्यामुळे तिच्या मनातलं अपराधीपण वाढत होतं. ती चुकली होती, कारण अखेर तिचा मुलगा – सामुराईनं या अवैध खेळाची पहिली खेळी खेळली होती; पण कृती घडून गेली होती. लेडी मोमो ती गोष्ट मागे टाकू इच्छित होती आणि प्रार्थना करत होती की, तिच्या दुष्टपणाची शिक्षा देवानं नात जन्माला घालून देऊ नये. कोणत्याही परिस्थितीत तिला वारस हवाच होता. त्यासाठीच तिनं सैतानाला आपला आत्मा विकला होता.

‘कसं?’ तिनं हजार वेळा रात्रीच्या एकान्तात स्वत:ला विचारलं होतं, ‘कुठल्याही स्त्रीवर अशी वेळ आली असेल का की, तिला तिच्या सुनेसाठी, तिनं पुन्हा गर्भवती व्हावं म्हणून आणखी एका पुरुषाचा शोध करावा लागावा असेल की, ज्यामुळे तिच्या नवऱ्याच्या वंशाला वारस मिळेल?’ हा प्रश्न तिला छळत होता; रात्रंदिवस, आठवडे, महिने, वर्षं! ‘मला कसा समलिंगी आवडीचा मुलगा झाला? देवा, मी असं काय केलं, त्याची ही शिक्षा? की मी घेतलेलं अन्न, औषध त्याला कारण आहे?’ ती स्वत:ला पुन्हापुन्हा विचारत होती. आताही ती देवासमोर गुडघे टेकून बसली होती. तोच प्रश्न देवाला विचारत होती. तो दिवस आठवत होती जेव्हा ओकिमोटो सोळा वर्षांचा होता. तिनं त्याला पकडलं होतं, कारण तो पंधरा वर्षांच्या एका निरोप्याच्या अंगाला हात लावत होता. त्यानं त्याला आपल्या खोलीत बोलावलं. नशिबानं तो दूरच्या भागातला होता. त्यामुळे त्याला लाच वगैरे द्यावी लागली नव्हती.

लेडी मोमो तिच्या खोलीत जाऊन पडली. तिला आजारल्यासारखं झालं होतं, पण तिनं आपल्याला कळलेला शोध नवऱ्याला सांगितला नाही, कारण त्यामुळे तो किती वेडापिसा झाला असता याची तिला कल्पना होती. ते ज्ञान तिनं स्वत:कडेच ठेवलं. जेव्हा कधीही ती आपल्या मुलाला दुसऱ्या पुरुषाबरोबर पाहायची तेव्हा तिचं रक्त उसळायचं. मग तो कसाही असो; निष्पाप, म्हातारा, कोणीही.

अजून ती देवळातच उदबत्त्या जाळत होती. तेवढ्यात यूमी, तिची वैयक्तिक दासी धावत आली.

“बाई सरकार, बाळ जन्माला आलंय.” ती धापा टाकत म्हणाली.

लेडी मोमो उडी मारून उठली आणि यूमीला धरून हलवायला लागली.

“पटकन बोल, मुलगा आहे ना?” थरथरत्या आवाजात तिनं विचारलं.

“होय, बाई सरकार. मुलगा झालाय. मोठ्यानं रडतोय. सगळे थक्क झाले आहेत.” दासीचं बोलणं पुरं व्हायच्या आतच लेडी मोमो देवळातून साचिकोसाठी खास तयार केलेल्या खोलीकडे धावली. तिचं हृदय सुटकेनं, आनंदानं नाचत होतं. तिचा बेत यशस्वी झाला होता. त्यांना वारस मिळाला होता. केवळ मुलासाठी पुन्हा त्या लाजिरवाण्या कामातून आता तिला जायला लागणार नव्हतं.

“धन्यवाद, देवा धन्यवाद.” ती लेडी साचिकोच्या खोलीत शिरताना लेडी मोमो मनाशी म्हणाली. तिला पाहून तिथं जमलेल्या बायका, दासी बाहेर गेल्या.

लॉर्ड ओकिमोटो तिला कुठेही दिसला नाही. क्षणभर तिला आपल्या मुलाचा पुन्हा संताप आला. त्यानं आसपास राहून तोंड तरी दाखवायला हवं होतं, असं तिला वाटलं, कारण त्याची ही जबाबदारी तिनं स्वत:हून सोडवली होती आणि

त्यामुळे आता स्त्रियांकडे पाठ फिरवून स्वत:ची समलिंगी आवड नीट जपायला तो मोकळा झाला होता.

पण ज्या क्षणी तिनं ते लाल चिमणं बाळ पाहिलं, तिचा संताप उडून गेला. 'हा उद्याचा, पुढचा सामुराई' – तिच्या मनात आलं. दासीनं ते बाळ तिच्या हाती दिलं. एक जोरदार शक्तीची लाटच तिच्यातून गेली. तिला कळलं की, तो सामुराई अव्यंग होता. 'तो पूर्ण पुरुष होईल, जसा लॉर्ड ओकिमोटो नाही. नोबुनागांच्या घरात उत्साह, शक्ती, पौरुष पुन्हा राज्य करेल.' – तिला अभिमानानं वाटलं.

बाळाचं नाव ठेवायचा संस्कार व्हायचा होता. काय नाव ठेवायचं ते लेडी मोमोला माहीत होतं.

'शिंतारो नोबुनागा.' ती पुटपुटली. 'माझा नातू, पुढचा सामुराई, तू तुझ्या बापासारखा कधी होऊ नकोस.'

❑ ❑ ❑

४४

फुसावो ज्या दिवसाला तोंड द्यायला घाबरत होता तो अखेर येऊन ठेपलाच होता. टोमोकोच्या घरून निरोप आला होता की, त्या आठवड्याअखेर ती घरी परत येईल. त्या निरोपामुळे फुसावो फार कष्टी होता. जितके दिवस ती दूर होती, आपल्या मनातून सगळ्या वाईट आठवणी काढून जणू काही घडलंच नाही, असं तो वागत होता.

फुसावो रोज वडिलांबरोबर भाताच्या शेतात जायचा आणि आपलं लग्न झालंय हेही त्या दिनक्रमात कधीकधी विसरून जायचा आणि नाओकी बाळाबद्दल बोलायला लागल्यावर ते मूल दुसऱ्याचं असल्यासारखं उडवून लावायचा. वास्तवापासून तो स्वत:ला दूरच ठेवायचा आणि आपल्या आयुष्याची पानं लॉर्ड ओकिमोटो त्याच्या आयुष्यात येण्यापूर्वीच्या काळात उघडून ठेवायचा. त्यानंतरची काही वर्षं तो झगमगाट, प्रेम आणि वासना यांच्या अशा जगात वावरत होता की, जे जग त्याच्या अनुभवाचा कधी विषय होऊ शकेल, असं त्याला वाटलं नव्हतं. आज त्या आयुष्याचा विचारही न करता त्याला राहता येत होतं. फक्त रात्रीच्या नीरव शांततेत तो आपली सारी खळबळ कागदांवर उतरवायचा.

आदल्या दिवशी रात्री पौर्णिमा होती. रात्रीचं ते रुपेरी जग मन दुखवेल इतकं सुंदर होतं. फुसावोचं हृदय पुन्हा त्या आक्षेपार्ह जगात हिंडायला लागलं. अशाच

चंद्रानं टी-हाऊसमध्ये दोन प्रेमिकांची रात्र उजळली होती. त्याचं दु:ख आणि इच्छा इतकी बळावली की, त्याला तिला कवितेत वाट करून द्यावी लागली. —

तोच चंद्र आपली रुपेरी जादू आमच्यावर करीत आहे
आज आमच्यात इतकं अफाट अंतर आहे
पण काळाच्या ओघात एका क्षणासाठी आम्ही एकत्र आलो होतो
प्रेम आणि वासनेनं भरून गेलो होतो
पण आज मी एकटा आहे
आणि कायम तसाच राहणार आहे
कारण आणखी कुणावर मी प्रेम करूच शकत नाही

आणि आता त्याचे शांती आणि अलिप्तपणाचे दिवस कमीकमी होत होते, कारण पोटात वाढणाऱ्या मुलासह त्या रात्रीची आठवण घेऊन त्याला पछाडायला टोमोको परत येत होती. लेडी मोमोने तिच्या मुलाच्या प्रेमिकाला 'त्या' दिवसाची एक दुष्ट, जन्मभराची आठवण म्हणून ती शिक्षा दिली होती.

त्याची आईही नर्व्हस होती, हे त्याला कळत होतं. टोमोकोचं परत येणं तिलाही भिववत होतं, कारण ती साधीसुधी, अननुभवी मुलगी नाओकीला चुकून काही सांगण्याची शक्यता होती. युको टोमोकोला त्यामुळेच तिच्या सासऱ्याबरोबर सोडू शकत नव्हती. हे असं तिला किती दिवस करावं लागणार होतं? जन्मभर तिला त्यांच्यावर लक्ष ठेवायला लागणार होतं का? रोज तो ताण सहन करणं काही वेळा तिला अशक्य व्हायचं. तिनं जीव देण्याचाही विचार किती वेळा केला होता, पण फुसावो आणि बाळ यांना तिची गरज पडेल ह्याची जाणीव तिला मागे खेचायची. ती जास्त वेळ देवळात काढायची. टोमोकोचं गरोदरपण सुखरूप पार पडावं आणि पूर्वीचं साधंसुधं जीवन पुन्हा परत यावं म्हणून घरामागेही तिनं एक कामचलाऊ झोपडी उभारली होती.

लेडी मोमो तिच्यासारखीच, पण अधिक सामर्थ्यवान होती. युकोनंही लेडी मोमोप्रमाणेच कितीतरी रात्री तोच प्रश्न स्वत:ला विचारत काढल्या होत्या की, तिचं किंवा नाओकीचं कुठे चुकलं होतं, म्हणून समाजाच्या दृष्टीनं असा आक्षेपार्ह मुलगा त्यांनी जन्माला घालावा? ती आसपासच्या लोकांची मुलं बघायची. फुसावोसारखं त्यात कोणी नव्हतं. ती देवळात जाऊन देवाला विचारायची की, देवानं हा घोटाळा करायला तिचाच मुलगा का निवडला? खरंतर ह्या प्रश्नाला सामोरं जाण्यापूर्वी युकोला माहीतही नव्हतं की, जपानमध्ये समलिंगी आकर्षण असणारेही काही लोक आहेत. आता टोमोको घरी परत येत होती. फुसावोचा वेडेपणा, त्यामुळे टोमोको आणि घरावर ओढवलेला प्रसंग यांबद्दल नाओकीला कळेल, या गोष्टीची युकोला सतत भीती वाटत होती. तिला माहीत होतं की,त्याला कुटुंबाचा हा अपमान, हा

कलंक सहन झाला नसता आणि मग कुणाचं तरी रक्त त्यासाठी सांडलं असतं. युको हिंसेच्या या कल्पनेनंही बावचळून जायची. रक्तपात आणि कुठलाही कडवटपणा, शत्रुत्व आपल्या कुटुंबात तिला नको होतं.

ती लहान असताना शिमोडा या कोळ्यांच्या गावात राहून तिनं तो खूप पाहिला होता. तिचे वडील साके पिऊन झिंगून यायचे. केवळ हौस म्हणून ते पोरांना बडवून काढायचे. दारू उतरल्यावर त्यांना त्याचं वाईट वाटायचं. पोरं जिवाच्या भीतीनं राहायची. नाओकी तसा हिंसक माणूस नव्हता; पण फुसावोनं घरावर आणलेली लाजिरवाणी अवस्था, अपमान हे सारं कळल्यावर त्याचा स्वत:वर ताबा राहिला नसता आणि त्याचाच मुलगा त्याचा शांतपणा आणि सहनशक्ती यांना जर पुन:पुन्हा पणाला लावत असेल तर त्यात त्याला तरी कोणी दोष दिला असता?

टोमोकोचा परतीचा प्रवास सुरू झाला होता. तिच्या तब्येतीमुळे गाडी सावकाश चालली होती. ती तीन दिवसांनी पोहोचणार होती. युकोनं ठरवलं होतं की, घरी पोहोचण्यापूर्वी टोमोकोला वाटेतच गाठून ती नाओकीला काही सांगणार नाही, असं तिच्याकडून कबूल करून घ्यायचं. ती इतकी साधी आणि भाबडी होती की, नाओकीला काही संशय आलाच असता तर तिच्याकडून सगळं काढून घेणं त्याला कठीण गेलं नसतं.

युको मुलावर चिडली होती. एकदा सगळं नाओकीला सांगून टाकून गुप्ततेचं आणि फसवण्याचं दिवसेंदिवस अधिक जड होत जाणारं दडपण फेकून द्यावं आणि फुसावोला त्याचे परिणाम भोगू द्यावेत असंही तिला वाटायचं. कदाचित तसं झाल्यानंच तो पुरुष म्हणून उभा राहिला असता, पण तिला तसं करवलं नाही, कारण नाओकीचा विशेषत: कुटुंबाच्या मानाच्या बाबतीतला कठोर स्वभाव तिला माहीत होता.

आपल्या घरात कोणते अंत:प्रवाह वाहताहेत या विषयी अनभिज्ञ असणारा नाओकी आपला सगळा फावला वेळ वापरून मागच्या बाजूला एक खोली वाढवण्यात दंग होता. तो उत्तम भातशेती करणारा शेतकरी आणि त्याबरोबरच उत्तम सुतार तसाच गवंडीही होता. टोमोको परत येईपर्यंत खोलीच्या भिंती बऱ्याच वर आल्या होत्या.

नाओकीनं आपल्या किमती उन्हाळी कांद्याच्या शेताचा काही भाग घर वाढवण्यासाठी साफ केला होता. त्याचं नातवंडं त्याला तेवढंच अमोल होतं आणि त्याच्यासाठी त्यानं एक डोलणारा लाकडी घोडाही बनवला होता. नाओकी गंभीर माणूस होता. त्यानं कधी उगीच काही केलं नव्हतं, लहर म्हणून तर नाहीच. अगदी आनंदी असेल तेव्हाच तो काही करायचा. नातवंडाच्या कल्पनेनं त्याला इतकं उत्साहित झालेला पाहून फुसावोचं हृदय पिळवटायचं. ते मूल त्याच्याशी कसलाही संबंध

जोडू शकत नव्हतं हे कळून त्याला खूप दु:ख व्हायचं. ती लेडी मोमोनं त्याला जन्मभरासाठी दिलेली शिक्षा होती.

त्या रात्री त्याचं मन पुन्हा त्या आक्षेपार्ह ठिकाणी गेलं; लॉर्ड ओकिमोटोकडे. पुन्हा त्या वेदना जाग्या झाल्या आणि थांबेनातच. त्या इतक्या वाढल्या की, पुन्हा किल्ल्याकडे धावत जावं आणि सामुराईला फक्त बघून यावं, ह्या इच्छेशी लढताना त्याला खूप त्रास पडला. रोज रात्री त्याच्यावर हल्ला करणाऱ्या या वेदनांच्या शमनासाठी काहीही करावं, असं त्याला वाटलं.

त्यानं एकच गोष्ट केली. ती लाकडी पेटी काढून तो लिहायला लागला. वेदना कमी होत गेल्या आणि त्याला आराम पडला.

'माझे स्वामी, लॉर्ड ओकिमोटो, तुम्ही काय करताहात तिकडे? तुम्हीही माझ्यासारखेच कष्टी आहात का? सहन करताहात वेदना? माझ्यासारख्याच?'

काही दिवसांत टोमोको आली. फुसावोला जाणवलं की, तिचं वजन वाढलं आहे, पोट दिसतं आहे. तिचं शरीर आधीसारखं पातळ, नाजूक राहिलं नाही.

'माझं बाळ! मला आता ते माझं बाळ वाटलं पाहिजे. त्याच्या खऱ्या बापाला मनातून काढून टाकलं पाहिजे, ज्यानं हिडीस पद्धतीनं त्याला जन्माला घातलं.' फुसावोनं स्वत:लाच बजावलं.

तो टोमोकोच्या मदतीला, तिचं सामान घ्यायला, तिच्या पोटाकडे बघण्याचं टाळत धावला. तिच्या चेहऱ्यावर काही भाव नव्हते. फक्त दमल्याचं चिन्ह दिसत होतं. पण जेव्हा त्यानं तिला मिठी मारली तेव्हा इतका वेळ कोरा असलेला तिचा चेहरा अचानक बदलला आणि ती रडायला लागली.

"मला माफ कर फुसावो." ती कुजबुजली. "मी गरोदर राहून सगळ्यांनाच इथं सारं कठीण केलंय."

फुसावोच्या गळ्यात आवंढा आला. क्षणभर तो काही बोलू शकला नाही. 'किती नि:स्वार्थी आहे ही मुलगी! तिचा काही दोष नसताना या अवस्थेबद्दल माफी मागते आहे.' तिच्या निष्पापपणामुळे त्याला वाटलं. स्वत:पेक्षाही ती तो आणि त्याचं घर यांचा विचार करत होती. त्याच्याही डोळ्यांतून अश्रू वाहत होते. टोमोकोसारख्या मुलीचं त्याच्यासारख्या माणसाशी लग्न होणं किती चुकीचं होतं, हे त्या क्षणी त्याला जाणवलं. तो तिला तिच्या हक्काचं, ती ज्याला सर्वथैव लायक होती असं प्रेम देऊ शकत नव्हता.

तो हलक्या आवाजात म्हणाला, "रडू नको टोमोको, तुझी काही चूक नाही. मीच तुझ्यापुढे गुडघे टेकून क्षमा मागायला हवी. बाळ तर निष्पाप आहे. त्याला सर्वांनीच प्रेम दिलं पाहिजे. तेही प्रेमातून आणि सुखातूनच जन्माला आलंय असं समजू आपण. बाबांकडे बघ. ते किती आनंदात आहेत! बाळ येणार म्हणून त्यांनी

घराची एक खोली वाढवलीये आणि टोमोको, बाबांना त्या दिवसाबद्दल काही माहिती नाही, म्हणून आई आणि मी दोघंही तुला सांगतोय की, तू त्यांना काही सांगू नकोस. त्यांना जर काही कळलं तर ते जीव देतील. ते खूप स्वाभिमानी आहेत.''
टोमोको मान हलवून म्हणाली, ''काळजी नको करूस. मी त्या दिवसाबद्दल कुणालाच काही बोलणार नाही.''

फुसावो तिला घेऊन घराच्या मागे गेला. ''ये. बाबांनी घर वाढवून बांधलेली ही खोली बघ.''

त्यांनी घराची नवी वाढलेली बाजू पाहण्यात अर्धा तास सुखानं घालवला. एवढी जास्तीची जागा त्यांना मिळतेय हे बघून टोमोकोनं आनंदानं टाळ्या वाजवल्या. त्याचं नक्षीकाम, भक्कम बांधकाम, सुंदर कौलारू छप्पर आणि खालच्या नव्या तकतकीत तातामी बघून ती खूश झाली.

युकोनं त्यांच्यासाठी छानदार स्वयंपाक केला. मटणही आणलं होतं. ते बहुधा फारच खास प्रसंगी आणलं जायचं, पण येणाऱ्या बाळाच्या सुदृढ प्रकृतीकरिता साके आणि मटण करणं, हे कारण तो प्रसंग खास करण्यासाठी पुरेसं होतं. टोमोको सोडून प्रत्येकानंच थोडीथोडी साके घेतली. प्रत्येकाला त्यासाठी कारण होतंच. नाओकीला खूप आनंद झाला होता म्हणून, युकोला त्या कठीण रात्री झिंगूनच झोपायचं होतं म्हणून, फुसावोला बायकोबरोबर झोपणं अवघड वाटत होतं म्हणून.

जीवन स्वाभाविकपणे जायला लागलं होतं. फुसावो आणि नाओकी रोज सकाळी शेतावर जात होते. युको आणि टोमोको घर पाहत होत्या. फारसं काही न होता दिवस चालले होते. फुसावो आणि त्याची आई सुखानं श्वास घ्यायला लागले होते. घरातली नवी खोली बांधून पुरी झाली होती. फुसावो आणि टोमोकोनं तिथं आपला मांड मांडला होता, पण रोज रात्री ते वेगळे झोपत होते, पण त्यांच्यात मैत्रीच्या गप्पा खूप होत होत्या आणि दोघंही समाधानात होते. फुसावोला बरं वाटलं की, ही पद्धत टोमोकोला पटली होती. त्यामुळे कुणाला काही अडचण नव्हती.

कधीकधी फुसावो स्थानिक साकेबारमध्ये जायचा आणि सामुराईंबद्दलच्या अफवा ऐकायचा. जरी तो स्वत:ही हे नाकारत असला तरी खरं म्हणजे साके पिण्यापेक्षा सामुराई व त्याच्या कुटुंबाची माहिती मिळवायलाच तो बारमध्ये जायचा. हल्ली सामुराईचं मूल मुलगा आहे की मुलगी यावर तिथं लोक पैजा लावत होते. तिथं बसून गप्पा ऐकताना आपण किल्ल्यातच आहोत, तिथल्या स्वयंपाकघरात काम करत आणि नोकरांच्या गप्पा ऐकत आहोत असं फुसावोला वाटायचं.

एका रात्री बारमध्ये बरीच गडबड होती, कारण लेडी साचिकोला वेदना सुरू

झाल्या होत्या. लोकांची उत्सुकता शिगेला पोहोचली होती. फुसावोला कळत होतं की, त्याला उशीर होत होता, त्याला घरी जायला हवं होतं, पण त्या बातमीसाठी तो बारमध्येच थांबला.

मध्यरात्री किल्ल्यात काम करणारा एक नोकर धावत, किंचाळत आत शिरला. ''मुलगा झाला! सामुराईला मुलगा आणि वारस मिळालाय!'' मग अभिनंदन, आरडाओरडा, जिंकणाऱ्यांचा जल्लोष आणि हरलेल्यांचं हळहळणं अस सगळं तिथं चालू झालं.

फुसावोनं नव्या बाळाच्या आयुष्यासाठी साकेचा आणखी एक प्याला झोकला. आता त्याला घरी जायला हरकत नव्हती. तो हळूहळू घरी गेला; आपलं प्रेम कसं संपलं या आठवणीनं खिन्न होत. सामुराईला त्याचा सन्मान मिळाला होता; शक्तिशाली कुटुंब आणि आता मुलगा आणि वारस ज्यांच्यासाठी त्याने स्वसुखाचा त्याग केला होता. फुसावो त्याच्या घरी परत आला. त्याची बायको किल्ल्यातल्या कुणा रक्षकाचं बीज वाढवत होती. द्वेष आणि तिरस्कारातून निर्माण झालेलं, सूड म्हणून अस्तित्वात आलेलं मूल ती जन्माला घालणार होती आणि या लज्जास्पद जाणिवेसोबतच त्यांना आयुष्य काढावं लागणार होतं. उरलेल्या साऱ्या आयुष्यात त्या दोघांच्या आसपास फक्त त्यांच्या प्रेमाची राख पसरलेली होती.

रस्त्याच्या दोन्ही बाजूंच्या झाडांची पानं त्याला टोमणे मारत होती,

'कुठं आहे ते थोर प्रेम तुमचं? तू अजून ते काढून टाकलं नाहीस मनातून? तुझ्या मनात सतत राहतो तो आहे कुठे आता?'

''चूप, मला आता काही वाटत नाही.'' फुसावो म्हणाला.

'खोटारडा! हा काही शेवट नाही. आणखी बरंच व्हायचंय.' ती पानं कुजबुजली.

फुसावो थरथरला. त्यानं वेग वाढवला. काळ्या रस्त्यावर झाडांनी दोन्ही बाजूंनी कमानी उभारल्या होत्या. एरवी सुंदर दिसणाऱ्या त्या कमानी, पण त्या वेळी त्या विचारांनी त्याच्या अंगावर काटा आणत होत्या. फुसावोला लवकरात लवकर घरी पोहोचायचं होतं.

घरी पोहोचण्यापूर्वीच त्याला वाटत होतं की, काहीतरी वाईट घडणार आहे आणि घराजवळ आल्यावर त्याची ती शंका अधिकच दृढ झाली, कारण काही विशेष घडल्याशिवाय घराच्या पुढच्या भागात इतक्या उशिरापर्यंत उजेड नसायचा.

तो धावत पुढच्या दारापर्यंत आला. त्यानं घरात पाय टाकला आणि त्याचं हृदय जणू थांबलंच! ज्याची त्याला आणि त्याच्या आईला फार भीती वाटत होती तेच झालं होतं.

नाओकी घरात फेऱ्या मारत होता. त्याचा चेहरा पांढराफटक पडला होता. डोळे कुठेच पाहत नव्हते. खाली ततामीवर टोमोको शरीराची जुडी करून बसली

होती. किमोनोच्या बाहीत डोकं खुपसून गुपचूप रडत होती. युको कोरड्या डोळ्यांनी, दगडी चेहरा करून, जणू सर्वस्व हरपल्यासारखी, बोलणंच हरवल्यासारखी बसली होती.

फुसावोनं तिथून पळ काढण्याच्याच बेतात होता, पण विजेच्या वेगानं नाओकी आडवा आला. त्यानं फुसावोचा दंड इतका घट्ट धरला की, फुसावोला आपलं हाड मोडेलसं वाटलं.

"तुम्ही सगळेच माझ्याशी कसे खोटं बोललात? तेही इतक्या महत्त्वाच्या बाबतीत?" तो ओरडला. "तुम्हाला माझा जराही आदर नाही? तुम्ही मला अभिमानानं फुललेला पाहिलंत, आनंदी पाहिलंत, कारण मला वाटत होतं, मला नातू होणार आहे; आणि तुम्ही कोणी काही बोलला नाहीत? आज मला कळलं की, माझा नातू हा किल्ल्यातल्या कुणा भिकारड्या रक्षकाच्या बीजाचा आहे."

त्यानं फुसावोच्या खाडकन थोबाडीत मारली,

"तू एकट्यानं ही वेळ आणलीस. मला असा आणखी कुणी मुलगा माहीत नाही जो घराण्याची इतकी नाचक्की करणारी, इतकी लाजिरवाणी गोष्ट करू शकतो! तुला माहीत आहे, तू माझा आत्माच मोडून टाकला आहेस. त्याला ठार केलं आहेस!"

"बाबा, कृपा करा." फुसावो गयावया करू लागला. "आम्ही तुम्हाला सांगितलं नाही, कारण आम्हाला वाटलं तुम्हाला खरं कळणं बरोबर होणार नाही."

"माझ्याशी बोलू नकोस." नाओकी गरजला. "तुझी हिंमतच कशी झाली, माझ्यासाठी काय बरं ते ठरवायची? या घराण्याला एका गुन्हेगाराचं मूल दिलंस आणि तरी ते चालू शकेल असं तुला वाटलंच कसं? माझ्या नजरेसमोरून दूर हो. तू माझा मुलगा नाहीस; तर एक समलिंगी संभोगी आहेस, ज्याच्यावर लोकांनी थुंकावं."

त्यानं फुसावोला मारण्यासाठी पुन्हा हात उंचावला आणि तो जमिनीवर थुंकला. त्या क्षणी युको ताडकन उठून आपला नवरा आणि मुलगा यांच्यामध्ये जाऊन उभी राहिली.

"नाओकी, कृपा कर." ती विनवून म्हणाली. "फुसावोनं खूप वाईट गोष्टी केल्या, पण तरी तो तुझा मुलगा आहे."

फुसावोकडे वळून, त्याला एक धक्का देऊन ती म्हणाली, "टोमोकोला घेऊन मागच्या खोलीत जा. तुझ्या वडिलांचा राग शांत व्हायला वेळ लागेल बराच."

एका तंद्रीतच फुसावोनं आईची आज्ञा मानली आणि नाओकीनं नातवंडासाठी हौसेनं, उमेदीनं बांधलेल्या त्या खोलात गेला. टोमोको रडतच त्याच्यामागून गेली. खोलीत गेल्यावर फुसावोच्या गळ्यात पडून ती हुंदके देत म्हणाली, "मला माफ

कर फुसावो. मी चुकून सांगितलं त्यांना. हे कसं झालं ते मला माहीत नाही. त्यांनी सांगितलं की, त्यांना सगळं माहीत आहे आणि त्यांनी सर्वांना क्षमा केली आहे म्हणून, आणि मी सगळं सांगून टाकलं.''

''मी तुझा विश्वासघात केलाय, आईचा पण. आता बाबा हे मूल स्वीकारणार नाहीत आणि आपल्याला ह्या घरात कायम द्वेष आणि रागच मिळणार. मला जीव द्यावासा वाटतो. एकटेपणा, द्वेष, अविश्वास यांनी भरलेल्या एक लांबलचक रस्त्यासारखं विराण, उद्देशहीन आयुष्य जगण्यात काय अर्थ आहे?''

ती पुन्हा हुंदके द्यायला लागली. तिला अगदी आतून उन्मळून आलं होतं. त्यामुळे दु:ख, निराशा यांनी घेरलेलं असतानाही फुसावोनं तिला मिठीत घेऊन समजावण्याचा प्रयत्न केला. दुसरं काहीही त्याला करता येण्यासारखं नव्हतं. एवढी मोठी चूक त्याला दुरुस्तही करता येणार नव्हती. सांत्वनाचे फक्त शब्द तो देऊ शकत होता, जे त्याला स्वत:लाही पार पोकळ वाटत होते.

खूप वेळानं तिचे हुंदके हळूहळू थांबले. दमून दोघंही अंथरूण-पांघरुणाशिवायच ततामीवरच गाढ झोपून गेली. दार थोडं उघडून नाओकीनं त्यांना पाहिलं तेव्हा त्या आवाजानं ते हललेही नाहीत. जे करायचं त्यानं ठरवलं होतं त्यामुळे त्याचं हृदय जड झालं होतं, पण आता यापुढे आपल्या कुळाला बट्टा लावणाऱ्या ह्या गोष्टीसह तो आयुष्य कंठू शकणार नव्हता. युकोला झोप लागेपर्यंत तो थांबला. मग घराबाहेर जाऊन त्यानं सारं संपवायचं ठरवलं.

सकाळी फुसावो उठला, तो असह्य डोकेदुखी घेऊनच. तोंडही कडू झालं होतं त्याचं. आदल्या दिवशी रात्री काय झालं याची त्याला आठवण आली आणि मग तर त्याचं डोकं आणखीनच ठणकायला लागलं. पुन्हा सगळ्याला तोंड देण्याच्या कल्पनेने फुसावो काही वेळ तसाच पडून राहिला. दुसरा वाईट दिवस सुरू झाला होता; पण मग त्यानं पाहिलं की, टोमोको उठून गेली होती आणि ती बरी आहे ना, हे बघायला तोही उठला.

नाइलाजानं उठून बाहेर आल्यावर वडील तिथे नसल्याचं त्यानं पाहिलं. आई अंगात जोर नसल्याप्रमाणे ती कशीबशी टोमोकोसाठी काहीतरी खायला करून वाढत होती.

''टोमोकोबरोबर तूही खाऊन घे आधी.'' युको म्हणाली. ''तुझ्या वडिलांसाठी मी नंतर न्याहारी तयार करते. आज तुम्ही दोघं एकदम न बसाल तर बरं!''

फुसावोनं फक्त मान डोलवली आणि तो बसून राहिला. त्याच्याकडे बोलण्याजोगं असं काही नव्हतं ज्यानं सर्व काही पूर्ववत झालं असतं. गरम हिरव्या चहानं त्याचं डोकं मात्र थोडं उतरलं. ते पेय घशातून उतरायला लागल्यावर त्याला बरं वाटायला लागलं आणि वडिलांबरोबर शेतात काय, कसं, कुठलं काम करावं याचा विचार

तो करायला लागला. आईचा सल्ला मानून आणखी थोडे दिवस शेतापासून दूर राहावं. नाओकी थंड झाल्यावर त्याच्याशी बोलून हा प्रश्न संपवावा, असं त्याला वाटलं.

त्यानं आईला घरामागे जाताना पाहिलं आणि मग एक कान फोडणारी किंकाळी ऐकली. काचसामान पडून फुटलेलं ऐकलं. शांत हवेत तो आवाज जास्त मोठा वाटला. युको किंचाळत, पुन:पुन्हा 'नाही, नाही, नाही' म्हणत तोंड झाकून खोलीत घुसली.

भीतीनं ताडकन उभं राहत फुसावोनं धसकून विचारलं, "काय झालं आई? काय झालं गं?"

"तुझे वडील! ते... ते..." ती थरथरत्या बोटानं मागे काहीतरी दाखवत होती.

फुसावो न थांबता घरामागे धावला. आता किंचाळण्याची पाळी त्याची होती. "बाबा, बाबा! नाही... नाही."

एका जाड फांदीला दोराच्या टोकाला नाओकी लटकत होता. त्याची जीभ आणि डोळे बाहेर आले होते. फुसावोच्या पायातली शक्ती गेली. तो तिथंच नाओकीच्या पायाखाली ढीग होऊन बसला. त्याच्या बापानं फास लावून घेतला होता, कारण अशा प्रकारे नातवंडं जन्माला येणं त्याला सहन झालं नव्हतं. हा सारा गुन्हा फक्त आणि फक्त फुसावोचा होता. त्यानं स्वत:ला फास लावून घ्यायला हवा होता, पण तेवढीही हिंमत त्याच्यात नव्हती.

वेड्यासारखं मोठ्यानं रडत फुसावोनं बापाच्या पायांना कवटाळलं, जणू त्यामुळे नाओकी पुन्हा जिवंत होणार होता. त्याला शेजारच्या हिरोकीनं तिथून दूर नेलं तेही त्याला कळलं नाही.

नाओकीचे अंत्यसंस्कार खास शेतकऱ्याचेच साधे असे होते. गावच्या देवळाजवळच्या स्मशानात त्याला पुरण्यात आलं. तो कमी बोलणारा, लोकांत फारसा मिसळणारा माणूस नव्हता, पण त्याला गावात मान होता. त्याच्या दयाळू स्वभावानं आणि उदारपणानं तो गावात आवडता होता. पावसातही त्याच्या अंत्यक्रियेला गावातले सारे लोक आले होते.

युकोचं सांत्वन होणं शक्य नव्हतं. सारं संपलं तरी तिचं रडणं संपलं नाही. सगळी क्रिया संपली आणि ते घरी आले; सगळं हरवल्यासारखे. नाओकीचं मजबूत अस्तित्व आणि अधिकार आता तिथं नव्हता. तिला कळतच नव्हतं की, हे असं अचानक का आणि कसं झालं होतं? आताआता तर आपला अबोलपणा सोडून तो त्याच्या नातवाबद्दल खूप बोलायला लागला होता आणि घर हसण्यानं भरून जात होतं. युकोनं स्वत:च्या सुनेला दोष न देण्याचा खूप प्रयत्न केला; पण जेव्हा तिच्या लक्षात आलं की, गरोदर सून आणि बेभरवशाचा मुलगा यांची जबाबदारी आता

तिच्या एकटीवरच आहे तेव्हा तिला ते शक्य झालं नाही.

अलिप्तपणे विचार करण्याइतकी ती शहाणी होती. ती टोमोकोची चूक नव्हती. दोष तिच्या स्वत:च्या मुलाचा होता. त्याच्यामुळे ते सर्व ओढवलं होतं. युको स्वत: धार्मिक स्त्री होती. तिचा वाटत होतं, 'असं पाप करून राहायचं तर त्याच्याबरोबर त्याच्याशी नातं असलेल्यांनाही शिक्षा होणारच. देवाच्या आणि निसर्गाच्या विरुद्ध वागून भलं कसं होणार? देवानं माणूस तयार केल्यावर त्यानं कसं वागावं याचे नियमही घालून दिले आहेत. आपल्या मुलानंच स्वत:च्या पत्नीवर बलात्कार व पित्यावर आत्महत्या ओढवून आणली आहे.' पण तरीही तो तिचा मुलगा होता; तिच्या पोटचा. ती त्याचा तिरस्कार करू शकत नव्हती. यापुढे तिचे दिवस आणखी वाईट, कठीण होणार होते आणि रात्री एकाकी, थंड.

पंधराव्या वर्षी लग्न झालं तेव्हापासून युको नाओकीवर विसंबून राहिली होती. तिने स्वत: कधीही मोठा निर्णय घेतला नव्हता आणि आता मात्र ती अचानक कुटुंबप्रमुख झाली होती. ते तिला जमणारं नव्हतं. त्याच्याशिवाय ती काय करणार होती? इतकी वर्षं त्याच्यावर अवलंबून राहिल्यानंतर ही अचानक पडलेली जबाबदारी ती कशी पेलणार होती? युकोचा कधीच दावा नव्हता की, ती हिमतीची होती आणि नवऱ्यामागे तिच्यावर आलेलं आव्हान स्वीकारू शकत होती. तिला त्याच्यासारखं मरायचं तरी होतं किंवा तिच्या माहेरी दक्षिणेत निघून जायचं होतं, पण जन्माला येणाऱ्या छोट्या जिवाने तिला थांबवलं. तो जन्माला येण्यापूर्वीच त्याच्या बापाच्या वागण्याचा बळी होता. तिचं नातवंड म्हणवणारं ते मूल विलक्षण बापाचं आणि साध्या, भाबड्या लहानशा आईचं मूल होतं. त्या आईलाच आईपणाची धड जाणीव नव्हती आणि बऱ्याच अर्थी तीच स्वत: अजून मूल होती. युकोला इतकं कळत होतं की, निष्पाप आयुष्य सांभाळायला तिला आता कंबर कसायची होती. तेव्हा नाओकीला जाऊन मिळणं तिला एवढ्यात जमण्यासारखं नव्हतं.

❑ ❑ ❑

४५

वडिलांच्या मृत्यूनंतर पाच दिवस फुसावो घरातच उरलेल्या कागदांवर स्वतःला धिक्कारत, शिव्या देत लिहीत होता. दाराच्या बाहेर आई जेवणाचे ट्रे ठेवून जायची, पण तो क्वचितच कशाला स्पर्श करायचा. किल्ला सोडतेवेळीचा प्रसंग आठवून तो किल्ल्याकडे जाण्याचं टाळायचा, नाहीतर पुन्हा एका सुऱ्यानं लेडी मोमोचा निकाल लावण्याची कल्पना त्याच्या डोक्यात सतत होतीच. ती एक क्रूर स्त्री होती जिला प्रेमाचा अर्थ माहीत नव्हता आणि फुसावोला खात्री होती की, ती त्याचा तिरस्कार करत होती, कारण तिचा मुलगा अजूनही फुसावोवर प्रेम करत होता आणि तिनं इतके प्रयत्न करूनही त्यांचं प्रेम अजून टिकून होतं. ते कशानंही तुटू शकतच नव्हतं. त्यांच्यावर समाज आणि त्यांचं कर्तव्य यांनी वियोग लादला होता.

'हे प्रेम फार सामर्थ्यवान आहे' त्यानं लिहिलं. 'शेवटचं प्रेम आम्ही किल्ल्यात त्याच्या खोलीत केलं. मी नंतर आणखी कुणा पुरुषाची इच्छा केली नाही आणि पुढच्या वेळी मी प्रेम केलं तर ते पुन्हा त्याच्याचबरोबर असेल; या जन्मात किंवा दुसऱ्या कुठल्या जन्मात, पण मी कुणा दुसऱ्याची कल्पनाही करू शकत नाही.'

हळूहळू फुसावो त्याच्या वडिलांच्या मृत्यूतून बाहेर आला आणि भातशेतीचं काम करायला लागल, पण तो मुळात शेतकरी नव्हताच. त्यांचं पीक दर वर्षी कमीकमी होत गेलं. युकोकडे त्याच्या जोडीला दुसरं काही उत्पन्नाचं साधन नव्हतं.

तिनं मग सुई हाती घेतली. आनंदाची गोष्ट म्हणजे तिला कळलं की, त्यात तिला खूपच गती होती. तिचं थोड्याच दिवसांत गावात नाव झालं आणि आयुष्यात प्रथमच युकोला कळलं की, तिला पुरुषांवर अवलंबून राहायची गरज नव्हती. ती स्वत:साठी स्वत:च्या बळावर पैसे मिळवू शकत होती. हा शोध तिला उत्साहित करणारा होता. पतीच्या मृत्यूनं निर्माण झालेली पोकळी भरून काढायला त्याचा खूप उपयोग झाला.

नाओकीच्या मृत्यूचं दडपण अजून त्यांच्यावर असलं तरी तिथं एक शांतीही होती. फुसावोला जाणवलं की, वडिलांचा धाक नसल्यानं घर शांत होतं. युको सारखं शिवण करायची. टोमोको समाधानानं बाकीचं बघायची आणि तो स्वत: शेतीकामात आपण पुरेसे वाकबगार नाही याचं दु:ख करायचा. मग हळूहळू तो आईला शिवणात मदत करत गेला आणि दिवसेंदिवस त्यात अधिक तरबेज होत गेला.

त्या वर्षी थंडीत टोमोकोनं मुलीला जन्म दिला. मुलगी सुदृढ आणि छान होती. ते तिला होशी म्हणत. ती झाली तेव्हा होशी हा तारा आकाशात प्रखरपणे तेजाळत होता. तिचा चेहरा गोल होता आणि तिच्याकडे बघून लगेच कळत होतं की, ती त्यांच्यापैकी कुणासारखीही दिसत नव्हती, पण जगासाठी ती युकोची नात आणि फुसावोची मुलगी होती आणि त्यांना तिच्यावर प्रेम करायला आणि तिला आपलं म्हणायला तेवढं पुरेसं होतं.

कपडे शिवण्यासाठी आणि दुरुस्त करण्यासाठी युकोचं नाव घराघरात घेतलं जात होतं. ते पुढं इतकं वाढलं की, किल्ल्यातली माणसंही तिच्याकडे येऊन कपड्यांच्या ऑर्डर्स देऊन जायला लागली. तिला किल्ल्याची आठवणही नको होती; अप्रत्यक्षसुद्धा, पण तरी ती किल्ल्यातल्या मंडळींचं काम नाकारत नव्हती, पण ती एवढं मात्र नक्की पाहायची की, ऑर्डर घेताना फुसावो तिथं नसेल किंवा तो त्यांपैकी कुणाशी बोलत नसेल. नुकतीच घरात थोडी शांती नांदायला लागली होती आणि किल्ल्याबाबतीत तिला भीतीच बसली होती, कारण किल्ल्यानं आतापर्यंत तिला फक्त वेदनाच दिल्या होत्या.

एक दिवस एक ओळखीचा वाटणारा चेहरा आला आणि फुसावो, जो एरवी कधी गिऱ्हाइकांकडे पाहत नसे किंवा बोलायला जात नसे, तो त्याला भेटायला धावला.

"मिचिओ? तूच आहेस का?" तो आश्चर्यानं आणि आनंदानं ओरडला.

तो थोडा वेगळा दिसत होता. उंच, जाडा आणि आत्मविश्वासपूर्ण, पण मिचिओच होता तो, किल्ल्यातला त्याचा तरुण मित्र. त्याचा तारुण्यातला सारा गोडवा आणि निरागसता गेली होती आणि तो आता मोठा पुरुष झाला होता.

त्याच्याबरोबर एक सुंदर स्त्री होती. तिला फुसावोनं ताबडतोब ओळखलं. युकी होती ती, स्वयंपाकघरातली नोकराणी. आता ती अधिक भरलेली, सारखं खिदळायची सवय कमी झालेली आणि जाणती झालेली दिसत होती, पण याशिवाय तिच्यात फारसा बदल झाला नव्हता. फुसावोनं किल्ल्यात असताना त्या दोघांचं प्रियाराधन पाहिलं होतं.

"होय. मीच आहे फुसावो! मी आलो, कारण मला तुला भेटायचंच होतं. आम्हाला तुझ्या आईची जरुरी आहे. युकीला काही नवीन कपडे शिवून घ्यायचेत, ही चांगली सबब मिळाली, पण खरंतर माझा मूळ हेतू तुला भेटण्याचाच होता." मिचिओ म्हणाला. "आपण शेवटचं भेटल्याला खूप काळ झाला. तेव्हा लहान होतो आपण. तुला युकी माहीतच आहे. तू सोडल्यावर दोन वर्षांनी आम्ही लग्न केलं. आम्हाला तीन मुलं आहेत. दोन मुली आणि एक मुलगा. तुला ठाऊक आहे, आता मी तीन मुलांचा बाप आहे!"

फुसावोनं पाहिलं, त्याची आई तिथेच घुटमळत होती. त्यानं किल्ल्यातल्या कुठल्याही माणसाला फार थारा द्यायचा नाही, परिस्थिती काहीही असो, ही आईने घातलेली अट फुसावोला आठवली.

"ठीक आहे आई." त्यानं तिला खात्री दिली. "हा मिचिओ! मी तिथं काम करत होतो तेव्हाचा माझा सर्वोत्तम मित्र. आम्ही जरा गप्पा मारतो."

युकोला फारसं पटलं नाही, पण ती फार बोलली नाही. ती युकीला योग्य तऱ्हेने बसतील असे कपडे पाहत होती. फुसावोनं आपल्या मित्राला घराच्या मागच्या बाजूला नेलं आणि तिथं ते एका लाकडी बाकावर बोलत बसले.

"अजून तू किल्ल्यात तेच काम करतोस? आणि ओकुनो सान? तो आहे अजून?" फुसावोनं विचारलं. त्याला माहीत होतं की, तो कुठंही खडे मारत होता. त्याच्याकडून आक्षेपार्ह विषयावर काही बोललं जाऊ नये यासाठी कुठलेही प्रश्न विचारत होता.

मिचिओनं मान हलवली. "हो आणि नाही. मी आता मुख्य दुय्यम व्यवस्थापक आहे. ओकुनो सान आहे ना अजून तिथं, पण युकीनं मात्र जुळं झाल्यावर नोकरी सोडली."

थोडा वेळ शांतता पसरली. मग मिचिओ मित्राच्या नजरेत नजर मिळवून म्हणाला, "तुला त्यांच्याबद्दल कळायला हवंय ना? बरोबर?"

फुसावोनं उत्तर दिलं नाही. मिचिओ सांगत राहिला, "ग्रँड सामुराई असूनही लॉर्ड ओकिमोटो खूश नाहीत. अतिशय श्रीमंत आणि शक्तिमान तर ते आहेतच. आता त्यांना मुलगा आणि वारसही आहे. छोटा लॉर्ड शिंतारो फार सुंदर मुलगा आहे, पण तरी सामुराईला मुलगा आणि पत्नीबरोबर वेळ घालवताना कुणी कधी

पाहिलं नाहीये आणि अशी अफवा आहे की, त्यांच्या खोल्याही वेगवेगळ्या आहेत.''

''ते आपला बहुतेक वेळ तलवारबाजीत घालवतात, मैदानावर. त्या टी-हाऊसच्या शेजारी, किल्ल्यापासून दूरवर आहे ना, ते. मला खात्री आहे, तुला ते टी-हाऊस आठवत असेल जे लेडी मोमोंनी पुन्हा उघडायला लावलंय. हल्ली चहापानाच्या समारंभासाठी आणि एक खास टी-हाऊस म्हणूनही त्याचा वापर होतो.''

''ी-हाऊस पुन्हा उघडलं आणि त्याचा वापर व्हायला लागलाय?'' फुसावोनं विचारलं. किल्ल्याची ही पहिली बातमी ऐकून त्याचे डोळे उत्सुकतेनं चकाकत होते. लॉर्ड ओकिमोटोबद्दल एवढी माहिती त्याला खूप दिवसांनी मिळत होती. त्यानं मग मिचिओशी कसलंही नाटक केलं नाही.

त्याचा मित्र मान हलवून म्हणाला, ''तुला कळायला हवंच असेल, तर त्यांना कधीही सामुराई किंवा त्या प्रदेशाचे मालक म्हणून भेटावं लागतं. त्याखेरीज ते कुठल्याही पुरुषाबरोबर दिसत नाहीत.''

बराच वेळ शांतता पसरली. फुसावोनं मिचिओनं पुरवलेली सगळी अमूल्य माहिती आपल्यात साठवली. ती घेताना त्याच्या भावनाही संमिश्र होत्या. एकीकडे तो आनंदी होता, हे उघड होतं. लॉर्ड ओकिमोटो आताही त्याच्यासाठी मशाल हाती धरून होते. पण दुसरीकडे तो अस्वस्थही होता, कारण एके काळचा तरुण, सळसळत्या उत्साहाचा सामुराई; वासना, हसणं आणि आत्मविश्वासपूर्ण उद्धटपणा यांनी परिपूर्ण असा, ज्यानं फुसावोला प्रेमानं वेडं केलं होतं; तो आता एक खिन्न, झुरणारा तरुण माणूस झाला होता, ज्याचा भूतकाळ काळाकुट्ट होता आणि आता उदास भविष्यकाळाने त्याची जागा घेतली होती.

''मला तुझ्या आणि लॉर्ड ओकिमोटोबद्दल पहिल्यापासूनच माहिती होती.'' मिचिओ म्हणाला. ''त्यात काहीही आक्षेपार्ह असं नव्हतं, पण फक्त जरा इकडचं तिकडं झालं होतं आणि जो चुंबकीय प्रवाह तुमच्यातून वाहत होता, त्यात कधीकधी मीही वाहून गेलोय, इतका तो जोरदार होता.''

''मला वाईट वाटतं, गोष्टी जशा व्हाव्यात तशा झाल्या नाहीत. त्यातून निर्माण झालेली दुःखी आयुष्य आणि त्यांचे तितकेच गंभीर परिणाम मी सतत बघतो; पण मला वाटतं माझ्याप्रमाणे आपला समाज त्यांना स्वीकारायला तयार नाही. माझ्या आणि युकीच्या प्रेमापेक्षा तुमचं प्रेम कमी प्रतीचं मुळीच नाही. फक्त वेगळं आहे एवढंच.''

''ते फक्त तलवारबाजीच्या स्पर्धांसाठी जगताहेत. जपानभर होणाऱ्या स्पर्धांना ते हजर राहतात, कधीकधी भागही घेतात. लेडी मोमो सतत त्यांना हा खेळ

सोडायला सांगतात, कारण ते आपल्या आयुष्याबद्दल बेपर्वा आहेत. स्वत:साठीच नव्हे, तर लोकांसाठीही ते आईचं ऐकत नाहीत. त्यांना त्यांच्या जीविताची किंमतच नाही.''

''खरंतर किल्ल्यात आता अटीतटीचा प्रसंग आहे, कारण पुढच्या आठवड्यात किल्ल्यात मोठी तलवारबाजीची स्पर्धा आहे आणि लॉर्ड ओकिमोटो त्यात नक्कीच भाग घेणार आहेत. त्यांची आई रोज रडते आणि 'जाऊ नको' म्हणून त्यांना सांगते. पण त्यांनी तिला सांगितलंय की, ही त्यांची शेवटची स्पर्धा असेल. त्यामुळे इतर सर्वांसारखी तीही प्रार्थना करतेय की, ते त्यातून सुखरूप पार पडतील आणि पुन्हा कधी अशा स्पर्धांसाठी जाणार नाहीत.''

थोडी हालचाल झाली आणि चार वर्षांची होशी तिथं आली. मिचिओ जात्याच प्रेमळ पिता असल्यानं त्याला मुलांपासून दूर राहवायचंच नाही. साहजिकच त्यानं वाकून तिला उचलून घेतलं.

''ही तुझी मुलगी?'' त्यानं तिला उचलून मांडीवर घेतलं. मग तो तिच्याशी खेळायला लागला. सहसा गंभीर असणारी होशीही खिदळायला लागली.

फुसावोनं त्यांना पाहिलं आणि सुस्कारा सोडला. तो इतक्या सहजतेनं वागू शकत नव्हता किंवा मिचिओ इतक्या सहजतेनं समाजात मिसळूही शकत नव्हता. तो आणि ओकिमोटो दोघेही हरवलेल्या जगात लोंबकळत होते आणि खऱ्या जगाशी जोडले जाऊ शकत नव्हते, पण तरुण सामुराईकरता ते अधिकच वाईट होतं, कारण तो सतत टीकेसाठी लक्ष्य म्हणून लोकांच्या नजरेसमोर होता. फुसावो निदान सामान्य, अनामिकतेच्या बुरख्याखाली लपू तरी शकत होता.

''हे विलक्षण आहे, होय ना? कशा बाबी घडल्या... लॉर्ड ओकिमोटोकडे बघ, त्यांना मुलगा आहे, तुला मुलगी; एका वर्षाच्या अंतरानं झालेली. हे कसं झालं कोण जाणे, पण मला वाटलं नव्हतं की, तू इतक्या लवकर बाप बनशील.'' मिचिओ म्हणाला आणि त्यानं होशीला खाली उतरवलं. ती उड्या मारत आत गेली. ''मला अजून खरं नाही वाटत, तुला मुलगी आहे हे!''

''मला वचन दे मिचिओ, जर लॉर्ड ओकिमोटोंना कधी काही झालं, तर तू मला कळवशील, कारण इतर कुणाकडून मला काही माहिती कळेल असं वाटत नाही.'' फुसावो मित्राजवळ कुजबुजला. ''विशेषत: या ज्या तलवारबाजीच्या स्पर्धेत ते भाग घेणार आहेत त्याबद्दल. त्यांना काही झालं आणि मला कळलंच नाही तर?''

''काळजी नको करूस फुसावो.'' मिचिओ म्हणाला. ''मी काळजी घेईन, तुला हवी असेल ती माहिती देण्याची; पण आम्ही अजून आशा करतोय की, ते आपलं मत बदलतील आणि शेवटी भाग घेणार नाहीत. अगदी खरं सांगायचं तर ते अजून

तितके बरे नाहीत. त्यामुळे त्यांनी खरंच भाग घेऊ नये अशा भयंकर स्पर्धेत. नाहीतर खरोखरच ती काळजीची बाब आहे.''

त्या रात्री घरातले दिवे विझवल्यावर आणि फुसावो आणि त्याचं कुटुंब आपापल्या खोलीत झोपायला गेल्यावर एक काळी, सावलीसारखी आकृती एक अबलख घोडा घेऊन चालत त्याच्या घरावरून गेली. क्षणभर ती बांबू आणि चटयांनी केलेल्या दारापुढे थांबली. चंद्र काळ्या ढगांतून बाहेर आला तेव्हा ती आकृती उडी मारून घोड्यावर बसली आणि घाईनं निघून गेली. त्या काळ्या अंधारात मागे काहीही माग न ठेवता ती आकृती निघून गेली.

❑ ❑ ❑

४६

एका छोट्याशा घरात मागच्या बाजूला वाढवलेल्या एक छान खोलीत आईबरोबर मूल असावं त्याप्रमाणे एक लहान मुलगी वडिलांच्या वस्तू एका कपड्यांत गुंडाळून गाठोडं बांधत होती. तिचं हृदय वेगवेगळ्या भावनांनी जड झालं होतं. तिला समाधान अशासाठी वाटत होतं की, तिचे वडील आपल्या मनाची कधीची इच्छा पूर्ण करण्यासाठी उरलेलं आयुष्य एका मठात घालवायला जाणार होते. शांती, प्रार्थना, धर्माचरण हेच आता त्यांचं आयुष्य असणार होतं. ती आता मोठी झाली होती आणि तिच्या आईबरोबर एकटी राहू सकत होती. पण तिला दुःख अशासाठी वाटत होतं की, ते नसताना तिला चुकल्याचुकल्यासारखं होणार होतं. त्यांच्या अस्तित्वाने घरला लाभणारी शांतता, शक्ती आणि शहाणपण यांचीही तिला अनेकदा गरज जाणवणार होती.

लहान असताना तिची वडिलांशी असावी तेवढी जवळीक नव्हती. पुढेपुढे मात्र त्यांच्यात एक बंध निर्माण झाला. मग वेळ असेल तेव्हा ते तिला गोष्टी सांगत — एक नोकर एका सामुराईच्या प्रेमात पडला, पण त्यांचं प्रेम हाणून पाडण्यात आलं, सुरुवातीपासूनच. होशीला दिसायचं की, गोष्ट सांगताना वडीलही कष्टी दिसायचे आणि मनातून तिला वाटायचं, 'त्यांना तो नोकर माहीत होता का? की तेच स्वतः एखाद्या मुलीच्या प्रेमात होते?'

जेव्हा तिच्या वडलांनी भिक्षू बनून निगाटाच्या मठात जाण्याचं जाहीर केलं तेव्हा तिची आई तर दु:खानं वेडीच झाली. आधी तिनं त्यांना त्यांच्या इच्छेनुसार जाण्याला परवानगी दिली, पण नंतर तिनेही त्यांचं मन वळवण्याचे खूप प्रयत्न केले, पण ते मात्र आपल्या शब्दांवर ठाम होते.

"आता वेळ आली आहे. मला माझा मार्ग सापडला आहे." ते म्हणाले. "किती वर्षांपासून मला हे करायचं होतं, पण तू आणि होशी यांच्यासाठी मी मागे राहिलो, तुमची देखभाल करायला; पण आता तू आईकडून तुझ्या हातात व्यवसाय घेतला आहेस, समर्थपणे चालवते आहेस, यशस्वी झाली आहेस त्यात. लेडी मोमो आणि तिच्या कुटुंबाचीही कामं येतात तुझ्याकडे. होशी चानही मोठी झालीय आता. आता तुला माझी गरज नाही. आता माझी वेळ झालीये, मला कधीपासून करायचं होतं ते करायची."

शिवण व्यवसायाप्रती टोमोकोला ओढ होती आणि त्यातून तिला समाधान मिळत होतं. स्वत:च्या आवडीबद्दल असलेल्या या ओढीमुळेच स्वत:च्या नवऱ्याची मन:स्थिती ती समजू शकत होती. केलेल्या संसारात मन नसल्यानं आणि तो सोडताही न आल्यानं नवऱ्याला आलेलं नैराश्य तिला जाणवत होतं. फक्त एका गोष्टीत त्या दोघांचा सहभाग होता; त्यांच्या घर उजळणाऱ्या मुलीवरचं दोघांचं प्रेम. बाकी फक्त ते होशी मोठी होईपर्यंत एका घरात राहत होते एवढंच.

"पण आम्ही तुम्हाला भेटायला निगाटाला येऊ शकतो ना?" होशीनं विचारलं. तिचे डोळे भरून आले होते. ते मागच्या खोलीत बसले होते. जेव्हा तिच्या आजोबांनां तिची आई गर्भवती असल्याचं कळलं होतं तेव्हा त्यांनी ती खोली स्वत:च बांधली होती. होशीला ती खोली फार आवडायची, कारण तिथं तिला खूप शांत वाटायचं. खोलीतल्या एका खिडकीच्या अगदी समोर एक सुंदर झाड होतं आणि त्याच्या फांद्या अशा काही वळल्या होत्या की, ज्याचं नाव ते! कितीही वेळ बघत बसलं तरी तिला ते पुरायचं नाही. रोज सकाळी त्यावर घरटी असलेले पक्षी फांद्यांवर बसून गायचे आणि झाड विलक्षण सुंदर दिसायचं.

"बाबा, मला हे झाड फार आवडतं." होशी म्हणायची. "फांद्या म्हणजे देवदूतच आहेत माझ्या रक्षणासाठी."

फुसावो उदासपणे विचार करायचा, त्याच्या लेकीला काय वाटलं असतं, ती काय म्हणली असती, जेव्हा तिला कळलं असतं की,ते तेच झाड होतं जिथं तिच्या आजोबांनी ती जन्माला येण्यापूर्वी तिच्यापायीच फास लावून घेतला होता. पण कदाचित होशीचंच बरोबर होतं. कदाचित नाओकी त्या फांद्यांवर बसलेला होता, नातीवर लक्ष ठेवून. त्यामुळे तिला सुरक्षित वाटायचं. फुसावो आशा करायचा की, नाओकी कुठंही असला तरी त्यानं नात म्हणून होशीचा स्वीकार केला असावा.

निगाटाला निघण्याच्या दिवशी त्यानं मुलीला जवळ घेऊन सांगितलं, "अर्थातच, तू कधीही येऊन मला भेटू शकशील निगाटामध्ये आणि माझे आवडते खायचे जिन्नस करून आणशीलच, कारण तिथलं जेवण वाईट असतं."

"पण लक्षात ठेवा, आईचा स्वयंपाकही फारसा चविष्ट नसतो." होशी खिदळली आणि एकदाचा तो जड क्षण पार पडला!

बायको आणि मुलीचं त्याचं शेवटचं दर्शन म्हणजे गाडी दूरवर जाईपर्यंत दोन छोट्या आकृती रस्त्यावरून धावताहेत. फुसावोचे डोळे पाण्यानं भरून आले होते. तो अशा प्रवासाला निघाला होता, जो त्यानं सोळा वर्षं लांबवला होता. त्याची गाडी जेव्हा ओळखीच्या वळणावर वळली आणि किल्ल्याजवळून जायला लागली तेव्हा त्याच्या जीवनातल्या कुण्या काळच्या आठवणींचा पूर त्याच्या मनात दाटून आला. तो आयुष्याच्या मध्यावर आला होता. प्रौढ, मध्यमवयीन झाला होता. त्याचे केस विरळ आणि पांढरे व्हायला लागले होते; पण त्याच्या हृदयाला अजून त्या भावना जाणवत होत्या, जखमा होत होत्या. त्याला किल्ला दिसण्याची ती शेवटची वेळ होती. त्याच्या आयुष्यात जे-जे घडलं होतं त्याचं किल्ला हे प्रतीक होतं.

त्याचं मन मागे, त्या दिवसांकडे गेलं जेव्हा त्याच्या मित्रानं, मिचिओनं त्याचं दार ठोठावून त्याला सांगितलं होतं, "आठवतं फुसावो, तू म्हणाला होतास की, लॉर्ड ओकिमोटोंना काही झालं तर मला येऊन सांग म्हणून?"

फुसावोनं मान हलवली. त्याला बोलता येईना, कारण त्याला आतून भीती वाटत होती. काहीतरी नकोसं घडल्याची भावना होत होती. त्याला कळलं होतं की, ते लॉर्ड ओकिमोटोबद्दलच होतं आणि त्यांना काहीतरी झालं होतं.

मग बर्फासारख्या थंडगार हातांनी त्याचं हृदय कुणीतरी घट्ट धरलं. एक भयंकर विचार त्याच्या मनात आला. फुसावो घोगऱ्या आवाजात कुजबुजला, "तलवारबाजीची स्पर्धा? ते त्यात...."

मिचिओनं मान खाली घातली आणि जेव्हा तो बोलला, फुसावोला त्याचे शब्द जेमतेमच ऐकू आले.

"हो. लॉर्ड ओकिमोटोंना गंभीर जखमा झाल्या त्या स्पर्धेत आणि दोन दिवसांपूर्वीच ते वारले. आश्चर्याची गोष्ट म्हणजे त्यांची सेवा करणारा त्यांचा जो वैयक्तिक नोकर होता, त्यानं ऐकलं की, लॉर्ड ओकिमोटो पुन:पुन्हा एकच नाव घेत होते मरण्यापूर्वी, पण त्या नोकराला ते नाव सांगता आलं नाही. ते तुझं नाव होतं. ते सारखं तुझं नाव घेत होते."

फुसावोनं काही ऐकलं नाही. फक्त 'लॉर्ड ओकिमोटो वारले. ते वारले आहेत.' एवढेच शब्द त्याच्या कानात घुमत राहिले.

'शेवटी सारं खरंच संपलं तर आता. पुन्हा कधी त्या डोळ्यातला चमकता प्रकाश दिसणार नाही आणि त्या बाहूंतली ती ऊब, ती शक्ती आपल्याभोवती जाणवणार नाही.' तीव्र खेदाने फुसावो भरून गेला.

मृत्यूनं त्या दोघांपैकी एकाचं दुःख तर संपवलं होतं, पण दुसऱ्यासाठी त्या वेदना होतच राहणार होत्या.

मिचिओ गेल्यावर फुसावोनं आपल्या कपड्यांचं एक छोटं गाठोडं बांधलं आणि तो मात्सुमोटोला आपल्या काकाकडे आठ दिवस गेला. त्याला आपल्या खेड्यात राहवलंच नाही. लॉर्ड ओकिमोटोचं अधिकृत, औपचारिक सुतक, अंत्यसंस्कार हे सर्व सहन करणं त्याला शक्य नव्हतं. ते सारं उरकल्यावर तो परतणार होता आणि त्याचा सामुराई प्रेमिक जिवंत आहे, असंच स्वतःला सांगणार होता.

फुसावो आता जगण्याचं आणि सामुराईचा मृत्यू कबूल करण्याचं दुःख करत होता; पण त्याच क्षणी त्याला दूरवर किल्ला अस्पष्ट होताना दिसला आणि गेलेली वर्षं त्याच्या डोळ्यांसमोर आली. त्यामुळे त्याच्या दुःखाचा ताव थोडा कमी झाला. लॉर्ड ओकिमोटोंची आणि त्या दोघांनी एकत्रित भोगलेल्या वासनेची आठवण काढण्याची ती शेवटचीच वेळ होती, कारण लवकरच भिक्षू म्हणून त्याला दीक्षा मिळणार होती. इथल्या वस्तू आणि इच्छा सोडून देण्यास सांगण्यात येणार होत्या; पण अजून काही तास तो त्या देखण्या चेहऱ्याला मनात पाहू शकत होता. तो म्हातारा व्हायला जगलाच नव्हता. त्यांनी एकमेकांवर किती उत्कट प्रेम केलं होतं आणि त्या जुन्या टी-हाऊसमध्ये किती रात्री घालवल्या होत्या याचा विचार अजून काही तास तो करू शकणार होता आणि त्या प्रेमाची आग अनुभवू शकणार होता. मग त्याला सारं कायमचं त्याच्या आयुष्यातून काढूनच टाकायचं होतं.

त्यानं घर सोडण्यापूर्वीच्या रात्री आपलं सारं लेखन नीट जुळवून त्या लाकडी पेटीत ते कागद ठेवले. लाल दोरीनं बांधले आणि पहिल्या पानावर मोठ्या अक्षरांत लिहिलं. 'सामुराई आणि मी' मेलेल्या सामुराई प्रेमिकाबद्दलच्या पूर्ण प्रेमानं फुसावोनं ती लाकडी पेटी ततामीच्या एका तुकड्याखाली त्याच्या खोलीत ठेवली; पण मग त्याचं मन बदललं. ती त्यानं आपल्या कपड्यांबरोबर काढून ठेवली. त्याला ते लेखन कायम त्याच्याबरोबरच असायला हवं होतं. 'आपण संपत आलो की, ते होशीकडे द्यायचं. कधीतरी आपण हे सारं होशीला सांगू, या डायरीबद्दल; पण आत्ता नाही. समलिंगी आकर्षण असणारा बाप स्वीकारायला अजून ती खूप लहान आहे. मी तिचा खरा बाप नाही, हे कधीतरी तिला कळायलाच हवं.' फुसावोनं मनातल्या मनात ठरवलं.

किल्ला आता छोट्या ठिपक्यासारखा दिसत होता. अखेर तो दिसेनासा झाला आणि त्याच्याबरोबर फुसावोच्या आयुष्यातलं एक वादळी प्रकरणही संपलं; राहिले होते ते लाकडी पेटीतले लाल दोऱ्यानं बांधलेले कागद, एका भिक्षूच्या कपड्यांच्या गाठोड्यात ठेवलेले.

❑ ❑ ❑

४७

मायुमीनं शेवटच्या कागदाची घडी घातली आणि काळजीपूर्वक ते कागद पुन्हा त्या लाकडी पेटीत ठेवले. तिच्या मनात विचारांचं आवर्त उठलं होतं. तिनं आपली शेवटची भाषांतरं त्या वयस्क जोडप्याला नुकतीच स्पष्ट करून सांगून संपवली होती. त्या कागदांतून शेकडो वर्षं चालत आलेल्या वंशाचं जे गूढ सापडलं होतं त्याचा काय अर्थ लावायचा या विचारात समोरची दोघं ताठ, स्तब्ध बसली होती. त्यांचा नातू टोयोकी एका स्टीलच्या कपाटाला टेकला होता. त्याचे डोळे वेगळ्याच तेजानं चमकत होते.

मायुमीनं त्या तरुणाकडे पाहिलं आणि ती शहारली. तो भुतासारखा दिसत होता. त्याला गडद रंगाचा सामुराईचा युकाता आणि डोक्याचं शिरस्त्राण घातलं असतं तर तो या जन्मातला – पुन्हा आलेला लॉर्ड ओकिमोटोच दिसला असता, ज्यानं इडो काळात हे प्रकरण सुरू केलं होतं. गुंतागुंत, गूढ, मागे ठेवलेली भग्न हृदयं, उद्ध्वस्त आयुष्यं, काही मृत्यू यांची माळ आणि यांनी युक्त असं, जणू खूप पूर्वी मेलेल्या सामुराईचं भूतच त्यांच्या आसपास होतं. त्यांच्या सोसलेल्या आयुष्याचे जे तुकडे ती उजेडात आणत होती, ते ऐकत होतं, आपल्या वंशजांना तिच्या तोंडून कळवत होतं, पण त्याला त्याचं काही वाटत नव्हतं, जणू हे सारं एकदाचं उघड झालं म्हणून त्याला हायसं वाटत होतं.

''म्हणजे आमचे पूर्वज, थोर सामुराई लॉर्ड ओकिमोटो नोबुनागा हे अं... अं समलिंगी आकर्षण असणारे 'गे' होते?'' हारुमी सान म्हणाली. तिच्या कडक आवाजानं मायुमी पुन्हा वर्तमान काळात आली आणि तिला आपल्या अशिलाच्या डोळ्यांत पाणी येतंय हे कळलं.

सतराव्या किंवा एकविसाव्या, कोणत्याही शतकातल्या 'गे' लोकांचं जरी हारुमी सानला फारसं कौतुक नव्हतं तरी त्या दोन तरुण माणसांची दुर्दैवी प्रेमकहाणी तिच्या हृदयाला भिडली होती. दोघेही प्रथम एकमेकांना पाहिल्यापासून वासना आणि वेदनांच्या तडाख्यात सापडले होते. तिच्या नातवाने शोधून काढलेल्या त्या जीर्ण कागदांनी शेकडो वर्षं ही कहाणी सांभाळून जिवंत ठेवली होती.

''होय.'' मायुमी म्हणाली. ''तो तरुण फुसावोच्या प्रेमात पडला. फुसावो खेड्यातला मुलगा होता. त्याला चांगलं लिहिता येत होतं म्हणून ओकिमोटोच्या वडिलांनी त्याच्यामध्ये रस घेतला. कुणी म्हणतं, मोठ्या सामुराईंच्या शेवटच्या वर्षांत ते थोडे माथेफिरू बनले होते आणि काही काळ त्यांना फुसावो आणि त्याचं लेखन यांच्यांत बराच रस वाटला होता. एक दिवस ते आपल्या मुलाला घेऊन त्या शेतकऱ्याच्या घरी गेले. तिथं या दोघांची नजरानजर झाली आणि बाकीचा इतिहास फुसावोच्या लेखनातून कळलाच आहे.''

''होय. खरंतर सुरुवातीला ते कबूल करणं फार कठीण गेलं की, आमच्या पूर्वजांच्या परिपूर्ण आणि बिनडागाच्या सामुराई वंशात सामाजिकदृष्ट्या बहिष्कृत केलेला, समलिंगी आकर्षण असणारा कोणी होता; पण आता लांबून, अलिप्तपणे पाहताना अनेकांचे खून करणाऱ्या मारेकऱ्यापेक्षा 'गे' असणं कधीही बरं, असंच वाटतं.''

टोयोकी ताठ उभा राहिला आणि अगदी क्षीण आवाजात म्हणाला,

''तू मनापासून बोलते आहेस का हे आजी? आपल्या कुटुंबात असा कुणी 'गे' असला तर तू त्याला पत्करू शकशील?''

आणि नाडीचे ठोके वाढत असतानाच मायुमीला टोयोकी काय बोलणार आहे हे जाणवलं.

''आजी, तुला कधीपासून सांगायचं होतं, पण कधी आणि कसं ते कळत नव्हतं; पण आमच्या पूर्वजांप्रमाणे मीही 'गे' आहे. हे कुठून माझ्यात आलं, असं मला वाटायचं. आता कळतंय.''

हारुमी साननं हिरव्या चहाचा कप नुकता उचलला होता आणि तो फुटल्याचा खळकन आवाज झाला. तिचा फिकट, देखणा चेहराही विदीर्ण झाला आणि पांढरा पडला. क्षणभर ती गंभीर झाली. मग तिने एक सुस्कारा सोडला आणि ती अस्फुटपणे कण्हली.

मायुमीनं मनातल्या मनात प्रार्थना केली की, तिला हे धडपणे हाताळता यावं, कारण हा तोच क्षण होता ज्या वेळी कुटुंब घडलं असतं किंवा बिघडलं असतं. शेकडो वर्षांमागे हेच तर झालं होतं आणि इतिहास जणू त्यांना पुन्हा संधी देण्यासाठीच आपली पुनरावृत्ती करत होता.

बराच वेळ शांतता पसरली होती. मायुमीनं श्वास आवरून धरला होता. हारुमी सानच्या चेहऱ्यावर कितीकिती भाव येत-जात होते. अखेर मायुमी ज्याची वाट पाहत होती तो भाव हारुमीच्या चेहेऱ्यावर आला आणि स्थिर झाला; त्याला कबूल केल्याचा, स्वीकारल्याचा, ओळखल्याचा.

तरुण इतिहासतज्ज्ञानं सुटकेचा नि:श्वास सोडला. तिच्या अशिलानं हात पसरून आणि मूक राहूनच नातवाला आलिंगन दिलं. तो अभागी तरुण सामुराई जो आपल्या बहिष्कृत, निषिद्ध प्रेमासाठी सतराव्या शतकात मेला होता त्याचा त्याच्या कुटुंबानं चारशे वर्षांनंतर स्वीकार केला होता.

"आणि बरं का, फुसावोच्या कुटुंबाला सामुराईंनी दिलेलं जे टी-हाऊस आहे ते आता त्यांच्या वंशजांकडून चालवलं जातंय. त्या जागी थोडा वेळ एकत्र घालवण्यासाठी लॉर्ड ओकिमोटो आणि फुसावो पुष्कळदा भेटत. तुम्हाला ते बघायला आवडेल?" मायुमीनं धीर करून विचारलं.

हारुमीनं मान हलवली. थोडं बिचकत ती म्हणाली, "एक शेवटची गोष्ट मला विचारायची आहे. जर ते कागद फुसावोनं लिहून आपल्याजवळच खूप दिवस ठेवले होते, तर ते किल्ल्यात कसे गेले आणि शेवटी आमच्याकडे कसे आले?"

"मीसुद्धा त्याच प्रश्नाचा विचार करतेय." मायुमी म्हणाली. "कदाचित फुसावोनं तशा सूचना मागे ठेवल्या असतील वंशजांसाठी किंवा मग सामुराईंच्या कुटुंबाला त्याबद्दल कळल्याने त्यांनी ते कागद जप्त करून स्वत:कडे ठेवले असतील, त्यातून एखादी भानगड बाहेर होऊ नये म्हणून. कदाचित आपल्याला ते कधीच कळणार नाही!"

❑ ❑ ❑

उपसंहार

धुळीनं माखलेली आणि प्रवासानं खिळखिळी झालेली गाडी शेवटी तिच्या अखेरच्या टप्प्याशी, मिनामिमोटो गावच्या चौकात येऊन थांबली.

होशी आणि तिची आई आतून बाहेर आल्या आणि घराकडे चालू लागल्या. त्या एका आठवड्यासाठी निगाटाला, फुसावोला भेटायला गेल्या होत्या आणि दोघींनाही कळलं होतं की, फुसावोला जिवंत पाहण्याची त्यांची ती कदाचित शेवटची वेळ होती.

टोमोको पंधरा वर्षाची असताना तिच्या आयुष्यात जे दुःखद प्रकरण सुरू झालं होतं ते आता संपण्याच्या मार्गाला आलं होतं. तिची मुलगी सोडून तिच्या आयुष्यातली दुसरी प्रेमाची गोष्ट म्हणजे तिचा व्यवसाय. तिची शांत आणि प्रेमळ सासू – युको जेव्हा वारली होती तेव्हा उत्तम शिवणाचं कसब तिला देऊन गेली होती. त्या व्यवसायानं तिला खूप नाव मिळवून दिलं होतं. त्यामुळेच तिच्या आयुष्याला अर्थ प्राप्त झाला होता.

बलात्कारातून गर्भवती झाल्यावर आणि आपला नवरा समलिंगी असल्याचं कळल्यावर तिचा जगण्यातला उत्साहच संपला होत. त्या वेळी या व्यावसायानंच तिला तारलं होतं आणि त्यातूनच एक यशस्वी शिंपीण म्हणून ती उभी राहिली होती. इडो काळात आणि नंतरही स्वत:बद्दल अभिमान वाटावा असं तिनं नाव कमावलं.

घरी पोहोचल्यावर होशीनं तिच्या किमोनोमधून एक जुनाट लाकडी पेटी काढली आणि आई बघत नाहीसं पाहून ती उघडली —

तिला वडील आठवले. निगाटाच्या मठात ते कसे राहतात ते आठवलं. त्यांनीच ही पेटी तिला देऊन म्हटलं होतं – "माझं एक काम कर. ही पेटी किल्ल्याची आहे. तू ती सामुराई शिंतारोंना द्यायचीस." वडिलांची ही शेवटची भेट असल्यानं गळा भरून येऊन होशीनं मान हलवली आणि तसं करण्याचं वचन दिलं. त्या क्षणी तिनं त्यांना कुठलंही वचन दिलंच असतं.

आता तिनं ती पेटी काढून लपवून ठेवली. पण 'आपल्याला सामुराईंना भेटायची संधी कशी मिळणार? आणि आपण ही पेटी त्यांना देणार कशी?' या विचाराने ती कोड्यात पडली होती. वडिलांशी बोलताना जरी ते तिला सोपं वाटलं होतं, तरी प्रत्यक्षात किल्ल्याच्या बाहेरच्या दारापर्यंत जाणंही तिला कठीण होतं, तर शिंतारोंना बघणं आणि भेटणं दूरच!

वडिलांनी सांगितलं नसल्याने ती ती पेटी उघडू शकत नव्हती. तिनं ती दडवून ठेवली. त्यापूर्वी एकदा तिनं ती उघडून पाहिली, पण कागदांची मोठी चवड तेवढीच आत असलेली पाहून ती निराश झाली होती.

काळोख पडला होता. चांदण्यांनी आकाश गच्च भरून गेलं होतं. त्या चांदण्या रात्रीवरूनच तिचं नाव 'होशी' (चांदणी रात्र) असं ठेवलं होतं, कारण अशाच चांदण्या रात्री ती जन्मली होती. त्या दूरच्या ताऱ्यांकडे बघताना तिला वाटलं, 'आपण आपलं वचन पाळायचंच. कधीतरी, कुठेतरी लॉर्ड शिंतारोंना भेटायचं आणि ही पेटी त्यांना द्यायची आणि तोवर ती प्राणपणानं जपायची.'

एक खोल निःश्वास टाकून तपकिरी, नाचऱ्या डोळ्यांच्या त्या सुंदर मुलीनं खिडकी लावून घेतली आणि खिडकीबाहेरचं आकाश तिने बाहेरच ठेवलं.

दूरवर कुत्री भुंकत होती आणि मिनामिमोटोतली आणखी एक रात्र प्रकाशित व्हावी म्हणून चंद्र ढगाआडून हळूहळू बाहेर येत होता.

❑ ❑ ❑

जॅपनीज ऑर्किड

रेई किमुरा

अनुवाद

स्नेहल जोशी

तेत्सुयो अकिनिचो...
न्यूयॉर्कमधील एक प्रतिष्ठित, धनाढ्य उद्योजक,
डीएनएचा बादशहा.
त्याला जगाच्या दुस-या टोकावरून धमक्यांच्या
ई-मेल्स येऊ लागतात, ज्यात त्याच्या भयानक
कौटुंबिक रहस्याचा उल्लेख असतो.
एक असे रहस्य, जे उघड झाल्यास सर्व प्रतिष्ठा,
नावलौकिक धुळीस मिळेल...

तेत्सुयोचा वकील, त्याचा गुप्तहेर मित्र आणि
एक इतिहासतज्ज्ञ मिळून
या रहस्याचे धागेदोरे उलगडत नेऊ शकतील?
जपानी ऑर्किडचं रहस्य जगासमोर येईल?